ഗ്രീൻ ബുക്സ്

ആദിമധ്യാന്തങ്ങൾ

എം.ഡി. രത്നമ്മ

തിരുവല്ലയിൽ ജനനം.
കവിയും രാഷ്ട്രീയപ്രവർത്തകനുമായിരുന്ന പൊൻകുന്നം
ദാമോദരന്റെയും കുഞ്ഞിക്കുട്ടിയമ്മയുടെയും മകൾ.
ഹിന്ദിയിൽ എം.എ. ബിരുദം. തുടർന്ന് കോളേജ് അധ്യാപിക.
ശാസ്താംകോട്ട ദേവസ്വം ബോർഡ് കോളേജിൽ
ഹിന്ദി വിഭാഗം മേധാവിയായി 1999-ൽ
ഔദ്യോഗികജീവിതത്തിൽനിന്ന് വിരമിച്ചു.
എഴുപതുകളിലും എൺപതുകളിലും മലയാള ചെറുകഥ
നോവൽ രംഗത്തെ ശ്രദ്ധേയ വനിതാസാന്നിധ്യം.
24 നോവലുകൾ പുസ്തകരൂപത്തിൽ പുറത്തുവന്നു.
അറുപതിലേറെ കഥകളും പ്രസിദ്ധപ്പെടുത്തിയിട്ടുണ്ട്.
മൂന്നു നോവലുകൾ ചലച്ചിത്രങ്ങളായിട്ടുണ്ട്.
സ്ത്രീകഥാപാത്രങ്ങൾക്ക് പ്രാധാന്യം നൽകി ഭൂരിഭാഗം
രചനകളും. സാഹിത്യരംഗത്തെ സമഗ്രസംഭവനകൾക്ക്
2013-ൽ കേരള സാഹിത്യ അക്കാദമി പുരസ്കാരം ലഭിച്ചു.
കൃതികൾ: അരണ്യവാസം, ആത്മഹത്യാ മുനമ്പ്,
കോവളം, ശിശിരം, ശൈത്യം, ദ്രൗപദി, വൃന്ദക്ക്
സുഖം തന്നെ (നോവലുകൾ), അപർണ,
എന്റെ പ്രിയകഥകൾ (കഥാസമാഹാരങ്ങൾ).
2011 മുതൽ തൃശ്ശൂരിൽ സ്ഥിരവാസം.

നോവൽ

ആദിമധ്യാന്തങ്ങൾ

എം.ഡി. രത്നമ്മ

ഗ്രീൻബുക്സ്

green books private limited
gb building, civil lane road, ayyanthole,
thrissur- 680 003, kerala, ph: +91 487-2381066, 2381039
website: www.greenbooksindia.com
e-mail: info@greenbooksindia.com

branches:
thrissur 8589095302
thiruvananthapuram 8589095301
calicut 8589095307

malayalam
aadimadhyanthangal
novel
by
m d rathnamma

published june 2024

cover design : s mahendra

printed in india
repro india ltd

isbn : 978-81-19486-65-6

GBPL/1367/2024

ആമുഖം

ആഗ്രഹിച്ചത് നേടാതെ പോകുന്ന നിസ്സഹായരായ മനുഷ്യരാണ് നമുക്ക് ചുറ്റും ഏറെയും. കൈയിൽ കിട്ടുന്ന ജീവിതത്തോട് പൊരുത്തപ്പെടാൻ മനസ്സിനെ സജ്ജമാക്കുമ്പോൾ വിധി, നിർഭാഗ്യങ്ങളും ദുരവസ്ഥകളുമായി വീണ്ടും കരിനിഴൽ വീഴ്ത്തുകയായി. അനാദി കാലം മുതൽ അങ്ങനെത്തന്നെ ആയിരുന്നു. സർവ്വംസഹയായ ചില സ്ത്രീകൾക്ക് പ്രത്യേകിച്ചും. എല്ലാ നന്മകളുടെയും പ്രതീകമായിരുന്നിട്ടും ത്രേതായുഗത്തിലെ സീത തെറ്റിദ്ധരിക്കപ്പെട്ടു, ഒറ്റപ്പെടുത്തപ്പെട്ടു.

എന്റെ സീതയുടെ കഥയും വിഭിന്നമല്ല. ത്യാഗമയിയും സ്നേഹസമ്പന്നയും ആയിരുന്നിട്ടും അവളും എവിടെയും എപ്പോഴും തനിച്ചായിരുന്നു. ആഗ്രഹിച്ച സ്നേഹം തുടക്കത്തിൽ തന്നെ നിഷേധിക്കപ്പെട്ടു. പുതിയ ജീവിതവുമായി പൊരുത്തപ്പെട്ടുവരുമ്പോഴേക്കും അപ്രതീക്ഷിതദുരന്തം വീണ്ടും മുറിവേൽപ്പിച്ചുകളഞ്ഞു. പിന്നീട് ജീവിതത്തിൽ വന്നവർ അവളുടെ കളങ്കരഹിതമായ സ്നേഹം അംഗീകരിച്ചതുമില്ല.

സീതയുടെ കഥ പുതിയതൊന്നുമല്ല. ഇത്തരത്തിൽ സീതമാർ എന്നും എവിടെയും ഉണ്ടായിരുന്നു. ഇന്നും അവളുടെ അല്ലെങ്കിൽ അവരുടെ വിഷാദകഥകൾ സ്ഥലകാലഭേദങ്ങളില്ലാതെ തുടർന്നുകൊണ്ടേ ഇരിക്കുന്നു. പുരാണത്തിലെ സീതയെപ്പോലെ ഭൂമി പിളർന്ന് അന്തർദ്ധാനം ചെയ്യാൻ അവർക്കു കഴിവുമില്ല.

1980കളുടെ തുടക്കത്തിലെപ്പോഴോ സീതയുടെ കഥ എഴുതണമെന്ന് എനിക്ക് തോന്നി. സത്യത്തിൽ ആ കഥാപാത്രസൃഷ്ടിക്ക് പ്രേരകസ്രോതസ്സ് ആയി ജീവിച്ചിരുന്ന ഒരു സ്ത്രീ ഉണ്ടായിരുന്നു താനും. എന്നാൽ കഥാപശ്ചാത്തലം തീർത്തും വേറിട്ട ഒന്നാക്കി മാറ്റിയെഴുതുകയായിരുന്നു. പുസ്തകരൂപത്തിൽ വന്ന എന്റെ എല്ലാ നോവലുകളും ഏതെങ്കിലും ആനുകാലികങ്ങളിൽ ആദ്യം പ്രസിദ്ധപ്പെടുത്തിയവയായിരുന്നു. എന്നാൽ

'ആദിമധ്യാന്തങ്ങൾ' നേരിട്ട് പുസ്തകമാക്കുകയായിരുന്നു. എൻ.ബി.എസ്. ആണ് ആദ്യം അച്ചടിച്ചത്. പിന്നീടുള്ള പതിപ്പുകൾ പ്രഭാത് ബുക്ക് ഹൗസ് പുറത്തിറക്കി.

ഭൂരിഭാഗം നോവലുകളിലും കേന്ദ്രകഥാപാത്രങ്ങൾ സ്ത്രീകൾതന്നെ ആയിരുന്നു. അവരിൽ ദൃഢചിത്തർ ആയിട്ടുള്ളവർക്കുപോലും ഒരു സ്ത്രീക്ക് ഉണ്ടാകണമെന്ന് ഞാൻ ആഗ്രഹിക്കുന്ന നിഷ്കളങ്കതയുടെയും നന്മയുടെയും സ്നേഹത്തിന്റെയും സഹനത്തിന്റെയും പരിവേഷം മനഃപൂർവം നൽകിയിരുന്നു. അതുകൊണ്ട് അവരൊക്കെ സ്റ്റീരിയോ ടൈപ്പ് ആയിപ്പോയെന്ന് കരുതുന്നുമില്ല. അവരിൽ പലരും എനിക്ക് എന്നും പ്രിയപ്പെട്ടവരും ആണ്. കോവളത്തിലെ ഉമ, അരണ്യവാസത്തിലെ അശ്വതി, എവിടെയോ ഒരു തീരത്തിലെ മാലിനി, ഗ്രീഷ്മത്തിലെ അനില, ദ്രൗപദിയിലെ സാഹിത്യകാരി... പക്ഷേ സുഗുണങ്ങളുടെ അളവുതോതുകളിൽ സീത അവർക്കെല്ലാം മേലെ നിൽക്കുന്നു എന്ന് ഞാൻ നിസ്സംശയം പറയുന്നു. പരിത്യാഗിയായ അവൾക്കു സീത എന്നല്ലാതെ മറ്റൊരു പേരും യോജിക്കുകയുമില്ല.

ഈ നോവൽ 'അദ്ധ്യായം ഒന്ന് മുതൽ' എന്ന പേരിൽ സത്യൻ അന്തിക്കാട് 1985ൽ ചലച്ചിത്രമാക്കി. ബോക്സ് ഓഫീസിൽ അന്ന് ചർച്ചാവിഷയം ഒന്നും ആയില്ലെങ്കിലും ഒരു നല്ല കുടുംബകഥ എന്ന രീതിയിൽ അത് പിന്നീട് ശ്രദ്ധിക്കപ്പെടുകയുണ്ടായി. നോവലിൽനിന്ന് വ്യത്യസ്തമായി ശുഭസൂചകമായ ഒരു കഥാന്ത്യം നൽകി സീതയ്ക്ക് പ്രതീക്ഷാനിർഭരമായ ഒരു ഭാവി, ചിത്രം വാഗ്ദാനം നൽകുകയും ചെയ്യുന്നുണ്ട്. പുതിയ സിനിമയുടെ തിരക്കുകൾക്കിടയിലും നോവലിന്റെ പുതിയ പതിപ്പിന് മനോഹരമായ അവതാരിക എഴുതാൻ സന്മനസ്സ് കാട്ടിയ ശ്രീ. സത്യന് ഹൃദയം നിറഞ്ഞ നന്ദി.

സീതയുടെ കഥ വീണ്ടും പുസ്തകമാകുമ്പോൾ അതിനു തയ്യാറായ ഗ്രീൻ ബുക്സിനും നന്ദി. (ശോഭയുടെ സഹകരണത്തിന് വിശേഷിച്ചും) എന്റെ പഴയ രചനകൾ വീണ്ടും പ്രസിദ്ധികരിക്കാൻ കൂടെ നിൽക്കുന്നത് അവന്റെ കർത്തവ്യമായി കരുതുന്ന എന്റെ മകൻ സുധിക്കു നന്ദി പറയേണ്ടതില്ല, സ്നേഹം മാത്രം... സീതയുടെ ജീവിതയാത്രയിൽ പങ്കുചേരാൻ വായനക്കാരെ വിനീതയായി ക്ഷണിച്ചുകൊള്ളുന്നു.

സ്നേഹത്തോടെ,

എം.ഡി. രത്നമ്മ

അവതാരിക

സത്യൻ അന്തിക്കാട്

തിക്കഥാകൃത്ത് ജോൺപോളാണ് 'ആദിമധ്യാന്തങ്ങൾ' എന്ന നോവലിലെ സിനിമാസാധ്യതയെക്കുറിച്ച് ആദ്യം പറയുന്നത്. ഞാനത് വായിച്ചിട്ടില്ലായിരുന്നു. ലളിതമായ ഭാഷയിൽ മനസ്സു തൊടുന്ന കഥകൾ എഴുതാറുള്ള എഴുത്തുകാരിയാണ് എം.ഡി. രത്നമ്മ. അതുകൊണ്ടുതന്നെ ഞാനാ നോവൽ സംഘടിപ്പിച്ചു പെട്ടെന്നു വായിച്ചുതീർത്തു. എന്നെ അത് വല്ലാതെ മോഹിപ്പിച്ചു എന്നുതന്നെ പറയണം. സീതയും വിഷ്ണുവും ദുരഭിമാനിയായ അമ്മാവനുമൊക്കെ അക്കാലത്ത് നമ്മുടെ നാട്ടിൽ അപരിചിതരല്ലായിരുന്നു. കുടുംബമഹിമയ്ക്കുവേണ്ടി ജീവിതം ഹോമിച്ച ചില പെൺകുട്ടികളെക്കുറിച്ച് എനിക്കും അറിയാമായിരുന്നു.

ആദിമധ്യാന്തങ്ങൾ ഞാൻ വായിച്ചത് ഒരു സിനിമ കാണുന്നപോലെത്തന്നെയാണ്. കഥാപരിസരവും കഥാപാത്രങ്ങളും വെള്ളിത്തിരയിലെന്നപോലെ മനസ്സിൽ തെളിഞ്ഞു. മോഹൻലാലും ബാലൻ. കെ. നായരും മാധവിയുമടക്കം മികച്ച അഭിനേതാക്കളെ അണിനിരത്തി ഞാനത് സിനിമയാക്കുകയും ചെയ്തു. 'അദ്ധ്യായം ഒന്നു മുതൽ' എന്നാണ് സിനിമയ്ക്ക് നൽകിയ പേര്. വേണു നാഗവള്ളിയാണ് ആ പേര് നിർദ്ദേശിച്ചത്. സീതയുടെ ആദ്യഭർത്താവായി വേഷമിട്ടത് വേണുവായിരുന്നു.

ലൊക്കേഷനിലിരുന്ന് സീതയുടെ ജീവിതത്തിലെ ഓരോ ഘട്ടങ്ങൾ വിശദീകരിച്ചു കൊടുത്തപ്പോൾ വേണു പറഞ്ഞു, ''സീതയുടെ ജീവിതപ്പുസ്തകത്തിലെ ഒന്നാം അദ്ധ്യായത്തിലാണ് ഞാൻ വരുന്നത് അല്ലേ?'' അതിൽ നിന്നാണ് 'അദ്ധ്യായം ഒന്നു മുതൽ' എന്ന പേരിലേക്കെത്തിയത്.

കാലഹരണപ്പെടാത്ത ഭാഷയാണ് എം.ഡി. രത്നമ്മയുടേത്. വായിച്ചിട്ട് വർഷങ്ങൾ ഏറെയായെങ്കിലും സീതയും

വിഷ്ണുവും ലക്ഷ്മിഅമ്മായിയുമൊന്നും മനസ്സിൽനിന്നു മാഞ്ഞിട്ടില്ല. എത്ര മഹത്തരമാണെന്നു പറഞ്ഞാലും വായനാസുഖമില്ലെങ്കിൽ ഒരു പുസ്തകത്തിലേക്ക് നമുക്ക് കയറാനാവില്ല. 'ആദിമധ്യാന്തങ്ങൾ' എന്ന നോവലിന്റെ ആദ്യത്തെ മേന്മ അതു നൽകുന്ന വായനാസുഖം തന്നെയാണ്. ഒരു കാലം നമ്മുടെ മുന്നിലിങ്ങനെ ഇതൾ വിരിയുന്ന അനുഭവം. പ്രണയവും പകയും ആത്മനൊമ്പരങ്ങളും നമ്മുടേതു തന്നെയാണെന്നു തോന്നിപ്പോകും. അനുഗ്രഹിക്കപ്പെട്ട എഴുത്തുകാരിയാണ് രത്നമ്മ. ഈ നോവൽ അതിന്റെ ഏറ്റവും നല്ല ഉദാഹരണമാണ്.

■

ആദിമധ്യാന്തങ്ങൾ

ഒന്ന്

മദ്ധ്യാഹ്നവെയിലിൽ മയങ്ങുന്ന ഗ്രാമം. ചെമ്മണ്ണ് നിറഞ്ഞ നിരത്തിൽ സീതയെ ഇറക്കിവിട്ട് ചുവന്ന സർക്കാർ വണ്ടി അകന്നുപോയി. കാറ്റടിച്ചപ്പോൾ പൊടിപറന്നുപൊങ്ങി വെള്ളസ്സാരിയിലാകെ പറ്റിപ്പിടിച്ചു. കുനിഞ്ഞു പൊടിതട്ടിക്കളയാൻ ശ്രമിച്ച്, പെട്ടിയും തൂക്കിപ്പിടിച്ച് സീത നടന്നു. നോക്കെത്തുവോളം വിജനമായ നിരത്ത്. പരന്നുകിടക്കുന്ന വെയിൽ മാത്രം. ഇടയ്ക്കിടെ വീശുന്ന കാറ്റ് ഒരു സഹായമാണ് നടക്കാൻ. എന്നിട്ടും വിയർക്കുന്നു. സാരിത്തലപ്പുകൊണ്ടു സീത കഴുത്തും മുഖവും അമർത്തിത്തുടച്ചു.

ഗ്രാമം... ഒരു മാറ്റവുമില്ലാത്ത ഗ്രാമം.

ഓളങ്ങളില്ലാത്ത, നിർജ്ജീവമായ തടാകംപോലെ. അടുത്ത നിമിഷം സീതയ്ക്ക് മനസ്സിലായി. ഗ്രാമമല്ല, പ്രകൃതിയല്ല, തന്റെ മനസ്സാണ് നിർജ്ജീവമായിരിക്കുന്നത്. നാലുപാടുനിന്നും തല്ലേറ്റ്, തളർന്ന്, നിലംപതിച്ച്, ഒടുവിൽ ശ്വാസം നിലയ്ക്കുന്ന ജന്തുവിനെപ്പോലെ ഒരു മനസ്സ്. ആ മനസ്സും പേറി ഇതാ, വീണ്ടും വർഷങ്ങൾക്കുശേഷം അഭയംതേടി സ്വന്തം ഗ്രാമത്തിലേക്ക്.

സ്വന്തമോ? വിലകെട്ടുപോയ, അർത്ഥമില്ലാത്ത, പൊള്ളയായ ഒരു പദം. അവകാശപ്പെടാൻ, സൂക്ഷിക്കാൻ, അഭിമാനിക്കാൻ ഒന്നുമില്ലാതാകുന്ന അവസ്ഥ. അതെത്ര ദയനീയമാണ്. ഗ്രാമങ്ങളിൽനിന്ന് ഗ്രാമങ്ങളിലേക്ക്, നഗരങ്ങളിൽനിന്ന് നഗരങ്ങളിലേക്ക് ലക്ഷ്യമില്ലാതെ നീങ്ങുന്ന ഭിക്ഷുവിനെന്ത് സമ്പാദ്യം? നിസ്വന്റെ ഭാണ്ഡം ശൂന്യമാണ്. നിരത്തിൽ തണലിനു യാതൊരു മാർഗ്ഗവുമില്ല. ഒരു ചെറിയ വൃക്ഷംപോലുമില്ല. അപ്പോൾ ചെറുചിരിയോടെ, സീത ചെറുപ്പത്തിൽ പഠിച്ചതോർത്തു. വീഥികൾതോറും ചോലവൃക്ഷങ്ങൾ നട്ടുപിടിപ്പിച്ച മഹാനായ ചക്രവർത്തി. ഇന്ന് ചക്രവർത്തിമാരില്ല. ചോലമരങ്ങൾ അനുഗ്രഹിച്ച വീഥികളും.

തനിക്കിപ്പോഴും ഇത് സംയമനത്തോടെ, നിസ്സാരതയോടെ, നിസ്സംഗതയോടെ ഇങ്ങനെയൊക്കെ ചിന്തിക്കാൻ കഴിയുന്നതെന്താണ്? ഈ നിമിഷത്തിൽ, ജീവിതത്തിന്റെ അടിക്കല്ലിളകിയ ഈ ദുരന്തനിമിഷത്തിൽ

പിടിച്ചുനില്ക്കാൻ കഴിയുക അത്ഭുതകരമാണ്. പക്ഷേ, കഴിയുന്നു. കണ്ണീരിന്റെ ഉറവകളൊന്നാകെ മൂടിവെയ്ക്കാൻ, തളർന്ന കാലുകൾ നീട്ടിവെച്ച് മുന്നോട്ടുപോകാൻ ശ്രമിക്കുന്നു. പരാജയപ്പെടരുത്. പരാജയപ്പെട്ടാൽ... ഉള്ളിലിരുന്നാരോ പറയുന്നു. ഇന്നോളം അതിനുള്ള ശ്രമമായിരുന്നു. വാശിയോടെ, പകയോടെ, പ്രതികാരവാഞ്ഛയോടെ. എന്നിട്ട്...

പായൽപിടിച്ച ചുമരുകളും പൊളിഞ്ഞുവീഴാറായ ഗേറ്റുമുള്ള സ്കൂൾ കെട്ടിടം അകലെ. യു.പി. സ്കൂൾ എന്നെഴുതിയ മഞ്ഞ ബോർഡ്. അക്ഷരങ്ങൾക്കു തേയ്മാനം സംഭവിച്ചിരിക്കുന്നു. ഇതിപ്പോഴും യു.പി. സ്കൂൾതന്നെയായി ജീവിക്കുകയാണോ? തന്നെപ്പോലെ, ഇതിനും ഇതുവരെ ശാപമോക്ഷം ലഭിച്ചില്ലേ? സ്കൂളിന് മുന്നിലെത്തിയപ്പോൾ സീത ഓർത്തു, ചെറുപ്പത്തിൽ ഇവിടെയാണ് പഠിച്ചത്. മുറ്റത്തെ വയസ്സൻമാവിന്റെ ചുവട്ടിൽ, കൂട്ടുകാരോടൊപ്പം സീത ഓടിക്കളിച്ചിരുന്നു. സ്കൂളിന് പിറകിലെ സർപ്പക്കാവ്. അവിടെ, ഉച്ചമയങ്ങിക്കിടക്കുന്ന നേരങ്ങളിൽ, അദ്ധ്യാപകരറിയാതെ, കൂട്ടുകാരോടൊപ്പം പാണൽപ്പഴം പറിക്കാൻ സീത പോയിരുന്നു. സ്കൂൾ ചെറുപ്പത്തിന്റെ ഓർമ്മകൾ അവിടെ പച്ചപിടിച്ചുതന്നെ നില്ക്കുന്നു. പക്ഷേ, അന്ന് സ്കൂളിന്റെ ചുവരുകൾ ഇത്രത്തോളം പായൽ പിടിച്ചതായിരുന്നില്ല. ഗേറ്റ് ഇത്രത്തോളം തുരുമ്പ് പിടിച്ചതും ഇളകിയതുമായിരുന്നില്ല. സീതയും ഇന്നത്തേതുപോലെ ആയിരുന്നില്ലല്ലോ!

സ്കൂളിന്റെ കൽപ്പടവുകളിറങ്ങിവരുന്ന നരച്ച മനുഷ്യൻ അടുത്തു വന്നു. സീതയെ കണ്ട് അയാൾ നിന്നു. സീതയും. ആ മുഖം എവിടെയോ കണ്ടുമറന്നതുപോലെ. അധികം ഓർമ്മിച്ച് ബുദ്ധിമുട്ടേണ്ടി വന്നില്ല. ശിപായി... സ്കൂളിലെ ശിപായി.

‘‘സീതക്കുഞ്ഞല്ലേ?’’

വാർദ്ധക്യം കവർന്ന, ചിലമ്പിച്ച ശബ്ദം അവളെ ഭൂതകാലത്തേക്കെങ്ങോ വലിച്ചുകൊണ്ടുപോയി. ഇപ്പോൾ വ്യക്തമായി ഓർക്കാൻ കഴിഞ്ഞു. ശിപായി നാണുപിള്ള. സദാ ചുണ്ടിലൊരു ചിരിയണിഞ്ഞ് സ്കൂളിന്റെ മുക്കിലും മൂലയിലും പാഞ്ഞുനടന്നിരുന്ന, സീതയോടു പ്രത്യേക സ്നേഹം കാട്ടിയിരുന്ന, സീതയ്ക്കു മാത്രം പലപ്പോഴും മിഠായിയും കപ്പലണ്ടിപ്പൊതികളും വാങ്ങികൊടുത്തിരുന്ന നാണുപിള്ള. പഠിച്ചു വലിയൊരാളാകണം എന്ന് പറഞ്ഞിരുന്നു.

ചോദിക്കാമായിരുന്നു; നാണുപിള്ള ഇപ്പോഴും സ്കൂളിൽത്തന്നെയാണോ? പിരിയാറായിക്കാണുമല്ലോ?

‘‘വരുന്നവഴിയാ?’’

‘‘അതെ.’’

‘‘തനിച്ചേ ഉള്ളൂ?’’

ആ ചോദ്യം സീതയുടെ നെഞ്ചിലേക്ക് ഒരു കത്തിപോലെ ആഴ്ന്നിറങ്ങി. ചുറ്റും വെളിച്ചത്തിന്റെ ആവരണം പെട്ടെന്ന് നീങ്ങുന്നതായും കനത്ത ഇരുട്ട് ഇരമ്പിയെത്തുന്നതായും തോന്നി. ഇപ്പോൾ താൻ നില്ക്കുന്നത് ഒരമാവാസിയുടെ മാറിലാണ്. നക്ഷത്രങ്ങളില്ലാത്ത, ചന്ദ്രോദയമില്ലാത്ത കടുത്ത അന്ധകാരം.

''ഇക്കുറി ആരും വന്നില്ലേ?''

''ഇല്ല.''

നാണുപിള്ള കറുത്ത മോണകാട്ടിച്ചിരിച്ചു.

''പതിവങ്ങനല്ല. അതുകൊണ്ട് ചോദിച്ചതാ.''

''ഞാൻ നടക്കട്ടെ.''

സീത തിടുക്കം ഭാവിച്ചു. എങ്ങനെയും ഈ അന്തരീക്ഷത്തിൽ നിന്നും രക്ഷപ്പെടുക. ഒരു അപമാനിതയെപ്പോലെ, മുറിവേറ്റവളെപ്പോലെ ഓടി രക്ഷപ്പെടുക. ആർക്കും മുഖം കൊടുക്കാതെ. അവൾ ധൃതിയിൽ ചുവടുകൾ വെച്ചു. ഒരുപക്ഷേ, മനസ്സിൽ നിരവധി ചോദ്യങ്ങളുമായി ഇപ്പോഴും നിരത്തിൽ നാണുപിള്ള നില്ക്കുന്നുണ്ടാവും. അനേകം സംശയങ്ങൾ അയാളുടെ ഉള്ളിൽ നുരഞ്ഞു പൊന്തുന്നുണ്ടാവും. ചോദ്യങ്ങൾ. വാൾമുനപോലെയുള്ള ഈ ചോദ്യങ്ങളെയാണ് ഇനി താൻ നേരിടേണ്ടത്. എങ്ങനെ? എത്രനാൾ? ഈശ്വരാ...!

വഴിയരികിലെ ചായക്കടയുടെ വരാന്തയിലിരുന്ന് ആരൊക്കെയോ സൂക്ഷിച്ചുനോക്കുന്നു. സീതയ്ക്ക് വല്ലാത്ത തളർച്ച തോന്നി. വേഗം നടക്കാൻ ശ്രമിച്ചു. പാദങ്ങൾ ഭൂമിയിൽ ഉറയ്ക്കുന്നില്ല. സ്വന്തം ശരീരം വലിച്ചുനടക്കാൻ വയ്യാത്ത ഒരു ജന്തുവിനെപ്പോലെ അവൾ കിതച്ചു. ആൽത്തറ. ആൽത്തറയ്ക്കരികിൽ ഗോലി കളിക്കുന്ന കറുത്ത കുട്ടികൾ. കുട്ടികൾ അവളെക്കണ്ട് ഒരുനിമിഷം കളി നിറുത്തി. പരസ്പരം എന്തോ പിറുപിറുത്തു. പിന്നെ വീണ്ടും കളിക്കാൻ തുടങ്ങി.

ആൽത്തറയിൽ ആരുമില്ല. ആരുമെത്താറായിട്ടുണ്ടാവില്ല. ആൽത്തറ. നീണ്ടുകിടക്കുന്ന വയൽവരമ്പുകൾ ഒക്കെയും വീണ്ടും ഓർമ്മയുടെ തീരങ്ങളിലെങ്ങോ പിടഞ്ഞുണരുന്നതുപോലെ. സീത വീഴാൻ പോയി. കാലുറയ്ക്കുന്നില്ല. വയലിറക്കത്തിലെത്തിയിരിക്കുന്നു. സൂക്ഷിച്ച് നടന്നില്ലെങ്കിൽ വീണുപോകും. ചെത്തിച്ചെത്തി നേർത്തപോലെ വരമ്പുകൾ. സീത നിമിഷംനേരം നിന്നു. തിരിഞ്ഞുനോക്കി. അമ്പലവും ആൽത്തറയും അകലെയായിരിക്കുന്നു. ഒരോർമ്മപോലെ. ഓർമ്മ. അതെത്ര ദുഃഖകരമാണ്! ഒരു ചെറിയ കാറ്റിൽ ഒരായിരം ഓർമ്മയുടെ ആലിലകൾ ഇളകുന്നു. പ്രകമ്പനം കൊള്ളുന്നു. പിന്നെ നിയന്ത്രിക്കുക വയ്യ. ഇയ്യാംപാറ്റകളെപ്പോലെ ഒന്നിനുപിറകെ ഒന്നായി. ഒരു പരമ്പര.

അരുത്. ഒന്നും ഓർമ്മിക്കരുത്. ഇനി വേണ്ടത് നിശ്ചലമായ ഒരു ജീവിതമാണ്. മറ്റൊരു പേരില്ലാത്തതിനാൽ അതിനെ ജീവിതമെന്നുതന്നെ

വിളിക്കുക. അവസാന നിമിഷത്തോളം. അവസാനനിമിഷമെന്നൊന്നുണ്ടോ? ഒരു മനുഷ്യജീവിതത്തിൽ എത്ര അവസാനങ്ങളുണ്ട്? തീർച്ചയായും ഒന്നല്ല, ഒട്ടേറെ. ഒന്നിലധികം അവസാനങ്ങൾ, തന്റെ ജീവിതത്തിൽ ഒരുപാടൊരുപാട് അവസാനങ്ങൾ ഉണ്ടായി. അന്ത്യനിമിഷങ്ങളുണ്ടായി. ഇനിയും ഒരുപക്ഷേ, ഉണ്ടായേക്കാം.

ഒരു ജീവിതത്തിൽ നിരവധി തവണ മരിക്കുക. ശ്വാസം നിലച്ച, ചലനമറ്റ ശരീരം കുഴിയിലേക്കെടുക്കുന്നതുമാത്രമല്ല മരണം. സ്വപ്നങ്ങളുടെ ശ്വാസം നിലച്ചാൽ, സ്വപ്നങ്ങൾ മരിച്ചാൽ അതും മരണമാണ്. പ്രതീക്ഷകൾ നിശ്ചലമായാൽ അതും മരണമാണ്. ഇളകില്ലെന്നു ദൃഢമായി വിശ്വസിച്ചിരുന്ന ബന്ധങ്ങൾ കടപുഴകിയാൽ അതും ഒരു തരം മരണംതന്നെ. അപ്പോൾ ഒരാളുടെ ജീവിതത്തിൽ എത്ര തവണയാണ് മരണം കടന്നുവരുന്നത്! ഒരിക്കൽ മരിച്ചിട്ട് പിന്നെയും ജീവിക്കുക. അതിന്റെ പേരെന്താണ്? പുനർജനനമെന്നോ? ഒരാൾതന്നെ വീണ്ടും വീണ്ടും മരിക്കുക, ആരുമറിയാതെ, ഒരു പുഴുവിനെപോലെ മരിക്കുകയും ജനിക്കുകയും. സീതയ്ക്ക് പരിഹാസം തോന്നി. ഒരിക്കൽ മരിച്ചിട്ട് മറ്റാരുടേയോ ദയവിൽ വീണ്ടും ജനിച്ചു ജീവിക്കുക. ഗതികെട്ട് പിന്നെയും മരിക്കേണ്ടിവരിക. എത്ര ദയനീയമാണത്.

സീത നിന്നു. വല്ലാതെ തളർന്നിരിക്കുന്നു. കാലുകൾ ക്ഷീണിച്ച് കഴിഞ്ഞിരിക്കുന്നു. ഇനി വീട്ടിലേക്കെത്ര ദൂരം ഉണ്ട്? വഴി മറന്നുവോ? വഴി എപ്പോഴാണ് അവസാനിക്കുക? പ്രഭാതത്തിൽ ആരംഭിച്ച യാത്ര. വണ്ടിയിൽ വല്ലാത്ത തിരക്കുണ്ടായിരുന്നു. ശരീരവും മനസ്സും ആകെ തളർന്ന് കുഴഞ്ഞാണ് വണ്ടിയിൽ കയറിയത്. മുഴുവൻ സമയവും നില്ക്കുകയായിരുന്നു. അവസാനം ഇറങ്ങാറായപ്പോഴാണ് ആരോ കനിഞ്ഞ് ഒരു സീറ്റു കിട്ടിയത്. തല ചെരിച്ച്, കണ്ണുകൾ ഇറുക്കിയടച്ച് അങ്ങനെയിരുന്നു.

യാത്ര പുറപ്പെട്ടപ്പോൾ മുതൽ, യാത്ര അവസാനിക്കുവോളം, എന്തിനിങ്ങോട്ട് പുറപ്പെട്ടു എന്നാലോചിക്കുകയായിരുന്നു. ജീവിതത്തിൽ എന്നും പുറത്താക്കപ്പെട്ട ഒരുവൾക്കു പ്രത്യേക നാടില്ല. വീടില്ല. ബന്ധുക്കളില്ല. എല്ലായിടവും ഒരുപോലെ. എല്ലാവരും ഒരുപോലെ. ബന്ധങ്ങൾ ഒന്നോടെ അറ്റുപോയിരിക്കുന്ന ഈ നിമിഷത്തിൽ ഈ യാത്ര, ഇങ്ങോട്ടുള്ള യാത്ര അനാവശ്യമായിരുന്നില്ലേ? മറ്റെത്രയോ ഇടങ്ങൾ! അറിയാത്ത, കേൾക്കാത്ത ഇടങ്ങൾ. ആളുകൾ. അതു മതിയായിരുന്നു. എന്നിട്ടും ഇതാ ഇവിടെ എത്തിയിരിക്കുന്നു. പ്രതിജ്ഞ ലംഘിച്ച്, പക നഷ്ടപ്പെട്ട്, ആശ്രയം തേടി. കഷ്ടമാണ് ഈ ജന്മം!

സീത ഇപ്പോൾ അകലെ വീടു കണ്ടു. ജനിച്ചുവളർന്ന വീട്. വാർദ്ധക്യം ബാധിച്ച ഒരു മനുഷ്യനെപ്പോലെയുണ്ട്. ചുവരുകൾ മങ്ങിപ്പോയിരിക്കുന്നു. ഇതിന് ആരും വെള്ളപൂശാറില്ലേ? മനുഷ്യർക്ക് ഇപ്പോൾ സ്വയം വെള്ളപൂശിക്കാണിക്കാനാണ് വ്യഗ്രത. കറുത്ത മനസ്സുകളെ പൊതിഞ്ഞു

നിർത്താനുള്ള വെളുത്ത മേലങ്കികൾ. തനിക്കും അത്തരമൊന്നു സൃഷ്ടിക്കാമായിരുന്നു. കടമെങ്കിലും വാങ്ങി ധരിക്കാമായിരുന്നു. കഴിഞ്ഞില്ല. അതാണ് തന്റെ പരാജയം. വെളുത്ത മേലങ്കി ധരിച്ചവർക്കിടയിൽ സീത ഒറ്റപ്പെട്ടു. വെളുത്ത മനുഷ്യസമൂഹത്തിൽനിന്ന് സീത പുറത്താക്കപ്പെട്ടു. സീത അന്യയായി. അപരിചിതയായി.

വീട്ടുമുറ്റത്ത് അവൾ നിന്നു. ഉച്ചവെയിലിൽ മണൽത്തരികൾ ചുട്ടുപഴുത്ത് കിടന്നു. അവൾക്ക് കാലുകൾ പൊള്ളി, കാലുകൾ മണലിൽ പുതഞ്ഞുപോയിരിക്കുന്നു. പുറത്തേക്കെടുക്കാനാവുന്നില്ല. ഇവിടമാകെ തണൽ വിരിച്ചിരുന്ന വലിയ വൃക്ഷം ഇന്നില്ല. അതെന്നാണ് വെട്ടി വീഴ്ത്തിയത്? അപ്പോൾ, വരാന്തയിലെ ശൂന്യമായ ചാരുകസേരയിൽ അവളുടെ കണ്ണുകളെത്തി തറഞ്ഞുനിന്നു. വളരെ നിമിഷങ്ങളോളം സീത ആ നില്പ് നിന്നു. അകത്തേക്ക് കയറാൻ അനുവാദം കാത്തെന്നപോലെ അവൾ മുറ്റത്തുതന്നെ നില്ക്കുകയായിരുന്നു.

തലയ്ക്കു മുകളിൽ ഉരുകിത്തിളയ്ക്കുന്ന നട്ടുച്ച. സീത വെയിലിൽ കുറേശ്ശെയായി ഉരുകാൻ തുടങ്ങി. ബ്ലൗസ് വിയർപ്പിൽ നനഞ്ഞൊട്ടി. നെറ്റിയുടെ ഇരുവശങ്ങളിലൂടെയും വിയർപ്പിന്റെ നദികൾ ഒഴുകിയിറങ്ങി. അവളൊന്നും അറിഞ്ഞില്ല. ഉമ്മറത്തെ ചാരുകസേരയിലായിരുന്നു കണ്ണുകൾ. ചാരുകസേരയുടെ പടികളിൽ, കാലുകൾ ഉയർത്തിവച്ച്, കസേരയിലേക്ക് ചാഞ്ഞുകിടക്കുന്ന തലയെടുപ്പുള്ള രൂപമായിരുന്നു മനസ്സിനുള്ളിൽ. അപ്പോഴാണ് പിറകിൽനിന്നും കാൽപ്പെരുമാറ്റം കേട്ടത്. അതിന് പുറകെ പരിചിതമല്ലാത്തൊരു ശബ്ദവും.

''ആരാണ്?''

സീത തിരിഞ്ഞുനോക്കി, പടികടന്നുവരുന്ന മുരളി! മുടി വളർത്തിയ, പുതുതായി മീശമുളച്ചുവരുന്ന യുവാവ്. കൈയിൽ പുസ്തകങ്ങൾ, കണ്ണിൽ ആശ്ചര്യത്തിന്റെ അനേകമിതളുകൾ.

സീത വിളിക്കാൻ കൊതിച്ചു. മുരളീ... മോനേ!

തൊണ്ട വരണ്ടിരിക്കുന്നു. ശബ്ദം തൊണ്ടയ്ക്കപ്പുറമെങ്ങോ വന്നു നിൽക്കുന്നു. ശബ്ദിക്കാനാവില്ല. ആരെങ്കിലും അല്പം വെള്ളം തന്നിരുന്നെങ്കിൽ... വല്ലാത്ത തളർച്ച, ഭൂമി കറങ്ങുന്നതുപോലെ.

''ഇതു സീതച്ചിറ്റയല്ലേ?''

അത്ഭുതം, മുഖമിപ്പോഴും പഴയതുതന്നെയോ? ഒരാളെങ്കിലും തിരിച്ചറിഞ്ഞിരിക്കുന്നു. ഇത്രയേറെ അടികളേറ്റതിനുശേഷവും, പരുക്കുകളേറ്റതിനുശേഷവും, തന്റെ മുഖത്തിന് ഒരു മാറ്റവും സംഭവിച്ചില്ലേ? സീത അയാളെ സൂക്ഷിച്ചുനോക്കി. മുരളി. ഈ മുറ്റത്ത് ചൊരിമണലിൽ സീതച്ചിറ്റയുടെ വിരൽത്തുമ്പിൽ തൂങ്ങി പിച്ചവെച്ചിരുന്ന കൊച്ചുകുട്ടി. മുരളിയുടെ കണ്ണുകൾ വിടർന്നിരിക്കുന്നു. മുഖത്ത് ഒരു ചിരി വിടർന്നു വരുന്നത് നോക്കി സീത നിന്നു. അവളുടെ ചുണ്ടുകൾ നിശ്ശബ്ദമായി പറഞ്ഞു: അതെ, സീത. പഴയ പഴയ സീത.

''സീതച്ചിറ്റയെന്താ മുറ്റത്തുതന്നെ നില്ക്കുന്നത്? അകത്തേക്കു വരൂ.''

രണ്ട്

''സീതച്ചിറ്റ എന്തുമാറിപ്പോയിരിക്കുന്നു!'' മുരളി അത്ഭുതം പ്രകടിപ്പിച്ചു.

കാണുന്നവർക്കെല്ലാം അത്ഭുതം തോന്നുന്നു. സീത വളരെയേറെ മാറിപ്പോയി. കവിളുകൾ പണ്ട് ഇങ്ങനെ എല്ലുന്തിയതായിരുന്നില്ല. മുടിയുടെ നിറം വെളുത്തതായിരുന്നില്ല. മാറ്റങ്ങൾ! ചെറുപ്പത്തിൽ വാർദ്ധക്യം വരുമ്പോൾ കാഴ്ചക്കാർ അത്ഭുതപ്പെടുന്നു.

''എന്താ, ചിറ്റ ഇവിടെത്തന്നെ നിന്നത്. അകത്തേക്ക് വരൂ.''

പിന്നെ, മുരളി ഉറക്കെ അകത്തേക്ക് നോക്കി വിളിച്ചു.

''അമ്മേ, ഇതാരാണ് വന്നിരിക്കുന്നതെന്ന് നോക്കൂ.''

സീത മുരളിയെ നോക്കികാണുകയായിരുന്നു. കുട്ടികൾ എത്ര വേഗം വളരുന്നു! പൊന്നരഞ്ഞാണം കെട്ടി മുറ്റത്തെ ചൊരിമണലിൽ കളിച്ചുനടന്ന കുട്ടിയല്ല ഇത്. വളർന്ന് പുരുഷനായിരിക്കുന്നു. കറുത്ത മീശ മുളച്ചു തുടങ്ങിയിരിക്കുന്നു.

മുരളി ചോദിച്ചു: ''വരുന്ന വിവരത്തിന് ഒരു കത്തിട്ടിരുന്നെങ്കിൽ, ഞാൻ കാത്തുനില്ക്കുമായിരുന്നില്ലേ?''

സീതയുടെ കണ്ണുകൾ നനഞ്ഞു. നനഞ്ഞ കണ്ണുകൾ ഉയർത്തി അവൾ ചുവരിലേക്കുനോക്കി. കണ്ണുകൾ അവിടെതന്നെ ഉടക്കിനിന്നു. വളരെ നിമിഷങ്ങളോളം. നില്ക്കുന്ന ഇടവും വീടും എല്ലാം അവൾ മറന്നു. അവൾ അച്ഛന്റെ മുന്നിൽ നില്ക്കുകയാണ്. ആ കറുത്ത ഫ്രെയിമുള്ള കണ്ണടയ്ക്കുള്ളിലെ ചെറിയ കണ്ണുകളിലേക്ക് അവൾ നോക്കി. അവിടെ ഇപ്പോഴും അഗ്നി ജ്വലിക്കുന്നുണ്ടോ?. തീനാളങ്ങൾ ഉയർന്നു വരുന്നുണ്ടോ?

അച്ഛൻ നിശ്ശബ്ദനാണ്. സീതയ്ക്ക് ചിരിവന്നു.അച്ഛൻ നിശ്ശബ്ദനായത് എത്ര വർഷങ്ങൾക്കു മുൻപാണ്? സീതയുടെ ആദ്യ വിവാഹത്തിനുശേഷം, വിവാഹം നടന്ന് ഒരു വർഷം തികയുന്നതിനുമുൻപ് അവൾ വീട്ടിൽ വന്നു കയറിയപ്പോൾ. അതേ, അപ്പോൾ മാത്രമാണ് അച്ഛൻ നിശ്ശബ്ദനായി നിന്നുപോയത്. ആ ശിരസ്സ് മെല്ലെ കുനിഞ്ഞു പോയത് അവൾ നോക്കിക്കണ്ടു. എന്നും ഉയർന്നുമാത്രം നിന്നിട്ടുള്ള ശിരസ്സ്. എല്ലാവരേയും വിറപ്പിച്ചുനിർത്താൻ മാത്രം പഠിച്ചിട്ടുള്ള ശിരസ്സ്. അന്ന് ആദ്യമായി അവളുടെ നോട്ടത്തിനു മുന്നിൽ, നിറഞ്ഞുവിങ്ങി ഒരു മഴമേഘംപോലെ നിന്ന അവളുടെ മുഖത്തിനുമുന്നിൽ ആ ശിരസ്സ്

കുനിഞ്ഞുപോയി. പിന്നീട് അതെന്നെങ്കിലും ഉയർന്നിട്ടുണ്ടോ? ആരെയെങ്കിലും സൂചിമുനയിൽ, ഒറ്റക്കാലിൽ നിർത്തിയിട്ടുണ്ടോ?

സീത മന്ത്രിച്ചു; ഇതാ, ഞാൻ; സീത. അച്ഛന്റെ ഏക മകൾ. അച്ഛന്റെ ശവദാഹം നടത്തിപ്പോയതാണ്, വർഷങ്ങൾക്കുശേഷം വീണ്ടും വന്നിരിക്കുന്നു. ഒരുജന്മത്തിൽ നിരവധി ജീവിതങ്ങൾ ജീവിച്ച് പരാജയപ്പെട്ട്, ഇതാ മടങ്ങിയെത്തിയിരിക്കുന്നു. അച്ഛന് എന്നെ മനസ്സിലാവുന്നില്ലേ? തിരിച്ചറിയാൻ കഴിയുന്നില്ലേ?

മുരളി വിളിച്ചു: ''സീതച്ചിറ്റേ...''

സീത ചിത്രത്തിൽനിന്നും കണ്ണുകൾ അടർത്തിയെടുത്തു. മുഖത്തൊരു ചിരിയെടുത്തണിയാൻ ശ്രമിച്ചുനോക്കി. അപ്പോഴേക്കും വാതിൽകർട്ടൻ മാറ്റി ചേട്ടത്തിയമ്മ ഉമ്മറത്തെത്തിയിരുന്നു.

''സീതേ...'' അവർ വിളിച്ചു.

ആ വിളിയിലൂടെ സീത വളരെ പിന്നിലേക്കെങ്ങോ, വളരെ വളരെ വർഷങ്ങൾക്ക് പിറകിലേക്കെങ്ങോ ഓടിപ്പോയി. നീണ്ട വയൽവരമ്പുകൾ. സാന്ധ്യപ്രകാശം വീണുകിടക്കുന്ന ചുവന്ന വഴിത്താര. ആൽത്തറയ്ക്ക് ചുറ്റും വീണുകിടക്കുന്ന പഴുത്ത ആലിലകൾ. ഗോപുരവാതിലിലിരിക്കുന്ന വയസ്സൻ സന്ന്യാസി. കൽവിളക്കിലെ പകുതിയെരിഞ്ഞ തിരികൾ. മണികിലുക്കങ്ങൾ. ഭക്തജനങ്ങൾ. നാരായണ... നാരായണ... നാരായണ...

''സീതേ, നീ തന്നെയാണോ ഇത്? എന്താണിത്? നിനക്കെന്തുപറ്റി?''

ചേട്ടത്തിയമ്മ അവളെ ഉറ്റുനോക്കി. അവർ വല്ലാതെ പരിഭ്രമിച്ചിരുന്നു. ആ കണ്ണുകൾ വല്ലാതെ പകച്ചിരിക്കുന്നു. സീത ആ കണ്ണുകളിലെ അത്ഭുതപ്പൂക്കളെ നുള്ളിയെടുക്കാനാകാതെ നിന്നു.

''പറയൂ... സീതേ, ഇത് നീ തന്നെ?''

''ഇനി അത് നിങ്ങളൊക്കെയാണ് എനിക്ക് പറഞ്ഞുതരേണ്ടത്.'' സീത പറഞ്ഞു.

അവളുടെ ശബ്ദം തണുത്തതും മരവിച്ചതും ആയിരുന്നു. ആ മറുപടി കേട്ട് മുരളി അത്ഭുതപ്പെട്ടു. അവൻ ഉമ്മറത്തെ തൂണിൽ ചാരി സീതച്ചിറ്റയുടെ ഓരോ ചലനവും ശ്രദ്ധിച്ചുകൊണ്ട് നിന്നു. തന്റെ കൺമുന്നിൽ പഴയ സീതച്ചിറ്റയല്ല നില്ക്കുന്നതെന്ന് അവന് തോന്നി. സീതച്ചിറ്റയുടെ രൂപം ഇതല്ല. ഈ രൂപം അവന് വിശ്വസിക്കാൻ കഴിയുന്നില്ല. ഇതു മറ്റാരോ ആണ്. ഈ മുടി നരച്ച, കവിളൊട്ടിയ, കണ്ണുകൾ കുഴിഞ്ഞ് പരവശയായ സ്ത്രീ ആരാണ്?

ചേട്ടത്തിയമ്മ വീണ്ടും ചോദിച്ചു: ''നീ തനിച്ചേ വന്നുള്ളൂ? രവി?''

''എനിക്ക് വല്ലാതെ ദാഹിക്കുന്നു. കുറച്ച് വെള്ളം തരൂ.''

സീത തളർന്ന് മുൻപിൽ കണ്ട കസേരയിലിരിക്കാൻ തുടങ്ങിയതു കണ്ട് ചേട്ടത്തിയമ്മ വന്ന് അവളുടെ പെട്ടി വാങ്ങിച്ചു. കൈത്തണ്ടയിൽ പിടിച്ചു.

''വരൂ സീതേ.''

അവർ സീതയെയും ചേർത്തുപിടിച്ച് അകത്തേക്ക് നടന്നു. മുരളി ആ പോക്കു നോക്കി ഒരു നിമിഷം അനങ്ങാതെ പുറത്തുതന്നെ നിന്നു. പിന്നെ തിരിഞ്ഞ്, അകലേക്കു നോക്കി. എന്തൊക്കെയോ ഓർമ്മിക്കാൻ തുടങ്ങി.

വ്യക്തമായി ഒന്നും ഓർമ്മിക്കാൻ കഴിയുന്നില്ല. അന്ന് അവൻ കുട്ടിയായിരുന്നു. സീതച്ചിറ്റയ്ക്ക് അവനെ ഇഷ്ടമായിരുന്നു, അവന് സീതച്ചിറ്റയേയും. അവനെ എടുത്ത് സദാ വീടിന് പുറകുവശത്തുള്ള മുളങ്കൂട്ടത്തിനരികിൽ ചെന്നുനിന്ന് ചിറ്റ ഏതൊക്കെയോ കഥകൾ പറഞ്ഞുതന്നിരുന്നു. പക്ഷേ, കല്യാണം കഴിഞ്ഞപ്പോൾ ചിറ്റ വീട്ടിൽ തീരെ വരാതെയായി. വല്ലപ്പോഴും വന്നാലും ഉടനെ തിരിച്ചുപോവുകയും ചെയ്യും. വരുമ്പോഴൊക്കെ ഉഷച്ചേച്ചിയും രവിയേട്ടനും ഒപ്പം കാണും. പിന്നെപ്പിന്നെ ചിറ്റ തീരെ വരാതായി. ഇന്നെന്തേ സീതച്ചിറ്റ തനിച്ചു വന്നത്? ചിറ്റയ്ക്ക് സുഖമില്ലേ? ഇതുവരെ ഇങ്ങനെ വന്നിട്ടില്ലല്ലോ. രവിയേട്ടൻപോലും കൂടെ വന്നില്ലല്ലോ.

ചേട്ടത്തിയമ്മയുടെ കിടപ്പുമുറിയിൽ, കട്ടിലിൽ സീത ഇരുന്നു.

''ഞാൻ ചായ കൊണ്ടുവരാം, സീതേ.''

''ചായ വേണ്ട, ചേട്ടത്തിയമ്മേ. അല്പം പച്ചവെള്ളം.'' സീത തീരെ തളർന്ന സ്വരത്തിൽ പറഞ്ഞു.

നിമിഷങ്ങൾക്കുള്ളിൽ ചേട്ടത്തിയമ്മ വെള്ളം കൊണ്ടുവന്നു. സീത ഒറ്റവീർപ്പിന് അത് മുഴുവൻ കുടിച്ചു. ഗ്ലാസ് തിരികെ കൊടുക്കുമ്പോൾ വാതില്ക്കൽ വന്നുനിന്ന മുരളിയെ കണ്ടു.

''മുരളി ഇങ്ങ് കയറിവരൂ.''

മുരളി പതുക്കെപ്പതുക്കെ അടുത്തുവന്നിരുന്നു. അവന്റെ മുഖത്ത് അത്ഭുതം, അവിശ്വാസം, ദുഃഖം ഒക്കെ മിന്നിമറയുന്നത് സീത കണ്ടു.

സീത ചോദിച്ചു: ''ഇപ്പോൾ സീതച്ചിറ്റയെ കാണാൻ ഒരു രസവുമില്ല, അല്ലേ മുരളീ? ആകെ നരച്ചു.''

സ്വയം നരച്ച തലമുടിയിൽ തടവിയാണ് അവൾ പറഞ്ഞത്. മുപ്പത്താറാം വയസ്സിൽ ജരാനര എന്നോർത്ത് സീതയ്ക്ക് ഉറക്കെ ചിരിക്കണമെന്ന് തോന്നി.

''സീതേ, നീ എന്തൊക്കെയാണ് ഈ പറയുന്നത്?''

ചേട്ടത്തിയമ്മ അവളെ തൊട്ട് അവളുടെ അടുത്തിരുന്നു. അവർ അവളുടെ കൺതടങ്ങളിലെ കറുപ്പിലേക്കു നോക്കി. അവളുടെ മുഖത്തെ ആകെ കുഴഞ്ഞ, തളർന്ന ഭാവം സഹിക്കാൻ കഴിയുന്നില്ല. ചവിട്ടേറ്റരഞ്ഞുപോയ ഒരു പൂവുപോലെയുള്ള ഈ രൂപം - ഈ തളർന്ന കണ്ണുകൾ, മിക്കവാറും വെളുത്തുപോയ തലമുടി... തുടുപ്പു മാഞ്ഞ കവിളുകൾ...

സീത, എന്റെ പൊന്നനിയത്തി, ഇങ്ങനെയായിരുന്നില്ല. ഇവൾക്കെന്ത് സംഭവിച്ചു?

''ശേഖരേട്ടനെവിടെ?''

''അച്ഛൻ... ആപ്പീസിലാണ്.'' മുരളി പറഞ്ഞു.

''മുരളി ഇപ്പോൾ ഏത് ക്ലാസ്സിലാണ്?''

മുരളി കിടക്കയിലെ വിരിപ്പിൽ വിരലോടിച്ചു പറഞ്ഞു: ''പ്രീഡിഗ്രി.''

സീത മിഴിഞ്ഞ കണ്ണുകളോടെ അവനെ നോക്കി. ട്രൗസറുമിട്ട് നടന്നിരുന്ന ഇന്നലത്തെ കൊച്ചുകുട്ടി, നിമിഷംകൊണ്ട് വളർന്ന് ഇതാ മുൻപിൽ നില്ക്കുന്നു. ഇത് മുരളിയല്ല. ഇതു രവിയല്ലേ? എന്റെ മകൻ രവി. പക്ഷേ... രവി നോക്കുന്നത് ഇതുപോലെയല്ല. ഈ സൗമ്യമായ കണ്ണുകൾ, സ്നേഹം ഒഴുകുന്ന കണ്ണുകൾ, അവന്റേതല്ല. രവി.... എന്റെ മകൻ.

എന്റെ മകനോ? സീത സ്വയം ചോദിച്ചു. നിനക്ക് മകനോ?

ഊഷരഭൂമിയിൽ സസ്യങ്ങൾ നാമ്പെടുക്കാറില്ല. ഊഷരഭൂമിയിൽ വേനൽ മാത്രം. വരൾച്ച, കത്തിപ്പടരുന്ന ചൂടുമാത്രം. ആ ചൂടിൽ, ആ തീജ്വാലകളിൽ സീത എരിയണം. കത്തിച്ചാമ്പലാകണം. ഒരു പിടി ചാമ്പലിനെ ചൂണ്ടി സ്വന്തമെന്നു ധരിച്ചിരുന്ന സർവ്വമനുഷ്യ ബന്ധുക്കളും അപ്പോൾ വിളിച്ചു പറയും: ''ഇതാ, സീത...''

''ചിറ്റേ.... എന്താ ഇങ്ങനെ നോക്കുന്നത്?'' അമ്പരപ്പോടെ മുരളി ചോദിച്ചു.

ചേട്ടത്തിയമ്മ മുരളിയോട് പറഞ്ഞു: ''നീ അപ്പുറത്തേക്ക് പോകൂ. ഞങ്ങൾ സംസാരിക്കട്ടെ.''

''അവൻ ഇവിടെ ഇരുന്നോട്ടെ ചേട്ടത്തിയമ്മേ. സീതച്ചിറ്റയുടെ കഥ അവനും കേൾക്കട്ടെ.''

''വേണ്ട മുരളീ. പോകൂ മോനേ.''

മുരളി പുറത്തേക്കു പൊയ്ക്കഴിഞ്ഞപ്പോൾ ചേട്ടത്തിയമ്മ സീതയ്ക്കുനേരേ തിരിഞ്ഞിരുന്നു. അവളുടെ മുഖം തനിക്കു നേരേ പിടിച്ച് തിരിച്ചുകൊണ്ട് ചോദിച്ചു:

''നീയെന്താണ് തനിച്ചു വന്നത്? നിനക്കെന്തുപറ്റി കുഞ്ഞേ? എല്ലാം ഒന്നു പറയൂ.''

സീത ചേട്ടത്തിയമ്മയെ നോക്കി ഇരുന്നു. അവളുടെ കണ്ണുകൾ നിറഞ്ഞിരുന്നു. ആ കണ്ണുകൾക്ക് ഒരായിരം കാര്യങ്ങൾ പറയാനുണ്ടെന്ന് തോന്നി.

ചേട്ടത്തിയമ്മ ഓർത്തു: എന്താണിവൾക്ക് പറ്റിയത്? രവിയെക്കൂടാതെ, ഉഷയെക്കൂടാതെ, ഇവൾക്ക് വരാനാവുമെന്നും ഇവിടെ ഒരുനിമിഷം

കഴിച്ചുകൂട്ടാനാവുമെന്നും തോന്നിയിട്ടില്ല. വന്നാൽതന്നെ തിരിച്ചു പോകാൻ എന്തൊരു തിടുക്കംകൂട്ടലാണ്. ഒരുദിവസം നീയില്ലെങ്കിൽ, നിന്റെ മക്കളെന്താ ഒലിച്ചുപോകുമോ എന്നു ചോദിച്ചിട്ടുണ്ട്. അപ്പോൾ അവളുടെ മുഖം ചുവക്കുകയും ചുണ്ടുകൾ വിതുമ്പുകയും ചെയ്തിട്ടുണ്ട്.

''ചേട്ടത്തിയമ്മയ്ക്കതു മനസ്സിലാവില്ല. അവർ എന്റെ ജീവനാണ്. അവരില്ലാതെ എനിക്കും, ഞാനില്ലാതെ അവർക്കും ഒരു നിമിഷം കഴിയാനാവില്ല.''

ചേട്ടത്തിയമ്മ സീതയുടെ നിറഞ്ഞുതുളുമ്പുന്ന കണ്ണുകളിൽ നോക്കി ഒന്നും ചോദിക്കാനാകാതെ, പറയാനാകാതെ ഇരുന്നു. ആ കണ്ണുകൾ പറയുന്നതുപോലെ തോന്നി. ''അല്പം ക്ഷമിക്ക്. പറയാം. എല്ലാം പറയാം.''

മൂന്ന്

എന്താണ് പറയാനുള്ളത്? ഒരുനിമിഷം കൊണ്ട്, ഒരു വാക്കുകൊണ്ട് പറഞ്ഞുതീർക്കാനാവുമോ? അനേകം ജന്മങ്ങളുടെ കഥ. ഒരായുസ്സ് മുഴുവനുംകൊണ്ടു പറഞ്ഞുതീർക്കേണ്ട കഥ. സീത ഓർത്തു. അല്ലെങ്കിൽ എന്തിനിങ്ങനെ ഒരു കഥാകഥനം? പാഴ്‌വേല. ആർക്ക് സംതൃപ്തി ലഭിക്കാൻ? ആത്മസംതൃപ്തിക്കോ? ആത്മാവ് മരിച്ചിരിക്കുന്നു. മരവിച്ചിരിക്കുന്നു. ആത്മാവ് നഷ്ടപ്പെട്ട ഒരു ജീവിതത്തിൽ ഇനിയെന്തു സംതൃപ്തി?

ചേട്ടത്തിയമ്മ പറഞ്ഞു: 'സീതേ... നീ എന്തെങ്കിലും പറയൂ. നിന്റെ മുഖം - എനിക്കിത് സഹിക്കാനാവുന്നില്ല. നിന്റെ മനസ്സ്, നിന്റെ കഥ - എല്ലാം എനിക്കറിയണം. പറയൂ.''

സീത ആലോചിച്ചു. പറയാം, ചേട്ടത്തിയമ്മേ. പക്ഷേ, സീതയ്ക്കിപ്പോൾ ദിഗ്ഭ്രമം നേരിട്ടിരിക്കുന്നു. അടുക്ക് തെറ്റിപ്പോകുന്നു. എവിടെ തുടങ്ങണം എന്നറിയാതെ, കൊച്ചുകുട്ടിയെപ്പോലെ നിന്നു നട്ടം തിരിയുന്നവളാണ് ഇപ്പോൾ സീത, കരിഞ്ഞ പുൽനാമ്പുകൾ മാത്രം കണ്ട് മരവിച്ച ഒരു മനസ്സിന്റെ കഥ. ആ മനസ്സ് യുഗങ്ങൾക്കുശേഷം, ഒരു മരണത്തിന്റെ നിശ്ചലതയ്ക്കുശേഷം ഒരു പച്ചപ്പു കണ്ടെത്തി. വിശാലമായ, ഹരിതാഭമായ ഒരുദ്യാനം. അവിടെ അവൾ ചിത്രശലഭമായി ചിറകുവിരുത്തി പറന്നുനടന്നു. ആ ശലഭം സ്വയം മറന്നു. സന്തോഷിച്ചു. ഒടുവിൽ... ഇതാ, ഈ കരിഞ്ഞ ചിറകുകൾ കണ്ടില്ലേ? ആ പഴയ ശലഭമാണിത്. കണ്ടിട്ട് തിരിച്ചറിയുന്നില്ല, അല്ലേ?

ചേട്ടത്തിയമ്മ, എന്റെ പാവം ചേട്ടത്തിയമ്മ. ഞാൻ എന്നും സ്നേഹിച്ചിട്ടുള്ള, എന്നെ എന്നും സ്വന്തം അനുജത്തിയെപ്പോലെ, ഒരു മകളെ

പ്പോലെ സ്നേഹിച്ചിട്ടുള്ള എന്റെ ചേട്ടത്തിയമ്മ. ഇതാ ആകാംക്ഷയോടെ, ആശങ്കയോടെ മുന്നിലിരിക്കുന്നു. സീതയ്ക്കെന്തുപറ്റി എന്ന് അവർക്കറിയണം. ഒരിക്കലും, ഈ മരവിപ്പോടെ അവൾ പെരുമാറിയിട്ടില്ല. ഇങ്ങനെ മൂകയായിരുന്നിട്ടില്ല. വിശേഷിച്ചും പുതിയ ഭർത്താവിനോടൊപ്പം ജീവിതം ആരംഭിച്ചശേഷം, പുതിയ അന്തരീക്ഷവുമായി അവൾ പെട്ടെന്നിണങ്ങി. അതവളെ വളരെയേറെ മാറ്റിയിരുന്നു. അവിടെയവൾ ഭൂതകാലത്തെ മറന്നു ജീവിച്ചു. ഒരളവുവരെ, കലുഷമായ ഭൂതകാലത്തിന്റെ ഓർമ്മകളിൽനിന്നു രക്ഷപ്പെടാൻ അവൾക്കു കഴിഞ്ഞു.

''ചേട്ടത്തിയമ്മേ!'' അവൾ പറഞ്ഞിരുന്നു, ''എനിക്കിപ്പോൾ ജീവിക്കണമെന്ന് തോന്നുന്നു. ജീവിതത്തിന് മുൻപു തോന്നാത്ത അർത്ഥം തോന്നുന്നു.''

ചേട്ടത്തിയമ്മയ്ക്ക് സന്തോഷം തോന്നി. നിറഞ്ഞ മനസ്സോടെ, ചാരിതാർത്ഥ്യത്തോടെ അതു കേട്ടു. ആരെയും വേദനിപ്പിക്കാത്തവളാണ് സീത. ആരെയും സ്നേഹിക്കാനേ അവൾക്കറിയൂ. ചേട്ടത്തിയമ്മ അവൾക്കുവേണ്ടി നിരന്തരം പ്രാർത്ഥിച്ചു. അവൾക്ക് ഇനിയും... വേദനകൾ വരുത്തരുതേ! അവൾക്ക് നല്ലത് വരുത്തണേ...

അവൾ ഒരിക്കൽ പറഞ്ഞു: ''അദ്ദേഹം നല്ല മനുഷ്യനാണ്. എനിക്കിപ്പോൾ തോന്നുന്നു, ശരീരത്തിന്റെ പ്രായം ഒരു പ്രശ്നമേയല്ലെന്ന്. തുടുത്ത ശരീരവും നരച്ച മനസ്സുമുള്ള എത്രയോ ചെറുപ്പക്കാർ നമുക്കു ചുറ്റും ജീവിക്കുന്നു! ഇല്ലേ, ചേട്ടത്തിയമ്മേ?''

നാരായണൻനായരുടെ കുട്ടികളായിരുന്നു സീതയുടെ ജീവിതത്തിന് താളം നെയ്തുകൊടുത്തത്. അവൾക്ക് പുതിയ ജീവിതം നല്കിയത് ആ കുട്ടികളാണ്. അവരെ പിരിഞ്ഞ നിമിഷങ്ങൾ അവളുടെ ജീവിതത്തിൽ എത്രയോ കുറച്ചായിരുന്നു. അവരുടെ സന്തോഷത്തിലേക്ക്, ഒരു കുട്ടിയെപോലെ സീത ഒതുങ്ങിക്കൂടി. എല്ലാവർക്കും അത്ഭുതമായിരുന്നു. ചേട്ടൻ, ചേട്ടത്തിയമ്മ, അച്ഛൻ, രമേശൻനായർ, ലക്ഷ്മിയമ്മായി, വിഷ്ണുവേട്ടൻ. എല്ലാവരേയും അവൾ മറന്നു. എല്ലാവരും അവളുടെ ലോകത്തിന്റെ അതിരുകൾക്ക് പുറത്തായതുപോലെ തോന്നി.

അവൾ ചേട്ടത്തിയമ്മയെപ്പോലും മറന്നു. അതിൽ ദുഃഖം തോന്നിയില്ല. ഒരർത്ഥത്തിൽ, അതു നല്ലതാണെന്നുവരെ തോന്നി. പഴയതെല്ലാം മറക്കാൻ അവൾക്ക് കഴിയട്ടെ. ഒരു ദുഃസ്വപ്നം പോലെ അവൾ ഇനിയുമിനിയും മറക്കാൻ ശ്രമിക്കട്ടെ. സീത മരിച്ച് ജീവിക്കുകയാണ്. ഭൂതകാലത്തിന്റെ മുഖങ്ങൾ അവളിൽനിന്ന് എത്രയും അകലെയാകുന്നതാണു ഭംഗി. ഒരിക്കലും കിളിർക്കില്ലെന്ന് കരുതിയ നാമ്പുകൾ കിളിർത്തിരിക്കുന്നു. സീത എല്ലാം മറന്നുകൊള്ളട്ടെ. സീത സന്തോഷിക്കട്ടെ.

ചേട്ടത്തിയമ്മ അതുമാത്രം ആഗ്രഹിച്ചു. അതിനുവേണ്ടി പ്രാർത്ഥിച്ചു. അതൊക്കെ ഓർക്കുമ്പോൾ, എന്നിട്ട് ഈ മുഖം ഇപ്പോൾ ഇങ്ങനെ

കാണുമ്പോൾ, എന്തോ ഒരു ഭീതി. ആശങ്ക. പരിഭ്രമം. അവൾ ഒന്നും പറയുന്നില്ല. ചേട്ടത്തിയമ്മ വീണ്ടും മനസ്സിൽ പറഞ്ഞു: സീത തനിച്ചു വന്നിരിക്കുന്നു. ഇത് പതിവുള്ള വരവല്ല. അച്ഛൻ മരിക്കും മുൻപ്, വിവാഹത്തിനുശേഷം, രണ്ടുമൂന്നുതവണയേ അവൾ ഇവിടെ വന്നിട്ടുള്ളൂ. ഉഷയും രവിയും ഒപ്പമുണ്ടായിരുന്നു. ഇന്നലത്തെപ്പോലെ എല്ലാമോർക്കുന്നു. സീതയുടെ അരികിൽനിന്നും മാറാതെ നിന്ന കുട്ടികൾ, അവർക്കെന്തിഷ്ടമായിരുന്നു അവളെ. അവരുടെ സ്വന്തം അമ്മയെപ്പോലെ, അവരെ പ്രസവിച്ച സ്ത്രീയെപ്പോലെ. ഒരുപക്ഷേ, ആ സ്ത്രീ ഇനി ഉയിർത്തെഴുന്നേറ്റുവന്നാൽകൂടി കുട്ടികൾ അവരെ സ്വീകരിക്കുമോ എന്നുവരെ സംശയിച്ചു. അതായിരുന്നു സീതയും ആ കുട്ടികളും തമ്മിലുള്ള ബന്ധം.

ഒരിക്കൽ എന്തോ ചോദിച്ചതിന് ഉത്തരം കിട്ടാഞ്ഞപ്പോൾ ചേട്ടൻ ചോദിച്ചു: ''നീയെന്താ ഉറങ്ങുകയാണോ?''

''ഏട്ടൻ എന്താ ചോദിച്ചത്?''

''കുന്തം!''

ചേട്ടത്തിയമ്മ സീതയെ ന്യായീകരിച്ചു: ''അവൾ ഇവിടെയെങ്ങുമല്ല. അവിടെയാണ്. അവളുടെ മക്കളോടൊപ്പം.''

ചേട്ടൻ അത്ഭുതം കാട്ടി.

''ഇതു വിചിത്രംതന്നെ. പെറ്റമ്മയ്ക്കുകൂടി ഇത്ര സ്നേഹമുണ്ടാവുകയില്ല. ഇതു കുറെ കൂടുതലാണ്.''

അന്ന് സീതയിലുണ്ടായ ഭാവമാറ്റം. അവൾ ആകെ വിറച്ചു. ചുവന്നു. അന്നോളം ഏട്ടനോട് ശബ്ദമുയർത്താത്ത പെണ്ണ് അപ്പോൾ പെട്ടെന്ന് സ്വയം മറന്നു: ''ഏട്ടൻ ഒരു കാര്യം അറിയണം. എനിക്കാ കുട്ടികൾ അന്യരല്ല. എന്റെ സ്വന്തം മക്കളാണ്. ഞാൻ പ്രസവിച്ചില്ലെന്നതുകൊണ്ട് എന്റെ മക്കളല്ലാതാകുന്നില്ല. ഞാൻ അവരുടെ അമ്മയാണ്. ഞാൻ പറയുന്നു. സീതയാണ് അവരെ പ്രസവിച്ചതെന്ന്.''

ചേട്ടൻ നിശ്ശബ്ദനായി.

ചേട്ടത്തിയമ്മ അത്ഭുതപ്പെട്ടു: സീതയാണോ ഈ സംസാരിച്ചത്? അതെ, സീതയായിരുന്നു.

അടുത്ത ദിവസം പുലർച്ചെ അവൾ തിരിച്ചുപോയി. ചേട്ടത്തിയമ്മയ്ക്ക് സീതയോടു നീരസം തോന്നിയില്ല. അവളെപ്പറ്റി ഓർക്കുമ്പോഴൊക്കെ കണ്ണുകൾ ഈറനാവുന്നു. അതുപോലെ അപ്പോഴും കണ്ണുകൾ നനഞ്ഞു. അത്രമാത്രം...

ആ സീത... ഇതാ, മുൻപിൽ... ഏതു നേരവും... ഒരക്ഷരം ശബ്ദിക്കാതെ...

''സീതേ...'' ചേട്ടത്തിയമ്മ വിളിച്ചു. ആ വിളിയൊരു കരച്ചിൽപോലെയായിരുന്നു.

''നീ എന്തെങ്കിലും പറയൂ മോളേ.'' ചേട്ടത്തിയമ്മ അവളുടെ തോളിൽ കൈയമർത്തി. അവളെ കുലുക്കിയുണർത്തി പറഞ്ഞു.

സീത കൂടുതൽ പരവശയായിരുന്നു. അവൾ വല്ലാതെ തളർന്നിരുന്നു. അവൾ പറഞ്ഞു: ''ചേട്ടത്തിയമ്മേ... എനിക്കൊന്ന് കിടക്കണം. വല്ലാത്ത തളർച്ച. ക്ഷീണം.''

ചേട്ടത്തിയമ്മ കിടക്കയിൽ വൃത്തിയുള്ള, അലക്കിയ വെള്ള വിരിപ്പു വിരിച്ചു. തലയിണ ശരിയാക്കി വെച്ചു. ഒരു കുട്ടിയെ എന്നപോലെ, സീതയെ കിടത്തി.

അവൾ കിടക്കയിൽ മലർന്നു കിടന്നു. കണ്ണുകളെ മച്ചിലെങ്ങോ മേയാൻ വിട്ട്, കൈകൾ മാറിൽ പിണച്ചുവെച്ച്, ചലനമറ്റൊരു ജീവിയെപ്പോലെ, ആ കണ്ണുകൾ മെല്ലെ അടയുന്നതു നോക്കി ചേട്ടത്തിയമ്മ അരികിലിരുന്നു. ജാലകത്തിലൂടെ ഒരു ഇളംകാറ്റ് വന്നു. വളരെ നേർത്ത കാറ്റ്. കാറ്റിന് ഏതോ പൂവിന്റെ ഗന്ധമുണ്ടായിരുന്നു. കാറ്റിൽ സീതയുടെ നരച്ച മുടിയിഴകൾ ചലിച്ചു. ചേട്ടത്തിയമ്മയുടെ ഹൃദയം വിങ്ങാൻ തുടങ്ങി. കൊന്നപ്പൂവിന്റെ നിറമുള്ള ഒരു പെൺകുട്ടി ഓർമ്മയിലെങ്ങോ ഓടിയെത്തുന്നു. അവളുടെ കറുത്ത് ചുരുണ്ട മുടിയിഴകൾ, മുടിയിൽ കൊരുത്ത് വച്ച മന്ദാരപൂവ്. കറുത്ത കണ്ണുകളുടെ തിളക്കം. ആ പെൺകുട്ടിക്ക് എന്തൊക്കെ സംഭവിച്ചു! കാലത്തിന്റെ നിരന്തരമായ ചാട്ടയടികളേറ്റ്, ചതഞ്ഞരഞ്ഞ് അവസാനമിതാ.... ഒന്നുമൊന്നും പറയാനാകാതെ, തന്റെയരികിൽ....

സീത ഉറങ്ങിത്തുടങ്ങിയിരുന്നു. ഉറങ്ങട്ടെ. എല്ലാം മറന്ന് കുറച്ച് നിമിഷമെങ്കിലും ഉറങ്ങാൻ കഴിയട്ടെ. പാവം! ചേട്ടത്തിയമ്മ എഴുന്നേറ്റു.

തളർച്ചയിൽ, സീത എന്തൊക്കെയോ കണ്ടു. എന്തൊക്കെയോ ഓർത്തു. ഓർമ്മകളുടെ കടവത്തു നില്ക്കുമ്പോൾ കുളിർമ്മ തോന്നി. തണുത്ത, സുഖദമായ കാറ്റ്. ക്ഷീണം അകറ്റുന്നു. വരൂ, ഞങ്ങളോടൊപ്പം വരൂ. ഞങ്ങൾ കൂട്ടിക്കൊണ്ടുപോകാം. തണൽ ഉറങ്ങുന്ന ഹരിതാഭ നിറഞ്ഞ, ശാദ്വല ഭൂമികളിലേക്ക് ഞങ്ങൾ കൂട്ടിക്കൊണ്ടു പോകാം. തളർച്ച അറിയില്ല. ക്ഷീണമറിയില്ല... അവിടെ ദുഃഖമില്ല. അന്ധകാരമില്ല... വരൂ... വരൂ... വരണ്ട ഭൂമികൾ ക്രമേണ തളിർക്കുന്നത്. നീരുറവകളുടെ സ്പർശത്തിൽ രോമാഞ്ചം കൊള്ളുന്നത്. നരച്ച മുടിയിഴകൾ കറുക്കുന്നത്. കൺതടങ്ങളിലെ കറുപ്പ് മാഞ്ഞുപോകുന്നത്. നീണ്ട വയൽവരമ്പിലൂടെ, സാന്ധ്യപ്രകാശം വീണ വഴിത്താരയിലൂടെ, പഴുത്ത ആലിലകൾ വീണുകിടക്കുന്ന ആൽത്തറയ്ക്കരികിലൂടെ, ഗോപുര വാതിലിലിരിക്കുന്ന വൃദ്ധനായ സന്ന്യാസിക്കരികിലൂടെ, കൽവിളക്കിലെ പാതി കത്തിയെരിഞ്ഞ തിരികൾക്കരികിലൂടെ ഓടിപ്പോകുന്ന ഒരു പെൺകുട്ടി അകലങ്ങളിലെങ്ങോ വന്നു നില്ക്കുന്നു. അവൾ കൈകാട്ടി വിളിക്കുന്നു. എന്നെ അറിയില്ലേ? ഞാൻ... ഞാൻ... സീതയാണ്.

വർഷങ്ങൾക്കുമുൻപ്, ഒരു വലിയ വീട്ടിൽ പ്രതാപിയായ, തറവാടിയായ, ഒരച്ഛന്റെ മകളായി വളർന്ന പെൺകുട്ടി. അവൾക്ക് ചുറ്റും

തറവാടിത്തത്തിന്റെ വേലിക്കെട്ട്. ആ വേലിക്കെട്ടിനുള്ളിൽ അവൾ സ്വാതന്ത്ര്യം ദാഹിച്ച് കഴിഞ്ഞു. അഴിഞ്ഞുപോയ, അകന്നുപോയ ബന്ധങ്ങളെയോർത്ത് വിങ്ങിവിങ്ങിക്കരഞ്ഞു. അവൾക്ക് ഒരാരാദ്ധ്യപുരുഷനുണ്ടായിരുന്നു. അയാളുടെ പേര് വിഷ്ണുവെന്നായിരുന്നു.

നാല്

സ്നേഹം തെറ്റാണെന്ന്. വിലക്കപ്പെട്ടതാണെന്ന് ആദ്യമായി മനസ്സിലാകുന്നത് ആ കഥയിലൂടെയാണ്. പറഞ്ഞു കേട്ട കഥ. ആ കഥ കേൾക്കുന്നതുപോലും തെറ്റാണെന്ന്, പാപമാണെന്ന് ധരിച്ചുവച്ചിരുന്നു. വർഷങ്ങളോളം മനസ്സിൽ ആ കഥയും കഥാപാത്രങ്ങളും ഭ്രഷ്ടായി നിന്നു. അത് ബാല്യത്തിന്റെ കൗമാരത്തിന്റെ അറിവായിരുന്നു. ബോധമായിരുന്നു. മുതിർന്നവരുടെ വാക്കുകളിലൂടെ, ചൂണ്ടുവിരലിലൂടെ മാത്രം ലോകത്തെ നോക്കിക്കണ്ട കാലം. പക്വമാകാത്ത ദർശനം. ആ കാഴ്ചപ്പാടിലൂടെ, അവരുടെ കണ്ണുകളിലൂടെ, കൗമാരത്തിന്റെ ഇടുങ്ങിയ ലെൻസിലൂടെ നോക്കിയപ്പോൾ മനസ്സ് പറഞ്ഞു: അവർ, ആ സ്ത്രീ നമ്മുടെ ബന്ധുവല്ല. നമ്മുടെ ആരുമല്ല. അവർക്കും അച്ഛനും തമ്മിൽ, അവർക്കും നമുക്കും തമ്മിൽ ഇനിയൊരു ബന്ധവുമില്ല. അവർ പടിക്കു പുറത്തായിരിക്കുന്നു. അവരെ പടിയടച്ചു പിണ്ഡംവച്ചിരിക്കുന്നു. ലക്ഷ്മിയമ്മായി, അമ്മായി അല്ലാതായിത്തീർന്ന കഥ. തറവാടിന്റെ ആണിക്കല്ലിന് ഇളക്കം തട്ടിയ കഥ. എത്രതവണ കേട്ടിരിക്കുന്നു. ആ കഥ കേട്ടുകേട്ടാണ് വളർന്നത്. പ്രഭാതങ്ങളിൽ മുറ്റത്തെ മാവിൻകൊമ്പിൽ ചിലയ്ക്കാനാരംഭിക്കുന്ന കിളികൾക്കും വയൽ കടന്നെത്തുന്ന കാറ്റിനും കൂടി ആ കഥ അറിയാമായിരുന്നു.

അച്ഛൻ ഇറയത്ത് തറ കുലുക്കി നടന്നുകൊണ്ട് ഉച്ചത്തിൽ പറഞ്ഞു: "അങ്ങനെയൊരു പെങ്ങൾ എനിക്കില്ല."

പ്രതിജ്ഞകളോടു കൂറുപുലർത്തുന്നവനായിരുന്നു. ഉരുക്കുപോലെ ഉറച്ചവനായിരുന്നു അച്ഛൻ.

അച്ഛൻ ഗർജ്ജിച്ചു: "ഇനി അവൾക്ക്, ആ മൂധേവിക്ക് ഈ പടിക്കകത്തു സ്ഥാനമില്ല."

വീടാകെ ഞടുങ്ങിനിന്നു. വീട്ടിൽ കാരണവർ അച്ഛനായിരുന്നു. അപ്പൂപ്പൻ നേരത്തേ പോയി. അമ്മൂമ്മ മരിച്ചിട്ട് മൂന്നാമത്തെ വർഷം. ഒരേയൊരു സഹോദരന്റെ സംരക്ഷണയിൽ വളർന്നവളാണ് ആ പെണ്ണ്: ലക്ഷ്മി. എതിർപ്പുകളെ അവഗണിച്ച്, സമ്പത്തും തറവാടിത്തവും ഉപേക്ഷിച്ച് സ്നേഹിച്ച പുരുഷനോടൊപ്പം അവർ ഇറങ്ങിപ്പോയി. അന്യമതത്തിൽപ്പെട്ട പുരുഷൻ. അച്ഛനത് സഹിക്കാൻ കഴിഞ്ഞില്ല. വീടിന്റെ നെടുംതൂണുകൾ ഇളകി. കുടുംബത്തിൽ സ്ത്രീകൾ ഇന്നോളം അങ്ങനെ

പ്രവർത്തിച്ചിട്ടില്ല. പുരുഷന്മാരുടെ നിഴലുകളായി മാത്രമേ അവർ കഴി ഞ്ഞിട്ടുള്ളൂ. നാലുകെട്ടിലും വടക്കിനിയിലും മാത്രമായി അവർ ഒതുങ്ങി ക്കഴിഞ്ഞിരുന്നു. അവർക്കു സ്വന്തമായി അഭിപ്രായങ്ങളൊന്നുംതന്നെ ഉണ്ടായിട്ടില്ല. എന്നിട്ടും അവർ മാത്രം, ലക്ഷ്മിയമ്മായി എന്ന സ്ത്രീ മാത്രം ആദ്യമായി ധിക്കാരിയായി. താന്തോന്നിയായി. തറവാടിന്റെ മുഖത്ത് ചെളി വാരിയെറിഞ്ഞ്, പുരുഷന്മാരുടെ വാക്കിനെതിരായി, സ്വന്തം ഇഷ്ടത്തിന് പിറകെ ഇറങ്ങിപ്പോയി. ധിക്കാരി! അഹങ്കാരി! ഒരുമ്പെട്ടവൾ!

സീത അവരെ കണ്ടിട്ടില്ല. അവൾ ജനിക്കുംമുൻപ് ലക്ഷ്മിയമ്മായി പൊയ്ക്കഴിഞ്ഞിരുന്നു. ലക്ഷ്മിയമ്മായിയെ പടിയടച്ച് പിണ്ഡംവെച്ചി രുന്നു. അവർ സീതയുടെ ആരുമല്ലാതായിക്കഴിഞ്ഞിരുന്നു. എങ്കിലും കേട്ടു പരിചയിച്ച രൂപത്തിന് നേരിൽ കാണുന്നതിനോളം തന്നെ മിഴിവ് തോന്നിയിരുന്നു. ചെറുപ്പത്തിൽ അവൾക്കും തോന്നിയിരുന്നു. ദുഷിച്ച സ്ത്രീ, ധിക്കാരിയായ സ്ത്രീ. ആണുങ്ങളുടെ വരുതിയിൽ നില്ക്കാത്ത നശിച്ച സ്ത്രീ. അവർ തന്റെ അമ്മായിയല്ല. അവരെ കാണാൻ ഇടവരാ ഞ്ഞത് നന്നായി.

സീത കേട്ട കഥയ്ക്ക് വീണ്ടും അദ്ധ്യായങ്ങളുണ്ടായിരുന്നു. അവർ വിവാഹത്തിനുശേഷം നാട്ടിൽ നിന്നില്ല. ആ മനുഷ്യനോടൊത്ത് എവി ടേക്കോ പോയി. ഒരു വേള അച്ഛന്റെ അമർഷം തണുക്കുന്നതിനുവേണ്ടി യായിരുന്നിരിക്കും. എവിടേക്കുപോയി എന്നാർക്കും അറിയില്ല. ആരും തിരക്കിയില്ല. മദിരാശിയിലാണെന്ന് ഇടയ്ക്ക് കേട്ടുവത്രേ. കേരളത്തിന്റെ വടക്കൻ ജില്ലകളിലെവിടെയോ ആണെന്ന് മറ്റൊരിക്കൽ കേട്ടു. സീത യ്ക്ക് ഓർമ്മവെയ്ക്കുമ്പോൾ ലക്ഷ്മിയമ്മായി ഒരു കഥാപാത്രമായി കഴിഞ്ഞിരുന്നു. പുരാണങ്ങളിലെ ദുഷ്ടകഥാപാത്രം പോലെ ഒന്ന്. അന്നൊന്നും ലക്ഷ്മിയമ്മായിയെ കാണണമെന്ന് തോന്നിയിരുന്നില്ല.

സീത വളർന്നു. ലക്ഷ്മിയമ്മായിയെ വെറുത്തുകൊണ്ടുതന്നെ വളർന്നു. പക്ഷേ, വളർച്ചയുടെ ഒരു പ്രത്യേക ഘട്ടത്തിൽ, സ്വന്തം ബോധം നെല്ലും പതിരും തിരയാൻ പാകമായ ഒരു ഘട്ടത്തിൽ അവൾ പെട്ടെന്ന് പുതിയൊരു വൈകാരികഭാവത്തോടെ ആ സ്ത്രീയെക്കുറി ച്ചാലോചിച്ചു. രാത്രികളിൽ ഉറക്കം വരാതെ കിടക്കുമ്പോൾ, ലക്ഷ്മി യമ്മായി മുന്നിൽ വന്ന് നില്ക്കുന്നതായി സങ്കല്പിച്ചു നോക്കി. മൂടൽ മഞ്ഞിലൂടെയെന്നപോലെ, അവ്യക്തമായി ആ മുഖം കണ്ടു. കവിളിൽ ഉണങ്ങി വരണ്ട കണ്ണുനീർച്ചാലുകൾ. അകൽച്ചയുടെ, വെറുപ്പിന്റെ ആവരണങ്ങൾ ഒന്നൊന്നായി അഴിഞ്ഞുവീഴുന്നതുപോലെ അവൾക്കു തോന്നി. അവളുടെ പുതിയ മനസ്സ് എന്തിനോ വേണ്ടി അകാരണമായി തുടിക്കാൻ തുടങ്ങി.

നീണ്ട, ശൂന്യമായ ഈ വഴിത്താരയിലൂടെ വർഷങ്ങൾക്കുമുൻപ് ഒരു സ്ത്രീ ഇറങ്ങിപ്പോയി. ആ യാത്ര, പലായനം, ഇപ്പോൾ തൊട്ടു

മുമ്പിൽ കാണുന്നതായി സീതയ്ക്ക് തോന്നി. ഈ കൊഴിഞ്ഞ ഇല കളിൽ ചവിട്ടി, ഇടറിയ പാദങ്ങളോടെ, തുളുമ്പിയൊഴുകുന്ന കണ്ണുനീർ തുടച്ച് അവർ നടന്നുപോയി. പിന്നിൽ, ഇറയത്തെ നെടുംതൂണിൽ കൈചുരുട്ടിയിടിച്ചു പല്ലുഞെരിച്ച് അവരുടെ സഹോദരൻ നിന്നു.

''പോ! എവിടെയെങ്കിലും പോ! ഇനിമേലിലീ പടികയറരുത്.''

സീത ഞെട്ടി. എന്താണവർ ചെയ്ത തെറ്റ്? അവളുടെ രാത്രികൾ അസ്വസ്ഥങ്ങളായി. അറിയാതെ അവൾ ലക്ഷ്മിയമ്മായിയെ സ്നേഹിച്ചു തുടങ്ങുകയായിരുന്നു.

അവൾ എപ്പോഴും ആലോചിച്ചു: ആ മനുഷ്യൻ അവരെ എങ്ങോട്ട് കൊണ്ടുപോയിരിക്കും? അവർ ജീവിതം തുടർന്നിരിക്കുമോ? അവർ ജീവിച്ചിരിക്കുന്നുണ്ടാകുമോ? അതോ? വയ്യ. അങ്ങനെ ഓർക്കാൻകൂടി സീതയ്ക്ക് ധൈര്യമുണ്ടായില്ല. അവൾ സ്വയം വിശ്വസിപ്പിച്ചു; തന്റെ ലക്ഷ്മിയമ്മായി ജീവിച്ചിരിക്കുന്നു. സുഖമായിരിക്കുന്നു. സംതൃപ്ത കുടുംബം. ഒരിക്കൽ റോസാപ്പൂക്കൾ പോലുള്ള കുട്ടികളെ മുൻപിൽ നടത്തി. ഭർത്താവിനോടൊപ്പം അവർ ഇതേവഴിത്താരയിലൂടെ, തിരികെ വരും. ഇതേ മുറ്റത്തേക്ക്, ഇതേ നാലുകെട്ടിലേക്ക്. സഹോദരൻ, ഒരേ യൊരു ജ്യേഷ്ഠൻ അവരെ സ്വീകരിക്കും: ''വരൂ അനിയത്തീ, മറക്കാം. പഴയതൊക്കെ മറക്കാം. ഇനി നിങ്ങൾ ഇവിടെ.''

ആ സ്വപ്നം സീതയെ വളരെയേറെ സമാധാനിപ്പിച്ചു. വളരെ നേരം കരഞ്ഞുതളർന്ന കുട്ടിയെ ആരോ ചുമലിലിട്ടു താളം കൊട്ടി ഉറക്കി യതുപോലെയുള്ള സുഖം. അവൾ എപ്പോഴും അങ്ങനെ സ്വപ്നം കണ്ടു. പക്ഷേ, അതു മിഥ്യയായിരുന്നു. വെറും സ്വപ്നമായിരുന്നു. അതു സീതയ്ക്കു വ്യക്തമായി.

ഒരിക്കൽ അവൾ ശേഖരേട്ടനോട് ചോദിച്ചു: ''ലക്ഷ്മിയമ്മായി... ഇനിയൊരിക്കലും വരില്ലേ?''

അയാൾ രൂക്ഷമായി അവളെ നോക്കി. അരുതാത്തതെന്തോ ചോദി ച്ചതുപോലെ. അതിന്റെ അർത്ഥം അവൾക്കു മനസ്സിലായി. കുഴിച്ചു മൂടിയ ജഡങ്ങളെ, ചീഞ്ഞുനാറിയതിനെ, കുത്തിപ്പൊക്കരുത് എന്നൊരു ശാസനയായിരുന്നു ആ കണ്ണുകളിൽ. എന്നിട്ടും അവൾ ചോദിച്ചു:

''ലക്ഷ്മിയമ്മായി എന്തു തെറ്റാണ് ചെയ്തത്?''

''നിനക്കറിയില്ലേ? വെറുതെ കുഴപ്പമുണ്ടാക്കാതെ അപ്പുറത്തുപോ.''

കൂടുതൽ സംസാരിക്കാൻ നില്ക്കാതെ ശേഖരേട്ടൻ പോയ്ക്കഴി ഞ്ഞപ്പോൾ, സീതയ്ക്ക് ലക്ഷ്മിയമ്മായി എന്ന സ്ത്രീ തന്റെ മുൻപിൽ കൂടുതൽ ശോഭയോടെ നില്ക്കുന്നതായാണ് തോന്നിയത്. അവർ ഒരു തെറ്റും ചെയ്തില്ല. ചെയ്തത് ശരി മാത്രമായിരുന്നു. പൂർണ്ണമായ ശരി. പഠിച്ചവളല്ലെങ്കിലും, കോളേജിൽ പോയവളല്ലെങ്കിലും ലക്ഷ്മിയമ്മായി ചിന്തിക്കാനും ചിന്തിച്ചതുപോലെ പ്രവർത്തിക്കാനും ധൈര്യം കാട്ടി.

ആ കുടുംബത്തിലെ ആദ്യത്തെ സ്ത്രീയായി അറിഞ്ഞോ അറിയാതെയോ അവർ ഉയർന്നു. അതാണ് അച്ഛനെ നടുക്കിയത്. തറവാടിനെ ഞെട്ടിച്ചത്. ബാലിശമായ, നിസ്സാരമായ ഒരു നടുക്കം. താൻ ജനിക്കും മുൻപേയാണ് അതു നാമ്പിട്ടത്. ഇത്ര വർഷങ്ങൾക്കു ശേഷവും, അതേ കരുത്തോടെ, പ്രതികാരവാഞ്ഛയോടെ അതു തുടരുന്നുവെന്ന് കണ്ടപ്പോൾ, സീതയ്ക്ക് അവജ്ഞ തോന്നി. ലോകത്തിന്റെ മുൻപിൽ കണ്ട ഒരു വലിയ അപരാധം!

സീത ധൈര്യം സംഭരിച്ച് ഒരിക്കൽ അച്ഛനോട് ചോദിച്ചു: ''ലക്ഷ്മിയമ്മായി എവിടെയാണ്?''

അച്ഛന്റെ മുഖത്തുനിന്നും ശേഖരേട്ടന്റെ ദൃഷ്ടികൾ പതിന്മടങ്ങു ശക്തിയോടെ തന്നെ നോക്കുന്നുവെന്നാണ് അവൾക്കു തോന്നിയത്.

''നിന്റെ ആരാടീ അവൾ?''

സീത നടുങ്ങിപ്പോയി. പറഞ്ഞുകേട്ട കഥയുടെ ആരംഭത്തിലും അച്ഛന്റെ ഗർജ്ജനം ഇതുപോലെതന്നെയായിരുന്നിരിക്കണം. കൂടുതൽ ചോദിക്കാതെ സീത മടങ്ങിപ്പോയി. ഇരുട്ടിൽ നിശ്ശബ്ദതയിൽ, ആരുടെയോ ഒറ്റപ്പെട്ട തേങ്ങൽ കേൾക്കുന്നതായി സീതയ്ക്കു തോന്നി. ആ വീടാകെ തേങ്ങൽ പടർന്നുപിടിക്കുന്നതായും അവൾക്കനുഭവപ്പെട്ടു. അതു മറ്റാരുടേതുമല്ല. സീത കാണാത്ത ഒരു സ്ത്രീയുടെ, സീത കേൾക്കാത്ത തേങ്ങൽ. ആ രാത്രി അവൾക്കുറങ്ങാൻ കഴിഞ്ഞില്ല.

സീത കോളേജിലെത്തിയ കാലത്താണ് ഒരു വൈകുന്നേരം ആ വാർത്ത കേട്ടത്. അന്ന് ക്ലാസ് കഴിഞ്ഞെത്തുമ്പോൾ, പടിക്കൽ നിന്നു തന്നെ അച്ഛന്റെ ഉറച്ച ശബ്ദം ഉയരുന്നത് കേട്ടു. ആരോടോ ഗർജ്ജിക്കുന്നു. മറുപടിയില്ല.

സീത വീടിന്റെ പിൻവശത്തുകൂടി അകത്തെത്തി. പുസ്തകങ്ങൾ മേശപ്പുറത്ത് വെച്ചു. ശ്വാസമടക്കി നിന്നു. അച്ഛന്റെ കിടപ്പുമുറിയിൽ ശേഖരേട്ടൻ നില്ക്കുന്നു. ചാരുകസേരയിൽ അച്ഛൻ, ജനലിൽകൂടി ആ മുഖം കണ്ടപ്പോൾ സീതയ്ക്ക് പേടി തോന്നി. കഴിഞ്ഞകാലങ്ങൾ, അവൾ കാണാത്ത കാലങ്ങൾ ഒന്നോടെ ഓടിവരികയാണെന്നു തോന്നി.

''അവൾ വന്നിരിക്കുന്നു. അവൾ ചാകാഞ്ഞതെന്ത്? കഴുവേറി!''

സീത കാതോർത്തു. ആരാണ് വന്നിരിക്കുന്നത്?

അവൾക്കെന്തൊക്കെയോ പ്രതീക്ഷകൾ തോന്നി. പ്രതീക്ഷകൾ പൂവണിയുന്നതുപോലെ തോന്നി. തന്റെ സ്വപ്നം സത്യമായിത്തീരുകയാണോ? ആണെങ്കിൽ...

''അയാൾ മരിച്ചത്രേ.'' ശേഖരേട്ടൻ പറഞ്ഞു.

''മിണ്ടരുതെന്നോട്. ഗതികിട്ടാത്തവളുടെ കാര്യം മിണ്ടിപ്പോകരുത്. അവളെന്തിനിങ്ങോട്ടുതന്നെ വന്നു? അവിടെങ്ങാനും കിടന്ന് തുലയാമായിരുന്നില്ലേ? പട്ടി!''

സീതയ്ക്കിപ്പോൾ തീർച്ചയായി. അതെ, അവർ തന്നെ, ലക്ഷ്മിയമ്മായി തിരിച്ചുവന്നിരിക്കുന്നു. അവർ ഇപ്പോൾ എവിടെയാണ്? എങ്ങനെയാണൊന്നു കാണുക?

സീതയുടെ ഒരേയൊരമ്മായി. തറവാട് ഭ്രഷ്ട് കല്പിച്ച ലക്ഷ്മിയമ്മായി.

''പഞ്ചായത്താപ്പീസിനടുത്ത് ഒരു വീട് കിട്ടിയത്രെ. എന്നോട് പറഞ്ഞത് അമ്പലത്തിലെ തിരുമേനിയാണ്.''

അച്ഛൻ വീണ്ടും അലറുമെന്ന് തോന്നി. അതുണ്ടായില്ല. തെല്ല് കഴിഞ്ഞപ്പോൾ ശേഖരേട്ടൻ തിടുക്കത്തിൽ പുറത്തേക്ക് പോകുന്നത് കണ്ടു.

അടങ്ങാത്ത സന്തോഷവുമായി സീത വീടിന് പിറകിലേക്കിറങ്ങി. വിരിഞ്ഞു നീണ്ടുകിടക്കുന്ന വയൽ, കാറ്റ്, പക്ഷികൾ; സീതയുടെ മനസ്സ് അവയോടൊക്കെയായി വിളിച്ച് പറഞ്ഞു: ''അറിഞ്ഞോ? എന്റെ ലക്ഷ്മിയമ്മായി വന്നു!''

അഞ്ച്

''**ശേ**ഖരാ, അവളുടെ കാര്യം ഈ വീട്ടിൽ ഇനി മിണ്ടിപ്പോകരുത്. എനിക്കങ്ങനെയൊരു പെങ്ങളില്ല. അങ്ങനെയൊരുത്തി ഈ വീട്ടിലുണ്ടായിട്ടില്ല. പുകഞ്ഞകൊള്ളി പുറത്ത്.''

അച്ഛന്റെ സുഗ്രീവാജ്ഞ ശേഖരേട്ടൻ അതേറ്റു പറഞ്ഞു: ''ഈ വീട്ടിലെ മൺതരിപോലും അവരെക്കുറിച്ച് പറയാനോ ഓർക്കാനോ പാടില്ല. അവർ നമ്മുടെ ആരുമല്ല.''

സീത അസ്വസ്ഥയായി. മനസ്സ് ആരുമറിയാതെ തേങ്ങി. രാത്രിയിൽ ഉറങ്ങാനാവാതെ തിരിഞ്ഞും മറിഞ്ഞും കിടന്നു. ലക്ഷ്മിയമ്മായി വന്നിരിക്കുന്നു. എങ്ങനെയാണൊന്ന് കാണുക?

ശേഖരേട്ടന്റെ വിവാഹം നടന്നു. തീരുമാനം പെട്ടെന്നായിരുന്നു. പെണ്ണിനെ കണ്ടതും നിശ്ചയിച്ചതും അച്ഛനാണ്. ശേഖരേട്ടന് എതിർപ്പൊന്നുമില്ലായിരുന്നു. ആർഭാടമൊന്നുമില്ലായിരുന്നു. അമ്പലത്തിൽ വച്ച് ചടങ്ങുകൾ മാത്രം നടത്തി. അച്ഛന്റെ അന്തസ്സിനൊത്ത് ഗംഭീരമായി നടത്താഞ്ഞതെന്താണാവോ? സീതയുടെ ഹൃദയം തുടിച്ചു. ആരുമറിയാതെ ആരോടുമായല്ലാതെ അവൾ ചോദിച്ചു: ലക്ഷ്മിയമ്മായിയെ അറിയിക്കണ്ടേ? ഒരേയൊരു അമ്മായി അല്ലേ ഉള്ളൂ? ശേഖരേട്ടന്റെ വിവാഹത്തിന് ആദ്യം വരേണ്ടത് ലക്ഷ്മിയമ്മായിയല്ലേ? പ്രത്യേകിച്ച് അവർ നാട്ടിൽത്തന്നെ വിളിപ്പാടകലത്തിൽ താമസിക്കുമ്പോൾ?

പറയാൻ കഴിഞ്ഞില്ല. ചോദ്യങ്ങൾ നെഞ്ചിനുള്ളിലിരുന്ന് ഞെരുങ്ങി. ശബ്ദം തൊണ്ടയ്ക്കപ്പുറത്തെങ്ങോ അറച്ചുനിന്നു. ചേട്ടത്തിയമ്മയെ കണ്ടപ്പോൾ സീതയ്ക്കാശ്വാസം തോന്നി. തെളിഞ്ഞ നിലാവുപോലെ

ചേട്ടത്തിയമ്മ സീതയെ നോക്കി ചിരിച്ചു. ഇവർ തനിക്ക് തണലേകും; ആശ്വാസമരുളും. അങ്ങനെ സീത വിശ്വസിച്ചു. വിശ്വാസം തെറ്റിയില്ല. ചേട്ടത്തിയമ്മ അവൾക്ക് നല്ലൊരു തുണയായി, കൂട്ടുകാരിയായി. സീത ലക്ഷ്മിയമ്മായിയുടെ കഥ പറഞ്ഞു. മേല്പുര താങ്ങിനില്ക്കുന്ന നെടുംതൂണുകളുടെ കഥ പറഞ്ഞു. തറവാടിത്തവും ആഭിജാത്യവുംകൂടി തകർത്തുകളഞ്ഞ ഒരു പെണ്ണിന്റെ കഥ.

ചേട്ടത്തിയമ്മയുടെ കണ്ണുകൾ നിറയുന്നുണ്ടായിരുന്നു. തന്റെ ദുഃഖം, അസ്വസ്ഥത, തേങ്ങൽ എല്ലാം ചേട്ടത്തിയമ്മയിലേക്ക് പടർന്ന് കയറുന്നത് സീത കണ്ടു. അവസാനം അവർ പറഞ്ഞു. അവരുടെ ശബ്ദത്തിന് ഇടർച്ചയുണ്ടായിരുന്നു.

''സാധുസ്ത്രീ. അവരുടെ വിധി.''

''വിധിയല്ല. വിധിച്ചതാണ്; എല്ലാവരും കൂടി.''

സീതയുടെ ശബ്ദം ഉറച്ചതായിരുന്നു. ചേട്ടത്തിയമ്മ അവളെ സമാധാനിപ്പിക്കാൻ ശ്രമിച്ചു.

''പെണ്ണുങ്ങൾക്ക് അത്രയ്ക്കൊന്നും സ്വാതന്ത്ര്യമില്ല കുട്ടീ. പെണ്ണായാൽ എല്ലാം അനുസരിക്കണം. അനുഭവിക്കണം.''

''ഇല്ല, ചേട്ടത്തിയമ്മേ. ശരിയെന്നു തോന്നുന്നത് ചെയ്യാനുള്ള സ്വാതന്ത്ര്യം ആണിനെപ്പോലെ പെണ്ണിനുമുണ്ട്. ഞാൻ ലക്ഷ്മിയമ്മായിയെ ബഹുമാനിക്കുന്നു, സ്നേഹിക്കുന്നു.''

ചേട്ടത്തിയമ്മ പെട്ടെന്ന് സീതയുടെ വായ് പൊത്തിക്കളഞ്ഞു. പൂമുഖത്ത് അച്ഛനും ശേഖരേട്ടനും ഉണ്ട്. അവർ കേട്ടാൽ...

ചേട്ടത്തിയമ്മ തറവാടിന് പറ്റിയ സ്ത്രീയായിരുന്നു. പുരുഷനെ അനുസരിക്കാൻ മാത്രമറിയാവുന്ന സ്ത്രീ. അവർക്ക് ശേഖരേട്ടനെ ഭയമായിരുന്നു. ലക്ഷ്മിയമ്മായിക്ക് വേണ്ടി എന്തെങ്കിലും പറയാനോ, ചിന്തിക്കാനോ അവർ ഭയപ്പെട്ടു. ഏകാന്തതയിൽ, സീതയുടെ മുൻപിൽ, സീതയോടൊപ്പം സഹതപിക്കുകമാത്രം ചെയ്തു.

കോളേജിലേക്കുള്ള വഴി പഞ്ചായത്താഫീസിനരികിലൂടെയല്ല. ക്ഷേത്രത്തിലേക്കുള്ള വഴിയും പഞ്ചായത്താഫീസിന് മുൻപിലൂടെയല്ല. സീതയ്ക്കറിയാം. പക്ഷേ...

ഒരു സന്ധ്യയിൽ ആരും കേൾക്കാതെ അവൾ ചേട്ടത്തിയമ്മയോടു പറഞ്ഞു: ''നാളെ ഞാൻ അവിടെ പോകും.''

ചേട്ടത്തിയമ്മ ഞെട്ടിനിന്നു. എവിടേക്ക് എന്ന് അവർ ചോദിച്ചില്ല. ചോദിക്കാതെതന്നെ അറിയാം. കഴിഞ്ഞ കുറേ ദിവസങ്ങളിൽ സീത ഈ യാത്രയ്ക്കുള്ള ഒരുക്കത്തിലായിരുന്നുവെന്നും അറിയാം. പോകരുതെന്ന് മാത്രമേ അവർക്ക് പറയാൻ കഴിയൂ. കുടുംബത്തിന്റെ അഭിമാനമാണ് തകരുക. അച്ഛൻ ഇതുവരെ കാത്തു സൂക്ഷിച്ച തറവാടിത്തമാണ് ഛിന്നഭിന്നമാകുക. അത് സീത മൂലമാകരുത്. സീത അതിനൊരു കരുവാകരുത്. ചേട്ടത്തിയമ്മ തടഞ്ഞു.

''ചേട്ടത്തിയമ്മയ്ക്ക് എന്നെ മനസ്സിലായിട്ടില്ലേ ഇതുവരെ? എനിക്ക് അവരെ കണ്ടേ തീരൂ. എന്റെ വലിയൊരാഗ്രഹമാണത്. ഞാൻ എല്ലാം ചേട്ടത്തിയമ്മയോട് പറഞ്ഞിട്ടില്ലേ? ഒരിക്കൽ മാത്രം. പിന്നീട് ഞാൻ പോകില്ല. തീർച്ച.'' സീത കെഞ്ചുന്ന സ്വരത്തിൽ പറഞ്ഞു.

''എനിക്കാകെ ഭയം തോന്നുന്നു.''

ചേട്ടത്തിയമ്മയുടെ സ്വരത്തിൽ നിറഞ്ഞുനിന്നിരുന്ന പരിഭ്രമം സീത അറിഞ്ഞു.

''എനിക്കും ഭയമുണ്ട്. അച്ഛനേയും ശേഖരേട്ടനേയും എനിക്ക് നന്നായറിയാം. ഇതെങ്ങാനും ചെവിയിലെത്തിയാൽ സീത ഭസ്മം! പറയുമോ ചേട്ടത്തിയമ്മേ? പറയരുതേ!''

''സീത എന്താണീ പറയുന്നത്? ഈ ചേട്ടത്തിയമ്മയെ സീതയ്ക്ക് വിശ്വാസമില്ലേ? പക്ഷേ...''

പിറ്റേന്ന് കോളേജിലേക്ക് പുറപ്പെടാൻ ഒരുങ്ങുമ്പോഴും രഹസ്യമായി ചേട്ടത്തിയമ്മ ചോദിച്ചു: ''ശരിക്കാലോചിച്ചോ സീതേ? പോകാതിരിക്കുന്നതാണ് നല്ലതെന്ന് എനിക്കു തോന്നുന്നു.''

''പ്ലീസ് ഇനി തടസ്സം പറയല്ലേ! ഇന്നലെ രാത്രി സമ്മതിച്ചതല്ലേ?''

സീത ചേട്ടത്തിയമ്മയുടെ കൈവെള്ളയിൽ അമർത്തി ചുംബിച്ചിട്ട് ഓടിയിറങ്ങിപ്പോയി.

പാദങ്ങൾ വിറയ്ക്കുന്നതായി തോന്നി. ഈ വീട്, നിറം മങ്ങിയ ഈ വീട്, മുൻപെങ്ങോ കണ്ടിട്ടുള്ളതായോർക്കുന്നു. ഇവിടെയടുത്തെങ്ങോ തന്റെ ഒരു കൂട്ടുകാരി താമസിച്ചിരുന്നു. അവളുടെ വീട്ടിൽ പോയ ഓർമ്മയുണ്ട്. പത്താംതരം പാസ്സാകുന്നതിന് മുൻപ് അവളുടെ കുടുംബം ഇവിടെനിന്ന് പോയി.

നീലച്ചായമടിച്ച പഴയ ഗേറ്റ് ഞരങ്ങിത്തുറന്നു. പുറംവാതിൽ ചാരിയിട്ടിരിക്കുകയായിരുന്നു. മുഷിഞ്ഞ ചുവരുകൾ. പൊട്ടിത്തുടങ്ങിയ ഒതുക്കുകല്ലുകൾ. തന്റെ വീടിനോട് ഇതിന് താരതമ്യമില്ല. മേൽപ്പുര താങ്ങിനിർത്തിയിരിക്കുന്ന ആ കൂറ്റൻ തൂണുകൾപോലും പ്രൗഢി നിറഞ്ഞതാണ്. തറവാടിത്തമുള്ളതാണ്. അച്ഛന്റെ മുഖഭാവമാണ് ആ തൂണുകൾക്കെന്ന് പലകുറി സീതയ്ക്ക് തോന്നിയിട്ടുണ്ട്. ലോകം മുഴുവൻ ചുമലിലാണെന്ന ഭാവം.

ഒരു പഴങ്കഥ, പുരാണകഥ, ഐതിഹ്യം, ഇതാ പച്ചസത്യമാകുന്നു. ഒരു തലമുറ മറ്റൊരു തലമുറയെ, സ്വന്തം രക്തത്തെ കണ്ടുമുട്ടുന്നു. വിലക്കപ്പെട്ട ബന്ധുത്വം. വിലക്കപ്പെട്ട കണ്ടുമുട്ടൽ. സീതയുടെ ഹൃദയം വല്ലാതെ മിടിച്ചു. ആ ശബ്ദം അവളെ ഭയപ്പെടുത്തി. നെഞ്ചമർത്തിപ്പിടിച്ച്, സീത, പൊട്ടിപ്പൊളിഞ്ഞ, സിമന്റടർന്നുപോയ ഒതുക്കുകല്ലുകൾ കയറി. കാലുകൾ വിറച്ചു. ഇടറി.

എന്താണ് വിളിക്കുക? അമ്മായി എന്ന് തന്നെയോ?

ലക്ഷ്മിയമ്മായി. ആദ്യത്തെ സംബോധന, ആദ്യത്തെ കണ്ടുമുട്ടൽ...

പകുതി ചാരിയ വാതിലിനു മുന്നിൽ സീത നിന്നു. കൈയിൽ ഒരു കപ്പ് കാപ്പിയുമായി മുറിയിലേക്കുവന്ന സ്ത്രീയെ സീത കണ്ടു.

''വിഷ്ണൂ...'' അവർ വിളിച്ചു. ''വിഷ്ണൂ...''

സീത ജനാലയ്ക്ക് മുൻപിലേക്കു നീങ്ങിനിന്നു. അവർ അവളെ കണ്ടു. നരച്ചു തുടങ്ങിയ ശിരസ്സിൽ തടവിക്കൊണ്ട് അവർ ചോദിച്ചു:

''ആരാ?''

ആ സ്വരം എത്ര തളർന്നതാണെന്ന് സീത ഓർത്തു. ഇതാണോ ലക്ഷ്മിയമ്മായി? നീണ്ട മൂക്കും നനവൂറുന്നതായി തോന്നുന്ന കണ്ണുകളുമുള്ള ഈ മെലിഞ്ഞ രൂപം... എങ്കിൽ....

കാപ്പി മേശമേൽവച്ച് അവർ പുറത്തേക്കുവന്നു.

ചുളിവുവീണ നെറ്റിത്തടം ഒന്നുകൂടി ചുളിച്ച്, കണ്ണുകൾ ചെറുതാക്കി അവർ വീണ്ടും ചോദിച്ചു: ''ആരാണെന്നു മനസ്സിലായില്ലല്ലോ.''

''ഞാൻ... ഞാൻ... സീത.''

അവർ അവളെ വീണ്ടും സൂക്ഷിച്ചുനോക്കി. ആ കണ്ണുകളിലെ ഭാവം അവൾ വായിച്ചു.

''സീതയോ? ഞാനറിയുന്നില്ലല്ലോ കുട്ടീ. പറഞ്ഞു മനസ്സിലാക്കിത്തരൂ.''

അവൾ പറഞ്ഞു: ''ലക്ഷ്മിയമ്മായിയുടെ സീത.''

ആ കണ്ണുകൾ പെട്ടെന്ന് മിഴിഞ്ഞുപോയത്. ആ വരണ്ട ചുണ്ടുകൾ വിടർന്നത്, അവർ തന്നെത്തന്നെ മറന്നതുപോലെ നിന്നത് സീത കണ്ടു. കുറെ നിമിഷങ്ങളിലേക്ക് രണ്ടുപേർക്കും സംസാരിക്കാൻ കഴിഞ്ഞില്ല.

ഒടുവിൽ ലക്ഷ്മിയമ്മായിതന്നെയാണ് വിളിച്ചത്; ''മോളേ...''

അതൊരു ജലപാതം പോലെ തോന്നി. സർവ്വവിലക്കുകളേയും തകർത്ത് വീണ ജലപാതം.

ലക്ഷ്മിയമ്മായി അവളെ കെട്ടിപ്പിടിക്കാൻ കൈകൾ നീട്ടി. അവളും. പെട്ടെന്ന് അമ്മായി കൈകൾ പിൻവലിച്ചു.

''എന്താ, അമ്മായീ?''

''ഒന്നുമില്ല.''

അവരുടെ കണ്ണുകൾ തുളുമ്പിയൊഴുകി.

സീതയുടെ കണ്ണുകൾ നിറഞ്ഞു.

''ഇവിടെ വന്നത് ആരുമറിയാതെയാണ്, അല്ലേ?''

''അതെ.''

''വേണ്ടായിരുന്നു.''

''അമ്മായീ...'' സീതയുടെ ശബ്ദം കരച്ചിലോളമെത്തിയിരുന്നു.

''എനിക്ക് നിങ്ങളെ കാണണമെന്ന് തോന്നിയത് ഇന്നല്ല. ഇന്നലെയല്ല. എത്രയോ വർഷങ്ങളായി...''

''അകത്തുവരൂ.''

ലക്ഷ്മിയമ്മായി അവളുടെ കൈ പിടിച്ച് അകത്തേക്ക് ക്ഷണിച്ചു. മെലിഞ്ഞു ശോഷിച്ച് തണുത്ത കൈകൾ. സീതയ്ക്ക് രോമാഞ്ചമുണ്ടായി. അമ്മായി അവളെ മുറുകെപ്പിടിച്ചു. അവൾ യാന്ത്രികമായി ഒഴുകിപ്പോകുന്നതുപോലെ അനുഗമിച്ചു.

കസേര കാട്ടി അമ്മായി പറഞ്ഞു: ''ഇരിക്കൂ.''

എന്റെ അമ്മായി! എനിക്ക് വിശ്വസിക്കാൻ കഴിയുന്നില്ല. ഞാൻ ആദ്യം കാണുകയാണ്. ആരൊക്കെ എതിർത്തു! നിങ്ങളുടെ പേര് പറയാൻകൂടി സമ്മതിച്ചിരുന്നില്ല. നിങ്ങളെവിടെയാണെന്ന് ആർക്കും അറിയില്ലായിരുന്നു. അറിഞ്ഞാലും ആരും പറഞ്ഞുതരില്ലായിരുന്നു. പറയൂ അമ്മായീ, നിങ്ങൾ എവിടെയായിരുന്നു.

''ഈ കാപ്പി കുടിക്ക്.'' അമ്മായി പറഞ്ഞു.'' ഇതു ഞാൻ വിഷ്ണുവിനുവേണ്ടി കൊണ്ടുവന്നതാണ്. കുറച്ചു മുൻപ് അവൻ ഇവിടെ ഉണ്ടായിരുന്നു.''

''വിഷ്ണു?''

സീതയുടെ അത്ഭുതം നിറഞ്ഞുനിന്ന കണ്ണുകളിലേക്കു നോക്കി അമ്മായി പറഞ്ഞു: ''എന്റെ മകൻ... ദൈവമേ! എന്തൊരു ബന്ധങ്ങൾ!'' അമ്മായി തലയിൽ കൈവച്ച് കുനിഞ്ഞിരുന്നു. ''ഇപ്പോൾ തോന്നുന്നു എല്ലാം എന്റെ തെറ്റായിരുന്നു; എന്റെ തെറ്റ്! ഇല്ലെങ്കിൽ...''

സീത തിരുത്തി.

''അമ്മായി തെറ്റു ചെയ്തിട്ടില്ല. ഞാനത് വിശ്വസിക്കില്ല. ആരു പറഞ്ഞാലും എത്ര പറഞ്ഞാലും വിശ്വസിക്കില്ല. തെറ്റ് ചെയ്തത് നമ്മുടെ കുടുംബമഹിമയാണ്. നമ്മുടെ പ്രതാപം, തറവാടിത്തം; അല്ലേ?''

ലക്ഷ്മിയമ്മായി തലയുയർത്തി. നനഞ്ഞ കണ്ണുകൾകൊണ്ട് സീതയെ നോക്കി. അവർ ആകെ അത്ഭുതത്തിൽ കുളിച്ചിരുന്നു.

''കുട്ടി, പറയൂ. ഞാനിക്കാണുന്നതു സ്വപ്നമാണോ?''

''സ്വപ്നങ്ങൾ കഴിഞ്ഞു. ഇത് സത്യമാണമ്മായീ. സത്യം മാത്രം.'' സീത പറഞ്ഞു.

അവൾ ഒരു കൈകൊണ്ടു കാപ്പിയെടുത്ത് കുടിച്ചു. മറുകൈയാൽ അവരുടെ കണ്ണുനീർ തുടച്ചുമാറ്റി. ആ കൈയിൽ അമ്മായി പിടിച്ചു. അതിൽ ഉമ്മവെച്ചു. സ്വന്തം നെഞ്ചോട് ചേർത്തു. വീണ്ടും അവർ കരയാൻ തുടങ്ങി. ഒരു വലിയ പ്രവാഹം, നിലയ്ക്കാത്ത പ്രവാഹം.

''അമ്മായി വന്നതും താമസമായതുമൊക്കെ അച്ഛനറിഞ്ഞു.''

ലക്ഷ്മിയമ്മായി നിശ്ശബ്ദം കേട്ടു.

''ബാക്കി ഊഹിക്കാമല്ലോ. പക്ഷേ, ഒന്നും സാരമില്ല. എത്ര കാലം?

ഇനി എത്ര കാലം ഈ പക നിലനില്ക്കും? അച്ഛന്റെ മനസ്സ് മാറും. അമ്മായി അങ്ങോട്ടു വരണം. അച്ഛനെ കാണണം.''

''ഇല്ല കുട്ടീ. ഒരിക്കലുമില്ല!'' അവർ ഉറച്ച സ്വരത്തിൽ പറഞ്ഞു: ''എനിക്ക് എന്റെ മകൻ മാത്രമേ ഇനി ഉള്ളൂ. മരിക്കുംവരെ അവനോടൊപ്പം... ഇല്ല. ഇനി അധികകാലം എനിക്കുണ്ടാവില്ല.''

മൗനത്തിന്റെ കുറെ നിമിഷങ്ങൾകൂടി കടന്നുപോയി. കൈയിലെ ബുക്കുകളിലേക്ക് നോക്കിക്കൊണ്ട് അമ്മായി ചോദിച്ചു:

''മോൾ എന്തിനാണ് പഠിക്കുന്നത്?''

''ബി.എ. ഫസ്റ്റ് ഇയർ. വിഷ്ണുവേട്ടനോ?''

വിഷ്ണുവേട്ടൻ!

അറിയാതെ പെട്ടെന്നാണങ്ങനെ പറഞ്ഞുപോയതെന്ന് സീത പിന്നീടാണോർത്തത്. പക്ഷേ, ലക്ഷ്മിയമ്മായി അതിന് മറുപടി പറഞ്ഞില്ല. സീതയെ ഉറ്റുനോക്കി ഇരുന്നതേയുള്ളൂ. എന്താവാം അമ്മായി അപ്പോഴാലോചിച്ചത്? സീത ആ മനസ്സിലേക്കെത്തിനോക്കാൻ, ആ മനസ്സിന്റെ വേദനകളും ഇച്ഛാഭംഗങ്ങളും ആശങ്കകളുമൊക്കെ പഠിക്കാൻ, അതിലലിയാൻ ആഗ്രഹിച്ചു.

കുറച്ച് കഴിഞ്ഞപ്പോൾ യാത്ര പറയാനായി സീത എഴുന്നേറ്റു. വാതിൽക്കലോളമെത്തിയ അവളുടെ ചുമലിൽ കൈവെച്ച് ലക്ഷ്മിയമ്മായി പറഞ്ഞു:

''മോൾ - ഇനി അമ്മായിയെ കാണാൻ വരരുത്.''

അവൾ ഞെട്ടി നിന്നു! തന്റെ ലക്ഷ്മിയമ്മായി തന്നെയാണോ ഈ പറഞ്ഞതെന്ന് അവൾക്ക് വിശ്വസിക്കാൻ കഴിഞ്ഞില്ല. അവൾ അവരുടെ കണ്ണുകളിലേക്ക് നോക്കി. അത് നിറഞ്ഞൊഴുകുന്നു.

''ഈ അമ്മായി പുറത്താക്കപ്പെട്ടവളാണ്. തെറ്റുകാരിയാണ്. ഒന്നുമറിയാത്ത മോൾക്കു കൂടി ആ ഗതി വരരുത്. അമ്മായിയെ മറക്കൂ.''

അമ്മായി വാപൊത്തി കരഞ്ഞുകൊണ്ട് തിരിച്ച് അകത്തേക്ക് പോയി.

ഇനി ഒരു നിമിഷംകൂടി നിന്നാൽ താനും പൊട്ടിക്കരഞ്ഞുപോകുമെന്ന് സീതയ്ക്കു തോന്നി. പതറുന്ന പാദങ്ങളോടെ അവൾ മുറ്റത്തേക്കിറങ്ങി. വെയിലിന് ചൂടുപിടിച്ചുകഴിഞ്ഞിരുന്നു.

ആറ്

കോളേജിൽ പോകാതെ തിരിച്ച് വീട്ടിലേക്ക് പോന്നാലോ എന്നാലോചിച്ചു. ഈറനായ മനസ്സോടെ ക്ലാസ്സിൽ ചെന്നിരിക്കാൻ വയ്യ. ഒന്നും ശ്രദ്ധിക്കാൻ കഴിയുമെന്ന് തോന്നുന്നില്ല. എന്നിട്ടും നടന്നത് കോളേജിലേക്കുതന്നെയായിരുന്നു. വീട്ടിൽ ചെന്നാൽ നൂറു നൂറുചോദ്യങ്ങളെ

നേരിടേണ്ടിവരും. അച്ഛന്റെ കൂർമ്മദൃഷ്ടികൾ തന്റെ ഹൃദയം തുളച്ചു കടന്ന് സത്യം കണ്ടെത്തിയെന്നും വരാം. ഒരു നുണ പറയാൻ വേണ്ടി സൃഷ്ടിക്കേണ്ടിവരും, നൂറ് നുണകൾ. പരിചയക്കാരാരും വഴിയിൽ കണ്ടുമുട്ടരുതേ എന്ന പ്രാർത്ഥനയോടെ കഴിവതും തന്നിലേക്കൊതുങ്ങിയാണ് അവൾ നടന്നത്.

ഇപ്പോൾ ഏകാന്തതയാണാവശ്യം. മനസ്സ് അസ്വസ്ഥമായിരിക്കുന്നു. ഇന്നലെവരെയുണ്ടായിരുന്ന വ്യസനങ്ങളല്ല ഇപ്പോൾ തന്നെ അസ്വസ്ഥയാക്കുന്നത്. ലക്ഷ്മിയമ്മായിയെ കണ്ടുകഴിഞ്ഞപ്പോൾ, ഇന്നലെവരെ ചുമന്നുനടന്നിരുന്ന ഭാരം ഒന്നോടെ ഇറക്കിവയ്ക്കാൻ കഴിയുമെന്നാണ് കരുതിയിരുന്നത്. പകരം, മറ്റെന്തെക്കെയോ ഭാരങ്ങൾകൂടി എറ്റെടുക്കുകയാണുണ്ടായത്.

ലക്ഷ്മിയമ്മായി അങ്ങനെ പറഞ്ഞതിൽ സീതയ്ക്ക് തെല്ലും നീരസം തോന്നിയില്ല. ഒന്നുകൂടി അടുപ്പം വർദ്ധിച്ചതേയുള്ളൂ. ആ കണ്ണുകളിലൂടെ തുളുമ്പിയൊഴുകിയ കണ്ണുനീർ - അതു മനസ്സിൽ ഇപ്പോഴും ഒഴുകിയിറങ്ങുന്നു. ഈശ്വരാ! എത്രകാലം ആ സ്ത്രീ ഇങ്ങനെ കരഞ്ഞിരിക്കും! ജീവിതം ഒരു തെറ്റായ നിമിഷം മുതൽ ഇന്നോളം ആ കണ്ണുകൾ തോർന്നിരിക്കയില്ല. എന്താണ് അമ്മായി ഒടുവിൽ നേടിയത്? ജീവിതത്തിൽ സമാധാനത്തിന്റെ സന്തോഷത്തിന്റെ തീരം എന്നെങ്കിലും അവർ കണ്ടെത്തിയോ? ആരാണതിനുത്തരവാദി? തീർച്ചയായും അവരല്ല. പിന്നെ, മനസ്സിനിണങ്ങിയ പുരുഷനെ സ്നേഹിച്ചതോ? സ്നേഹം സിദ്ധിയാണ്, അപരാധമല്ല. അതറിയാതെ ശിക്ഷിക്കാൻ പുറപ്പെട്ടവരല്ലേ, തെറ്റ് ചെയ്തത്. പക്ഷേ, ഇത് ക്രൂരമായൊരു ശിക്ഷ. സുഖങ്ങളുടെ, മനഃശാന്തിയുടെ പടിപ്പുരയ്ക്കപ്പുറത്തേക്ക് തള്ളുന്നൊരു ശിക്ഷ... സീതയ്ക്ക് ഓർക്കുംതോറും സങ്കടം വർദ്ധിച്ചു.

ഒന്നും പറയാൻ കഴിഞ്ഞില്ല. ചോദിക്കാൻ കഴിഞ്ഞില്ല. ആശ്വസിപ്പിക്കാൻകൂടി കഴിഞ്ഞില്ല. പുറപ്പെടുമ്പോൾ എന്തെല്ലാം മനസ്സുനിറയെ അടുക്കിവെച്ചിരുന്നു! എന്നിട്ട്, അമ്മായിയെ കണ്ടപ്പോൾ, ഈശ്വരനെ മുന്നിൽകണ്ട് മതിമറന്ന ഭക്തന്റെ അവസ്ഥയിലായിപ്പോയി.

-മോൾ അമ്മായിയെ മറക്കണം.

സീത ചിരിച്ചു. പ്രതികാരത്തിന്റെ ചിരി. മറ്റാരെ മറന്നാലും ലക്ഷ്മിയമ്മായിയെ മറക്കുക വയ്യ. അവരെ ഓർമ്മിക്കാനേ കഴിയൂ. ഓർമ്മിക്കുക മാത്രമല്ല, സ്നേഹിക്കുകയും. ഇനിമുതൽ, ലക്ഷ്മിയമ്മായിയും തന്റെ ജീവിതത്തിലുണ്ട്. ആരൊക്കെ വേണമെങ്കിലും എതിർക്കട്ടെ. ഭീഷണിപ്പെടുത്തട്ടെ.

അപ്പോൾ സീത തലേന്ന് ചേട്ടത്തിയമ്മയ്ക്ക് കൊടുത്ത വാഗ്ദാനം ഓർത്തു. ഒരിക്കലേ പോവുകയുള്ളൂ എന്ന വാഗ്ദാനം. അവൾ മൗനമായി ചേട്ടത്തിയമ്മയോട് മാപ്പു ചോദിച്ചു. വയ്യ, എനിക്കവിടെ പോകാതിരിക്കാൻ വയ്യ. ലക്ഷ്മിയമ്മായിയെ കാണാതെ ജീവിക്കാൻ ഇനി

വയ്യ. ഇത് രക്തത്തിന്റെ ബന്ധം മാത്രമല്ല. വേദനിക്കുന്ന ഹൃദയങ്ങളുടെ, മനുഷ്യാത്മാക്കളുടെ ബന്ധംകൂടിയാണ്. ലക്ഷ്മിയമ്മായിക്കാരുമില്ല. അച്ഛനില്ല, അമ്മയില്ല, സഹോദരനില്ല. പക്ഷേ... അവർക്ക് സീത യുണ്ടായിരിക്കും, എന്നും.

സീത ലക്ഷ്മിയമ്മായിയെ ഓർത്തിരിക്കുകയായിരുന്നു. അവശമായ മുഖം, ശാന്തത, കണ്ണുകളിലെ നനവ്...

പ്രൊഫസർ എന്തോ ചോദിച്ചു.

അടുത്തിരുന്ന രമയാണ് തൊട്ടുണർത്തിയത്. അവളോട് ലക്ഷ്മിയമ്മായിയെ കണ്ട വിവരം പറയാൻ പറ്റിയില്ല. അവളോടെല്ലാം പറഞ്ഞിട്ടുണ്ട്. ചേട്ടത്തിയമ്മയെപ്പോലെ, തന്റെ മനസ്സിലുള്ളതെല്ലാം അവൾക്കറിയാം.

ഒരിക്കൽ രമ പറഞ്ഞു: ''സീതയുടെ വർത്തമാനം കേട്ടുകേട്ട് എനിക്കും ലക്ഷ്മിയമ്മായിയോട് സ്നേഹം തോന്നുന്നു. പാവം സ്ത്രീ! അവർ എന്നെങ്കിലും വരാതിരിക്കില്ല സീതേ. വന്നാൽ, അവരെ സഹായിക്കാൻ ഞാനുമുണ്ടാകും.''

പ്രൊഫസർ ചോദിച്ചത് സീത കേട്ടിരുന്നില്ല. അവൾ ചുറ്റും നോക്കി. ഒടുവിൽ പ്രൊഫസറുടെ മുഖത്തേക്കും.

രമ പതുക്കെ പറഞ്ഞു: ''എഴുന്നേൽക്കൂ. നിന്നോടാണ്.''

സീത എഴുന്നേറ്റു. കൂട്ടുകാരി രഹസ്യമായി കൈമാറിയ വാചകം പറഞ്ഞ് രക്ഷപ്പെട്ടു.

അടുത്ത ക്ലാസ്സിൽ പോകാൻ ഒട്ടും ഉത്സാഹം തോന്നിയില്ല. മടങ്ങിപ്പോരുമ്പോൾ രമ ചോദിച്ചു: ''എന്താ, നിനക്ക് സുഖമില്ലേ?''

''ങും.''

''നാളെ വരുമല്ലോ?''

''ങും.''

വഴിയിലെത്തുമ്പോൾ ഓർത്തു. രമയോട് പറയാമായിരുന്നു. ലക്ഷ്മിയമ്മായിയുടെ വീട്ടിൽ പോയ കാര്യം പറഞ്ഞ് ആശ്വസിക്കാമായിരുന്നു. അവളുടെ കുളിർമ്മയുള്ള വാക്കുകൾ കേൾക്കാമായിരുന്നു. സീത നടന്നു. വീട്ടിലേക്കുള്ള വഴി പഞ്ചായത്താഫീസിനരികിലൂടെയല്ല.

* * *

ഉരുകുന്ന ഭൂമിയുടെ മാറിൽ ചവിട്ടി നടക്കുമ്പോൾ, സീത ചൂടറിഞ്ഞില്ല. കുട നിവർത്താൻ മറന്നുപോയിരുന്നു. തീമഴയിൽ കുളിപ്പിക്കുന്ന സൂര്യനെ കണ്ടില്ല. നിശ്ചലമായി മിഴിച്ചുനില്ക്കുന്ന പ്രകൃതിയെ കണ്ടില്ല.

നീലച്ചായമടിച്ച ഗേറ്റിൽ, അവളുടെ വിരലുകൾ ഒരു നിമിഷം പതറി. വരരുതെന്ന് പറഞ്ഞത്, അപേക്ഷിച്ചത് ഇതേ ദിവസമാണ്, ഇന്നത്തെ

പ്രഭാതത്തിൽ. പിന്നെന്തിനു വീണ്ടും വന്നു? രാവിലെ ഒന്നും പറയാൻ കഴിഞ്ഞില്ല. ശരിക്കൊന്ന് കണ്ടുകൂടിയില്ല. അതുകൊണ്ട് വന്നു. മനസ്സ് ഇവിടേക്ക് നയിച്ചതുകൊണ്ട് വന്നു. വരാതിരിക്കാൻ ആവുമായിരുന്നില്ല. അതുകൊണ്ട് വന്നു. വീട് ഉറങ്ങിക്കിടക്കുന്നു. വാതിൽ പഴയതുപോലെ പകുതി തുറന്നുകിടക്കുന്നു. ഒരുപക്ഷേ, അമ്മായി ഉറങ്ങുകയായിരിക്കും. ദുഃഖങ്ങളും വർഷങ്ങളും തളർത്തിയ ശരീരത്തിനും മനസ്സിനും അല്പം, വിശ്രമം... ഉറക്കം...

ഉണർത്തുന്നത്... സാരമില്ല. തന്റെ ലക്ഷ്മിയമ്മായിയെ കാണാൻ തനിക്ക് സമയം നോക്കേണ്ടതില്ല. ഉറങ്ങുകയാണെങ്കിൽത്തന്നെ ഉണർത്താതെ, അടുത്തിരുന്ന് താൻ ആ രൂപം നോക്കിക്കാണും. വർഷങ്ങളോളം കാണാനായി കാത്തിരുന്ന ലക്ഷ്മിയമ്മായിയെ കാണാനാണ് വന്നത്. കണ്ടിട്ട് തിരിച്ചുപോകും.

സീത സ്വീകരണമുറിയിലേക്ക് നടന്നു. അപ്പോഴാണ് ആ മുറിയാകെ നോക്കിക്കാണാൻ അവൾക്ക് സൗകര്യമുണ്ടായത്. ചുവരിൽ ഒരേയൊരു ചിത്രം. അപ്പൂപ്പന്റേയും അമ്മൂമ്മയുടേയും വിവാഹഫോട്ടോയുടെ എൻലാർജ് പതിപ്പ്. അതാകെ മഞ്ഞച്ചും ചിതലെടുത്തും പോയിരിക്കുന്നു. സീത ആ ചിത്രത്തിൽ സൂക്ഷിച്ചു നോക്കിനിന്നു. അപ്പോൾ അവൾക്ക് തോന്നി, അമ്മൂമ്മയ്ക്ക് ലക്ഷ്മിയമ്മായിയുടെ ഛായയുണ്ട്. ഇപ്പോൾ ലക്ഷ്മിയമ്മായിയെക്കണ്ടാൽ അമ്മൂമ്മയാണെന്ന് തോന്നും. ഈ ചിത്രത്തിന്റെ ഒരു കോപ്പി വീട്ടിലുണ്ട്. അത് ചുവരിൽ നിന്നു മാറ്റി. അലമാരിയുടെ പുറത്തുവെച്ചത് കുറെ ദിവസങ്ങൾക്കു മുൻപായിരുന്നു. അതിന്റെ ഒരു ഭാഗം വല്ലാതെ ചിതലരിച്ചു പോയിരുന്നു.

മൂന്ന് മരക്കസേരകൾ. ഒന്നിൽ ഒരു ദിനപ്പത്രം. അവൾ പത്രമെടുത്ത് കൈയിൽ പിടിച്ചു നിവർത്തിയെങ്കിലും വായിക്കാനാവാതെ ചെവിയോർത്തു. അമ്മായി എന്ന് വിളിച്ചാലോ? ഒരുപക്ഷേ...

സീത മുന്നോട്ട് നടന്ന് ഇടതുവശത്തെ മുറിവാതിൽക്കലെത്തി. വാതിൽപാളികൾക്കിടയിലൂടെ അവൾ അകത്തേക്ക് നോക്കി. മേശപ്പുറത്തേക്ക് കാലുകൾ കയറ്റിവെച്ച് കസേരയിൽ ചാഞ്ഞിരിക്കുന്ന ഒരു ചെറുപ്പക്കാരൻ. ഇത്... അവളാ പേരാലോചിച്ചു. വിഷ്ണു. പുസ്തകത്തിന്റെ പേജുകൾ മറിയുന്നു. അഗാധമായ വായനയിലാണ്.

മേശപ്പുറത്ത് തലങ്ങുംവിലങ്ങും കിടക്കുന്ന പുസ്തകങ്ങൾ. കടലാസുകൾ, ഫയലുകൾ. ഭിത്തിയോടു ചേർന്ന് ഒരു ചെറിയ ഷെൽഫ്. ഷെൽഫിൽ ഭംഗിയായി അടുക്കിവെച്ച ബൈന്റിട്ട പുസ്തകങ്ങൾ. സീത എല്ലാം നോക്കി. എന്ത് വേണമെന്നറിയാതെ ഒരു നിമിഷം നിന്നു. അടുത്ത നിമിഷം അവൾ തിരിഞ്ഞു നടന്നു.

കാൽപെരുമാറ്റം കേട്ട് അയാൾ തിരിഞ്ഞു നോക്കി.

''ആരാണത്?'' മുഴക്കമുള്ള ശബ്ദം.

സീത ഞെട്ടിത്തിരിഞ്ഞുനിന്നു.

അവളുടെ പതറുന്ന കണ്ണുകൾക്കു മുൻപിൽ ഒരു പുരുഷന്റെ മുഖം. പ്രകാശവത്തായ രണ്ട് കൃഷ്ണമണികളാണ് അവൾ ആദ്യം കണ്ടത്. അവയുടെ പ്രകാശത്തിൽ സീതയുടെ കണ്ണുകൾ കുനിഞ്ഞു.

അവൾ വിക്കിവിക്കി പറഞ്ഞു: ‘‘അമ്മായി...’’

‘‘അമ്മായിയോ?’’

അയാൾ എഴുന്നേറ്റു. പുസ്തകം മേശമേൽ വച്ചു.

‘‘ഞാൻ... സീത...’’

‘‘ഏത് സീത?’’

അയാൾ വാതില്ക്കലേക്ക് വന്നു.

‘‘വിഷ്ണൂ’’ എന്ന വിളി അകത്തു കേട്ടപ്പോൾ സീതയ്ക്കാശ്വാസമായി. ഈ പ്രകാശത്തിന്റെ മുൻപിൽ തനിക്ക് കണ്ണുതുറക്കാൻ കഴിയുന്നില്ല. എവിടെ ലക്ഷ്മിയമ്മായി?

ലക്ഷ്മിയമ്മായി വന്നതും സീതയെക്കണ്ട് നിശ്ചലയായി നിന്നതും വിഷ്ണു ശ്രദ്ധിച്ചു. അയാൾക്കൊന്നും മനസ്സിലായില്ല.

‘‘ലക്ഷ്മിയമ്മായീ...’’ എന്ന് വിളിച്ചുകൊണ്ട് സീത അരികിലേക്ക് ചെന്നു.

വിഷ്ണു ചോദിച്ചു: ‘‘ആരാണമ്മേ ഇത്?’’

അവർ കണ്ണുകളടച്ച്, ദുഃഖമടക്കി നിർത്താനുള്ള ശ്രമത്തിൽ നിന്നു. സംസാരിച്ചില്ല. തപസ്സിൽ മുഴുകിയ ഒരു സന്ന്യാസിനിയെപ്പോലെ.

സീത അവരുടെ കൈകളിൽ മുറുകെപ്പിടിച്ച് കെഞ്ചുന്ന സ്വരത്തിൽ പറഞ്ഞു: ‘‘പറയൂ... അമ്മായീ, ഞാനാരാണെന്ന് പറയൂ.’’

സംശയിച്ച് നിൽക്കുന്ന, ധർമ്മസങ്കടത്തിൽപ്പെട്ട് ഉഴറുന്ന അമ്മായിയെ വീണ്ടും വീണ്ടും അവൾ വിളിച്ചു. അവർ അവളെ ഉറ്റുനോക്കുക മാത്രം ചെയ്തു. അടുത്ത നിമിഷം ആ കണ്ണുകൾ നിറയുന്നത് വിഷ്ണു ശ്രദ്ധിച്ചു. അയാൾ സീതയെ സൂക്ഷിച്ചു നോക്കി. അയാൾ എന്തോ ഓർമ്മിക്കുന്നതുപോലെ നിന്നു. ആ മുഖം ഗൗരവം നിറഞ്ഞതായി.

അപ്പോൾ സീതയുടെ ഉറച്ച ശബ്ദം അയാൾ കേട്ടു: ‘‘ഞാൻ സീതയാണ്. കേശവക്കുറുപ്പിന്റെ, ഈ നില്ക്കുന്ന ലക്ഷ്മിയമ്മായിയുടെ ചേട്ടന്റെ മകൾ, എന്നെ ഇനിയും മനസ്സിലായില്ലേ?’’

വാക്കുകളുടെ അവസാനം സീതയുടെ ശബ്ദം ഇടറി. ലക്ഷ്മിയമ്മായി. കണ്ണുനീരടക്കാനായി മുഖം കൈകൾക്കുള്ളിലൊതുക്കി.

നീണ്ട നിശ്ശബ്ദതയ്ക്കുശേഷം, വിഷ്ണു ചോദിച്ചു: ‘‘മനസ്സിലായി. ഒന്നേ മനസ്സിലാകാനുള്ളൂ. ഇവിടെ എന്തിന് വന്നെന്ന്.’’

അയാൾ നിശ്ചലനായി അവളെ നോക്കിനിന്നു. ലക്ഷ്യത്തിൽ അമ്പെയ്ത് കൊള്ളിച്ച കൃതാർത്ഥതയോടെ.

സീത സ്തംഭിച്ചുപോയി. അവളുടെ നിറഞ്ഞകണ്ണുകൾ ചലനമറ്റു നിന്നു. അവൾ വിഷ്ണുവിന് നേരെ നോക്കി. അയാളുടെ പ്രകാശിക്കുന്ന കണ്ണുകൾ, രോമം വളർന്ന കവിളെല്ലുകൾ, കുഴഞ്ഞ മുടി എല്ലാം അവളുടെ മുന്നിൽ അവ്യക്തമാവുന്നതുപോലെ തോന്നി. അവൾക്കൊന്നും പറയാനുണ്ടായിരുന്നില്ല. ശബ്ദം നഷ്ടപ്പെട്ടു. അവളുടെ വാക്കുകൾ മുഴുവനും മരിച്ചുകഴിഞ്ഞിരുന്നു.

അമ്മായി അവളെത്തന്നെ നോക്കിനില്ക്കുന്നു. ആ മുഖത്തേക്കൊന്നുകൂടി നോക്കി, സീത തിരിഞ്ഞുനടന്നു. വാതില്ക്കലെത്തിയപ്പോൾ പിന്നിൽ കേട്ടു: നനവാർന്ന, ശാന്തമായ, വിഷാദമധുരമായ ശബ്ദം: ''കുട്ടി നിൽക്കൂ.''

അത് അവരായിരുന്നു. അവളുടെ ലക്ഷ്മിയമ്മായി.

ഏഴ്

''**നി**നക്കറിയാത്ത കഥകളാണ്. അന്ന് നീ ജനിച്ചിട്ടില്ല. അന്നത്തെ നമ്മുടെ കുടുംബത്തെപ്പറ്റി നിനക്കൊന്നുമറിയില്ല.'' ലക്ഷ്മിയമ്മായി പറഞ്ഞു.

സീത ശ്രദ്ധാപൂർവ്വം കേട്ടിരുന്നു.

പുറത്തെ മുറിയിൽ, വിഷ്ണു അസ്വസ്ഥനായി ഉലാത്തി.

''വീട്ടിന് പുറത്തേക്ക് പെണ്ണുങ്ങൾ പോയിരുന്നില്ല. നാലുകെട്ടും വടക്കിനിയും തളവും അടുക്കളയും മാത്രമായിരുന്നു പെണ്ണുങ്ങളുടെ ലോകം. ഞാനൊന്നുമൊന്നും അറിയാത്തൊരു പെൺകുട്ടിയായിരുന്നു. പുറത്തൊരു ലോകമുണ്ടെന്ന് അന്നു ഞാനറിഞ്ഞിരുന്നില്ല. തിരുവാതിരയും വിഷുവും കൈകൊട്ടിക്കളിയും തുടിച്ചുകുളിയും... ഞങ്ങൾ അതേപ്പറ്റി മാത്രമേ ഓർത്തിരുന്നുള്ളൂ. സംസാരിച്ചിരുന്നുള്ളൂ. അച്ഛൻ, ഏട്ടൻ, അമ്മാവൻ അവർ പറയുന്നതനുസരിച്ച്, അവരുടെ വാക്കുകൾ വേദവാക്യങ്ങളായി കരുതി ജീവിച്ചിരുന്ന കാലം. ആ ഞാൻ.... എങ്ങനെ ഇങ്ങനെയായി എന്ന് സീതയ്ക്ക് അറിയാമോ?''

സീത, ലക്ഷ്മിയമ്മായിയുടെ മുഖത്തേക്ക് സാകൂതം നോക്കിയിരുന്നു. അവളുടെ ഓരോ അണുവും അവരുടെ വാക്കുകൾക്കായി ത്രസിച്ചുനിന്നു. പുറത്ത് കത്തിയെരിയുന്ന ഉച്ച. ഭൂമി ദാഹിച്ചുവരണ്ട ചുണ്ടുകളുമായി കിടന്നു പിടച്ചു. ഏതോ പശു ഉറക്കെ അമറിക്കൊണ്ടിരുന്നു. മുറ്റത്തെ മരക്കൊമ്പിലിരുന്ന് കാക്കകൾ നിർത്താതെ കരഞ്ഞു. സീത ഒന്നും അറിഞ്ഞില്ല, കേട്ടില്ല. അവളുടെ മുഴുവൻ ശ്രദ്ധയും ലക്ഷ്മിയമ്മായിയുടെ മുഖത്തായിരുന്നു. ലക്ഷ്മിയമ്മായി വർഷങ്ങൾ പുറകിലേക്ക്, ദ്രുതവേഗത്തിൽ നടന്നുപോയി.

ഇന്ന് കാസിം മുതലാളിയുടെ ബംഗ്ലാവു നില്ക്കുന്ന സ്ഥലമില്ലേ, അത് നമ്മുടെ സ്ഥലമായിരുന്നു. ഏട്ടനത് മുതലാളിക്ക് വിറ്റതാണ്. അവിടെ നമുക്കൊരു വീടുണ്ടായിരുന്നു. ഒരു ചെറിയ വീട്. അത് ഏട്ടൻ വാടകയ്ക്ക് കൊടുത്തിരുന്നു. മൂന്നു നാല് കൂട്ടർ അവിടെ മാറിമാറി ത്താമസിച്ചു. അവസാനം താമസിച്ചവർ പോയശേഷം, വളരെക്കാലം, ആൾതാമസമില്ലാതെ ആ വീട് പൂട്ടിക്കിടന്നു.

അപ്പോഴാണ് ഒരാൾ വീട് ചോദിച്ചു വന്നത്. അയാളൊരു സ്കൂള ദ്ധ്യാപകനായിരുന്നു. സ്ഥലമാറ്റം കിട്ടിയിട്ട് കുറച്ചു ദിവസമേ ആയുള്ളൂ. താമസിക്കാൻ ഒരു വീടു വേണം. ആരോ പറഞ്ഞറിഞ്ഞ്, ഒടുവിൽ നമ്മുടെ മുറ്റത്ത് വന്നു. നിനക്കറിയില്ല, ഏട്ടന്റെ, നിന്റെ അച്ഛന്റെ സ്വഭാവം. അന്ന് വീട്ടിൽ, ഏട്ടനാണ് മൂത്തയാൾ. കാരണവർ. മരിച്ചുപോയ അച്ഛന്റെ പ്രതിരൂപം. അതേ മുൻശുണ്ഠി. കരുത്ത്. ഏട്ടൻ അയാളോട് ഇരിക്കാൻ പറഞ്ഞില്ല. മെലിഞ്ഞ, ഇരുനിറമാർന്ന ഒരു മനുഷ്യൻ. മുറ്റത്തുതന്നെ നില്ക്കുന്നു. വാതിൽ മറവിൽ നിന്നുകൊണ്ട് അതിഥിയെ നിന്റെ ലക്ഷ്മി യമ്മായി നോക്കിക്കണ്ടു. സൗമ്യമായ ഭാവം. തിളക്കമുള്ള കണ്ണുകൾ.

''എന്താ പേര്?''

ഏട്ടന്റെ ചോദ്യം, പതിവുപോലെ പരുക്കനായിരുന്നെന്നു തോന്നി. അയാൾ പേരു പറഞ്ഞു. ഏട്ടൻ അത് മനസ്സിൽ കുറിച്ചിരിക്കണം. അതിഥി ഹിന്ദുവല്ല!

ആ മനുഷ്യൻ ഉടമസ്ഥന്റെ പ്രതികരണം കാത്തുനിന്നു. ഗാഢ മായി ചിന്തിക്കുകയായിരുന്നു ഏട്ടൻ. കടൽപോലെ അഗാധമായ പ്രശ്ന മാണ്. ഒടുവിൽ പറഞ്ഞു:

''അന്യമതക്കാർക്ക് ഞാൻ ഇതുവരെ വീട് കൊടുത്തിട്ടില്ല.''

അതിഥി ഒരു നിമിഷത്തേക്ക് നിശ്ശബ്ദനായിപ്പോയി. ഉടമസ്ഥന്റെ മുഖത്തേക്ക് വീണ്ടും നോക്കി.

''അതെ, ജാതിയുടെയും മതത്തിന്റെയും കാര്യത്തിൽ എനിക്ക് ചില നിഷ്ഠകളുണ്ട്.''

''താമസിക്കാൻ മറ്റ് വീടൊന്നും കിട്ടിയില്ല. ഇതാണെങ്കിൽ സ്കൂളി നടുത്താണ്. വാടക എന്തായാലും ഞാൻ തരാനൊരുക്കമായിരുന്നു. പിന്നെ, ഈ മതവും ജാതിയുമൊക്കെ...''

ഏട്ടന്റെ പുരികം ചുളിഞ്ഞു. ഒട്ടും മയമില്ലാതെയായിരുന്നു നിന്റെ അച്ഛന്റെ മറുപടി: ''കാര്യമൊക്കെ എനിക്ക് മനസ്സിലായി. പക്ഷേ, ഒരു ക്രിസ്ത്യാനിക്ക് വീട് കൊടുക്കുന്നത് എനിക്കിഷ്ടമല്ല.''

ആ മനുഷ്യന്റെ മുഖം മങ്ങുന്നത് ഞാൻ കണ്ടു. സീതേ, എനിക്ക് അയാളോട് തോന്നിയത് അനുകമ്പയാണ്. എന്റെ ഏട്ടൻ മനുഷ്യന്റെ മുഖത്തേക്കല്ല, മതത്തിന്റെ മുഖത്തേക്കാണ് നോക്കുന്നതെന്ന് അന്നെ നിക്കു മനസ്സിലായി. അതെന്നെ വല്ലാതെ വേദനിപ്പിച്ചു. എനിക്ക് രോഷം തോന്നി. ആ ബോധം പിന്നീട് കൂടുതൽ വ്യക്തമാവുകയും ചെയ്തു.

മതത്തിനും ജാതിക്കും വേണ്ടി, ഏട്ടൻ ഏത് ബന്ധവും അറുത്തെറിയുമെന്നും മനസ്സിലായി.

ആ മനുഷ്യൻ വീണ്ടും അപേക്ഷിക്കുമെന്ന് ഞാൻ കരുതി. അതുണ്ടായില്ല. അയാൾ യാത്രപറഞ്ഞ് ഇറങ്ങിപ്പോയി. അന്നു രാത്രി ഞാൻ വെറുതെ ആ മനുഷ്യനെക്കുറിച്ചോർത്ത് കിടന്നു. ആരൊക്കെയുണ്ട്? എവിടുത്തുകാരനാണ്?

രണ്ടുമൂന്നു ദിവസം കഴിഞ്ഞപ്പോൾ അയാൾ പഠിപ്പിക്കുന്ന സ്കൂളിലെ മറ്റൊരദ്ധ്യാപകൻ - നീ അറിയില്ലേ, ശിവരാമപിള്ളസാറിനെ? സാറു വന്ന് എട്ടനോട് പറഞ്ഞു: ''ദൂരെ നാട്ടിൽനിന്ന് വന്നയാളല്ലേ? നമ്മുടെ സ്കൂളിൽ മാറ്റമായി വന്നതല്ലേ? അയാൾ ക്രിസ്ത്യാനിയായിപ്പോയി. എന്നുവെച്ച് വീട് കൊടുത്തുകൂടെ?''

ഏട്ടൻ ശിവരാമപിള്ള സാറിനോടും വാദിക്കുന്നത് കേട്ടു. പക്ഷേ, അവസാനം സമ്മതിച്ചു. ശിവരാമപിള്ളസാർ ഏട്ടന്റെ സഹപാഠിയാണ്. ഉയർന്ന തറവാടിത്തവും സാമ്പത്തികഭദ്രതയുമുള്ള ആളാണ്. ഗാഢമായി ചിന്തിച്ചശേഷം, അങ്ങനെ ഒരു ഹിന്ദുവിന്റെ സമ്മർദ്ദത്തിന് വഴങ്ങി, ഏട്ടൻ സമ്മതം മൂളി.

നമ്മുടെ വീടിനു പിറകിലെ മുളങ്കൂട്ടത്തിനരികിൽനിന്ന് നോക്കിയാൽ കാണാവുന്നതായിരുന്നു ആ വീടിന്റെ അന്നത്തെ പൂമുഖം. ഇന്നവിടെ കാസിം മുതലാളിയുടെ ബംഗ്ലാവാണ്. മുതലാളി പഴയവീട് പൊളിച്ചു മാറ്റി ബംഗ്ലാവ് പണിതു.

അന്ന്.... ഞാനൊരുനാളും കരുതിയിരുന്നതല്ല കുട്ടീ, സംഭവിച്ചത്. ഞാൻ ധിക്കാരിയായിരുന്നില്ല. ഏട്ടനെ മറുത്തൊരക്ഷരം പറഞ്ഞിരുന്നവളുമല്ല. നിനക്കങ്ങനെ തോന്നുന്നുണ്ടോ? ആരെയും ധിക്കരിക്കാൻ, എതിർക്കാൻ എനിക്കു കഴിവില്ല. ഈ ലക്ഷ്മിയമ്മായി ദുർബലയാണ്. സാധുവാണ്. അനാഥയാണ്. സ്നേഹിക്കാൻ മാത്രമേ ലക്ഷ്മിയമ്മായിക്കറിയൂ. ആ മനുഷ്യന്റെ മുഖം എനിക്ക് മറക്കാൻ കഴിഞ്ഞില്ല. എന്തുകൊണ്ടോ വീണ്ടും കാണണമെന്നു തോന്നി. മുളങ്കൂട്ടത്തിനരികിൽ നിന്നാൽ വീടു കാണാം. പൂമുഖത്തിരിക്കുന്ന ആളിന്റെ മുഖം വ്യക്തമായി കാണാൻ കഴിയില്ല.

നമ്മുടെ വീട്ടുപടിക്കൽ കൂടിയാണ് എന്നും സ്കൂളിലേക്കു പോവുക. ഏട്ടൻ ഇറയത്തുണ്ടാവും. ചാരുകസേരയിൽ കാലുകൾ കയറ്റിവച്ച് കിടക്കുന്നുണ്ടാവും. പടിക്കൽ എത്തുമ്പോൾ, അയാൾ നമ്മുടെ വീട്ടിലേക്ക് നോക്കും. ഏട്ടൻ ചിരിക്കുകയോ പരിചയഭാവം കാട്ടുകയോകൂടി ചെയ്യില്ല. അയാളുമായി സൗഹൃദബന്ധം സ്ഥാപിക്കാനോ സംസാരിക്കാനോ ഒരിക്കലും താൽപര്യം കാണിച്ചിരുന്നില്ല. മൂന്നുനേരവും കുളിച്ചു കുറിയിട്ട് പ്രാർത്ഥന നടത്തുന്ന, ഹിന്ദുദൈവങ്ങളെ ഏതു നേരവും ഹൃദയത്തിൽ പ്രതിഷ്ഠിച്ച് പൂജിക്കുന്ന ഒരു മനുഷ്യന് അത് കഴിയുമോ? ദൈവങ്ങൾ പിണങ്ങില്ലേ?

എങ്കിലും തോമസ് മാഷ് - അതായിരുന്നു അയാളുടെ പേര് - ചിലപ്പോഴൊക്കെ വീട്ടിൽ വന്നു. ഏട്ടനെ കാണാൻ. സംസാരിക്കാൻ. ഏട്ടൻ എല്ലാറ്റിനും മൂളുക മാത്രം.

ഒരിക്കൽ... വീട്ടുവാടക തരാനായി മാഷ് വന്നപ്പോൾ ഏട്ടൻ ക്ഷേത്രത്തിൽ പോയിരിക്കുന്നു.

''ആരുമില്ലേ?''

മുറ്റത്ത്, വെളുത്ത മണലിൽ ആ മെലിഞ്ഞ് ഇരുനിറമാർന്ന രൂപം നില്ക്കുന്നത് എനിക്ക് കാണാം. വാതിൽപ്പാളികൾക്കിടയിലൂടെ ഞാനത് തെല്ലുനേരം നോക്കിനിന്നു. പുറത്തേക്ക് ചെല്ലാമോ? ഏട്ടൻ വന്നാലോ?

വീണ്ടും എന്തോ ചോദിക്കുന്നതു കേട്ട്, ഞാൻ ഇറയത്തേക്ക് ചെന്നു. അവിടെ ഒരു ബന്ധം ആരംഭിക്കുകയായിരുന്നു, ഞാൻ പോലുമറിയാതെ.

രാത്രി തളർന്നു മയങ്ങുമ്പോൾ എനിക്ക് ഉറങ്ങാൻ കഴിഞ്ഞില്ല. അയാളുടെ ചോദ്യങ്ങൾ, വീണ്ടും വീണ്ടും ഓർത്ത് കിടന്നു. എന്തൊക്കെയാണ് ചോദിച്ചത്? വിശേഷിച്ചൊന്നുമില്ല. പേരുമാത്രം. എന്ത് ചെയ്യുന്നുവെന്ന് മാത്രം. പുറത്തേക്കൊന്നും കണ്ടിട്ടില്ലല്ലോ ഇതുവരെ എന്നുമാത്രം... എന്നിട്ടും... ഓർത്തോർത്ത് കിടക്കാൻ തോന്നി. ഒടുവിൽ അത് നിയന്ത്രണങ്ങൾക്കും വിലക്കുകൾക്കും മീതെ ഒരു പുഴപോലെയൊഴുകി. ആരുമറിയാതെ, ഞങ്ങൾ ഭാവിയെക്കുറിച്ചാലോചിച്ചു. എങ്ങനെയെന്നറിയില്ല, അന്നുവരെ തോന്നാത്തൊരു ധൈര്യം, നിർഭയത്വം എന്നെ ആവേശിക്കുന്നതായി എനിക്കു തോന്നി. ആ മനുഷ്യൻ എന്നെ രക്ഷിക്കാൻ പലതവണ ശ്രമിച്ചു. പലതവണ ഉപദേശിച്ചു. ഞാൻ ഇളകിയില്ല. പാറപോലെ ഉറച്ചുനിന്നു.

''എന്നെ സ്നേഹിക്കുന്നുണ്ടോ?''

''നിന്നെ മാത്രം.''

''എങ്കിൽ ഇനി ഉപദേശിക്കരുത്. ഇനിയൊന്നുമോർക്കരുത്.''

''പക്ഷേ, ഞാൻ മൂലം...''

''സാരമില്ല. എന്നെ വീട്ടിന്നു പുറത്താക്കിയേക്കും. കൈയിൽ കിട്ടിയാൽ കൊന്നുകളഞ്ഞേക്കും. അതുണ്ടാകുംമുൻപ് നമുക്ക് ഇവിടെ നിന്നു പോകണം. അങ്ങയുടെ നാട്ടിലേക്ക്.''

''നിനക്കറിയാമല്ലോ, എനിക്കാരുമില്ല. പഴയപൊളിഞ്ഞ ഒരു വീടു മാത്രം.''

''അവിടെ നമ്മൾ ജീവിക്കും. സുഖമായി...''

അതെ, സീതേ. അന്നാദ്യമായി നമ്മുടെ മുറ്റത്തുവന്നുനിന്ന, അപമാനിതനായ അതേ മനുഷ്യന്റെ കൂടെ സർവ്വവും വലിച്ചെറിഞ്ഞ് ഞാൻ ഇറങ്ങിപ്പോയി. തെറ്റുചെയ്യുന്നു എന്ന് തോന്നിയില്ല. ഇപ്പോഴും തോന്നുന്നില്ല. പക്ഷേ... എനിക്കത്ഭുതം തോന്നുന്നു. എന്തൊക്കെ മാറ്റങ്ങൾ,

ഈ ആകാശത്തിന് കീഴിൽ നടക്കുന്നു! പുഴകൾകൂടി മാറിയൊഴുകുന്നു. മരുഭൂമികൾപോലും പൂക്കുന്നു. എന്നിട്ടും. ഇത്ര വർഷങ്ങൾക്കു ശേഷവും എന്റെ ഏട്ടൻ, ഏട്ടന് മാത്രം ഒരു മാറ്റവും വന്നില്ല. പഴയ ഹിന്ദുവായിത്തന്നെ തുടരുന്നു. വിഷ്ണു ജനിച്ചത് അവിടെയാണ്. മഴ പെയ്താൽ ചോരുന്ന പഴയൊരു വീട്ടിൽ. എങ്കിലും അതെന്റെ സ്വർഗ്ഗമായിരുന്നു. അദ്ദേഹം എന്റെ ആത്മാവായിരുന്നു. അവിടെ ഇരുപത്തഞ്ചു വർഷങ്ങളോളം ഞങ്ങൾ ജീവിച്ചു. വിഷ്ണുവിന്റെ അച്ഛനുണ്ടായിരുന്നപ്പോൾ, എന്തോ എനിക്കെന്തെന്നില്ലാത്ത സുരക്ഷിതത്വബോധം തോന്നിയിരുന്നു. അദ്ദേഹം ഇല്ലാതായപ്പോൾ...

നിനക്കറിയുമോ സീതേ? എന്നെയോർത്ത് അദ്ദേഹം എന്നും ദുഃഖിച്ചിരുന്നു.

''ഞാനില്ലാതെ വന്നാൽ... എന്നും അദ്ദേഹത്തിനത് തന്നെയായിരുന്നു ചിന്ത. ''കരുണയില്ലാത്ത, ദയയുടെ അംശമില്ലാത്ത, മനുഷ്യത്വമില്ലാത്ത, മതവും ജാതിയുംകൂടി നിന്നെയും നമ്മുടെ കുഞ്ഞിനെയും...''

എല്ലായ്പ്പോഴും അതോർത്ത് അദ്ദേഹം നെടുവീർപ്പിട്ടിരുന്നു. അപ്പോഴൊക്കെ ഞാൻ ധൈര്യം കൊടുത്തു. അന്നുവരെ ഉണ്ടാകാത്ത, പുതിയൊരു ധൈര്യത്തോടെ: ''ഞാൻ തനിച്ചല്ല. ഒരിക്കലും...''

ആ മുഖത്ത് ചിന്തകളുടെ നിഴലുകൾ കെട്ടുപിണയുന്നതു ഞാൻ കണ്ടു.

''എനിക്കുവേണ്ടി ബന്ധുക്കളെ മുഴുവൻ നീ ശത്രുക്കളാക്കി. ഇനി, ഞാൻ പോയിക്കഴിഞ്ഞാൽ...''

''സാരമില്ല. ഇതാ നില്ക്കുന്നു, എന്റെ എല്ലാം. നമ്മുടെ വിഷ്ണു. നമ്മുടെ എല്ലാമെല്ലാം.''

എന്നിട്ടും, അവസാനം വരെ എന്തോ വ്യസനം അദ്ദേഹത്തെ വിടാതെ പിൻതുടർന്നിരുന്നു, കുറ്റബോധമാണോ? പശ്ചാത്താപമാണോ?

ഒടുവിൽ, കത്തിയെരിയുന്ന ചിതയിൽ, എന്റെ ജീവിതത്തിലെ വലിയൊരു ഘട്ടം അവസാനിച്ചു. ആ ജ്വാലകൾ എന്നെ തളർത്തിയില്ല. ഞാൻ കൂടുതൽ കരുത്തു നേടാൻ ശ്രമിച്ചു. എന്റെ വിഷ്ണുവിനു വേണ്ടി. എന്റെ ജീവിതം ഇനിയും മുന്നോട്ടൊഴുകും. അതെ സീതേ! അവനുവേണ്ടി, അവനുവേണ്ടി മാത്രം.

വാതില്ക്കൽ വിഷ്ണു വന്നുനില്ക്കുന്നതു കണ്ട് ലക്ഷ്മിയമ്മായി സംസാരം നിർത്തി.

''ഇതിന്റെ ആവശ്യമെന്തെന്ന് എനിക്കു മനസ്സിലാകുന്നില്ല. ഈ കഥപറച്ചിലിന്റെ.''

''വിഷ്ണു!'' അമ്മായിയുടെ സ്വരമിടറി.

സീത ചോദിച്ചു: ''എനിക്കിതു കേൾക്കാൻ അവകാശമില്ലേ? ഞാൻ നിങ്ങളുടെ ആരുമല്ലേ?''

''എനിക്ക് തോന്നുന്നില്ല.'' ഉറച്ച സ്വരത്തിൽ വിഷ്ണു പറഞ്ഞു: ''ഈ നാട് എനിക്ക് ഒരു ദുഃസ്വപ്നമാണ്. ഓർമ്മയായ ദിവസം മുതൽ ഇതെന്നെ ശല്യപ്പെടുത്തിയിട്ടുണ്ട്. പറഞ്ഞു കേട്ട കഥയിലെ കുറെ പ്രേതങ്ങളും.''

കുറെ നിമിഷങ്ങളിലേക്ക് സീത മിണ്ടിയില്ല. ആ കണ്ണുകൾക്കു പ്രകാശം മാത്രമല്ല, ചൂടുമുണ്ടെന്ന് അവൾക്ക് തോന്നിത്തുടങ്ങിയിരുന്നു.

''അമ്മയ്ക്കു വേണ്ടിയാണ്, അമ്മയ്ക്കുവേണ്ടി മാത്രമാണ് ഞങ്ങൾ ഇവിടെ വന്നത്. നിങ്ങളുടെ മണ്ണിൽ.''

''ദയവുചെയ്ത് ഇങ്ങനെയൊക്കെ പറയാതിരിക്കൂ. ഞാനൊരു കുറ്റവും ചെയ്തിട്ടില്ല.''

''കുറ്റം! ശിക്ഷ! ന്യായാധിപനെ കാണാൻ ഒരിക്കൽ ഞാൻ വരും. പറഞ്ഞേക്കൂ.''

വിഷ്ണു വാതില്ക്കൽ നിന്നു പോയി. സീത അമ്മായിയുടെ നേരെ നോക്കി. അവർ കുനിഞ്ഞിരിക്കുകയായിരുന്നു. കരയുകയായിരുന്നു.

എട്ട്

ഊണുകഴിക്കുമ്പോൾ ശേഖരേട്ടൻ അച്ഛൻ കേൾക്കാൻ പറഞ്ഞു: ''അവരതു വാങ്ങി. ആ വീടും പറമ്പും.''

''ഉം...''

അച്ഛൻ പൊട്ടിത്തെറിക്കുമെന്ന് ഭയന്ന നിമിഷങ്ങൾ. പാത്രം തട്ടിയെറിഞ്ഞ്, ചോറു വലിച്ചെറിഞ്ഞ് എഴുന്നേറ്റ് പോകുമെന്നു കരുതി.

സീത വാതില്ക്കൽ ചെവിയോർത്ത് നിന്നു. പിറകിൽ ചേട്ടത്തിയമ്മയും.

''ആ മാപ്ല വില കുറച്ചു കൊടുത്തുവത്രേ. അവരുടെ ഇപ്പോഴത്തെ സ്ഥിതിയോർത്തിട്ട് ദയവുകാട്ടിയതാണത്രെ!''

''ശേഖരാ...'' അച്ഛൻ വിളിച്ചു.

ശേഖരേട്ടൻ വിളികേട്ടു.

''നിർത്ത്.''

പിന്നീട് ശേഖരേട്ടൻ നിശ്ശബ്ദനായിരുന്നു. അച്ഛൻ അമർത്തിയമർത്തി ചോറുരുളകൾ ഉരുട്ടി. ഉണ്ണാതെ ഉരുട്ടിയ ഉരുള വീണ്ടും ഉരുട്ടിക്കൊണ്ടിരുന്നു. പിന്നെ, ഊണ് മുഴുവനാക്കാതെ എഴുന്നേറ്റു. അച്ഛൻ ആഹാരം മുഴുവൻ കഴിച്ചില്ല. മുഖം ഇരുണ്ടു. കൈ കുടഞ്ഞ് എഴുന്നേറ്റ് പോയിക്കഴിഞ്ഞപ്പോൾ, ശേഖരേട്ടൻ ആരോടെന്നില്ലാതെ പറഞ്ഞു:

''മാപ്ലച്ചിയല്ലേ? മാപ്ലമാരുമായിട്ടല്ലേ ബന്ധം? അതാവും സ്ഥലം വെല കൊറച്ചു കിട്ടിയത്.''

സീത ഒരു ദീർഘനിശ്വാസമയച്ചു. അന്ന് അവൾക്കും വിശപ്പു തോന്നിയില്ല. ചേട്ടത്തിയമ്മ പലവട്ടം നിർബ്ബന്ധിച്ചു. കോളേജിൽ പോകേണ്ട തല്ലേ? ദേഹം ക്ഷീണിക്കും. സീത ഓർക്കുകയായിരുന്നു. രണ്ടുദിവസ ത്തിന് മുൻപത്തെ സന്ദർശനം, ലക്ഷ്മിയമ്മായിയുടെ ദുഃഖകഥയും കണ്ണുനീരും വിഷ്ണുവിന്റെ പരുഷമായ വാക്കുകളുംകൂടി അവളെ വല്ലാതെ മാറ്റിമറിച്ചിരുന്നു. ചേട്ടത്തിയമ്മയോട് എല്ലാം തുറന്നുപറ ഞ്ഞാലോ എന്ന് പലതവണ ആലോചിച്ചു. പറഞ്ഞാൽ, മനസ്സിന്റെ സംഘർഷാവസ്ഥ ഭേദപ്പെടുമെന്ന് തോന്നി. ചേട്ടത്തിയമ്മ ആരോടും പറയില്ല. അവർ നല്ലവരാണ്. സ്നേഹമുള്ളവരാണ്.

സീത പറഞ്ഞു. നടന്നത് മുഴുവൻ വിസ്തരിച്ച് പറഞ്ഞു. എല്ലാം കേട്ടുകഴിഞ്ഞപ്പോൾ ചേട്ടത്തിയമ്മ കൂടുതൽ ഭയപ്പെടുകയാണുണ്ടായത്.

''കുട്ടി വല്ലാത്ത കുഴപ്പമാണ് ചെയ്തുവച്ചിരിക്കുന്നത്. അച്ഛനും ചേട്ടനും അറിഞ്ഞാൽ...''

''അച്ഛനും ഏട്ടനും അറിയില്ല. ചേട്ടത്തിയമ്മ. ചേട്ടത്തിയമ്മ മാത്രമേ അറിഞ്ഞിട്ടുള്ളൂ.''

''ഇതിന് ഞാൻ കൂട്ടുനിന്നൂന്നറിഞ്ഞാൽ ഭഗവതീ! എനിക്കോർ ക്കാൻകൂടി വയ്യ.'' ചേട്ടത്തിയമ്മ അതുപറയുമ്പോൾ വിറയ്ക്കുന്നുണ്ടാ യിരുന്നു.

''ആരും എനിക്ക് കൂട്ടുനില്ക്കണ്ട.'' സീത ദൃഢസ്വരത്തിൽ പറഞ്ഞു, ''എനിക്കു ഞാൻ മതി, എന്തായാലും ഞാനൊന്നു നിശ്ചയിച്ചു.''

എന്താണ് എന്ന ചോദ്യം കണ്ണുകളിലാക്കി ചേട്ടത്തിയമ്മ അവൾക്കു മുന്നിൽ നിന്നു.

സീത പറഞ്ഞു: ''ലക്ഷ്മിയമ്മായിയെ എനിക്ക് കാണാതിരിക്കാൻ കഴിയില്ല. ഞാൻ അവരുടെ വീട്ടിൽ പോവും.''

''സീതേ...'' ചേട്ടത്തിയമ്മ വിളിച്ചുപോയി, തെല്ലുറക്കെ.

''എന്താ? ഇതിലെന്താണ് തെറ്റ്? എനിക്ക് പറഞ്ഞു മനസ്സിലാക്കി തരൂ. അവർക്കാരുമില്ല. സ്നേഹിക്കാൻ, സഹായിക്കാൻ. അവരെ സ്നേഹിക്കാൻ ഇനിമുതൽ ഞാനുണ്ട്. ഇതിലെന്താണു ശരികേട്?''

''കുടുംബത്തിൽ പെണ്ണുങ്ങൾ പറയുന്നതല്ല നടക്കേണ്ടത്. നിന്റെ അച്ഛനും ചേട്ടനും ആ സ്ത്രീയെ പുറത്താക്കിയതാണ്.''

''എന്തിന്? എന്തിനെന്നു പറയൂ.''

''അതൊന്നും നമ്മൾ ചോദിക്കരുത്. അതൊന്നും നമ്മൾ പെണ്ണു ങ്ങൾ ആലോചിക്കേണ്ട കാര്യങ്ങളല്ല. ആണുങ്ങളെ ധിക്കരിക്കരുത്. ധിക്കരിച്ചതിന്റെ ഫലമാണ് നിന്റെ ലക്ഷ്മിയമ്മായി അനുഭവിച്ചത്.''

''ഞാൻ അവരെ ബഹുമാനിക്കുന്നു.''

''സീത ബോധമില്ലാതെ പറയുന്നു. എനിക്ക് പേടിയാകുന്നു.'' ചേട്ടത്തിയമ്മ വിഷമിച്ചു.

''ചേട്ടത്തിയമ്മ പേടിക്കാതിരിക്കൂ. എന്റെ പേടി മാറിവരികയാണ്. ഒരു കാലംവരെ ഞാൻ ബോധമില്ലാതെ ചിന്തിച്ചിരുന്നു. പക്ഷേ, അതെന്റെ ചിന്തയായിരുന്നുവെന്ന് പറഞ്ഞുകൂടാ. കാരണം, അന്ന് ഞാൻ ബോധമില്ലാത്ത, ഒന്നുമറിയാത്ത ശിശുവായിരുന്നു. സത്യങ്ങൾ മനസ്സിലാക്കാൻ പ്രായമാകാത്ത കൊച്ചുപെണ്ണ്. ഇന്നങ്ങനെയല്ല. ഞാൻ വളർന്നിരിക്കുന്നു.''

''എത്ര വളർന്നാലും പഠിച്ചാലും പെണ്ണ് അതിരുകടക്കാൻ പാടില്ല, സീതേ, പെണ്ണ് എന്നായാലും പെണ്ണുതന്നെയാണ്.''

''എല്ലാ അതിരും ശരിയല്ലങ്കിലോ? ചേട്ടത്തിയമ്മയുടെ ഈ ചിന്താഗതിയാണ് തെറ്റ്. സ്വയം വിലക്കുകൾ സൃഷ്ടിച്ച് സ്വയം തളച്ചിടുക. എന്നെക്കൊണ്ടതിനാവില്ല.''

കൂടുതൽ വാദിക്കാൻ നില്ക്കാതെ ചേട്ടത്തിയമ്മ പൊയ്ക്കഴിഞ്ഞപ്പോൾ, കൂട്ടിന് ഏകാന്തത മാത്രമായപ്പോൾ സീത, സന്ധ്യയിൽ വയൽക്കരയിലേക്കിറങ്ങി. നല്ല തടസ്സമില്ലാത്ത കാറ്റ്. തുറസ്സായ വയലിലൂടെ ഒഴുകിയെത്തുന്ന സ്വതന്ത്രമായ കാറ്റ്. കാറ്റ് മുളങ്കൂട്ടങ്ങളിൽ ചലനമുണ്ടാക്കുന്നു. സംഗീതമുണർത്തുന്നു. ഇവിടെ നിന്നുകൊണ്ടാണ് ലക്ഷ്മിയമ്മായി...

സീത അങ്ങകലെ കാണുന്ന വലിയ ബംഗ്ലാവിലേക്ക് നോക്കി. നാലുവശവും പരന്നൊഴുകുന്ന വെളിച്ചം പൂനിലാവിന്റെ ഒരു കൊച്ചുലോകം തീർക്കുന്നു. ജാലകങ്ങളിൽ പറന്നുകളിക്കുന്ന കർട്ടനുകൾ മാത്രമേ കാണാവൂ.

അവിടെ പണ്ടൊരു ചെറിയ വീടുണ്ടായിരുന്നു. ലക്ഷ്മിയമ്മായി ഇവിടെ ഈ മുളങ്കൂട്ടത്തിനരികിൽ ആ ചെറിയ വീട്ടിലേക്ക് സാകൂതം നോക്കിനിന്നിരുന്നു. സീത ചിന്തകളെ യഥേഷ്ടം അലയാൻ വിട്ടു.

കിടക്കയിൽ തിരിഞ്ഞുംമറിഞ്ഞും കിടക്കാനല്ലാതെ ഉറങ്ങാൻ കഴിയുന്നില്ല. മനസ്സ് കോളുകൊണ്ട് കടൽപോലെയായിരിക്കുന്നു. ഒരു നിമിഷം ഓർക്കും: എല്ലാം അച്ഛനോട് പറയണം. ഇത് അർത്ഥമില്ലാത്ത പകയാണ്. കാലഹരണപ്പെട്ട പകയാണ്. ഇതിന് ഇനിയും എന്താണൊരു പ്രസക്തി? കറുത്ത മുടിയിഴകൾ വെളുത്തുകഴിഞ്ഞിരിക്കുന്നു. ശരീരത്തിന്റെ കരുത്തും ഓജസ്സും നഷ്ടപ്പെട്ടിരിക്കുന്നു. പൊയ്ക്കാലുകളിൽ നിന്നുകൊണ്ട് ശക്തിഭാവിക്കുന്നൊരു മനസ്സ് മാത്രമാണിനി ബാക്കി. അതിനും ഇനി എത്ര നാളത്തെ ആയുസ്സ്? ദന്തഗോപുരത്തിൽനിന്ന് ഇനിയെങ്കിലും താഴെയിറങ്ങിവരൂ. കണ്ണുതുറന്നു ഭൂമിയിലേക്കു നോക്കൂ. അന്തസ്സെന്നും തറവാടിത്തമെന്നും പേരുപറയുന്നത് ഏതു മണൽച്ചിറയെയാണ്. അത് ഓരോ നിമിഷവും തകർന്നുവീഴുന്നത് ഇനിയും അറിയാൻ കഴിയുന്നില്ലെങ്കിൽ ഇനിയെങ്കിലും സത്യത്തിന്റെ നേർക്കു കണ്ണടയ്ക്കാതിരിക്കൂ. കണ്ണടച്ച് എത്രനാൾ പ്രകാശത്തിൽനിന്ന് ഒളിച്ചു നില്ക്കാൻ കഴിയും? അയഥാർത്ഥമായ കുറെ മാമൂലുകളെ മുറുകെ

പിടിച്ച് സ്വയം നശിക്കാതെ, സ്വന്തപ്പെട്ടവരെ ഇനിയും നശിപ്പിക്കാതെ യിരിക്കാൻ ശ്രമിച്ചുകൂടെ? രക്തത്തെ, രക്തത്തിന്റെ ശക്തിയെ മനസ്സി ലാക്കാൻ ശ്രമിക്കൂ...

പക്ഷേ.... എങ്ങനെയാണു പറയുക? ആ കണ്ണുകളിലെ ഉഗ്രപ്രതാ പത്തെ നേരിടാനെങ്ങനെ കഴിയും? ആർക്കാണതിനു ശക്തി? അച്ഛൻ ഒന്നു മൂളുമ്പോൾ, വീടിന്റെ നെടുംതൂണുകളുംകൂടി വിറച്ചുപോവും. വീടാകെ നടുങ്ങി വിറച്ചുനില്ക്കും.

സീത ഉടൻതന്നെ ആ ചിന്തയിൽനിന്ന് പിന്തിരിയും. അച്ഛന്റെ മുഖം, ഇന്നുവരെ ആ മുഖത്തിനുനേരെ നോക്കി എതിരായി ഒന്നും പറഞ്ഞി ട്ടില്ല. പെൺകുട്ടിയാണ്. ഓരോ അടിവയ്പിലും, വളർച്ചയുടെ ഓരോ ഘട്ടത്തിലും ഒരു വായ്ത്താരിപോലും അത് കേട്ടുകേട്ടാണ് വളർന്നത്. ആണുങ്ങൾ പറയുന്നതനുസരിക്കേണ്ട പെൺകുട്ടി. നാലുചുറ്റും അതിരു കൾ. വിലക്കുകൾ. അവയ്ക്ക് നടുവിൽ കഴിയേണ്ട പെൺകുട്ടി. ഇന്നലെ വരെ അങ്ങനെയായിരുന്നു. ഈ രീതി ഇങ്ങനെതന്നെ പോകട്ടെ. ഇനി അധികനാൾ തുടർന്നുപോവുകയില്ല. ഇപ്പോൾത്തന്നെ ശക്തി ക്ഷയിച്ചു തുടങ്ങിയിരിക്കുന്നു. അതിരുകൾ ചിതലരിച്ചു തുടങ്ങിയിരിക്കുന്നു. സ്വന്തം അനുജത്തി സ്വന്തം കണ്ണുകൾക്ക് മുൻപിൽ, വിധവയായി കഴി യുന്നത് കണ്ടുനില്ക്കാൻ ഏത് ജ്യേഷ്ഠന് കഴിയും? അച്ഛന്റെ മനസ്സ് മാറും. അതിന് തെളിനീരിന്റെ നൈർമ്മല്യം വരും. അല്പം കാലതാ മസം വന്നേക്കാം.

സാരമില്ല. എന്നാലും....

ഒരു ദിവസം, ഇറയത്തെ ചാരുകസേരയിൽ കിടന്നുകൊണ്ട് അച്ഛൻ ശേഖരേട്ടനെ വിളിച്ചുപറയും:

''ശേഖരാ, ലക്ഷ്മിയെ വിളിച്ചുകൊണ്ടുവരൂ.''

ശേഖരേട്ടന്റെ അത്ഭുതംകൊണ്ട് മിഴിഞ്ഞ കണ്ണുകൾ, വായ് തുറന്നു പോയിരിക്കുന്നു. ശേഖരേട്ടന് വിശ്വസിക്കാൻ കഴിയുന്നില്ലായിരിക്കും.

''നീയെന്താണാലോചിക്കുന്നത്? അത്ഭുതം തോന്നുന്നുവോ?''

ശേഖരേട്ടന് ശബ്ദമില്ല. പാറയ്ക്ക് ചലനം സംഭവിക്കുക. മരുഭൂമി യിൽ പൂക്കൾ വിടരുക. ആകാശം താഴേക്കു വരിക.

''ഞാൻ വളരെ ദിവസമായി ചിന്തിക്കുകയായിരുന്നു. അവൾ തെറ്റു ചെയ്തു. അതിന് ശിക്ഷയും കിട്ടി. പക്ഷേ, ആരോരുമില്ലാതെ, നമ്മുടെ നാട്ടിൽ, നമ്മുടെ കൺമുന്നിൽ അലയാൻ പാടില്ല. മരിച്ചുപോയ അച്ഛന്റെ, അമ്മയുടെ ആത്മാവ് പൊറുക്കില്ല. പിന്നെ, ജാതി, മതം.... ഒന്നാലോ ചിച്ചാൽ ഒരർത്ഥവുമില്ല. അവൾ എന്റെ രക്തമാണ്. എന്റെ രക്തം.''

ചേട്ടത്തിയമ്മ പൂനിലാവുപോലെ ചിരിക്കുന്നു. ചേട്ടത്തിയമ്മയുടെ തോളിൽ കൈവച്ച് സീത ആഹ്ലാദത്തോടെ ചോദിക്കുന്നു:

''ഇപ്പോഴോ ചേട്ടത്തിയമ്മേ? ഞാൻ പറഞ്ഞില്ലേ, അച്ഛന്റെ മനസ്സു മാറുമെന്ന്?''

അതെ. ആ മുഹൂർത്തം. സീത ആ മുഹൂർത്തം തൊട്ടുമുന്നിൽ കാണുന്നു. ചേട്ടത്തിയമ്മയോട് പറഞ്ഞ്, ശേഖരേട്ടനും അച്ഛനും അറിയാതെ, വീടിന്റെ പിന്നിൽകൂടി സീത ഓടിപ്പോകും, ശേഖരേട്ടനെത്തും മുമ്പ് ലക്ഷ്മിയമ്മായിയോട് പറയാൻ.

''വരൂ... ലക്ഷ്മിയമ്മായിക്കുവേണ്ടി തറവാടിന്റെ വാതിലുകൾ മലർക്കെ തുറന്നിട്ടിരിക്കുന്നു. അച്ഛൻ കാത്തിരിക്കുന്നു. ഞാൻ പറഞ്ഞില്ലേ.... ഇങ്ങനെയൊരു ദിവസം ഉണ്ടാവുമെന്ന്? ഒന്നു വേഗം വരൂ, അമ്മായീ.''

അപ്പുറത്തെ മുറിയിൽ, ക്ഷീണിച്ച് മുഖത്ത് രോമങ്ങൾ വളർന്ന മുഖത്ത്, പ്രകാശമുള്ള രണ്ടു കണ്ണുകൾ... അതു സീതയെ ദഹിപ്പിക്കുന്നമട്ടിൽ നോക്കുന്നു.

''എവിടേക്കാണ്?''

''വീട്ടിലേക്ക്.''

''എന്തിന്? ഞങ്ങളെ അപമാനിക്കാനോ, അതോ, ഇനിയും ആട്ടിയിറക്കാനോ?''

''ഒന്നു പറയൂ അമ്മായീ, വിഷ്ണുവേട്ടനെ പറഞ്ഞു മനസ്സിലാക്കൂ. ഞാൻ സത്യമാണ് പറയുന്നത്. ഇതാ, ഇപ്പോൾ പറഞ്ഞതേയുള്ളൂ, ശേഖരേട്ടനോട്. ഞാൻ കേട്ടതാണ്. ശേഖരേട്ടൻ ഇപ്പൊ വരും. അതിനു മുൻപ് എത്തുവാൻ വേണ്ടി ഞാൻ വഴിനീളെ ഓടുകയായിരുന്നു.''

അമ്മായിയുടെ ക്ഷീണിച്ച് കണ്ണുകളിൽ തിളക്കം. അവ അപ്രതീക്ഷിതമായൊരു നിമിഷത്തിൽ നിറഞ്ഞൊഴുകുന്നു. സീത ആ കണ്ണുനീർ തുടച്ചുകൊടുക്കുന്നു.

''കരയരുത്. ഇത് മംഗളകരമായ നിമിഷമാണ്.''

''മോനേ, വിഷ്ണൂ, സീത കളവുപറയില്ല.''

എന്നിട്ടും അവിശ്വാസം കൂടുകെട്ടിയ കണ്ണുകൾ...

അതേ. ആ മുഹൂർത്തം! സീത തൊട്ടുമുന്നിൽ കാണുന്നു.

വർഷങ്ങളിലൂടെ പടർന്നുകയറിയ ശത്രുത, വെറുപ്പ്, പ്രതികാര ചിന്ത, അതോടെ വേരറ്റുപോകും. വീണ്ടും പോഷകനദികൾ ഒഴുകിച്ചേർന്ന് നദി പൂർവ്വസ്ഥിതിയിലാകും. പുതിയ താളത്തിലൊഴുകും.

സീത കണ്ണടച്ചു തിരിഞ്ഞുകിടന്നു. ഇനിയെങ്കിലും ഉറങ്ങാൻ കഴിഞ്ഞെങ്കിൽ...

ഒൻപത്

വളരെക്കാലം കൂടിയാണ് അച്ഛനങ്ങനെ പറഞ്ഞത്. സീത ഓർത്തു. അവൾക്കപ്പോൾ അത്ഭുതം തോന്നുകയും ചെയ്തു. ചെറുപ്പത്തിൽ അച്ഛന്റെ വിരൽത്തുമ്പിൽ തൂങ്ങി രാവിലെയും വൈകുന്നേരവും ക്ഷേത്രത്തിൽ പോയിട്ടുണ്ട്. അച്ഛനത് നിർബ്ബന്ധമായിരുന്നു.

ഉത്സവങ്ങൾക്കൊന്നും പോകില്ല. ക്ഷേത്രത്തിൽ എന്ത് വിശേഷ മുണ്ടായാലും പോകില്ല. തൊഴാൻ മാത്രമായിപോകും. ശേഖരേട്ടൻ അച്ഛനറിയാതെ, അയൽവക്കത്തെ കൂട്ടുകാരുടെ ഒപ്പം കഥകളി കാണാനും കഥാപ്രസംഗം കേൾക്കാനും പോയിരുന്നു. സീതയ്ക്കപ്പോൾ ദുഃഖം തോന്നും. അമ്മയോ അമ്മൂമ്മയോ ആരെങ്കിലും സമാധാനിപ്പിക്കും; പെണ്ണായാൽ അങ്ങനെയൊക്കെയാ മോളേ.

വളർന്നതിനുശേഷം അച്ഛനോടൊപ്പം ക്ഷേത്രത്തിൽ തൊഴാനും അപൂർവ്വമായേ പോയിട്ടുള്ളൂ.

''വൈകീട്ട് ദീപാരാധന തൊഴാൻ പോകണം'' എന്ന് അച്ഛൻ പറഞ്ഞപ്പോൾ സീതയ്ക്ക് അത്ഭുതമാണ് തോന്നിയത്. അന്ന് അച്ഛന്റെ പിറന്നാളായിരുന്നു. അതുകൊണ്ട്, ദീപാരാധന തൊഴാൻ സീതയെ ക്കൂടി വിളിക്കണമെന്നുണ്ടോ? അച്ഛൻ എന്താണങ്ങനെ പറഞ്ഞത് എന്ന് പലവട്ടം അവളാലോചിച്ചു. ഒരുപക്ഷേ, അച്ഛന്റെ മനസ്സും അസ്വസ്ഥ മായിരിക്കാം. കഴിഞ്ഞ കുറേ ദിവസങ്ങളായി, അച്ഛൻ അധികം സംസാ രിച്ചിരുന്നില്ല. എല്ലാപേരോടും എന്തിനും ദേഷ്യം. ലക്ഷ്മിയമ്മായി വന്നതിനുശേഷമാണ് ഈ മാറ്റം, എന്ത് വേണമെന്ന സംഘട്ടനമാവാം.

അവൾ ഉത്സാഹത്തോടെ ചേട്ടത്തിയമ്മയോടു പറഞ്ഞു: ''കണ്ടില്ലേ, ഞാൻ പ്രവചിച്ചതുപോലെ അച്ഛൻ മാറിവരികയാണ്.''

ചേട്ടത്തിയമ്മ ചിരിച്ചു.

''ചിരിക്കേണ്ട.'' സീത പറഞ്ഞു: ''ഇനി ഇതുപോലൊരു ദിവസം...''

''മതിയാക്കൂ സീതേ....'' ചേട്ടത്തിയമ്മ തടഞ്ഞു, ''അപ്പുറത്തു നിന്റെ ചേട്ടനുണ്ട്.''

ശേഖരേട്ടൻ കൂടി ഉണ്ടാകുമെന്നാണ് കരുതിയത്. പുറപ്പെട്ടപ്പോൾ അവളും അച്ഛനും മാത്രം. അരികിൽ കസവുകരയുള്ള നേരിയത് പുതച്ച്, അച്ഛൻ പുറപ്പെട്ടുനിന്നു. സീത നേരത്തെ ഒരുങ്ങിനില്ക്കുകയായിരുന്നു. വിളിക്കുന്നതും കാത്ത്.

ക്ഷേത്രത്തിലേക്ക് പോകുംവഴി അച്ഛൻ എന്തെങ്കിലുമൊക്കെ വാചാല മായി സംസാരിച്ചിരുന്നെങ്കിലെന്ന് സീത ആശിച്ചു. കഴിഞ്ഞകാലത്തെ ക്കുറിച്ച് അച്ഛനിതുവരെ ഒന്നും സംസാരിച്ചുകേട്ടിട്ടില്ല. ആരെങ്കിലും എന്തെങ്കിലും അതിനെക്കുറിച്ച് സൂചിപ്പിച്ചാൽ, അമർത്തിയൊരു മൂളൽ, അല്ലെങ്കിൽ, വീടാകെ നടുങ്ങുംവിധം ഒരു ഗർജ്ജനം. കണ്ണുകളിൽ ഓടിപ്പാഞ്ഞുകയറുന്ന ചുവപ്പുരേഖകൾ. അതിൽക്കൂടുതലൊന്നുമില്ല. ഇപ്പോൾ, ഈ യാത്രയിൽ അച്ഛനെന്തെങ്കിലും പറയുമെന്ന് അവൾ വിചാരിച്ചു. തെറ്റുകൾ നിറഞ്ഞ കഴിഞ്ഞകാലം തിരുത്തുവാനാഗ്രഹി ക്കുന്നതായും, പ്രായശ്ചിത്തം ചെയ്യാൻ തീരുമാനിച്ചതായും...

ഒന്നുമുണ്ടായില്ല. ക്ഷേത്രപരിസരത്തെത്തുംവരെ സീതയോട് അച്ഛൻ ഒന്നും പറഞ്ഞില്ല. എതിരെ വന്ന നാട്ടുപ്രമാണിമാരോട് ഒറ്റവാക്കിലോ

ഒരു മൂളലിലോ കുശലമൊതുക്കി മുന്നോട്ടു നടന്നതേയുള്ളു. തോളത്ത് പുതച്ച കസവുനേരിയതിലും മൂക്കിന്മേലിരിക്കുന്ന സ്വർണ്ണഫ്രെയിമുള്ള കണ്ണടയിലും വലതുകൈവിരലിലെ പവൻ മോതിരത്തിലുമൊക്കെ നോട്ടം ചെന്നു പതിക്കുമ്പോൾ, ഈ കുടുംബത്തിൽ ആഢ്യത്വം അച്ഛന് മാത്രമേയുള്ളൂ എന്ന ചിന്ത സീതയെ ഗ്രസിച്ചു. ശരിയാണ്. അല്പം മങ്ങിയെങ്കിലും, അല്പാല്പം സിമന്റിളകിപ്പോയെങ്കിലും ഉമ്മറത്തെ തൂണുകൾക്ക് ഇന്നും പഴയ പ്രൗഢി മറക്കാൻ കഴിയില്ല. പഴയ ആഢ്യത്വം മറക്കാനാവില്ല.

ക്ഷേത്രത്തിന്റെ വലിയ ഗോപുരവാതിൽ കടക്കുമ്പോൾ പിന്നിൽ നിന്നും ആരോ സീതയുടെ ചുമലിൽ തൊട്ടു. സീത തിരിഞ്ഞുനോക്കി. ഇല്ലത്തെ സരസ്വതി. ഇവളെ കണ്ടിട്ടെത്രനാളായി! മെലിഞ്ഞ്, വിളറിയ രൂപം.

സരസ്വതി ചിരിച്ചു. പഴയ സുന്ദരമായ പല്ലുകൾക്ക് മാത്രം മാറ്റം സംഭവിച്ചിട്ടില്ല. പത്താംതരംവരെ ഒന്നിച്ചാണ് പഠിച്ചത്. പത്താംതരത്തിൽ വച്ച് സരസ്വതി പഠിപ്പ് നിർത്തി. ഏതോ വയസ്സൻനമ്പൂതിരിയുടെ വേളിയായി. ദൂരയെങ്ങോ ഒരില്ലത്ത് അവൾ പോയി എന്നറിഞ്ഞു. അവളുടെ വിവാഹത്തിന് സീത പോയില്ല. സീത ആരുടേയും വിവാഹത്തിന് പോയിട്ടില്ല.

സരസ്വതി ചിരിച്ചു.

അച്ഛൻ കൂടെയുള്ളതിനാൽ സ്വാതന്ത്ര്യമില്ല. അല്ലെങ്കിൽ പലതും ചോദിക്കാനുണ്ടായിരുന്നു. എന്നു വന്നു? എന്തുപറ്റി? സുഖമാണോ? ഒന്നും ചോദിക്കാൻ വയ്യ. വിശാലമായ ഒരു ചിരികൊണ്ട് കുശലം പറഞ്ഞശേഷം അവൾ അച്ഛനെ അനുഗമിച്ചു.

ദീപാരാധന തൊഴുതുനില്ക്കുമ്പോൾ, ദീപങ്ങളുടെ വർണ്ണമനോഹാരിത കണ്ടു നില്ക്കുമ്പോൾ, അവൾ ഓർമ്മിച്ചത് ഈശ്വരനെയല്ലായിരുന്നു. മന്ത്രോച്ചാരണങ്ങളും മണിയടികളും കേൾക്കുന്നുണ്ടായിരുന്നുമില്ല. നിറഞ്ഞ കണ്ണുകളിലൂടെ ഒഴുകിയിറങ്ങുന്ന രണ്ടു ചാലുകൾ. നിത്യദുഃഖത്തിന്റെ രണ്ടരുവികൾ, അവയെ ഈശ്വരൻ കാണുന്നില്ലേ? അവയ്ക്ക് ഈശ്വരകടാക്ഷം എന്നാണ് ലഭിക്കുക? അവയ്ക്ക് എന്നാണ് മുക്തി ലഭിക്കുക? ഏതു ദേവൻ അനുഗ്രഹിക്കാനായി എത്തും? അഹല്യ എന്ന കല്ലുപോലെ ഇനി എത്രനാൾ...?

ദീപാരാധന തീർന്നിരുന്നു. കർപ്പൂരദീപത്തിന് മുകളിലേക്ക് ആവേശപൂർവ്വം ഉയരുന്ന അനേകം കൈകൾ. തൊട്ടുപിന്നിൽ.

സീത തിരയുകയായിരുന്നു ആ കണ്ണീർച്ചാലുകൾ. ഒരിക്കലും വറ്റാത്ത രണ്ടരുവികൾ. സീത ക്ഷേത്രം മറന്നു. ദൈവത്തെ മറന്നു. അപ്പുറത്ത് പുരുഷന്മാരുടെ നിരയിൽ കണ്ണടച്ചു തൊഴുതു നിൽക്കുന്ന ഉഗ്രപ്രതാപിയായ അച്ഛനെ മറന്നു.

'ലക്ഷ്മിയമ്മായീ!' അവളുടെ മനസ്സ് വിളിച്ചു. അവൾ കൈ നീട്ടി.

''ശ്!'' അമ്മായി ചുണ്ടത്ത് വിരൽവെച്ച് അവളെ ശാസിച്ചു. ആൾക്കൂട്ടത്തിനിടയിൽ അവർ അച്ഛനെ കണ്ടുകഴിഞ്ഞിരുന്നുവെന്ന് സീത മനസ്സിലാക്കി. അവർ അച്ഛനെത്തന്നെ ഉറ്റുനോക്കി നില്ക്കുകയായിരുന്നു. അവരും തന്നെപ്പോലെ, ഇപ്പോൾ പ്രാർത്ഥിക്കുന്നുണ്ടായിരുന്നില്ല. ലക്ഷ്മിയമ്മായിയുടെ കണ്ണുകൾ കാറ്റിൽപ്പെടാത്ത തിരിനാളങ്ങൾപോലെ നിന്നു. ശ്രീകോവിലിലെ അനേകം ദീപങ്ങൾ അവിടെ പ്രകാശിച്ചു. അച്ഛൻ കാണുന്നതിനുമുൻപ് എങ്ങനെയെങ്കിലും അമ്മായിയെയും കൂട്ടി പുറത്തിറങ്ങിയാൽ മതിയായിരുന്നു. സീതയുടെ മനസ്സ് ധൃതിപൂണ്ടു.

ലക്ഷ്മിയമ്മായി അവളെ ശ്രദ്ധിച്ചതേയില്ല. അവളോടു സംസാരിക്കാൻ ഭാവം കാട്ടിയതുമില്ല. കണ്ണുകൾ തുറന്ന്, കൈകൂപ്പി, ശിലാവിഗ്രഹംപോലെ ഒരേ നിൽപ്പ്.

അച്ഛൻ നടന്നു. പുറകെ സീതയും.

നിമിഷങ്ങൾക്കുശേഷം ഗരുഡവിഗ്രഹത്തിനു ചുവട്ടിൽവച്ച് സീത വിളിച്ചു.

''അച്ഛാ!''

''ഉം?'' ധൃതിയിൽ നടന്നിരുന്ന അച്ഛൻ തിരിഞ്ഞുനിന്നു.

തൊട്ടുപിന്നിൽ നടന്നെത്തുകയായിരുന്നു ലക്ഷ്മിയമ്മായി. അവരും പെട്ടെന്ന് നിന്നുപോയി.

മങ്ങിയ സാന്ധ്യപ്രകാശത്തിൽ അച്ഛൻ ആ ക്ഷീണിച്ച രൂപത്തെ സൂക്ഷിച്ചുനോക്കി.

''സീതേ...'' അച്ഛന്റെ ശബ്ദം ഉയർന്നു.

ഇടിമുഴക്കത്തിന്റെ ശക്തിയുണ്ടായിരുന്നു.

തിരിഞ്ഞുനോക്കാതെ, ഉറച്ച കാൽവെപ്പുകളോടെ അച്ഛൻ ഗോപുരവാതിലിനു നേരെ നടന്നു. ഒപ്പമെത്താൻ സീതയ്ക്ക് ഓടേണ്ടിവന്നു. പിന്നിൽ ഇരുപുറത്തുംകൂടി ഒഴുകുന്ന ഭക്തജനങ്ങൾക്ക് നടുവിൽ ആ രൂപം ഒരു ശിലപോലെ നിശ്ചലമായി നില്ക്കുന്നത് സീത കണ്ടു.

അച്ഛൻ ഒരു കൊടുങ്കാറ്റുപോലെ പായുകയായിരുന്നു. സീതയ്ക്ക് വഴിനീളെ ഓടേണ്ടിവന്നു. ഇരുണ്ട വഴിയിൽ, എവിടൊക്കെയോ തട്ടിവീഴാൻ പോയി. വീട്ടിലെത്തുവോളം അവൾ ആലിലപോലെ വിറയ്ക്കുകയായിരുന്നു. ധൃതിയിൽ നടക്കുന്നതിനാൽ, തോളിൽ നിന്നൂർന്നു വീഴുന്ന നേരിയത് അച്ഛൻ തിടുക്കത്തിൽ നേരെയാക്കുന്നത്. അവൾ കണ്ടു. ആ കാൽവെപ്പുകളിൽ, ആ മനസ്സ് അവൾ കണ്ടു. അതു കിതയ്ക്കുന്നു. പല്ലുഞെരിക്കുന്നു. ഗർജ്ജിക്കുന്നു.

സീത ദൈവമേ എന്ന് പ്രാർത്ഥിച്ചത് അപ്പോഴായിരുന്നു.

പടിപ്പുര ആഞ്ഞു വലിച്ചുതുറന്ന് അച്ഛൻ അകത്തുകടന്നു. ഇറയത്തേക്കുള്ള ഒതുക്കുകല്ലുകളിൽ ഉറക്കെ ചവിട്ടിയാണ് കയറിയത്. ഇറയത്തെത്തിയ ഉടനെ, തോളത്തെ നേരിയത് കസേരയിലേക്ക് വലിച്ചെറിഞ്ഞ് തൂണിൽ പിടിച്ചുനിന്നു കിതച്ചു.

നിലവിളക്കിൽ എണ്ണ വറ്റിയിരുന്നു. വിളക്കിൽ, ചത്തുവീണ ഏതോ ജീവിയുടെ ചലനമറ്റ ശരീരം. വെളിച്ചത്തിന് മുഖം തിരിച്ചാണ് അച്ഛൻ നിന്നിരുന്നത്. എന്നിട്ടും, മുഖത്തിന് ഇരുവശത്തും കൂടെ, നെറ്റിയിൽ നിന്ന് വിയർപ്പിന്റെ അനേകം ചാലുകളൊഴുകിയിറങ്ങുന്നത് സീതയ്ക്ക് കാണാമായിരുന്നു. അവൾ സംശയിച്ചു സംശയിച്ച് ഇറയത്തുകയറി അകത്തേക്ക് കടന്നു.

ശേഖരേട്ടൻ ഒന്നും മനസ്സിലാകാതെ നിന്നു.

ചേട്ടത്തിയമ്മ ശബ്ദം താഴ്ത്തി ചോദിച്ചു: ‘‘എന്താ സീതേ?’’

അപ്പോൾ പുറത്ത് അച്ഛന്റെ വാക്കുകൾ ഇടിമുഴങ്ങുംപോലെ കേട്ടു:

‘‘അഹങ്കാരി! ഒരുമ്പെട്ടവൾ! എന്റെ മുൻപിൽ നില്ക്കാൻ, എന്റെ മുഖത്തു നോക്കാൻ ധൈര്യപ്പെട്ടു. അമ്പലത്തിൽ കാലെടുത്തുവെയ്ക്കാൻ അവൾ ധൈര്യപ്പെട്ടു. അമ്പലംകൂടി അശുദ്ധമാക്കി നശിപ്പിക്കാൻ, ക്രിസ്ത്യാനിയുടെ ദുർഗ്ഗന്ധവുംകൊണ്ട് അവൾ... അവൾ...’’

പല്ലുകൾ തമ്മിൽ ഞെരിഞ്ഞമരുന്ന നിർദ്ദയമായ ശബ്ദം സീത വാതിലിന് പിന്നിൽനിന്ന് കേട്ടു. അവളുടെ ഹൃദയം വല്ലാതെ മിടിച്ചുകൊണ്ടിരുന്നു. ശിലാവിഗ്രഹംപോലെ, കൂപ്പിയ കൈകളുമായി, ഗരുഡവിഗ്രഹത്തിനരികിൽ നിന്ന അവശമായ രൂപമായിരുന്നു മനസ്സിൽ. നിസ്സഹായത നിറഞ്ഞുതുളുമ്പുന്ന ആ കണ്ണുകൾ ചോദിക്കുമ്പോലെ തോന്നുന്നു.

-മനസ്സിലായോ? നിനക്കിപ്പോഴെങ്കിലും മനസ്സിലായോ മോളെ, നിന്റെ അച്ഛനെ?

സീത കിടക്കയിൽ കമിഴ്ന്നു വീണുകിടന്നു. അവളുടെ കണ്ണുകൾ നിയന്ത്രണംവിട്ട് നിറഞ്ഞൊഴുകി.

അച്ഛൻ ഇറയത്ത്, കൈകൾ പിറകിൽ കെട്ടി, അന്തമില്ലാതെ ഉലാത്തിക്കൊണ്ടിരുന്നു. ശേഖരേട്ടൻ മുറ്റത്തെ ഇരുട്ടിലേക്കു നോക്കി എന്തു ചെയ്യണമെന്നാലോചിക്കുകയായിരുന്നു.

ചേട്ടത്തിയമ്മ സീതയുടെ അരികിൽ ഇരുന്നു. അവളുടെ കൈയിൽ തൊട്ടു മെല്ലെ വിളിച്ചു: ‘‘എന്താണ്, എന്തുണ്ടായി സീതേ?’’

സീത എഴുന്നേറ്റിരുന്നു. ചേട്ടത്തിയമ്മയുടെ തോളിൽ മുഖമമർത്തി പറഞ്ഞു: ‘‘എന്റെ പ്രതീക്ഷകൾ തെറ്റി, ചേട്ടത്തിയമ്മേ. എല്ലാം തെറ്റി. എല്ലാം തകർന്നു.’’

ചേട്ടത്തിയമ്മയുടെ കൈകൾ അവളുടെ പുറം തടവിക്കൊണ്ടിരുന്നു. ആ രാത്രി ഉറക്കമില്ലാത്തവരുടെ രാത്രിയായിരുന്നു.

പത്ത്

സന്ധ്യാവെളിച്ചം വീണുകിടക്കുന്ന ഈ വഴിത്താരയിലൂടെയാണ് ഒരിക്കൽ നടന്നുപോയത്. ഒരിക്കലും തിരിച്ചുവരാതിരിക്കാൻ വേണ്ടിയുള്ള യാത്രയായിരുന്നു അതെന്ന് കരുതി. ഒരു പറിച്ചുനടലായിത്തീരുമെന്ന് വിശ്വസിച്ചു. വേദനിക്കുന്ന ആ മുറിവ് കരിഞ്ഞതും മറഞ്ഞതും എല്ലാം തന്നെ വെറും മിഥ്യയായിരുന്നെന്ന് ഇന്ന് മനസ്സിലായി. ഇതാ, ഈ നിമിഷത്തിൽ, ഈ ഗരുഡവിഗ്രഹത്തിന് കല്പിക്കപ്പെട്ട ചൈതന്യം വാർന്നുപോകുന്നതായി തോന്നുന്നു. കൽവിളക്കിൽ എരിയുന്ന തീനാളങ്ങൾ കറുത്തുപോകുന്നു.

ഈ മണ്ണിൽ ലക്ഷ്മി അപരിചിതയാണോ? അന്യയാണോ? ആണെന്ന് തെളിഞ്ഞിരിക്കുന്നു. ഇവിടം തന്നെ തിരിച്ചറിയുന്നില്ല.

അപ്രതീക്ഷിതമായ ഈ കൂടിക്കാഴ്ച; ഇതിങ്ങനെ തന്നെയാണ് അവസാനിക്കുക എന്നറിയാമായിരുന്നു. എന്നിട്ടും മനസ്സിന് പുതിയൊരാഘാതമേറ്റതുപോലെ...

മോക്ഷം ലഭിച്ച മനസ്സുകളോടെ ഭക്തജനങ്ങൾ ക്ഷേത്രം വിട്ടകലുന്നു. മനഃശാന്തിയുടെ ക്ഷേത്രദീപങ്ങൾ തന്റെ മുമ്പിൽ അണഞ്ഞുപോയിരിക്കുന്നു. ഇനി ഒന്നുമാത്രം. അന്ധകാരം! ഓളങ്ങളായി, തിരമാലകളായി ചുറ്റും പെരുകുന്ന അന്ധകാരം! തളർന്ന കാൽവെയ്പുകളോടെ ലക്ഷ്മിയമ്മ നടന്നു.

വീട്ടിൽ ഒരു ചിത്രമുണ്ട്. ചുവരിന്മേലല്ല. തന്റെ മുണ്ടുപെട്ടിയിൽ. ദൈവത്തിന്റെ ചിത്രം. അദ്ദേഹം കളിയാക്കിയിരുന്നു.

''നിന്റെ പെട്ടിയിൽ താമസിക്കുന്ന ദൈവമേതാണ്?''

അദ്ദേഹം കളിയാക്കുക മാത്രമേ ചെയ്തിരുന്നുള്ളൂ. ഒരിക്കലും തന്നെ വേദനിപ്പിച്ചിരുന്നില്ല. ഹൃദയത്തിന് ഒരു ചെറിയ പോറൽപോലും ഏല്പിച്ചിട്ടില്ല.

ചിലപ്പോൾ ചോദിച്ചിരുന്നു: ''നിനക്ക് ദുഃഖമുണ്ടോ? പശ്ചാത്താപം തോന്നുന്നുണ്ടോ?''

''ഇല്ല'' എന്ന മറുപടി അദ്ദേഹത്തെ ആശ്വസിപ്പിച്ചിരുന്നുവോ?

''നിന്റെ ചിത്രം ഇങ്ങു തരൂ. ഞാനത് ഈ ചുവരിൽ വെക്കാം.''

''വേണ്ട. ചുവരിൽ വെക്കാൻവേണ്ടി കൊണ്ടുപോന്നതല്ല. വെറുതെ, പോന്നപ്പോൾ കൂടെക്കൊണ്ടുപോരാൻ മറ്റൊന്നും ഉണ്ടായിരുന്നില്ല.''

വിഷ്ണു വളർന്നതിനുശേഷം, വളരെ രഹസ്യമായി മാത്രമേ, ആ ചിത്രം പുറത്തെടുത്തിരുന്നുള്ളൂ. മാല ചാർത്തിയിരുന്നുള്ളൂ.

''ഈ ചിത്രം അമ്മയ്ക്കെന്തു തരും? അറിഞ്ഞാൽക്കൊള്ളാമെന്നുണ്ട്.''

അവന്റെ ചോദ്യങ്ങൾ അത്തരമായിരുന്നു. അവനങ്ങനെയൊരന്ത രീക്ഷത്തിലാണ് വളർന്നത്. തിരിച്ചറിവിന്റെ പാഠങ്ങൾ അവൻ വളരെ നേരത്തേ വശമാക്കിത്തുടങ്ങിയിരുന്നു. അച്ഛൻ, അതിനുശേഷം ദാമോ ദരൻ മാഷ്, അവന്റെ ഗുരുക്കന്മാരായിരുന്നു.

വിഷ്ണു പലപ്പോഴും പറഞ്ഞു: ‘‘എത്രയോ കാലങ്ങളായി അമ്മ ഈ ചിത്രം സൂക്ഷിക്കുന്നു. ഞാൻ ജനിക്കുംമുൻപേ ഇതമ്മയുടെ കൈ യിലുണ്ടായിരുന്നിരിക്കണം. എന്നിട്ട്, ഇത്രകാലം പൂജിച്ചിട്ട് ഈ ചിത്രം എന്തു തന്നു?’’

‘‘എനിക്ക് ഒരല്പം മനഃസമാധാനം വേണം. മരിക്കുന്നതുവരെ...’’

‘‘മനഃസമാധാനം കിട്ടിയോ?’’

വിഷ്ണുവിന്റെ ചോദ്യങ്ങൾ എപ്പോഴും അങ്ങനെയായിരുന്നു. നോവിപ്പിക്കാനായിരിക്കില്ല. എങ്കിലും ഫലം നൊമ്പരം തന്നെയാണ്. ദാമോദരൻമാഷ് വീണ്ടും മൈലുകൾ അകലെ നിന്നുകൊണ്ട് അവനി ലൂടെ ചോദിക്കുകയാണെന്ന് തോന്നും. വിഷ്ണു, ദാമോദരൻമാഷ്ടെ കളരിയിലാണ് പക്വതയുടെ പാഠങ്ങൾ, തിരിച്ചറിവിന്റെ വേദങ്ങൾ പഠി ച്ചത്. അവിടെനിന്നാണ്, എന്തിനേയും നിരൂപണദൃഷ്ടിയോടെ നോക്കി ക്കാണാൻ പഠിച്ചത്. പഠിച്ചതത്രയും അവൻ ഉൾക്കൊണ്ടു. ഒരുപക്ഷേ, പഠിച്ചതിലൂടെ, പഠിക്കാത്തതിന്റെ ആരംഭബിന്ദുവും കണ്ടെത്താൻ അവൻ സമർത്ഥനായി. പക്ഷേ... പക്ഷേ....

ചിലപ്പോൾ തോന്നും. വിഷ്ണു തന്റെ മകൻ മാത്രമാണോ?

അവൻ പറയുന്ന വാക്കുകൾ കേട്ടാൽ, അവന്റെ സംസാരം കേട്ടാൽ, താൻ അവന്റെ അമ്മയാണെന്നല്ല, ശിഷ്യയാണെന്നാണ് തോന്നുക. എത്ര രാത്രികൾ ആ സംസാരത്തിൽ മുങ്ങി, സ്വയം മറന്ന് ഇരുന്നിരി ക്കുന്നു. അറിവിന്റെ പുതിയ തീരങ്ങളും, മാനങ്ങളും തുറന്ന് കാട്ടിത്ത രുന്ന നിലയ്ക്കാത്ത ആ പ്രവാഹം, അവന്റെ ചിന്ത ചക്രവാളസീമകളെ മറികടന്ന് പോയിരിക്കുന്നു.

‘വിഷ്ണു! തന്റെ മകൻ!’

ഒരുപക്ഷേ, ഇങ്ങനെയൊരു മകന് ജന്മം കൊടുത്തതായിരിക്കണം തന്റെ സായൂജ്യം. അതെ, ഇതു മാത്രം. ലക്ഷ്മിയമ്മ, നിറഞ്ഞുവന്ന കണ്ണുനീർ തുടച്ചുകളഞ്ഞു. വഴിയിൽ പരക്കുന്ന ഇരുട്ട്. വഴിയുടെ ഓരം ചേർന്ന് അവർ നടന്നു.

ചെന്നുകയറുമ്പോൾ വിഷ്ണു എന്തോ എഴുതുകയായിരുന്നു. മിക്കവാറും സമയം അവൻ ഇങ്ങനെ തന്നെയാണ്. ഇടംകൈയിൽ ബീഡി പുകയുന്നുണ്ടായിരിക്കും. എന്തെങ്കിലും എഴുതുകയോ, അല്ലെ ങ്കിൽ ഗാഢമായ ചിന്തയിൽ മുഴുകിയിരിക്കുകയോ, മേശപ്പുറത്തും താഴെയും ചിതറിക്കിടക്കുന്ന ബീഡിക്കുറ്റികളും, ബീഡിച്ചാരവും കട ലാസ്സുകഷണങ്ങളും.

അമ്മ, ഇപ്പോൾ കസേരയിലിരുന്നെഴുതുന്ന മകനെ കണ്ടില്ല. മനസ്സ് ഇപ്പോൾ അവിടെയെങ്ങുമായിരുന്നില്ല.

-കൽവിളക്കിലെ നാളങ്ങൾ ഇപ്പോൾ തണുത്തിരിക്കും. ശ്രീകോവിൽ അടച്ചിരിക്കും. മനുഷ്യമനസ്സുകളിൽ ബന്ധങ്ങളെന്ന തിരിനാളങ്ങളും എന്നേ തണുത്തുപോയിരിക്കുന്നു. മനസ്സെന്ന ശ്രീകോവിൽ എന്നേ അടച്ചിരിക്കുന്നു! ശൂന്യമായ, വിജനമായ, ക്ഷേത്രനട പോലെ... പക്ഷേ, വയ്യ. ഇതു താങ്ങാനാവുന്നില്ല.

തുറിച്ചുള്ള, ദഹിപ്പിക്കുന്ന നോട്ടം, 'സീതേ!' എന്ന ഉഗ്രമായ വിളി ക്ഷേത്രപ്പറമ്പിനെ നടുക്കിക്കൊണ്ടുള്ള കുതിപ്പ്.

ഏട്ടൻ... മനസ്സിന്റെ കോണുകളിലെങ്ങോ മായാത്ത ഒരോർമ്മ ശേഷിക്കുന്നു. സർപ്പക്കാവിലും തോട്ടിൻകരയിലും അമ്പലപ്പറമ്പിലും പൂവട്ടിയുമായി പൂക്കൾതേടി നടക്കുന്ന ചിത്രശലഭങ്ങളെപ്പോലെ ഒരേട്ടനും ഒരനിയത്തിയും അനിയത്തിയുടെ കാലിൽ മുള്ളു തറയ്ക്കാതിരിക്കുവാൻ ഏട്ടൻ നിഷ്കർഷിച്ചു. അനിയത്തിയുടെ കൂട പൂക്കൾ കൊണ്ടു നിറയ്ക്കുവാൻ തിടുക്കം കാണിച്ചു. വയൽവരമ്പിൽ വെച്ച്, അനിയത്തിക്കുവേണ്ടി, സ്കൂൾകുട്ടികളോടു തല്ലുകൂടി. ഏട്ടന് അനിയത്തി ജീവനായിരുന്നു. അനിയത്തിക്കുവേണ്ടി മാമ്പഴം പറിക്കാൻ ഒരിക്കൽ മാവിൽ കയറി. നിറയെ ഉറുമ്പുകൾ പൊതിഞ്ഞ മാവ്. ശരീരം മുഴുവൻ ചുവന്നു തടിച്ചു. എന്നിട്ടും മാമ്പഴംകൊണ്ട് ഇറങ്ങിവന്നു.

അത് അന്നത്തെ കഥ. പഴങ്കഥ. കാലഹരണപ്പെട്ട കഥ. ലക്ഷ്മിയമ്മ കണ്ണുകൾ തെരുതെരെ അടച്ചു. അമ്മ അകത്തേക്ക് നടന്നു. കട്ടിലിൽ ചെന്നു വീണു.

''അമ്മ വന്നോ?'' വിഷ്ണു വിളിച്ചു ചോദിക്കുന്നത് കേട്ടു.

വന്നു, തകർന്ന അസ്ഥികളിൽ തകർന്നൊരു മനസ്സും താങ്ങി വന്നു.

വിഷ്ണു വീണ്ടും ചോദിച്ചു. പിന്നെ, കസേര നീക്കുന്ന, എഴുന്നേൽക്കുന്ന ശബ്ദം കേട്ടപ്പോൾ, അമ്മ വേഗം കണ്ണുതുടച്ചു.

''ഇതെന്താ, ദൈവദർശനം കഴിഞ്ഞപ്പോൾ ക്ഷീണിച്ചോ? വയ്യെങ്കിൽ, ഞാൻ കൂടി വരുമായിരുന്നല്ലോ?'' വിഷ്ണു ചിരിച്ചുകൊണ്ടാണ് പറഞ്ഞത്.

അമ്മ ഓർത്തു. അമ്മയുടെ വിരലിൽ പിടിച്ച് ഒന്നുരണ്ട് തവണയേ വിഷ്ണു പോയിട്ടുള്ളൂ അമ്പലത്തിൽ. അന്ന് അവന്റെ അച്ഛനുണ്ടായിരുന്നു. താമസിച്ച വീടിനടുത്ത് ഒരു കാവ്. അമ്പലത്തിന്റെ പ്രൗഢിയും അന്തസ്സുമില്ലാത്ത ഒന്ന്. അവിടെ വർഷത്തിലൊരിക്കൽ ആഘോഷിക്കുന്ന ഉത്സവം കാണാനാണ് പോയിട്ടുള്ളത്. പാമ്പുകൾപോലെ വളഞ്ഞ് പുളഞ്ഞു കിടക്കുന്ന വള്ളികളാണു നിറയെ. ഇടതിങ്ങി വളർന്നുനില്ക്കുന്ന വൃക്ഷങ്ങൾ. അതിന് നടുവിൽ കൂനിപ്പിടിച്ചൊരു കൂര. മേൽപ്പുരയില്ല. ഇടിഞ്ഞുപൊളിഞ്ഞ കല്ലുകൾകൊണ്ടാണ് ഇരിപ്പിടം. അവിടെ

അടഞ്ഞ കണ്ണുകളോടെ ദേവി. തകർന്ന കോവിലാണെങ്കിലും, അവ ഗണിക്കപ്പെട്ട ദേവിയാണെങ്കിലും ഭക്തജനങ്ങൾ അവിടെ പതിവായി തൊഴാനെത്തി. മാലകൾ ചാർത്തി. മണിമുഴക്കി. ശബ്ദത്തിൽ, ബഹള ത്തിൽ, ജനപ്രവാഹത്തിൽ കാവിലെ അന്തേവാസികളായ ഇഴജന്തു ക്കൾ സ്ഥലംവിട്ടു. ക്രമേണ ഭക്തർ ദേവിയെ കടാക്ഷിച്ചു. ദേവിക്ക്, വെയിലിൽനിന്നും മഴയിൽനിന്നും രക്ഷപ്പെട്ടിരിക്കാനായി മേല്പുര വന്നു... വിഷ്ണുവിനെ ഒരിക്കൽ കൊണ്ടുപോയതോർമ്മവരുന്നു. ചെറിയ കുട്ടിയായിരിക്കുമ്പോൾ.

''അതാരാമ്മേ?''

''ദേവി.''

'''ദേവി എന്താ ഒറങ്ങുന്നത്?''

''ശ്. ഒറങ്ങുകയല്ല.''

''പിന്നെ കണ്ണടച്ചിരിക്കുന്നതോ? ദാ, ദേവിക്കു പഴോം പാലുമൊക്കെ കൊടുക്കുന്നു. ദേവി പഴം തിന്വോ?''

''ഒന്നു പതുക്കെപ്പറ, കുട്ടീ.''

ഒരു വിധത്തിലാണ് വീട്ടിലേക്ക് മടങ്ങിയത്. അത് കേട്ടപ്പോൾ അദ്ദേഹം ചിരിച്ചു.

അവനെ എടുത്തുകൊണ്ട് പറഞ്ഞു: ''എന്റെ മോൻ ചിന്തിക്കാൻ തുടങ്ങി.''

''അമ്മേ!'' വിഷ്ണു വിളിച്ചു. ''സുഖമില്ലേ?''

''നീ കാപ്പി കുടിച്ചോ?''

മകന്റെ ചുണ്ടിലിരുന്നെരിയുന്ന ബീഡിയിലേക്കു നോക്കി അമ്മ പറഞ്ഞു:

''ഇതിങ്ങനെ തിന്നുകൊണ്ടിരുന്നാൽ മതിയല്ലോ. അച്ഛനും മകനും ഒരുപോലെ.''

അമ്മ അടുക്കളയിലേക്കു നടന്നപ്പോൾ വിഷ്ണു പിന്നാലെ ചെന്നു. അമ്മ കണ്ണുനീരടക്കാൻ ശ്രമിച്ചു. തന്റെ ഭാവവ്യത്യാസം വിഷ്ണു കാണരുത്. അവനൊന്നുമറിയരുത്.

''പഴയ മുഖങ്ങളെ വല്ലതും കണ്ടോ? അമ്മ ഇന്നാദ്യമായല്ലേ പുറ ത്തേക്കിറങ്ങിയത്? പണ്ടത്തെ കൂട്ടുകാരോ, ബന്ധുജനങ്ങളോ ആരെ ങ്കിലും?''

അമ്മ അതു ശ്രദ്ധിക്കാതെ, മറുപടി പറയാതെ, കാപ്പി പകർന്നു നീട്ടി. ആ കുനിഞ്ഞ ശിരസ്സിലേക്ക്, കുനിഞ്ഞ കണ്ണുകളിലേക്ക് നോക്കി, കാപ്പി വാങ്ങാതെ വിഷ്ണു ചോദിച്ചു: ''എന്താണമ്മേ?''

''എന്താ?''

അമ്മയുടെ മുഖഭാവം വിഷ്ണു ശ്രദ്ധിച്ചു. അമ്മ അഭിനയം നടത്താനുള്ള ശ്രമത്തിൽ ബദ്ധപ്പെടുന്നതു മകൻ കണ്ടു.

''നല്ലത്. അമ്മ എന്തോ മറച്ചുപിടിക്കാൻ ശ്രമിക്കുന്നു. എന്റെ മുൻപിൽ, അമ്മ പ്രസവിച്ച ഈ വിഷ്ണുവിന്റെ മുൻപിൽ ഈ അഭിനയം വളരെ നന്ന്. ശരി. ഞാനൊന്നും ചോദിക്കുന്നില്ല. അമ്മയെ വിഷമിപ്പിക്കുന്നുമില്ല. ഒരു ആവറേജ് നായർപ്രമാണിക്ക്, ഭ്രഷ്ടാക്കിയ സഹോദരിയോട് എങ്ങനെ പെരുമാറാൻ കഴിയുമെന്ന് വിഷ്ണുവിന് ഊഹിക്കാൻ കഴിയുന്നുണ്ട്. ഈ കണ്ണിലെ നനവാണ് അതിനുള്ള തെളിവ്.''

വിഷ്ണു കാപ്പിയും വാങ്ങി മുറിയിലേക്ക് പോയ്ക്കഴിഞ്ഞപ്പോൾ ലക്ഷ്മിയമ്മ ചുവർ ചാരി കണ്ണുപൂട്ടി നിന്നു. ഒന്നുമോർക്കരുത്. ഒന്നു മറിയരുത്. ആ സിദ്ധി... അത് തനിക്ക് ലഭിച്ചിരുന്നുവെങ്കിൽ... വല്ലാത്ത തളർച്ച. ഇനി തളർന്ന കാലുകളിൽ എത്രനാൾ മുന്നോട്ട് പോകാനാവും? പക്ഷേ....തനിക്ക് മരിക്കാൻ ധൈര്യമില്ല. മരിക്കാൻ തനിക്കാവില്ല. തന്റെ വിഷ്ണു...

വിഷ്ണു കസേരയിലിരുന്നു. ഇപ്പോൾ അയാൾ എഴുതുകയായിരുന്നില്ല. തെരുതെരെ ബീഡികൾ വലിച്ചു തീർത്തുകൊണ്ടിരുന്നു. മുൻപിൽ നിവർത്തിവച്ച പുസ്തകത്തിന്റെ താളുകൾ മറിഞ്ഞുകൊണ്ടിരുന്നു. ബീഡിയുടെ ചാരം പറന്ന് ഷർട്ടിലും മുണ്ടിലും വീണു.

അമ്മയുടെ കുനിഞ്ഞ ശിരസ്സ്, നനവാർന്ന കണ്ണുകൾ, ജീവിതം മുഴുവൻ അമ്മ കരഞ്ഞിട്ടേയുള്ളൂ. അപൂർവ്വം മാത്രം ചിരിച്ച് കണ്ടിട്ടുള്ള തന്റെ പാവം അമ്മ. വിഷ്ണുവിന് വേണ്ടി വലിഞ്ഞ് വലിഞ്ഞ് ദിവസങ്ങൾ തള്ളിനീക്കുന്ന അമ്മ. വിഷ്ണു പല്ലുകടിച്ചു.

ദാമോദരൻമാഷ്ടെ വാക്കുകൾ അദൃശ്യതയിൽ നിന്നെന്നപോലെ കേട്ടു.

''വിഷ്ണു, ഒരു കാര്യം ജീവിതത്തിന്റെ ഏതു തിരിവിൽ നില്ക്കുമ്പോഴും ഓർക്കുക. ശുദ്ധമായ മനസ്സിന് ഭയപ്പെടേണ്ടതില്ല. എത്രനാൾ നിന്നോടൊപ്പം ഒരു ശുദ്ധമായ മനസ്സുണ്ടോ അത്രനാളും നീ ധീരനായിരിക്കും.''

ഒരിക്കൽ ദാമോദരൻ മാഷ് പറഞ്ഞു: ''വിഷ്ണുവിനോട് എനിക്കൊരു കാര്യം ഉപദേശിക്കാനുണ്ട്. എടുത്തുചാട്ടവും ദീർഘവീക്ഷണ രഹിതമായ പ്രവർത്തിയും ഒന്നിനും മാർഗ്ഗമാവില്ല. ഇരുത്തം വന്ന ചിന്തയാണ് പ്രധാനം. അതിൽനിന്നേ ശരിയായ മാർഗ്ഗം ഉരുത്തിരിഞ്ഞു കിട്ടുകയുള്ളൂ. വിഷ്ണു കുറച്ചുകൂടി ശാന്തനായി മാറേണ്ടിയിരിക്കുന്നു. പലതും ചെയ്തുതീർക്കാനുണ്ട്. പലതും നേടേണ്ടിയിരിക്കുന്നു. ലക്ഷ്യം അകലെയാണ്. അതു മറക്കരുത്.''

അമ്മ വീണ്ടും വന്നുകിടന്നിരിക്കുന്നു. അമ്മ വല്ലാതെ പരിക്ഷീണയായിരിക്കുന്നു. വേണ്ട, ഇപ്പോൾ ഒന്നും ചോദിക്കേണ്ട, അമ്മ സ്വന്തം വിചാരങ്ങളുടെ, വികാരങ്ങളുടെ വേലിയേറ്റത്തിലാണിപ്പോൾ. ഒഴുകട്ടെ. ചിറ തകർത്തൊഴുകട്ടെ. മനസ്സ് ഒന്നോടെ ശീതളമാകട്ടെ.

പതിനൊന്ന്

"എന്റെ അച്ഛനെ നിന്റെ അച്ഛനറിയും. അദ്ദേഹം ഒരു നായരല്ല, ഹിന്ദുവല്ല. ക്രിസ്ത്യാനിയാണ്. നസ്രാണി. പേര് തോമസ്,

വിഷ്ണു സീതയുടെ മുഖത്ത് നോക്കാതെയാണ് പറഞ്ഞത്. സീത അയാളുടെ മുഖത്തുതന്നെ കണ്ണുകളൂന്നി ഇരിക്കുകയായിരുന്നു. അയാൾ പറയുന്നതെന്തും കേൾക്കാൻ തയ്യാറായ മട്ടിൽ, മേശപ്പുറത്ത് കൈമുട്ടുകളൂന്നി, കൈപ്പത്തികളിൽ മുഖമമർത്തി അവളെ ഒരു ബന്ധുവെന്ന രീതിയിലോ, ഒരതിഥിയെന്ന രീതിയിലോ ഒന്നും തന്നെ അയാൾ കണക്കാക്കുന്നില്ലന്നറിഞ്ഞുകൊണ്ടുതന്നെ വീണ്ടും വീണ്ടും അവിടെ അവൾ ചെന്നു. ആരോ ഒരാൾ എന്ന മട്ടിലുള്ള വിഷ്ണുവിന്റെ പെരുമാറ്റത്തിൽ അവൾക്ക് വെറുപ്പ് തോന്നിയില്ല. അവൾക്ക് നന്നായറിയാമായിരുന്നു. തന്നെ, ഒരഭ്യുദയകാംക്ഷിയെന്ന നിലയിൽപ്പോലും കാണാൻ വിഷ്ണുവേട്ടൻ ഇഷ്ടപ്പെടുന്നില്ല. അടുക്കാൻ കൊള്ളാത്ത ഒരു വർഗ്ഗത്തിന്റെ പ്രതിനിധി. അത്രമാത്രം.

നിരോധനമുള്ള എവിടെയോ ചെന്നെത്തിയതുപോലെ, സംശയത്തോടെയാണ്. സീത പടികടന്നു ചെന്നത്, വാതിൽക്കൽ തന്നെ നിന്നത്. അന്നത്തെ, ക്ഷേത്രത്തിൽ വച്ചുള്ള അച്ഛന്റെ പെരുമാറ്റത്തിനുശേഷം ഇന്നാണ് അവളിവിടെ വരുന്നത്. അച്ഛന്റെ മോശമായ പെരുമാറ്റത്തിന് ക്ഷമചോദിക്കാൻ, ലക്ഷ്മിയമ്മായിയെ സമാധാനിപ്പിക്കാനാണ് അവൾ വന്നത്.

വിഷ്ണുവേട്ടൻ എവിടെയോ പോകാനുള്ള ഒരുക്കത്തിൽ നില്ക്കുകയാണെന്ന് തോന്നി.

അവൾ പതർച്ചയോടെ അകത്തേക്ക് കടക്കാതെ നിന്നു. അമ്മായിയെവിടെ?

വിഷ്ണു വിളിച്ചു: "അകത്തേക്കു വരൂ."

സീതയ്ക്ക് അത്ഭുതവും അവിശ്വാസവും ഒന്നിച്ചുണ്ടായി. തനിക്കൊരിക്കലും മുഖം തരാത്തയാൾ. വെറുപ്പോടെ മാത്രം സംസാരിക്കുന്നയാൾ. അവൾ അകത്തുകടന്നു.

മുഖവുരയൊന്നും കൂടാതെ, വിഷ്ണു പറഞ്ഞു: "ആ കസേരയിലിരിക്കൂ. എനിക്കു കുറച്ചു സംസാരിക്കാനുണ്ട്."

അവളിൽ അത്ഭുതം വളരുകയായിരുന്നു. ആകാംക്ഷ പടരുകയായിരുന്നു. ആംഗ്യത്തിനൊത്തു ചലിക്കുന്നൊരു പാവയായി അവൾ കസേരയിലിരുന്നു. മേശപ്പുറത്ത് കൈമുട്ടുകളൂന്നി അയാളുടെ മുഖത്തേക്ക് ആകാംക്ഷയോടെ ഉറ്റുനോക്കി.

"വീട്ടുകാരറിഞ്ഞാണോ ഈ സന്ദർശനം?"

സീത നാവിറങ്ങിയതുപോലെ ഇരുന്നു. അവൾ വല്ലാതെ വിളറി.

അവൾ മിണ്ടിയില്ല. ആ ചോദ്യത്തിൽ പരിഹാസമാണ് മുന്തിനിന്നത് എന്ന് അവൾക്കു മനസ്സിലായി.

''ഒരേ ചാലിൽത്തന്നെ ഉഴുന്നതാണു കാളയ്ക്കു സുഖം. വ്യക്തിത്വ പ്രദർശനത്തിന്റെ പ്രശ്നമുദിക്കുന്നില്ല. പിന്നെ ഇത്തരമൊരു പ്രകടനം വേണോ?''

''ഇതു പ്രകടനമല്ല.''

''എനിക്കങ്ങനെയാണ് തോന്നുന്നത്.'' വിഷ്ണു ബീഡിയിലെ ചാരം തട്ടിക്കൊണ്ട് പറഞ്ഞു.

''ഒന്നു ചോദിക്കട്ടെ. എന്താണ് ഈ വരവിന്റെ ഉദ്ദേശം? ലക്ഷ്മിയമ്മായിയോട് സിമ്പതിയോ അതോ റസ്പെക്റ്റോ? എന്ത് വികാരമാണ്?''

സീത മുഖം പൊത്തി, പൊട്ടിവന്ന കരച്ചിലടക്കാൻ പാടുപെട്ടു.

''വിഷ്ണൂ...''

ലക്ഷ്മിയമ്മായി തൊട്ടുപിന്നിലെത്തിയത് സീത അറിഞ്ഞില്ല. അമ്മായി പറഞ്ഞു: ''വിഷ്ണൂ, നിന്റെ വാക്കുകൾ കൂടിപ്പോകുന്നു.''

''ഞാൻ പ്രകടനത്തിനായി വന്നതല്ല. പക്ഷേ... എല്ലാവരും എന്നെ സംശയിക്കുന്നു. അവിശ്വസിക്കുന്നു.'' സീതയുടെ സ്വരമിടറി.

''ഇല്ല കുട്ടീ, നിന്റെ മനസ്സ് അമ്മായി കാണുന്നുണ്ട്.'' ലക്ഷ്മിയമ്മായി സീതയുടെ ചുമലിൽ പിടിച്ചു.

വിഷ്ണു എങ്ങോ നോക്കിനിന്നു. കൈകൾ പകയോടെ പരസ്പരം കൂട്ടിത്തിരുമ്മി. പിന്നെ, ഒന്നും പറയാതെ പുറത്തിറങ്ങിപ്പോയി. ലക്ഷ്മിയമ്മായി സീതയെയുംകൊണ്ട് അവരുടെ മുറിയിലേക്കു പോയി.

''വിഷ്ണു അങ്ങനെയൊക്കെപ്പറഞ്ഞതിൽ മോള് വിഷമിക്കണ്ട. പക്ഷേ, ഞാനൊന്ന് ചോദിക്കട്ടെ. വീട്ടിലറിഞ്ഞാൽ ഭൂകമ്പമുണ്ടാകില്ലേ? മോൾക്ക് അത്ര ധൈര്യമുണ്ടോ?''

സീത അതിന് മറുപടി പറഞ്ഞില്ല. അവൾ മറ്റൊന്നാണ് പറഞ്ഞത്.

''അന്ന്... അച്ഛന്റെ പെരുമാറ്റം അമ്മായിയെ വേദനിപ്പിച്ചുവെന്ന് എനിക്കറിയാം. അമ്മായിയുടെ വിഷമം...''

''എനിക്ക് വിഷമം അനുഭവിച്ചതിൽ കൂടുതൽ ഇനി എന്തനുഭവിക്കാൻ? എന്തായാലും ജീവിച്ച അത്രയും കാലം ഇനി ജീവിക്കില്ലല്ലോ. ഏറിയാൽ ഇനിയെത്രനാൾ...?

''അങ്ങനെയൊന്നും പറയാതിരിക്കൂ.'' അവൾ കൈയെടുത്ത് അമ്മായിയുടെ ചുണ്ടത്തമർത്തി.

''വിഷ്ണുവേട്ടന്റെ അച്ഛനെ, എന്റെ അമ്മാവനെ, ഞാൻ കണ്ടിട്ടില്ല.'' സീത പറഞ്ഞു. ''എനിക്കൊന്നു കാണണമെന്നുണ്ട്. ഒന്ന് കാട്ടുമോ?''

ലക്ഷ്മിയമ്മായി സീതയെ നിർന്നിമേഷയായി നോക്കിയിരുന്നുപോയി. പ്രതാപവാനായ, മരണംവരെയും ശത്രുത പുലർത്താൻ

തീരുമാനമെടുത്തിരിക്കുന്ന ഒരച്ഛന്റെ മകളാണോ ഇത്? ഇങ്ങനെ സംസാരിക്കുന്നത് വിശ്വസിക്കാൻ കഴിയുന്നില്ല. ജീവിതം എത്ര യാദൃച്ഛികമാണ്! യുക്തിക്കും വിശ്വാസത്തിനും വഴങ്ങാത്തതെന്തൊക്കെ! എന്തൊക്കെ? ഈ പെൺകുട്ടി, ഇവളെന്ത് ഭാവിച്ചാണ്? ഇവളെ തടയണം. ഇവൾക്കൊന്നുമറിഞ്ഞുകൂടാ. ഒന്നുമറിഞ്ഞുകൂടാ.

ലക്ഷ്മിയമ്മായി വല്ലാതെ കിതയ്ക്കാൻ തുടങ്ങി.

സീത പരിഭ്രമിച്ചു. എന്താണ്? എന്താണിത്? അവൾ വിളിച്ചു: ‘‘അമ്മായീ...’’

ലക്ഷ്മിയമ്മായി അവളെ ശ്രദ്ധാപൂർവ്വം നോക്കിക്കാണുകയായിരുന്നു. അല്ലെങ്കിൽ... എന്തിനങ്ങനെയൊക്കെ ചിന്തിച്ചുപോകുന്നു? മരുഭൂമിയിലൂടെ നടന്നു തളർന്ന പാന്ഥൻ കണ്ട പച്ചപ്പാണിവൾ. ഇവൾ തന്റെ ആശ്വാസമാണ്. ഇവൾക്ക് തന്നെ വെറുക്കാനാവില്ല. ഇവൾകൂടി തന്നെ വെറുത്തിരുന്നുവെങ്കിൽ...

‘‘വരൂ...’’

അമ്മായി അവളെ മറ്റൊരു മുറിയിലേക്ക് കൊണ്ടുപോയി. പെട്ടി തുറന്ന് ഭദ്രമായി പൊതിഞ്ഞുവെച്ചിരുന്ന ചിത്രമെടുത്തു കൊടുത്തു. അതു മഞ്ഞച്ചിരിക്കുന്നു. നാലുപാടുനിന്നും ഇരട്ടവാലൻ കരണ്ടിരിക്കുന്നു. എങ്കിലും ആ മങ്ങലിലൂടെ സീത തന്റെ അമ്മാവനെ കണ്ടു. വിഷ്ണുവേട്ടന്റെ അച്ഛനെ കണ്ടു. ആ കണ്ണുകൾ കണ്ടപ്പോൾ സീത പൊടുന്നനെ ഓർത്തത് വിഷ്ണുവേട്ടനെയാണ്. അതേ കണ്ണുകൾ. വിഷ്ണുവേട്ടന്റെ കണ്ണുകൾക്ക്, പക്ഷേ, കൂടുതൽ പ്രകാശമില്ലേ? കൂടുതൽ തീക്ഷ്ണതയില്ലേ? ലോകത്തോട് മുഴുവനുമുള്ള പ്രതികാരഭാവവും പകയുമില്ലേ, ഒരു തലമുറയുടെ പ്രതിഷേധം മുഴുവൻ ആവാഹിച്ചുവെച്ച കണ്ണുകൾ.

സീത പെട്ടെന്നോർത്തു.

‘‘ന്യായാധിപനെ കാണാൻ ഒരിക്കൽ ഞാൻ വരും. പറഞ്ഞേക്കൂ.’’ എന്ന് പറഞ്ഞ കണ്ണുകൾ.

ദൈവമേ! എന്നാണതുണ്ടാവുക? അതുണ്ടാവാതിരിക്കട്ടെ. ഒരിക്കലും...

സീത ലക്ഷ്മിയമ്മായിയുടെ കിടക്കയിൽ, അമ്മായിയുടെ അരികിൽ ഇരുന്നു.

‘‘ഒരിക്കലും ഇങ്ങോട്ട് വരരുതെന്നു നിശ്ചയിച്ചാണു സീതേ ഞാൻ പോയത്. പക്ഷേ, അദ്ദേഹം മരിച്ചശേഷം എനിക്കു മനസ്സിലായി, എന്റെ അന്ത്യശ്വാസം ഞാൻ ജനിച്ച മണ്ണിലായിരിക്കണമെന്ന്. ഓരോ നിമിഷവും ഈ നാടായിരുന്നു എന്റെ മനസ്സിൽ, വിഷ്ണു എതിർത്തു. എന്നിട്ടും... ഞാൻ വന്നു. അവന് തീരെ സമ്മതമുണ്ടായിരുന്നില്ല.’’

ലക്ഷ്മിയമ്മായി പറഞ്ഞു.

''എനിക്ക് കാണാനാണ്, അമ്മായി വന്നത്. ഇല്ലെങ്കിൽ ഞാൻ എവിടെയൊക്കെ അന്വേഷിക്കേണ്ടി വരുമായിരുന്നു.''

സീത ലക്ഷ്മിയമ്മായിയുടെ കൈ പിടിച്ചമർത്തിക്കൊണ്ട് പറഞ്ഞു.

''ചേട്ടത്തിയമ്മ മാത്രമേ അറിഞ്ഞിട്ടുള്ളൂ. അവർ ഒരു പാവമാണ്. ഇവിടെ വരണമെന്നും അമ്മായിയെ കാണണമെന്നും ആശയുണ്ട്. പക്ഷേ, ശേഖരേട്ടൻ... അച്ഛൻ... ചേട്ടത്തിയമ്മയ്ക്ക് വലിയ പേടിയാണ്.''

''സീതയ്ക്ക് പേടിയില്ലേ, ശേഖരേട്ടനെയും അച്ഛനെയും?''

''ഉണ്ട്, അച്ഛൻ അമർത്തിയൊന്നു നോക്കിയാൽ, പിന്നെ ഞാനുണ്ടാവില്ല. എന്തോ, എന്നിട്ടും ഞാനിവിടെ വരുന്നു. ഇനിയും വരും. ഇതെന്റെ വീടാണ്. ഇവിടെ വരാൻ പാടില്ല എന്നെന്നോടു പറയരുതേ, അമ്മായീ.''

''എന്റെ കുട്ടീ...'' അമ്മായി സീതയുടെ കവിളിൽ ഉമ്മവെച്ചു. അമ്മായി പറഞ്ഞു: ''ഞാൻ കാപ്പിയുണ്ടാക്കാം. സീത കോളേജിൽനിന്ന് വരുന്ന വഴിയല്ലേ!''

''ഞാൻ കാപ്പിയിടാം അമ്മായീ. എനിക്ക് നന്നായി കാപ്പിയുണ്ടാക്കാനറിയാം.''

അമ്മായി ചിരിച്ചു. സീതയുടെ മുഖത്തെ ഭാവം അവർക്കിഷ്ടപ്പെട്ടു.

''ഞാൻ കാപ്പിയുണ്ടാക്കാൻ തുടങ്ങുകയായിരുന്നു. വിഷ്ണുവിന് ഇടയ്ക്കിടെ വെള്ളം കുടിക്കണം. ആഹാരമൊന്നും കഴിക്കില്ല. വെള്ളം കുടിയും ബീഡിവലിയും മതി. ആഹാരം നിർബന്ധമില്ല.''

''വിഷ്ണുവേട്ടൻ പഠിത്തമൊക്കെ പൂർത്തിയാക്കിയോ?''

ലക്ഷ്മിയമ്മായി മറുപടി പറഞ്ഞില്ല. കൈയിൽ സ്ലേറ്റും ഒന്നാം പാഠപുസ്തകവുമായി സ്കൂൾ ജീവിതത്തിലേക്കു പ്രവേശിച്ച വിഷ്ണുവിന്റെ ആദ്യചിത്രമായിരുന്നു അവരുടെ മനസ്സു നിറയെ. വർഷങ്ങൾ. പിന്നെയും വർഷങ്ങൾ. കോളേജ് വിദ്യാർത്ഥിയായ വിഷ്ണു. മാനസികമായ അസ്വസ്ഥത അന്നുമുതലാണെന്നു തോന്നുന്നു വിഷ്ണുവിന്റെ ജീവിതത്തിൽ കടന്നുവന്നത്. അച്ഛൻ കൊടുത്ത പുസ്തകങ്ങൾ പോരാതെ വന്നപ്പോൾ അവൻ ദാമോദരൻ മാഷെ കണ്ടെത്തി. ശരിക്കും ഒരു ജീവിതദർശനം ഉരുത്തിരിഞ്ഞത് ആ പാഠശാലയിലായിരുന്നു. വരികൾക്കിടയിലെ സത്യങ്ങൾ മനസ്സിലാക്കാനായിരുന്നു വിഷ്ണുവിന്റെ എന്നത്തേയും ആഗ്രഹവും ശ്രമവും. ക്ലാസ്സിൽ കമ്മ്യൂണിസ്റ്റ് സിദ്ധാന്തത്തെക്കുറിച്ച് അതിരറ്റ ആവേശത്തോടെ സംസാരിച്ച വിദ്യാർത്ഥി പ്രിൻസിപ്പലിന് അലർജിയായി. എം.എ. പൂർത്തിയാക്കാതെ വിഷ്ണു തിരികെ പോന്നു.

''അയാളുടെ കീഴിൽ വിഷ്ണു പഠിക്കില്ല.'' അവൻ അമർഷത്തോടെ പറഞ്ഞു.

ലക്ഷ്മിയമ്മായി സീതയെ കാണുന്നുണ്ടായിരുന്നില്ല. മുമ്പിൽ മകൻ മാത്രം. വളരെ ചിന്തിക്കുന്ന, ചിന്തിച്ചത് ആരുടെ മുമ്പിലും നിവർന്നു

നിന്ന് പറയുന്ന മകൻ മാത്രം. സീതയ്ക്കൊന്നും മനസ്സിലായില്ല. വിഷ്ണു എന്ന വ്യക്തി മനസ്സിലാക്കാനാവാത്ത ഒരു കടംകഥയായി മാറുന്നു. ഒരു വലിയ വ്യക്തിത്വത്തിന്റെ പരിവേഷം അയാൾക്കു ചുറ്റും പരക്കുന്നതായി തോന്നി.

സീത നിർബ്ബന്ധിച്ചപ്പോൾ അമ്മായി ചിലതൊക്കെ പറഞ്ഞു. പതിഞ്ഞ സ്വരത്തിലാണു പറഞ്ഞത്.

മിഠായിയും പലഹാരങ്ങളുമല്ല, അച്ഛൻ മകനുവേണ്ടി വാങ്ങിക്കൊണ്ട് വന്നിരുന്നത്. പുസ്തകങ്ങളാണ്. ആ പുസ്തകങ്ങളിലൂടെ, അക്ഷരങ്ങളിലൂടെ അവൻ വളർന്നു. കുറഞ്ഞ വർഷങ്ങൾകൊണ്ട് അവൻ കൂടുതൽ വായിച്ചു. സംശയങ്ങൾ ചോദിച്ചു. എന്നും ക്ലാസ്സു കഴിഞ്ഞു വരുന്നത് പുതിയൊരു തർക്കവും സൃഷ്ടിച്ചിട്ടായിരിക്കും. എന്തിനെയും ചോദ്യം ചെയ്യുക. അതവന്റെ പ്രത്യേകതയായിരുന്നു. അത് അവന്റെ ഗുരുക്കന്മാരെത്തന്നെ അവന്റെ ശത്രുക്കളാക്കി. ഗ്രന്ഥം വായിക്കാതെ ഉദ്ധരണികൾ നിർവ്വഹിക്കുന്ന മാഷുമാരുമായി വിഷ്ണു പിണങ്ങി.

അവൻ കോളേജിൽ സ്ഥിരമായി പോയിരുന്നില്ല. എവിടെപ്പോകുന്നുവെന്ന് അമ്മ ചോദിച്ചിട്ടുമില്ല. രാത്രി വളരെ വൈകിയാണ് തിരിച്ചെത്തുക. ചിലപ്പോൾ നാലും അഞ്ചും പേർ കൂടെക്കാണും. രാത്രിയുടെ നിശ്ശബ്ദയാമങ്ങളിൽ, അടച്ചിട്ട മുറിയിൽ, അടക്കിയ ശബ്ദത്തിൽ, അവരെന്തൊക്കെയോ ആലോചിക്കുന്നതും തീരുമാനിക്കുന്നതും കാണാം. അവർ പോയിക്കഴിഞ്ഞ് വിഷ്ണു വളരെനേരം തനിച്ചിരുന്ന് എന്തോ കുത്തിക്കുറിക്കുന്നത് കാണാം. അമ്മ ഒന്നും ചോദിച്ചിട്ടില്ല. അമ്മയ്ക്ക് മകനെ വിശ്വാസമായിരുന്നു. അവൻ നല്ലതല്ലാത്തത് ന്യായമല്ലാത്തത്, അന്യായമായത് ചെയ്യില്ല.

വിഷ്ണു തുടർന്നു പഠിച്ചില്ല. സർക്കാർ അവനൊരു ജോലി നല്കി. പക്ഷേ, അധികനാൾ അവിടെ ഇരുന്നില്ല. മേലുദ്യോഗസ്ഥന്റെ മുന്നിൽ നിന്ന് കൈചൂണ്ടി സംസാരിച്ച്, രാജിക്കത്തെഴുതി വച്ച് വിഷ്ണു ഇറങ്ങിപ്പോന്നു. അമ്മ ഒന്നും പറഞ്ഞില്ല. ചിലപ്പോൾ, എന്തെങ്കിലും പറഞ്ഞാൽ, മുഴുവൻ കേട്ടശേഷം വിഷ്ണു പറയും: ''അമ്മ അടച്ചിട്ട വീട്ടിൽ വളർന്നവളാണ്. പുറംലോകം അടുക്കളയോ നാലുകെട്ടോ അല്ല. ഇരപ്പാളികളുടെ കൂട്ടമാണമ്മേ നമ്മുക്ക് ചുറ്റും.''

കറൻസിനോട്ടു വീശിയാൽ മണം പിടിച്ചുവരുന്ന, കാലിൽ നക്കുന്ന വിവരദോഷികൾ, അവറ്റയുടെ ഫിലോസഫി വിഷ്ണുവിനറിയില്ല. അറിയണമെന്നുമില്ല. വിഷ്ണു ബഹുമാനിച്ചിട്ടുള്ളത് രണ്ടാളെ മാത്രം. ഒന്ന് അവന്റെ മരിച്ചുപോയ അച്ഛൻ. രണ്ട് ദാമോദരൻമാഷ്. മാഷ് മരിച്ചു കഴിഞ്ഞപ്പോഴാണ് അവൻ മൂകനായത്. അമ്മയുടെ ആഗ്രഹത്തിന് വിധേയനായത്. ഈ നാട് ഈ മണ്ണ് എന്നും വിഷ്ണുവിന് അന്യമായിരുന്നു. വെറുപ്പായിരുന്നു.

സീത അത്ഭുതത്തോടെ കേട്ടു: ''പണം സമ്പാദിക്കണമെന്ന് വിഷ്ണുവിന് വിചാരമില്ല.'' അമ്മായി പറഞ്ഞു. ''ഇടയ്ക്കിടെ പറയും: അമ്മയ്ക്കു

വേണ്ടി ഞാനെന്തെങ്കിലും ഉദ്യോഗത്തിന് പോകാം. സർക്കാരുദ്യോഗം മാത്രമല്ല ഉദ്യോഗം. തോട്ടിപ്പണിയും മാന്യമായ തൊഴിലാണ്. ആരുടെയും മുന്നിൽ കൈയുംകെട്ടി ഓച്ഛാനിച്ച് നില്ക്കാൻ ഞാൻ തയ്യാറല്ല.''

''വല്ലാത്ത ഒരാൾ!'' സീത അറിയാതെ വാക്കുകൾ ഉതിർന്നുവീണു.

അമ്മായി സീതയുടെ പുറത്ത് തലോടിപ്പറഞ്ഞു: ''നിന്നോട് അവൻ പറഞ്ഞതൊന്നും കാര്യമായെടുക്കരുത്. വിഷമിക്കയുമരുത്. വിഷ്ണുവിനെ മനസ്സിലായിക്കഴിയുമ്പോൾ... പക്ഷേ, ആര് മനസ്സിലാക്കുന്നു?''

ലക്ഷ്മിയമ്മായിയുടെ കണ്ണുകൾ നിറയുന്നത് അവൾ കണ്ടു.

''വിഷ്ണുവേട്ടന് കാപ്പി ഉണ്ടാക്കണ്ടേ?''

അമ്മായി പറഞ്ഞു: ''അവൻ പോയി. ഇനി ചിലപ്പോൾ രാത്രിയാണ് വരിക. വരുമ്പോഴേക്കും തണുത്തുപോകും.''

''അതുവരെ അമ്മായി തനിച്ചോ?''

''തനിച്ച്.'' ലക്ഷ്മിയമ്മായി ചിരിച്ചു.

''പക്ഷേ, ഞാൻ തനിച്ചല്ല കുട്ടീ. എനിക്കു വിഷ്ണുവുണ്ട്. നീയുണ്ട്.''

അമ്മായി അവളെ ചേർത്തുപിടിച്ചു പറഞ്ഞു.

കുറെക്കഴിഞ്ഞ് സീത പോകാനായി എഴുന്നേറ്റു. അവളുടെ മനസ്സ് നിറഞ്ഞിരുന്നു. മനസ്സു നിറയെ സന്തോഷമായിരുന്നു.

പന്ത്രണ്ട്

ഒരു വൈകുന്നേരം. സീത കോളേജ് വിട്ട് വരികയായിരുന്നു. 'അക്കാദമി'ക്കു മുൻപിൽ എത്തിയപ്പോൾ അവളുടെ നടത്തം പതുക്കെയായി. ജയപ്രസാദ് സാറിനോട് സംസാരിച്ചുനില്ക്കുന്ന ആളിനെ അവൾ കണ്ടു. വിഷ്ണുവേട്ടൻ!

വിഷ്ണുവേട്ടന് പ്രസാദ്സാറിനെ എങ്ങനെയാണ് പരിചയം? ഇവിടെയെങ്ങുമല്ലല്ലോ പഠിച്ചത്. വടക്കെങ്ങോ ആണല്ലോ പഠിച്ചിരുന്നത്. 'അക്കാദമി' എന്ന ട്യൂട്ടോറിയൽ നടത്തുന്നത് ജയപ്രസാദ് സാറാണ്. റിട്ടയേർഡ് കോളേജ് പ്രൊഫസർ. രണ്ടുവർഷം മുൻപാണ് അദ്ദേഹം പിരിഞ്ഞത്. ഷേക്സ്പീരിയൻ ഭാഷ അതേ അർത്ഥത്തിലും ആഴത്തിലും മനസ്സിലാക്കി പഠിപ്പിക്കുന്ന ഒരേയൊരു അദ്ധ്യാപകൻ. കോളേജിന് അദ്ദേഹമൊരു നേട്ടമായിരുന്നു. കുട്ടികൾ അദ്ദേഹത്തിന്റെ ക്ലാസുകളിൽ തള്ളിക്കയറിയിരുന്നു. ശ്വാസം വിടാതെ, നിർന്നിമേഷരായി ശ്രദ്ധിച്ചു കേട്ടിരുന്നു. അവരുടെ കണ്ണുകളിൽ ആരാധനയും ബഹുമാനവും നിറഞ്ഞ് നിന്നിരുന്നു. സീനിയർ വിദ്യാർത്ഥികൾ പറയുന്നത് കേട്ടിട്ടുണ്ട്. സീതയെ അദ്ദേഹം പഠിപ്പിച്ചിട്ടില്ല. അദ്ദേഹത്തിന്റെ ക്ലാസിൽ ഇരിക്കാനുള്ള ഭാഗ്യം

സീതയ്ക്കുണ്ടായിട്ടില്ല. സീത ബി.എയ്ക്കെത്തിയപ്പോൾ പ്രസാദ് സാർ റിട്ടയർ ചെയ്തു.

പ്രസാദ് സാർ അക്കാദമിയുടെ അകത്തേക്കും വിഷ്ണു പുറത്തേക്കും തിരിയുകയായിരുന്നു. സീത വേഗം നടന്ന് അയാളുടെ അരികിലെത്തി.

ധൈര്യപൂർവ്വം അവൾ വിളിച്ചു: ''വിഷ്ണുവേട്ടാ...''

അയാൾ നടക്കാൻ ഭാവിക്കുകയായിരുന്നു. ശബ്ദം കേട്ട് തിരിഞ്ഞു നിന്നു. വിടർന്ന കണ്ണുകളോടെ സീത ചിരിച്ചു.

അയാൾ ചിരിച്ചില്ല. അവളെ തുറിച്ചുനോക്കി. പക്ഷേ, നടത്തം തുടർന്നില്ല. അവളും നിന്നു.

''എനിക്ക് വിളിച്ചുകൂടേ?''

''വിളിച്ചുകൂടാ.'' വിഷ്ണു ഉടൻതന്നെ പറഞ്ഞു.

''സീതയ്ക്ക് വിളിക്കാം.'' സീതയും ഉറപ്പിച്ചുതന്നെ പറഞ്ഞു. ''എന്നോടെന്തിനാണ് ദേഷ്യം? അച്ഛനല്ലേ തെറ്റു ചെയ്തത്? ഞാനന്ന് ജനിച്ചിട്ടുകൂടിയില്ല.''

''ജനിച്ചിരുന്നുവെങ്കിൽ, എന്ത് ചെയ്യുമായിരുന്നു?''

''ഈ കണ്ണുകൾ കണ്ടിട്ട് പേടിയാകുന്നു. ഞാൻ വീട്ടിലേക്ക് വരികയാണ്.''

''ഇതൊരു ഡെയ്‌ലി പ്രോഗ്രാമാക്കുകയാണോ?''

''അതെന്റെകൂടി വീടാണ്. ഞാൻ വരും. ആര് തടഞ്ഞാലും. വിഷ്ണുവേട്ടന് എന്നെ തടയാൻ പറ്റില്ല.'' സീത പറഞ്ഞു.

വെയിലിന് ശക്തി കുറഞ്ഞിരുന്നില്ല. വിഷ്ണുവിന്റെ മുഖം ചുവന്നു. മൂക്കിൻതുമ്പിൽ തുളുമ്പിനില്ക്കുന്ന വിയർപ്പുമണികളിൽ, വെയിൽ തിളങ്ങി. അയാൾ വെയിൽനാളങ്ങളിൽനിന്ന് രക്ഷപ്പെടാനായി, വലതു കൈ നെറ്റിക്കു മീതെ ഉയർത്തിപ്പിടിച്ച് നടന്നു. പിന്നിൽ സീതയും.

''നിന്റെ അച്ഛന്റെ ഗസ്റ്റപ്പോകൾ ഈ വഴിവക്കിലെങ്ങാനും കാണും. അറിഞ്ഞാൽ ശിരച്ഛേദമാണുണ്ടാവുക. നേരെ സ്വന്തം വീട്ടിലേക്ക് പൊയ്ക്കൊള്ളൂ. ഞങ്ങൾ നിന്റെ ബന്ധുക്കളല്ല. അതോ, മുമ്പത്തെപ്പോലെ, ഞങ്ങളെ ഞങ്ങളുടെ വീട്ടിൽനിന്നുകൂടി ഇറക്കി വിടാനാണോ ആഗ്രഹം?''

വിഷ്ണു ധൃതിയിൽ നടന്നുപോയി. സീത അയാൾ പറഞ്ഞതൊന്നും തന്നെ വകവയ്ക്കാതെ അയാൾക്ക് പിന്നിലായി, സാവധാനത്തിൽ നടന്നു.

മുറ്റം വൃത്തിയായി അടിച്ചുവാരിയിട്ടിരുന്നു. ഒരു കരടുപോലുമില്ല. മുറ്റത്തിന്റെ അതിരിൽ, മൂന്നോ നാലോ പൂച്ചെടികൾ മാത്രം. അവയിൽ, വെളുത്ത പൂക്കൾ വിടർന്നു നിന്നിരുന്നു. സീത ആദ്യമായി വന്നെത്തിയതുപോലെ മുറ്റത്തുനിന്നു. ഈ മുറ്റവും ഈ പൂച്ചെടികളും ഒന്നും

ഇതുവരെ താൻ ശ്രദ്ധിച്ചിരുന്നില്ല. ആകെ ഒരമ്പരപ്പായിരുന്നു. ആവേശമായിരുന്നു. ലക്ഷ്മിയമ്മായിയെ കാണാനുള്ള തിടുക്കത്തിൽ, ചുറ്റുപാടുകളെ ഇതുവരെ കണ്ടതേയില്ല. അവൾ ചുറ്റും നോക്കി. വിശാലമായ, തണൽ ഉറങ്ങുന്ന പറമ്പ്, അതിന് നടുവിൽ, തപസ്വിനിയെ പോലെ ചെറിയ വീട്, അതിന്റെ മുഷിഞ്ഞ ചുവരുകളും വക്കു പൊട്ടിയ സിമന്റടർന്ന ഒതുക്കുകല്ലുകളും ഒക്കെ സുന്ദരമാണെന്ന് സീതയ്ക്കു തോന്നി.

അവൾ ശബ്ദമുണ്ടാക്കാതെ വരാന്തയിൽ കയറി. അപ്പോൾ അകത്തു സംസാരം കേട്ടു:

''നല്ല വിവരമുള്ള, അറിവുള്ള മനുഷ്യൻ. കുറച്ചു നിമിഷങ്ങളേ സംസാരിച്ചുള്ളൂ. കോളേജ് പ്രൊഫസർമാരുടെ പൊങ്ങച്ചമില്ലാത്ത നല്ല മനുഷ്യൻ. എന്നെ അയാൾക്ക് ഇഷ്ടപ്പെട്ടത്രെ.''

''എന്നിട്ടു നീ സമ്മതിച്ചോ?'' അമ്മായി ചോദിക്കുന്നു.

''ഞാൻ സമ്മതിച്ചു. അയാളുടെ കീഴിൽ ജോലി ചെയ്യാൻ എനിക്ക് സന്തോഷം തോന്നുന്നു. എന്നെ അയാൾ മനസ്സിലാക്കിയ മട്ടുണ്ട്. എനിക്ക് പറയാനുള്ളതൊക്കെ ഞാൻ പറഞ്ഞു. അയാൾ സമ്മതിച്ചു. അഡ്വാൻസ്കാശ് ചോദിച്ചപ്പോൾ ഒരു മടിയും കൂടാതെ എടുത്ത് തന്നു. നല്ല മനുഷ്യർ തീരെ ഇല്ലാതെയായിട്ടില്ലമ്മേ.'' വിഷ്ണു പൊട്ടിച്ചിരിക്കുന്നതു കേട്ടു.

സീത വിസ്മയിച്ചു. ചുണ്ടത്തു വിരൽ വച്ചു. ഹാവൂ! ചിരിക്കുമോ?

''പിന്നെ, അമ്മേ... മറ്റൊരു വിശേഷം മറ്റേ ആൾ ഈ വഴിക്ക് വരുന്നുണ്ട്.''

''ആര്?''

''ബന്ധു.''

അമ്മായി വീണ്ടും ചോദിച്ചു. ''ആരാണെന്ന് പറയൂ, വിഷ്ണൂ.''

''ഞാൻ'' എന്ന് പറഞ്ഞുകൊണ്ട് സീത അകത്തേക്കു കയറിച്ചെന്നു. വിഷ്ണു ഞെട്ടിത്തിരിഞ്ഞ് അവളെ നോക്കി. പെട്ടെന്ന് അയാളുടെ മുഖത്തെ തെളിച്ചം മങ്ങുന്നത് കണ്ടു. വെറുപ്പിന്റെ പകയുടെ, കറുത്ത രേഖകൾ ഓടിയെത്തുന്നതും സീത കണ്ടു.

അമ്മായി അവളുടെ കൈയിൽ പിടിച്ച് ചോദിച്ചു: ''മോൾ ഇവിടെ നിൽക്കുകയായിരുന്നോ? വിഷ്ണു നിന്നെക്കുറിച്ചാണോ പറഞ്ഞത്?''

സീത അതു കേൾക്കാതെ, വിഷ്ണുവിനെ നോക്കി കുസൃതിയോടെ പറഞ്ഞു: ''അമ്മായീ, ഞാൻ ഇംഗ്ലീഷിന് അല്പം പിറകോട്ടാണ്. ഞങ്ങളുടെ പ്രൊഫസർ ഒരു ട്യൂട്ടോറിയലിട്ടു. ഞാൻ അവിടെ ചേരാൻ പോകുന്നു. അപ്പോൾ വൈകീട്ടെന്നും കാപ്പി ഇവിടെ.''

സീത കുലുങ്ങിച്ചിരിച്ചു.

''എനിക്ക് കുറച്ചെഴുതാനുണ്ട്. അമ്മേ, അല്പം കാപ്പി എനിക്ക് തന്നേക്കൂ'' എന്നു പറഞ്ഞ് വിഷ്ണു മുറിയിലേക്കു പോയി.

''വിഷ്ണുവേട്ടനല്ലേ ഇംഗ്ലീഷെടുക്കുന്നത്?'' അവൾ വിളിച്ച് ചോദിച്ചു വെങ്കിലും മറുപടി കേട്ടില്ല.

അമ്മായിയോട് കുറച്ചുനേരം വർത്തമാനം പറഞ്ഞിരുന്നശേഷം സീത തിരികെ പോകാനായി എഴുന്നേറ്റു. അമ്മായി വിഷ്ണുവേട്ട നുള്ള കാപ്പി ചേർക്കുന്നത് നോക്കിനിന്നിട്ട് അവൾ പറഞ്ഞു: ''ഇങ്ങ് തരൂ, അമ്മായി. ഞാൻ കൊടുക്കാം.''

സീത വിഷ്ണുവിന്റെ വാതില്ക്കലെത്തി. കൂസലില്ലാതെ അകത്തു കടന്നു. കാപ്പി, മേശപ്പുറത്തുവച്ച് പറഞ്ഞു: ''ഇതാ കാപ്പി.''

അയാൾ പുറംതിരിഞ്ഞിരിക്കുകയായിരുന്നു. അവളുടെ ശബ്ദം അയാളെ അത്ഭുതപ്പെടുത്തിയെന്ന് തോന്നി. അയാൾ അവൾക്ക് നേരെ തിരിഞ്ഞ് പറഞ്ഞു: ''സീതേ...''

ആദ്യമായി അയാൾ അവളുടെ പേര് വിളിച്ചു. പക്ഷേ, ആ ശബ്ദം പരുഷമായിരുന്നു. അയാളുടെ മുഖത്ത് ചിരിയുണ്ടായിരുന്നില്ല. സന്തോഷ മുണ്ടായിരുന്നില്ല. അത് സൗമ്യമായിരുന്നില്ല.

''ഒരു ജീവിതത്തെ നിർദ്ദയം വലിച്ചെറിഞ്ഞ, തറവാടിത്തത്തിന്റെയും അന്തസ്സിന്റേയും പേരും പറഞ്ഞ്, വിഷപ്പല്ലുമായിരിക്കുന്ന ഒരു മനു ഷ്യന്റെ മകളാണ് നീ. എനിക്ക് നിന്നെ അങ്ങനെ മാത്രമേ കാണാൻ കഴിയൂ. നീ ഞങ്ങളെ ശല്യപ്പെടുത്താനായി ശ്രമിക്കരുത്.''

സീത നിശ്ശബ്ദയായി നിന്നു. അവളുടെ ചിരി മാഞ്ഞു. ശരീരമാകെ മരവിപ്പ് ബാധിക്കുന്നതായി. ഇതുവരെ തോന്നാത്ത, അസഹ്യമായ വേദന അവളെയാകെ ബാധിക്കുന്നതായി തോന്നി. നിമിഷംകൊണ്ട് അവളുടെ കണ്ണുകൾ തുളുമ്പിയൊഴുകി. അവൾക്ക് അടക്കാൻ കഴി ഞ്ഞില്ല.

വിഷ്ണു അതു പ്രതീക്ഷിച്ചില്ല.

തേങ്ങൽ കേട്ട് ലക്ഷ്മിയമ്മായി വേഗമെത്തി.

''സീതേ, മോളേ... എന്താ, ഇത്? വിഷ്ണൂ നിനക്കെന്തുപറ്റി?''

''ഞാൻ...'' വിഷ്ണു വാക്കുകൾ പരതി.

സീതയുടെ ഭാവം അയാളെ അമ്പരപ്പിച്ചിരുന്നു.

''നീ ഒന്നും പറയണ്ട. ഒക്കെ എനിക്കറിയാം. പക്ഷേ, ഒരു കാര്യം. സീതയെ കരയിക്കുന്നത്, നിന്റെ അമ്മയെ കരയിക്കുന്നതുപോലെ ത്തന്നെയാണ്, അതോർത്തോളൂ. വരൂ കുട്ടീ.''

അമ്മായി അവളെ തന്നോട് ചേർത്തുപിടിച്ച് അകത്തേക്ക് കൂട്ടി ക്കൊണ്ടുപോയി.

വൈകുന്നേരം വീട്ടിൽ ചെന്നുകയറുമ്പോൾ വൈകിയിരുന്നു. വെയിൽനാളങ്ങൾ തണുത്തുകഴിഞ്ഞിരുന്നു. മുറ്റത്ത് ഉണങ്ങാനിട്ടിരുന്ന

നെല്ല് വാരിവെക്കുകയായിരുന്നു ചേട്ടത്തിയമ്മ. അവർ കണ്ണുകൾകൊണ്ട് എന്തോ ആംഗ്യം കാട്ടി.

മുറിയിലേക്ക് കടക്കുമ്പോൾ, വാതില്ക്കൽ ശേഖരേട്ടൻ നില്ക്കുന്നത് കണ്ടു. അവളെത്തന്നെ നോക്കിനില്ക്കുന്നു. കണ്ണുകളിൽനിന്ന് തീ പാറുന്നുണ്ടെന്ന് തോന്നി. സീതയ്ക്ക് നേരിയ നടുക്കമുണ്ടായി. എന്തുവേണമെന്നറിയാതെ അവൾ ഒരു നിമിഷം പതറി.

“എവിടെയായിരുന്നു ഇതുവരെ?”

സീത കുനിഞ്ഞു നിന്നു.

“എവിടെയായിരുന്നെന്ന്?”

ചോദ്യത്തിന് ഇടിമുഴക്കത്തിന്റെ ശക്തിയുണ്ടായിരുന്നു.

“ഒരു കൂട്ടുകാരിയുടെ വീട്ടിൽ...”

അപ്പോൾ മുറ്റത്താരോ വിളിക്കുന്നത് കേട്ടു. ചേട്ടത്തിയമ്മ ഓടിവന്ന് ശേഖരേട്ടനെ പുറത്തേക്ക് പറഞ്ഞയച്ചു. വന്നയാളിനോടൊപ്പം ശേഖരേട്ടൻ പടിയിറങ്ങിപ്പോവുന്നതു കണ്ടു.

ചേട്ടത്തിയമ്മ കടലാസുപോലെ വിളറിയിരുന്നു. അവരുടെ ചുണ്ടുകൾ വിറച്ചു. അവർ അടുത്തെത്തി. സീതയുടെ താടി പിടിച്ചുയർത്തി. അവരുടെ കൈകൾ തണുത്തിരുന്നു.

“ഇന്നും പോയോ?”

അവൾ ഒന്നും മിണ്ടിയില്ല.

“പറയൂ സീതേ, എന്താ താമസിച്ചത്? ഇന്നും അവിടെ പോയാ?”

“ഉം....”

“ഭഗവതീ! അത് ചേട്ടൻ കണ്ടിരിക്കും.”

സീത മിണ്ടാതെ നിന്നു. മനസ്സു കുറെശ്ശെ വിറച്ചുതുടങ്ങിയിരുന്നു. എന്താണിനി സംഭവിക്കുക? ശേഖരേട്ടൻ അച്ഛനോടു പറയില്ലേ? അച്ഛനറിഞ്ഞാൽ...

എന്നിട്ടും അവൾ ധൈര്യത്തോടെ ചോദിച്ചു: “അച്ഛനെവിടെ?”

“തിരുമേനിയെ കാണാനോ മറ്റോ പോയിരിക്കുന്നു. സീതേ, ഇതെന്തിനുള്ള പുറപ്പാടാണ്? എല്ലാം അറിഞ്ഞിരുന്നുകൊണ്ട്.... ഞാൻ നേരത്തെ പറഞ്ഞതാണ്. കൂട്ടാക്കാതെ... ഭഗവതി! ഇവിടെ എന്തൊക്കെയാണ് സംഭവിക്കാൻ പോകുന്നത്!”

“ചേട്ടത്തിയമ്മ ഭയപ്പെടാതിരിക്കൂ. ഇവിടെ ഒന്നും സംഭവിക്കാൻ പോകുന്നില്ല. അല്ലെങ്കിൽ, എന്തെങ്കിലുമൊക്കെ സംഭവിക്കട്ടെ. ഞാനൊരു തെറ്റും ചെയ്തിട്ടില്ല. തെറ്റു ചെയ്യുന്നുവെന്ന് തോന്നിയിട്ടുമില്ല.”

സീതയുടെ ഉറച്ച വാക്കുകൾ കേട്ട്, ചേട്ടത്തിയമ്മ വിളറിനിന്നു. അവർക്ക് പിന്നീടൊന്നും പറയാൻ കഴിഞ്ഞില്ല.

സീത പുസ്തകങ്ങൾ മേശയ്ക്കുള്ളിൽ വെച്ച്, ജനാലയ്ക്കൽ പോയി നിന്നു. അവിടെ നിന്നാൽ പറമ്പിന്റെ അതിരിലുള്ള മുളങ്കൂട്ടം കാണാം. അതിനപ്പുറം, വിശാലമായ വയൽ കാണാം. കാറ്റ് വീശുന്നുണ്ടെങ്കിലും, ദേഹം ചുട്ടുപൊള്ളുകയാണ്. തണുത്തകാറ്റിന് തണുപ്പ് നഷ്ടപ്പെട്ടിരിക്കുന്നു. തലച്ചോറിൽ തീനാമ്പുകൾ പടരുന്നു. അവൾ ജനലഴികളിൽ ശിരസ്സ് ചേർത്തു.

പതിമൂന്ന്

സീത കാപ്പിപോലും കഴിക്കാതെ, കട്ടിലിൽത്തന്നെ കിടക്കുകയായിരുന്നു. ചേട്ടത്തിയമ്മ പലതവണ വന്നു വിളിച്ചു. ഒന്നും ചെയ്യാൻ തോന്നിയില്ല. ആകെ കുഴഞ്ഞതുപോലെ. ശക്തി മുഴുവൻ ഒറ്റനിമിഷത്തിൽ ചോർന്നുപോയതുപോലെ. ശേഖരേട്ടൻ ഒന്നുരണ്ടുമണിക്കൂറുകൾക്കു ശേഷം തിരിച്ചുവന്നു. അയാൾ ഇറയത്തെത്തുമ്പോൾത്തന്നെ ചേട്ടത്തിയമ്മ കാപ്പിയുമെടുത്തു ധൃതിയിൽ ചെന്നു.

''മേൽ കഴുകണ്ടേ?''

''അതൊക്കെ പിന്നെ. എവിടെ അവൾ, ആ നിഷേധി?''

''സീതയ്ക്ക് തലവേദനയാണ്. അവൾ കിടക്കട്ടെ.''

''അവൾ മറ്റുള്ളവർക്ക് തലവേദനയുണ്ടാക്കാനുള്ള ശ്രമമാണ്. സീതേ...''

ശേഖരേട്ടൻ ഉറക്കെ വിളിച്ചു. വീടിന്റെ മേൽപ്പുര കുലുങ്ങിയെന്നു തോന്നുന്നു.

സീത എഴുന്നേറ്റു വാതില്ക്കൽ ചെന്നുനിന്നു. ശേഖരേട്ടൻ അവളെ ദഹിപ്പിക്കുന്ന മട്ടിൽ നോക്കി. ചേട്ടത്തിയമ്മ പരിഭ്രമത്തോടെ പറഞ്ഞു:

''നീയെന്തിനാണെഴുന്നേറ്റുവന്നത്? നിനക്ക് തലവേദനയല്ലേ? പോയി കിടക്കൂ.''

''എടീ, എന്റെ മുഖത്തേക്ക് നോക്ക്.''

ശേഖരേട്ടൻ ആജ്ഞാപിച്ചു. സീത മുഖമുയർത്തി. വീണ്ടും മുഖം താഴ്ത്തി.

''മുഖം താഴ്ത്തണ്ട. നിന്റെ അഭിനയം, വിനയം, ഭയം. സത്യം പറയെടീ. നി കോളേജിൽനിന്നു വരുന്ന വഴി എവിടെക്കയറി?''

സീത മിണ്ടിയില്ല.

''അവളെ എന്തിനാണ് വഴക്കു പറയുന്നത്? അവൾക്കു സുഖമില്ല.''

''മിണ്ടരുത്.'' ശേഖരേട്ടൻ ചേട്ടത്തിയമ്മയെ പിടിച്ചുമാറ്റി.

''നിനക്ക് നാവില്ലേടീ?'' ശേഖരേട്ടൻ സീതയുടെ താടി ബലമായി പിടിച്ചുയർത്തി.

''എവിടെ കയറിയെന്ന്? നീ എവിടെയായിരുന്നു?''

സീത പറഞ്ഞു: ''അമ്മായിയെക്കാണാൻ.''

ശേഖരേട്ടൻ കൈ ചുരുട്ടി ഭിത്തിയിൽ ഇടിച്ചു പല്ലുകടിച്ചു. അലറി. പരിഹസിക്കുന്ന മട്ടിൽ ചോദിച്ചു: ''ഏതമ്മായി? നിനക്കേതമ്മായിയെ കാണണം? അവൾടെയൊരമ്മായി!''

മറുപടി സീതയുടെ നാവിൻതുമ്പിൽ വന്ന് നില്ക്കുകയാണ്. അറിഞ്ഞുകൂടേ, വർഷങ്ങൾക്കുമുൻപ് ഇരുട്ടിലേക്ക് വലിച്ചെറിഞ്ഞ, പടിയടച്ച് പിണ്ഡംവെച്ച് സ്ത്രീയെ അറിയില്ലേ? അവരുടെ തേങ്ങലുകൾ, ഹൃദയത്തുടിപ്പുകൾ കേൾക്കാൻ ഇപ്പോഴും കഴിയുന്നില്ലേ? കണ്ണാടിക്ക് പുറംതിരിഞ്ഞ് നിന്നതുകൊണ്ടെന്ത് ഫലം? സത്യത്തെ എത്രനാൾ മറച്ചുവയ്ക്കാനാവും? പക്ഷേ, പറഞ്ഞുകൂടാ. ധിക്കാരമാകും. മുതിർന്നവരെ, ആണുങ്ങളെ അനുസരിക്കണം. ഇവിടത്തെ പെണ്ണുങ്ങൾ അതു തെറ്റിച്ചിട്ടില്ല ഇതുവരെ. ഒരു പെണ്ണും അതു തെറ്റിക്കരുത്. തെറ്റിച്ചവർക്കു കടുത്ത ശിക്ഷയും അനുഭവിക്കേണ്ടിവന്നിട്ടുണ്ട്. കണ്ടില്ലേ, ലക്ഷ്മിയമ്മായിയെ?

''നാലക്ഷരം പഠിച്ചെന്നു കരുതി എല്ലാം തികഞ്ഞവളാണെന്ന് അഹങ്കരിക്കേണ്ട. ശരിപ്പെടുത്തിക്കളയും ഞാൻ. പോ എന്റെ മുമ്പീന്ന്. ഇനി, ഇങ്ങനെയൊന്നറിഞ്ഞാൽ അന്നു നിന്നെ...''

ശേഖരേട്ടൻ തറകുലുക്കി നടന്നുപോയി. സീത കിടക്കയിൽ ചെന്നു കമിഴ്ന്നു കിടന്നു. ശബ്ദമില്ലാതെ അവൾ കരഞ്ഞു. അപ്പോൾ അവൾ ലക്ഷ്മിയമ്മായിയെ ഓർത്തു. അമ്മായി ഈ മുറിയിലാണോ കിടന്നിട്ടുണ്ടാവുക? ഇതേ കട്ടിലിൽ, ഇതുപോലെ എത്ര രാവുകൾ... എത്ര തേങ്ങലുകൾ...

അല്പം കഴിഞ്ഞപ്പോൾ ആരോ അവളെ തൊട്ടു.

''സീതേ, എഴുന്നേൽക്കൂ. അത്താഴം കഴിക്കാം.''

''എനിക്ക് വേണ്ട ചേട്ടത്തിയമ്മേ.''

''നോക്ക്, എന്തിനാണ് ഈ വാശി? സീത കൊച്ചുകുട്ടിയല്ലല്ലോ. കാര്യങ്ങൾ മനസ്സിലാക്കാൻ പ്രായമായില്ലേ?''

''അതാണ് കുഴപ്പമായത്. കാര്യങ്ങൾ മനസ്സിലാക്കാൻ കഴിയുന്നതാണ് സങ്കടം. എനിക്ക് സത്യത്തിന് നേരെ കണ്ണടയ്ക്കാനാവില്ല. കൊച്ചുകുട്ടിയായിരുന്നപ്പോൾ എനിക്കെല്ലാം വിശ്വസിക്കാൻ കഴിഞ്ഞിരുന്നു. കണ്ണുമടച്ച് അനുസരിച്ചിരുന്നു. പക്ഷേ... ഇന്ന്... ഇന്ന്...''

''നമ്മൾ അനുസരിക്കുകയേ പാടുള്ളൂ. എന്നായാലും പെണ്ണിനതേ പറഞ്ഞിട്ടുള്ളൂ.'' ചേട്ടത്തിയമ്മ പറഞ്ഞുകൊണ്ടിരുന്നു.

സീത ജനലിലൂടെ കറുത്ത ആകാശം കണ്ടു. മനുഷ്യരുടെ മനസ്സുപോലെ ഇരുണ്ട മുഖവുമായി ആരോടോ പകതീർക്കാനെന്നവണ്ണം ഭൂമിക്കുമീതെ അത് തൂങ്ങി നില്ക്കുന്നു.

അവസാനം ചേട്ടത്തിയമ്മ പിന്നെയും പറഞ്ഞു.

''എഴുന്നേക്കൂ സീതേ, ഈ വാശി ഒന്നിനും നല്ലതല്ല.''

''എനിക്ക് ഒന്നും വേണ്ട. വിശപ്പില്ല.''

''എങ്കിൽ ഞാനും കഴിക്കുന്നില്ല. ഒന്നിച്ച് പട്ടിണി കിടക്കാം.''

ചേട്ടത്തിയമ്മ, സീതയുടെ അരികിലിരുന്നു. ഇരുട്ടിൽ അവരുടെ മുഖം കണ്ടുകൂടാ. എന്നാലും, അവരുടെ തെളിഞ്ഞ മനസ്സ്, അവിടെ പടർന്നുകയറുന്ന ദുഃഖത്തിന്റെ തീ തനിക്കു കാണാൻ കഴിയുന്നുണ്ട്. സീത അല്പനിമിഷങ്ങൾ മിണ്ടാതെ കിടന്നു. പിന്നെ എഴുന്നേറ്റ് അടുക്കളയിലേക്കു നടന്നു. ചേട്ടത്തിയമ്മ കണ്ണുകൾ തുടച്ചു. പിന്നെ അവൾക്ക് പിറകെ ചെന്നു. ഒരു കുട്ടിക്കെന്നപോലെ സീതയ്ക്ക് വിളമ്പിക്കൊടുത്തു. അരികിലിരുന്ന് അവൾ കഴിക്കുന്നത് ഒരമ്മയുടെ നിർവൃതിയോടെ നോക്കിക്കണ്ടു.

സീതയ്ക്ക് കോളേജിൽ പോകാൻകൂടി താൽപര്യം തോന്നിയില്ല. ഒരാഴ്ചയോളം കഠിനതടവുപോലെയായിരുന്നു. ശേഖരേട്ടന്റെ കണ്ണുകൾ എപ്പോഴും എവിടേയും തന്നെ പിൻതുടരുന്നുണ്ടെന്നുതോന്നി. ക്ലാസിൽ അവൾ പുസ്തകത്തിലെ വരികൾ കണ്ടില്ല. എന്തൊക്കെയോ ശബ്ദങ്ങൾ. ഏതൊക്കെയോ കുറെ മനുഷ്യർ. ഒരു യന്ത്രംപോലെ അവൾ പോവുകയും വരികയും ചെയ്തു. ആരോടും സംസാരിച്ചില്ല. മിണ്ടിയില്ല.

രമ അത്ഭുതപ്പെട്ടു. പലതവണ അവൾ ചോദിച്ചു: ''നിനക്കെന്തു പറ്റി? നീ പരീക്ഷ എഴുതുന്നില്ലേ?''

സീത അവളെ ദയനീയമായി നോക്കി.

''നിന്റെ ലക്ഷ്മിയമ്മായി വന്നില്ലേ? നിനക്കവരെച്ചൊല്ലിയായിരുന്നില്ലേ എന്നും ദുഃഖം? എന്നും കാണാൻ പാകത്തിൽ, ഈശ്വരൻ അവരെ ഇങ്ങോട്ടു കൊണ്ടെത്തിച്ചില്ലേ? ഇനി നിനക്കെന്താണു വിഷമം?''

സീത ഒന്നും പറഞ്ഞില്ല. ഒന്നും പറയാനില്ലാത്തതാണ് എന്റെ ദുഃഖം. എനിക്കറിയില്ല. ആരും എന്നെ അറിയുന്നില്ല. മനസ്സിലാക്കുന്നില്ല. മനസ്സിലാക്കിയവർ പോലും വിശ്വസിക്കുന്നില്ല. ലക്ഷ്മിയമ്മായി, വിഷ്ണുവേട്ടൻ, അവരെന്നെ വിശ്വസിക്കുന്നില്ല. അച്ഛനും ശേഖരേട്ടനും എന്റെ വേദന മനസ്സിലാക്കുന്നില്ല. ചുഴികളെ, മലരികളെ എത്ര നാൾ സമുദ്രത്തിന് അടക്കിവയ്ക്കാൻ കഴിയും? എത്രകാലം ശാന്തത അഭിനയിക്കാൻ കഴിയും? അഗാധതയിൽ ചുഴികളുള്ള ഒരു സമുദ്രമാണ് ഞാൻ.

രമ പലതും പറഞ്ഞു. ചോദിച്ചു. സീതയ്ക്കൊന്നും ശ്രദ്ധിക്കാനായില്ല. പുസ്തകങ്ങൾ ചുമന്ന് നടക്കുന്ന ഒരു ജീവിയായി അവൾ കോളേജിൽ പോവുകയും വരികയും ചെയ്തു.

ആ മൗനം, അവളെ വല്ലാതെ തളർത്തിയ മൗനം ചേട്ടത്തിയമ്മ കണ്ടു. അവളുടെ മനസ്സ് ഒരു തുറന്ന പുസ്തകംപോലെ തനിക്ക്

കാണാൻ കഴിയുന്നുണ്ട്. അതിലെ ഓരോ താളും താൻ വായിച്ചിട്ടുള്ള താണ്. പക്ഷേ, അവർ ഉള്ളിന്റെയുള്ളിൽ അവളുടെ വേദനയിൽ പങ്കു ചേർന്നു. അവളെ സാന്ത്വനിപ്പിച്ചു. ചേട്ടനും അച്ഛനും ഇല്ലാത്തപ്പോൾ അവളെ ഉപദേശിക്കാൻ ശ്രമിച്ചു.

സീത പറഞ്ഞു: ''ചേട്ടത്തിയമ്മയ്ക്കറിയില്ല. ചേട്ടത്തിയമ്മയ്ക്കൊന്നു മറിയില്ല.''

''ഒരു കണക്കിൽ അതുതന്നെയാണ് സീതേ നല്ലത്. ഒന്നുമറിയാ തിരിക്കുക. ഇരുട്ടുമുറിയിൽ സ്വയം അടച്ചിരിക്കുക.''

''തെറ്റ് ചെയ്തത് അവരല്ല, ചേട്ടത്തിയമ്മേ, നമ്മളാണ്. വീണ്ടും തെറ്റു ചെയ്യുന്നത് നമ്മൾതന്നെ. തെറ്റു ചെയ്യാത്തവർ ശിക്ഷിക്കപ്പെടു ന്നത് കഷ്ടമല്ലേ? പറയൂ.''

''പക്ഷേ...''

''എന്ത് പക്ഷേ? അമ്മായിയെ ചേട്ടത്തിയമ്മ കണ്ടിട്ടുണ്ടോ? ദുഃഖ ങ്ങളും കഷ്ടപ്പാടുകളുംകൂടി അവരെ വൃദ്ധയാക്കി. ആ മുഖം, കണ്ണു കൾ... ഈശ്വരാ... തളർന്ന ആ രൂപം.''

''അമ്മായിയുടെ മകന്റെ പേരെന്താണ്?''

''വിഷ്ണു. വിഷ്ണുവേട്ടൻ. എന്താ?''

''നിന്റെ ചേട്ടൻ അയാളെ കണ്ടു. എന്നോട് പറഞ്ഞില്ല. അച്ഛനോട് പറയുന്നതു കേട്ടു. വല്ലാതെ ദേഷ്യപ്പെട്ടാണ് സംസാരിച്ചത്. അവർ തമ്മിൽ വാക്കേറ്റമുണ്ടായോ എന്നറിയില്ല. ചോദിക്കാൻ എനിക്കൊട്ട് ധൈര്യവുമില്ല.''

''ധൈര്യമുണ്ടാകില്ല. പെണ്ണല്ലേ. അനുസരിക്കാനല്ലേ പഠിച്ചിട്ടുള്ളൂ? ചവിട്ടടിയിലല്ലേ കിടപ്പ്.''

സീത പല്ലു കടിച്ചു. കൈയിലിരുന്ന കടലാസുകഷണം ആയിരം നുറുങ്ങു കഷണങ്ങളാക്കി കീറിയെറിഞ്ഞു.

അന്ന് രാത്രി, എല്ലാവരും ഉറങ്ങിക്കഴിഞ്ഞ്, വിളക്കിന്റെ വെളിച്ച ത്തിൽ, സീത എഴുതി.

''ഒരാളറിഞ്ഞു. ശേഖരേട്ടൻ. നല്ല ഭാഷയിൽ ചീത്തപറഞ്ഞു. അച്ഛനെ അറിയിച്ചില്ലെന്നു തോന്നുന്നു. അമ്മായി അന്ന് പറഞ്ഞതുപോലെ, മേലിൽ അവിടെ വന്നാൽ ഭൂകമ്പമുണ്ടാക്കുമെന്ന്. എന്നെ കൊന്നുകള യുമെന്ന്. വിഷമിക്കണ്ട. സാരമില്ല. ഒന്നുരണ്ട് ദിവസംകൂടി കഴിയട്ടെ. സീത വരും. വിഷ്ണുവേട്ടനെയും കാണാറില്ല. എന്നോടിപ്പോഴും ദേഷ്യമായിരിക്കും.

സീത''

കത്ത് പെട്ടിയിലിടുമ്പോൾ, വേദനയുടെ ചിരിയോടെ സീതയോർത്തു. എത്ര ദയനീയം! മുഖത്തോട് മുഖം നോക്കിയിരിക്കുന്നവർക്ക് പരസ്പരം

സംസാരിക്കാനാവാതെ വരിക. വികാരങ്ങൾ കൈമാറാൻ കത്തെഴുതേണ്ടി വരിക. കുടുംബത്തിന്റെ അഭിമാനം തറവാടിന്റെ അന്തസ്സ് അത് ചുമക്കുന്ന തൂണുകൾ.

സാരമില്ല. കത്തെഴുതാം ഇനിയും.

ലക്ഷ്മിയമ്മ വീണ്ടും കത്ത് വായിച്ചുകൊണ്ടിരിക്കുമ്പോഴാണ് വിഷ്ണു കയറിവന്നത്. രാത്രി ഏറെ ആയിരുന്നു. ഇരുട്ടിൽ വിഷ്ണു തനിച്ചാണ് വന്നത്. കൈയിൽ ഒരു മെഴുകുതിരിനാളം പോലുമുണ്ടായിരുന്നില്ല. അമ്മയ്ക്ക് പേടി തോന്നി.

വിഷ്ണു വന്നയുടനെ പറഞ്ഞു: ''തീരെ വിശപ്പില്ല. അമ്മ ഊണു കഴിച്ചോ? ഇല്ലെങ്കിൽ, ഉണ്ടിട്ട് കിടന്നോളൂ.''

അവർ സീതയുടെ കത്ത് മകന് നീട്ടി.

''എന്താ ഇത്? നമുക്കു കത്തയയ്ക്കാനാര്?''

''നോക്ക്.''

അമ്മ കത്ത് മകന്റെ കൈയിൽ വെച്ചുകൊടുത്തു. അയാൾ കത്ത് വാങ്ങി വായിച്ചു. ഒന്നും മിണ്ടാതെ തിരികെ കൊടുത്തു.

''പാവം പെൺകുട്ടി അവൾ വളരെയേറെ വിഷമിക്കുന്നുണ്ട്. നമുക്കെന്ത് ചെയ്യാൻ കഴിയും.''

വിഷ്ണു ഉടൻ തിരിച്ചടിച്ചു.

''അവൾക്ക് കിറുക്കാണ്. ഉഗ്രൻ കിറുക്ക്.''

''വിഷ്ണു...'' അമ്മയുടെ ശബ്ദം ഉച്ചത്തിലായി.

''ഓ, പറയാൻ മറന്നു. ഞാനീയിടെ അയാളെ കണ്ടിരുന്നു. സീതയുടെ ഏട്ടനെ. ഒരു തനിജന്മി. ബൂർഷ്വായുടെ സകല ലക്ഷണങ്ങളുമുണ്ട്. എനിക്ക് മനസ്സിലായില്ല. പ്രസാദ്സാറാണ് കാണിച്ചുതന്നത്. അങ്ങനെ രണ്ടാമത്തെ ബന്ധുവിനെ പരിചയമായി.''

''നീയെന്തെങ്കിലും എതിർത്തുപറഞ്ഞാ മോനേ?''

''ഏയ്...'' വിഷ്ണു ബീഡി കത്തിച്ചുകൊണ്ട് പറഞ്ഞു: ''ഞാനയാളോടെന്തു പറയാൻ? പരിചയംകൂടി ഇല്ലാത്ത ഒരു ജന്മിയോട് ഞാൻ പിന്നെ ഒന്നുമാത്രം പറഞ്ഞു: ''ഈ നാട് ആരുടേയും കുത്തകയല്ലെന്നും നമ്മൾ ഇനി തിരിച്ചു പോകുന്നില്ലെന്നും.''

''നീയെന്തിനാ അങ്ങനെ പറഞ്ഞത്? നീ ശണ്ഠയുണ്ടാക്കാനാണോ പുറപ്പാട്?'' അമ്മ പരിഭ്രമിച്ചു.

''അമ്മയെന്തിനാണിങ്ങനെ ഭയപ്പെടുന്നത്? ഈ ഭൂമി വിശാലമാണ്. ഒരുത്തന്റേയും കുത്തകയല്ല. പിന്നെ സ്വകാര്യസ്വത്തിന്റെ കാര്യമാണെങ്കിൽ, ഞാൻ വിശദീകരിച്ച് പറഞ്ഞ് തരാം. മാർക്സ്...''

''വേണ്ട. എനിക്കു കേൾക്കേണ്ട. ഈ മണ്ണിൽ കിടന്ന് മരിക്കാനെങ്കിലും

അനുവദിച്ചാൽ മതി. ആ ഒരാശ മാത്രമേ ഇനി ശേഷിക്കുന്നുള്ളൂ. അതിന് മാത്രമാണ് ഞാൻ വന്നത്. വേണ്ടപ്പെട്ടവരുമായി...''

വിഷ്ണുവിന്റെ ശബ്ദമുയർന്നു.

''വേണ്ടപ്പെട്ടവരോ? ആർക്കു വേണ്ടപ്പെട്ടവർ? അവർക്കു നമ്മളെ വേണ്ട. നമ്മൾ അധഃകൃതരാണ്. ഭ്രഷ്ടുള്ളവരാണ്. സങ്കരവർഗ്ഗം. ശുദ്ധം മാറിയവർ.''

വിഷ്ണു പുറത്തെ ഇരുട്ടിലേക്കു നോക്കിക്കൊണ്ടു മന്ത്രിച്ചു: ''ദാമോദരൻമാഷ് പറഞ്ഞതാണ് ശരി. മനുഷ്യൻ ഇപ്പോഴും കാട്ടാളനാണ്. സ്വർണ്ണവാച്ചും സ്വർണ്ണച്ചെരുപ്പും തിളങ്ങുന്ന വസ്ത്രവും ധരിച്ച കാട്ടാളൻ. പച്ചമാംസത്തിനോടാണ് പക്ഷേ, യഥാർത്ഥ കൊതി. അമ്മ സമാധാനിക്കൂ. ഇതൊക്കെ മാറും. മാറ്റും.''

വിഷ്ണു മുറിയിലേക്ക് പോകുമ്പോൾ പറഞ്ഞു: ''അമ്മ കിടന്നോളൂ. നേരം വളരെയായി.''

പതിന്നാല്

ഒടുവിൽ, ഒരു ദിവസം ചേട്ടത്തിയമ്മയോടുപോലും പറയാതെ, സീത അമ്മായിയുടെ വീട്ടിലെത്തി. ദിവസങ്ങളോളം തടങ്കലിലായിരുന്നു. ഒരു കള്ളപ്പുള്ളിയെ എന്നപോലെ, ശേഖരേട്ടന്റെ കണ്ണുകൾ അവളെ ശ്രദ്ധിച്ചിരുന്നു. ഇന്ന് ശേഖരേട്ടൻ വീട്ടിലില്ല. ദൂരെയെവിടെയോ ഉള്ള ബന്ധുവീട്ടിൽ കല്യാണത്തിന് പോയതാണ്.

നട്ടുച്ചനേരത്ത് വിയർപ്പിൽ കുളിച്ച് അവൾ വന്നു കയറിയപ്പോൾ ലക്ഷ്മിയമ്മായി അത്ഭുതപ്പെട്ടു.

''ഇന്നു കോളേജിൽ പോയില്ലേ?''

''പോയി.''

''പിന്നെ, ഈ നേരത്ത്?''

''പെണ്ണിന് അനുവദിച്ചിട്ടുള്ളത് വളരെ ചുരുങ്ങിയ നേരം മാത്രം. പ്രത്യേകിച്ച് ഞാനൊരു തടവുപുള്ളിയും കൂടിയാവുമ്പോൾ ബുദ്ധിമുട്ട് കൂടുതലാണ്. അനുവദിച്ചിട്ടുള്ള സമയത്തിൽ നിന്നുവേണ്ടേ ഇസ്കാൻ. ഞാൻ ഉച്ചയ്ക്കുശേഷം പഠിക്കണ്ടെന്നുവെച്ചു. അമ്മായിയെ കണ്ടിട്ടെത്ര ദിവസമായി.''

അമ്മായി മേൽമുണ്ടിന്റെ തുമ്പുകൊണ്ട് സീതയുടെ മുഖത്തെ വിയർപ്പുചാലുകൾ ഒപ്പിയെടുത്തു.

''എന്റെ കുട്ടീ, നീയെന്തിനാണ് ഇങ്ങനെ പാടുപെടുന്നത്? ചീത്ത കേൾക്കാനോ?''

''ചീത്ത കേട്ടോട്ടെ.'' സീത അമ്മായിയുടെ അരികിൽ ചേർന്നിരുന്നുകൊണ്ട് പറഞ്ഞു.

''ഞാനിവിടെ വരരുതെന്ന് അമ്മായിയും പറയാനാണോ ഭാവം? എങ്കിൽ പറഞ്ഞോളൂ. പിന്നെ ഞാൻ വരില്ല.''

''മോളേ!'' അമ്മായി അവളുടെ കൈകൾ സ്വന്തം മാറോട് ചേർത്തു. അവരുടെ കണ്ണുകൾ നനയുന്നത് സീത കണ്ടു.

''അമ്മായി സത്യം പറയണം. ഈ ദിവസങ്ങളിൽ എന്നെങ്കിലും സീതയെ ഓർത്തോ?''

അമ്മായി ദീർഘമായി നിശ്വസിച്ചു. കണ്ണിൽനിന്ന് അരുവികളുടെ ഉത്ഭവം. അമ്മായി കുനിഞ്ഞിരുന്നു.

''ക്ഷമിക്കൂ അമ്മായീ. ഞാൻ വെറുതെ പറഞ്ഞതാണ്. എനിക്കറിയാം ഈ മനസ്സ്. അമ്മായിക്കെന്നെ വെറുക്കാനാവില്ല. അമ്മ മരിച്ചു പോയതായി എനിക്കിപ്പോൾ തോന്നുന്നില്ല. എനിക്ക് അമ്മയെ തിരിച്ചു കിട്ടിയിരിക്കുന്നു.''

അവൾ അമ്മായിയെ കെട്ടിപ്പിടിച്ചു.

''വിഷ്ണുവേട്ടൻ അക്കാദമിയിൽ പോകാറില്ലേ?''

''എനിക്കറിയില്ല കുട്ടീ.''

തളർന്ന സ്വരത്തിൽ ലക്ഷ്മിയമ്മായി പറഞ്ഞു. ''ഇവിടെത്തന്നെ വന്നിട്ട് രണ്ടു ദിവസമായി.''

''എവിടെപ്പോയി?'' ആകാംക്ഷയോടെ സീത ചോദിച്ചു.

''ഒന്നും പറയാറില്ല. രാത്രി വരാൻ വൈകും. അമ്മ കതകടച്ചുകിടന്നോളൂ എന്നോ മറ്റോ പറഞ്ഞിട്ടു പോകും. അവനാകെ കോലം തിരിഞ്ഞിരിക്കുന്നു. പണ്ടത്തേക്കാൾ കഷ്ടമാണിപ്പോൾ. ആഹാരം നേരത്തിനില്ല. എപ്പോഴെങ്കിലും വന്നാൽത്തന്നെ, വിശപ്പില്ല എന്നു പറഞ്ഞ് കയറിക്കിടക്കും.''

ലക്ഷ്മിയമ്മായിയുടെ കൺതടങ്ങളിലെ ഇരുട്ട് കുറെക്കൂടി വർദ്ധിച്ചതായി തോന്നി. വിഷ്ണുവേട്ടന്റെ പോക്കിനെപ്പറ്റി അമ്മായിക്ക് ആശങ്കയുണ്ട്. വിഷ്ണുവേട്ടൻ എന്തിനിങ്ങനെ പെരുമാറുന്നു? വായിച്ച മനുഷ്യർ, അറിവുള്ളവർ ഇങ്ങനെയായിരിക്കുമോ? ചിട്ടപ്പെടുത്തിയ ജീവിതശൈലി അവർക്ക് വെറുപ്പായിരിക്കുമോ? വിഷ്ണുവേട്ടനെ കുറ്റപ്പെടുത്താൻ വയ്യ. ബഹുമാനിക്കാനേ കഴിയൂ. തന്റെ വിശകലനത്തിന്റെ ഇത്തിരിവട്ടത്തിന് പുറത്താണ് ആ ജീവിതം. താനാരുമല്ല. വെറും കുട്ടി. പക്ഷേ, ഒരർത്ഥത്തിൽ തനിക്കും അല്പം പ്രാധാന്യമുണ്ടെന്നു സീതയ്ക്കു തോന്നി. തന്റെ കുടുംബത്തിലെ ജീവിച്ചിരിക്കുന്ന കാരണവന്മാർ മുഴുവൻ എതിർക്കുന്ന, വെറുക്കുന്ന രണ്ട് മനുഷ്യജീവികളെ സീത സ്നേഹിക്കുന്നു. ആദരിക്കുന്നു.

''എന്റെ കുഞ്ഞിനുവേണ്ടി മാത്രമാണ് ഞാൻ... പക്ഷേ, എന്റെ

കുഞ്ഞ്... അവനെന്തിനിങ്ങനെ അലയുന്നു? എനിക്കൊരു സമാധാന വുമില്ല.''

''അമ്മായി വിഷമിക്കാതിരിക്കൂ.'' സീത ലക്ഷ്മിയമ്മായിയുടെ ചുമ ലിൽ പിടിച്ചു. ''വിഷ്ണുവേട്ടൻ ചിലപ്പോൾ വല്ല ജോലിക്കും ശ്രമി ക്കാൻ...''

''ജോലി!'' ലക്ഷ്മിയമ്മായി ചിരിച്ചു. ''വിഷ്ണുവിനെ നിനക്കറി യില്ല. അവൻ ഒരാളുടെ കീഴിൽ ജോലിക്കിരിക്കില്ല. രണ്ടാംദിവസം മേലധികാരിയേയും ചീത്ത വിളിച്ച് ഇറങ്ങിപ്പോരും.''

''വിഷ്ണുവേട്ടൻ നമ്മളെപ്പോലയല്ല. വലിയ ആളാണ്.''

''എന്തോ, എനിക്കു ഭയം തോന്നുന്നു, കുട്ടീ. വിഷ്ണു ഈ ലോകത്ത് ആരെയെങ്കിലും ബഹുമാനിക്കുന്നെങ്കിൽ അത് മാഷെ മാത്രമാണ്.''

സീത ശ്രദ്ധിച്ചിരുന്നു.

''മാഷെ സീത അറിയുമോ?''

''വിഷ്ണുവേട്ടന്റെ ഗുരുവല്ലേ?''

''അതെ. സ്കൂളിലോ കോളേജിലോ പഠിപ്പിച്ചിട്ടില്ല. സ്കൂളിലും കോളേജിലും പഠിപ്പിച്ചിട്ടുള്ളാരെ ഒരാളേം വിഷ്ണു ഓർക്കാറില്ല. 'കട ലാസ് നോക്കി വായിക്കുന്നോര്' എന്നാ പറയുക. മാഷ് അങ്ങനെ യല്ലായിരുന്നു. വലിയ വിപ്ലവകാരിയായിരുന്നു. അഞ്ചു വർഷം ജയിലിൽ കെടന്ന മനുഷ്യൻ. പൊലീസുകാര് ആ എല്ലെല്ലാം പെറുക്കിയെടുത്തു. ഓ.... എനിക്കോർക്കാൻ വയ്യ കുട്ടീ.''

സീതയും പുതിയൊരു ജീവിതചരിത്രം കേൾക്കുകയായിരുന്നു. അവളുടെ അന്നുവരെയുള്ള ജീവിതത്തിൽ പൊലീസോ വിപ്ലവമോ മർദ്ദനമോ ഇല്ലായിരുന്നു. തറവാട്. തിരുവാതിര. ദീപാരാധന. അതു മാത്രം.

''എന്നും മാഷ് തനിച്ചായിരുന്നു. ഭാര്യ നേരത്തെ ഉപേക്ഷിച്ചുപോയി. പട്ടിണികെടക്കാൻ വയ്യെന്നു പറഞ്ഞ്. മാഷ് അതൊക്കെ പറഞ്ഞു ചിരിക്കുമായിരുന്നു.''

കാണാതെതന്നെ ദാമോദരൻ മാഷടെ രൂപം ഇപ്പോൾ സീത കാണുക യായിരുന്നു. മെലിഞ്ഞ് നീണ്ട ശരീരം. നരച്ച തലമുടിയും താടിയും ചാരുകസാലയിൽ കിടന്നുകൊണ്ട് മാഷ് വായിക്കുകയാണ്. അടുത്ത് സ്റ്റൂളിലിരിക്കുന്ന പ്രിയശിഷ്യൻ.

കുറെ നിമിഷങ്ങൾ കഴിഞ്ഞപ്പോൾ ലക്ഷ്മിയമ്മായി വീണ്ടും വിഷ്ണു വിനെപ്പറ്റി പറയാൻ തുടങ്ങി.

''പ്രസാദ് സാർ ഇന്നലെ ഇവിടെ വന്നിരുന്നു. രണ്ടുമൂന്നു ദിവസ മായി വിഷ്ണുവിനെ കിട്ടുന്നതേയില്ലെന്നു പറഞ്ഞു. വിഷ്ണുവിനെത്ര പണം കൊടുത്താലും നഷ്ടമാകില്ലെന്ന്.''

സീത ചിന്താധീനയായി. അവൾ ഓർക്കുകയായിരുന്നു. ഏകാധിപതികൾ ഭരിക്കുന്ന ആ കൊട്ടാരത്തിൽനിന്നും ഈ ചെറിയ വീട്ടിൽ വന്നു താമസിക്കാൻ കഴിഞ്ഞെങ്കിൽ... ഇവിടെ ദുഃഖങ്ങൾക്ക് ദുഃഖങ്ങളെ തിരിച്ചറിയാം, ആശ്വസിപ്പിക്കാം. സ്നേഹത്തിന് സ്വന്തം ദുഃഖം കണ്ടെത്താം. പക്ഷേ...

''കുട്ടി ഊണുകഴിച്ചോ?''

''കഴിച്ചു. അമ്മായീ.''

''കുടിക്കാൻ വല്ലതും കൊണ്ടുവരാം. എരിവെയിലത്ത് നടന്നതല്ലേ?''

''വേണ്ടമ്മായി. എനിക്കൊന്നും വേണ്ട. അമ്മായി ഇരിക്കൂ.''

''അതല്ല, ഞാൻ കൊണ്ടുവരാം.''

ലക്ഷ്മിയമ്മായി പൊയ്ക്കഴിഞ്ഞപ്പോൾ, സീത എഴുന്നേറ്റ് വിഷ്ണുവിന്റെ മുറിയിലേക്ക് പോയി. അത് അലങ്കോലമായിക്കിടക്കുന്നു. അമ്മായിക്ക് ഒന്നിനും വയ്യാതായിരിക്കുന്നു. സീത, ചൂലെടുത്ത് മുറിയാകെ വൃത്തിയാക്കി. കുഴഞ്ഞുമറിഞ്ഞു കിടന്നിരുന്ന പുസ്തകങ്ങൾ അടുക്കിവെയ്ക്കാൻ ശ്രമിച്ചു.

അപ്പോൾ ഒരു നീണ്ട ഫയലിൽ എന്തൊക്കെയോ എഴുതി പിൻ ചെയ്തിരിക്കുന്നതായി സീത കണ്ടു. അവൾ വെറുതെ മറിച്ചുനോക്കി. കമ്മ്യൂണിസത്തെപ്പറ്റിയുള്ള ഒരു ലേഖനമാണെന്നു മാത്രമേ മനസ്സിലായുള്ളൂ. വളരെയധികം എഴുതിയിരിക്കുന്നു.

സീത ഫയൽ തിരികെ വെച്ചിട്ട്, മുറി ചാരി തിരികെപ്പോന്നു. അപ്പോഴേക്കും ലക്ഷ്മിയമ്മായി കുടിക്കാൻ ജീരകവെള്ളവുമായി വന്നിരുന്നു. അവളത് വാങ്ങി കുടിച്ചു.

''ഇനി ഞാൻ പോകട്ടെ, അമ്മായീ?''

''അല്പനേരംകൂടി കഴിഞ്ഞിട്ട് പോയാൽ പോരെ?''

സീത വാച്ചിൽ നോക്കി. കോളേജ് വിട്ടുകഴിഞ്ഞിരിക്കുന്നു. സമയമേറെയായി. ഇനിയും ഇരിക്കാൻ അനുവാദമില്ല.

പോരാൻ നേരം സീത ചോദിച്ചു.

''വിഷ്ണുവേട്ടൻ കൃത്യമായി പഠിപ്പിക്കാൻ പോകുന്നില്ലല്ലോ. ഇവിടെ പണത്തിന്...''

''ഓ, സാരമില്ല കുട്ടീ. കുറച്ചു പണം ബാങ്കിലുണ്ട്. ഇങ്ങനെയൊക്കെയങ്ങ് പോകും.''

''അത്യാവശ്യമുള്ളപ്പോൾ എന്നോട് പറയണേ, അമ്മായീ.''

സീത മുറ്റത്തെത്തുമ്പോൾ വിഷ്ണു ഗേറ്റു തുറന്ന് മുറ്റത്തേക്ക് വരികയായിരുന്നു. അയാളാകെ പ്രാകൃതനായതുപോലെ തോന്നി. ദീക്ഷ വടിക്കാത്തതിനാലാകണം, മുഖത്ത് നല്ല ക്ഷീണം, കണ്ണുകൾ താണിരിക്കുന്നു.

വിഷ്ണു അവളെ കണ്ടു. ചിരിച്ചില്ല.

''എന്നു പുറത്തുവന്നു?''

''ഇന്ന്. ഉച്ചയ്ക്ക്...''

''പോകാനിറങ്ങിയതാണോ?''

''വിഷ്ണുവേട്ടന് എന്നെ കാണുന്നതുതന്നെ അലർജിയല്ലേ?''

വിഷ്ണു അകത്തേക്ക് കയറിയപ്പോൾ സീത ഒരു നിമിഷം എന്ത് ചെയ്യണമെന്നറിയാതെ മുറ്റത്തുതന്നെ നിന്നു. വരാനോ പോകാനോ പറയാതെ വിഷ്ണു പോയത് അവളെ കുഴപ്പത്തിലാക്കി. വിഷ്ണുവിനെ കാണണമെന്നുണ്ട്. എന്തൊക്കെയോ ചോദിക്കണമെന്നുണ്ട്. എന്തായാലും സീത തിരികെച്ചെന്നു.

''ഞാനപ്പൊഴേ പറഞ്ഞില്ലേ കുട്ടീ, വെയിലാറീട്ട് പോയാ മതീന്ന്.'' അമ്മായി പറഞ്ഞു.

''എനിക്ക് വിഷ്ണുവേട്ടനോടൊരു കാര്യം പറയാനുണ്ട്.''

വിഷ്ണു മുറിയിൽ കട്ടിലിൽ നിവർന്ന് കിടക്കുകയായിരുന്നു. അയാൾ ഉറങ്ങാൻ കിടക്കുന്നതുപോലെ തോന്നി. എങ്കിലും സീത മുറിയിൽ ചെന്നു നിന്നു.

''ഒരുപാടു ക്ഷീണിച്ചുപോയി.'' സീത പറഞ്ഞു.

''ഞാൻ നന്നായിട്ടില്ല, ഒരിക്കലും.'' കിടന്നുകൊണ്ടുതന്നെ അയാൾ പറഞ്ഞു.

''അമ്മായി പറഞ്ഞല്ലോ, ആഹാരംകൂടി കഴിക്കാറില്ലെന്ന്. എന്തു പറ്റി?''

വിഷ്ണു പറഞ്ഞു: ''എനിക്കൊരസുഖമുണ്ട്. മറവി. അതുകൊണ്ടാണെന്ന് വെച്ചോളൂ.''

തിരിഞ്ഞുകിടന്നുകൊണ്ട് അയാൾ ചോദിച്ചു: ''ഇങ്ങോട്ട് പോന്നത് അച്ഛനറിഞ്ഞോ?''

''ഇല്ല.''

''അച്ഛന്റെ മകനറിഞ്ഞു, അല്ലേ?''

സീത തലയാട്ടി.

''ഇന്നത്തെ സന്ദർശനം കൂടിയറിഞ്ഞാൽ എന്ത് സംഭവിക്കും?''

''എന്തും.''

''കൊള്ളാമല്ലോ! ഈ നൂറ്റാണ്ടിലും ഇത്ര പിന്തിരിപ്പന്മാരോ? അതും വിഷ്ണുവിന്റെ ബന്ധുക്കൾ.''

''എന്റെ കാര്യം നിൽക്കട്ടെ. വിഷ്ണുവേട്ടൻ ആരോഗ്യം നോക്കണം. അക്കാദമിയിൽനിന്ന് പിരിഞ്ഞോ?''

''തൽക്കാലം. കാരണമൊന്നും ചോദിക്കണ്ട. എനിക്കൊന്നുറങ്ങണം.''

അപ്പോഴാണ് അകലെ നിന്നെന്നപോലെ ഒരു വിളികേട്ടത്. വിളിയായിരുന്നില്ല. ഗർജ്ജനം. സീത പെട്ടെന്ന് ജനലിലൂടെ പുറത്തേക്ക് നോക്കി. ഗേറ്റിനപ്പുറം വഴിയിൽ, ശേഖരേട്ടൻ!

വിഷ്ണു ചോദിച്ചു: ''ആരാ?''

''ശേഖരേട്ടൻ.''

''കൊള്ളാം.''

ലക്ഷ്മിയമ്മായി അടുക്കളയിൽനിന്ന് ഓടിവന്നു.

''എന്താ, എന്താ സീതേ?''

''അമ്മ നിൽക്കൂ. ഞാനിപ്പോ വരാം.''

വിഷ്ണു പുറത്തേക്കു ചെന്നു. പോക്കറ്റിൽ നിന്നൊരു ബീഡിയെടുത്ത് കത്തിച്ചു. ശേഖരേട്ടൻ നിന്ന് പല്ലു കടിച്ചു. അയാൾ വീണ്ടും അലറി: ''എടീ സീതേ...''

വിഷ്ണു സാവധാനം പറഞ്ഞു: ''അകത്തുണ്ട്.''

''എടീ, ഇറങ്ങിവരാൻ.''

''കൊല്ലാനാണോ?'' വിഷ്ണു ചോദിച്ചു.

അകത്തുനിന്ന് ലക്ഷ്മിയമ്മായി ശാസനാസ്വരത്തിൽ വിളിച്ചു: ''വിഷ്ണൂ...''

ശേഖരേട്ടൻ വീണ്ടും വിളിച്ചപ്പോൾ, അമ്മായി സീതയെ പുറത്തേക്ക് വിട്ടു. അവൾ ഭയന്നുഭയന്ന് ഇറയത്തേക്കു വന്നു.

''ഇറങ്ങി വാടീ.''

അവൾ മുറ്റത്തേക്കിറങ്ങി.

ഒപ്പം വിഷ്ണുവും. സീത അടുത്തെത്തിയതും ശേഖരേട്ടൻ അവളുടെ രണ്ട് കവിളിലും മാറിമാറി തല്ലിയതും ഒന്നിച്ചായിരുന്നു. വീണ്ടും തല്ലാനൊരുങ്ങിയപ്പോൾ, വിഷ്ണു ആ കൈയിൽ കയറിപ്പിടിച്ചു.

''വിടെടാ.'' ശേഖരേട്ടൻ അലറി.

''ഇനി തല്ലരുത്, ഇവിടെ വെച്ച്,''

''കൈ വിടെടാ.''

''ഇവിടെ എന്റെ മുമ്പിൽ വെച്ച് തല്ലിയാൽ എന്നെ തല്ലുന്നതിന് തുല്യമാണ്. ഞാൻ നോക്കിനിൽക്കില്ല.''

വിഷ്ണുവിന്റെ സ്വരമുയർന്നപ്പോൾ, എന്തോ, ശേഖരേട്ടൻ പിന്നീടെ തിർത്തൊന്നും പറഞ്ഞില്ല.

വിഷ്ണു പറഞ്ഞു: ''സീത പൊയ്ക്കോളൂ.''

ഒരു നിമിഷം.

വിഷ്ണു ഒന്നുകൂടി പറഞ്ഞു: ''മേലിൽ ഇവിടെ വരരുത്.''

വിഷ്ണുവിനെ തുറിച്ചുനോക്കിയിട്ട് ശേഖരേട്ടൻ ധൃതിയിൽ നടന്നു. തേങ്ങലൊതുക്കിക്കൊണ്ട് സീത അനുഗമിച്ചു.

പതിനഞ്ച്

ഉത്തരം താങ്ങിനില്ക്കുന്ന തൂണുകൾക്ക് പുതിയൊരു ഗാംഭീര്യമുണ്ടാകുന്നതായി സീതയ്ക്ക് തോന്നി. വീടാകെ ആഴമേറിയ, ഗൗരവമേറിയ നിശ്ശബ്ദതയിലാണ്. സീത പേടിച്ചരണ്ടു നിന്നു. പിന്നിൽ, വാതിലിന് മറഞ്ഞ്, ചേട്ടത്തിയമ്മ. സീതയെക്കാൾ പരിഭ്രമം അവർക്കായിരുന്നു. മുറിയിൽ, കസേരയിൽ മകളെ തുറിച്ചുനോക്കിക്കൊണ്ട് അച്ഛൻ. എല്ലാം വിസ്തരിച്ച് പറഞ്ഞിട്ടും രോഷം ഒതുങ്ങാതെ അരികിൽ, ശേഖരേട്ടൻ.

‘‘വാ ഇവിടെ.’’ ഒടുവിൽ അച്ഛന്റെ സ്വരമുയർന്നു.

സീത ഞെട്ടിപ്പോയി. അവൾക്ക് മുന്നോട്ട് നീങ്ങാൻ കഴിയുന്നില്ല. കാലുകൾ തറയിൽ താണുപോയിരിക്കുന്നു. എത്ര ശ്രമിച്ചിട്ടും അനങ്ങാൻ കഴിയുന്നില്ല.

ചേട്ടത്തിയമ്മ ഇപ്പോൾ കൂടുതൽ സംഭ്രമിച്ചു. അവരുടെ കൈകൾ സീതയെ മെല്ലെ തള്ളി; ‘‘ചെല്ലൂ സീതേ, കൂടുതൽ ബഹളത്തിനുമുമ്പ് ചെല്ലൂ.’’

സീത മുറിക്കുള്ളിലേക്ക് കടന്നതും അച്ഛൻ കസേരയിൽനിന്നും ചാടിയെണീറ്റു. ഇടംകൈകൊണ്ട് അവളുടെ തലമുടി കുത്തിപ്പിടിച്ചു. തുടർന്ന് തെരുതെരെ അടിയായിരുന്നു. സീത നിലവിളിച്ചില്ല. പ്രതിഷേധിച്ചില്ല. ഇന്നോളം അച്ഛൻ അവളെ ഉപദ്രവിച്ചിട്ടില്ല. നുള്ളിനോവിച്ചിട്ടു കൂടിയില്ലാത്ത കൈകൾ ഇതാ...

ചേട്ടത്തിയമ്മ ഒന്നും ചെയ്യാനാകാതെ, പിന്നിൽനിന്ന് വിഷമിച്ചു. ഇടയ്ക്കിടെ അവർ ഭർത്താവിനെ നോക്കി. അയാൾ ഉറച്ച മനസ്സോടെ കാഴ്ച കണ്ടുനിന്നതേയുള്ളൂ. കുറെ തല്ലിക്കഴിഞ്ഞപ്പോൾ അച്ഛന്റെ ശക്തിയും കോപവും അല്പം കുറഞ്ഞെന്നു തോന്നി. മെല്ലെ പിടിവിട്ടു.

‘‘പോ...’’

വിയർത്ത മുഖം തടവിക്കൊണ്ട്, അവളെ നോക്കാതെ, അച്ഛൻ ആജ്ഞാപിച്ചു. സീത, തളർന്ന കാലുകളിൽ സ്വന്തം മുറിയിലേക്ക് പോന്നു. കട്ടിലിൽ വന്നിരുന്നു. കണ്ണുനീർ ധാരയായൊഴുകുകയായിരുന്നു. അച്ഛൻ അടിച്ച നേരത്ത് കരയാൻ തോന്നിയില്ല. ഇപ്പോൾ, കണ്ണുകൾക്ക് പിറകിൽനിന്നും നദികൾ ഉത്ഭവിച്ചൊഴുകുന്നു. നിയന്ത്രിക്കാൻ കഴിയുന്നില്ല. കുറെനേരം അവൾ അവിടെത്തന്നെ ഇരുന്നു. ഒടുവിൽ വാർത്ത ന്യായാധിപന്റെ ചെവിയിലും എത്തി! ശിക്ഷ കഴിഞ്ഞിരിക്കുന്നു. ശിക്ഷ പൂർണ്ണമായോ? ആയിരിക്കില്ല. ‘മേലിൽ ആ പടി കയറരുത്’ എന്നൊരു അന്ത്യശാസനം - അതെന്തേ അച്ഛൻ പറയാത്തത്? അങ്ങനെ പറഞ്ഞാൽ

താൻ എന്ത് ചെയ്യും? അനുസരിക്കുമോ? അച്ഛനോളംതന്നെ ഗംഭീരനായ ശേഖരേട്ടൻ മുമ്പൊരിക്കൽ വിചാരണ ചെയ്ത ശേഷമല്ലേ, വീണ്ടും താൻ പോയത്? അപ്പോൾ, അച്ഛൻ ആജ്ഞാപിച്ചാൽ...

"ശേഖരാ..." പുറത്ത് അച്ഛന്റെ ശബ്ദം.

ശേഖരേട്ടൻ വിളികേട്ടു.

"ഇവൾ ആദ്യമായാണോ അവിടെ പോകുന്നത്?"

ശേഖരേട്ടൻ നിശ്ശബ്ദനാണ്. 'അല്ല' എന്നെന്തുകൊണ്ട് പറഞ്ഞുകൂടാ? തല്ല് വാങ്ങുന്നത് താനല്ലേ? പക്ഷേ, ഈ തല്ല് മുഴുവനേറ്റിട്ടും ശരീരത്തിന് വേദനയില്ല. വേദന ഉള്ളിലാണ്. മനസ്സിലാണ്.

"ചോദിച്ചത് കേട്ടില്ലേ?"

"കേട്ടു."

"പിന്നെന്താ കുന്തം വിഴുങ്ങിയപോലെ നില്ക്കുന്നത്?"

"മുൻപൊരിക്കൽ പോയപ്പോൾ.... ഞാൻ ശാസിച്ചതാണ്."

"ഭ..." അച്ഛൻ ഉറക്കെ ആട്ടി. തൂണുകൾ ഒന്നാകെ കുലുങ്ങിയതുപോലെ തോന്നി.

"സീതേ..." അച്ഛൻ വീണ്ടും വിളിച്ചു. കണ്ണീർ തുടച്ചുകൊണ്ട് സീത എഴുന്നേറ്റു.

വാതിൽ കടക്കുമ്പോൾ, ചേട്ടത്തിയമ്മ കാതിൽ മെല്ലെ ഉപദേശിച്ചു.

"ഇനി പോകില്ലാന്ന് പറയണം, കേട്ടോ?"

അവൾ ഒന്നും മിണ്ടാതെ, വരാന്തയിലേക്ക് ചെന്നു. അച്ഛൻ വെളിച്ചപ്പാടായിത്തന്നെ നില്ക്കുന്നു. കോപം ശമിച്ചിട്ടില്ല. ഏറുകയാണ്. മകൾ, ഇന്നലെവരെ മാൻകുട്ടിയെപോലെ നടന്നവൾ, എന്താണ് കാട്ടിക്കൂട്ടിയിരിക്കുന്നത്?

"എന്നാണെടീ അവിടെപ്പോയത്?"

സീത തല കുനിച്ചു നിന്നു. ഒന്നും പറയാതിരിക്കുന്നതാണിപ്പോൾ ഭംഗി എന്നവൾക്ക് തോന്നി.

"എന്ത് കാര്യത്തിനാ ആ മൂധേവീടടുത്ത് പോയത്? നാശം പിടിച്ചോളേ! എന്റെ മാനം കെടുത്താനായി നീ ജനിച്ചല്ലോ."

അല്പനേരം കൂടി സീത അവിടെ നിന്നു. 'പോ' എന്നലറിയിരുന്നെങ്കിൽ... സീത ആശിച്ചു. പക്ഷേ, അച്ഛൻ ജനാലയിൽ പിടിച്ച് പുറത്തേക്ക് നോക്കിനിന്ന് കിതയ്ക്കുകയാണ്. പിന്നെ, കൂട്ടിലിട്ട വ്യാഘ്രത്തെപ്പോലെ മുറിയിൽ അങ്ങോട്ടുമിങ്ങോട്ടും നടക്കാൻ തുടങ്ങി. ശേഖരേട്ടൻ കൈകൊണ്ട് 'പൊയ്ക്കോ' എന്ന് ആംഗ്യം കാട്ടി. രഹസ്യമായ ഒരൗദാര്യം എന്ന മട്ടിലായിരുന്നു അത്. സീത ആ ഔദാര്യം സ്വീകരിക്കാതെ അവിടെത്തന്നെ നിന്നു. അവൾക്ക് അന്ത്യശാസനം

ലഭിക്കേണ്ടിയിരിക്കുന്നു. അതുകൂടി അറിയാതെ ഇവിടെനിന്ന് പോകുന്നത് ശരിയല്ല.

''പോടീ, എന്റെ കൺമുമ്പിൽ നിന്ന്! ഹും! നിന്നെപ്പറഞ്ഞിട്ടും തല്ലീട്ടും കാര്യമില്ല. കാണേണ്ടതാരെയാണെന്ന്, കൊടുക്കേണ്ടതാർക്കാണെന്ന് എനിക്കറിയാം.''

സീത നന്നേ പേടിച്ചു. അപ്പോൾ അവസാനതീരുമാനം അങ്ങനെയാണ്. കാണേണ്ടവരെ കാണാനായി അച്ഛൻ പുറപ്പെടുന്നു. ദൈവമേ... അപ്പോൾ അവൾക്ക് മുമ്പിൽ രണ്ടുമുഖങ്ങൾ തെളിഞ്ഞ് വന്നു. കറുത്ത കൺതടങ്ങളിൽ കണ്ണുനീരിന്റെ നനവുമായി ഒരു മുഖം... അതു ലക്ഷ്മിയമ്മായിയാണ്. കണ്ണിലും തലച്ചോറിലും തീരാത്ത രോഷവുമായി, മറ്റൊരുമുഖം... അതു വിഷ്ണുവേട്ടന്റേതാണ്. അച്ഛൻ അങ്ങോട്ടെന്തിനു പോകുന്നു? ഏറ്റുമുട്ടാനോ? അതോ വീണ്ടും ഒരു കുടിയിറക്കലിനോ? അവർ എന്ത് തെറ്റുചെയ്തു? തെറ്റെന്തെങ്കിലും ചെയ്തിട്ടുണ്ടെങ്കിൽ താൻ മാത്രമല്ലേ ചെയ്തിട്ടുള്ളൂ? തന്നെ ഇനിയും അടിച്ചുകൊള്ളട്ടെ. അമ്മായിയെ ദ്രോഹിക്കരുത്. അത് പാപമാണ്. താൻ മൂലം...

സീത കിടക്കയിൽ, തലയിണയിൽ മുഖമമർത്തിക്കിടന്നു, ചേട്ടത്തിയമ്മ അടുത്തു വന്നത് അവളറിഞ്ഞില്ല.

''ഇപ്പോ എന്തായീ സീതേ? അന്ന് ഞാൻ പറഞ്ഞപ്പോൾ സീത കേട്ടില്ല.''

സീത തലയുയർത്തി നോക്കിയില്ല. ചേട്ടത്തിയമ്മയുടെ വാദഗതികൾ ശരിയായിത്തീർന്നിരിക്കുന്നു. സ്ത്രീയെപ്പറ്റിയുള്ള അതിപുരാതനമായ സങ്കല്പങ്ങൾ സത്യമായി നിലനില്ക്കുന്നു. സീത വഴിതെറ്റി സഞ്ചരിച്ചു. ആ കുടുംബത്തിലെ സ്ത്രീകൾ സ്വീകരിച്ച വഴി ഇതായിരുന്നില്ല. പരമ്പരാഗതമായ വഴി. അനുസരണയുടെ, അടിമത്തത്തിന്റെ വഴി.

ചേട്ടത്തിയമ്മ കട്ടിലിലിരുന്നു.

''കരയാതിരിക്കൂ. എല്ലാം സഹിക്കാം. അല്ലാതെ നമ്മളെന്ത് ചെയ്യും? എനിക്ക് പേടിയതല്ല. അച്ഛൻ അങ്ങോട്ട് പോയിക്കഴിഞ്ഞു.''

പെട്ടെന്ന് സീത തലയുയർത്തി. താൻ ഭയന്നതു സംഭവിച്ചുകഴിഞ്ഞിരിക്കുന്നുവെന്ന് അവൾക്ക് മനസ്സിലായി. അവളുടെ ഹൃദയമിടിപ്പ് താളം തെറ്റുന്നതുപോലെ തോന്നി. അഭയത്തിനായി സീത ചേട്ടത്തിയമ്മയുടെ മാറിലേക്ക് ചാഞ്ഞു.

സന്ധ്യമയങ്ങി. വിഷ്ണു പുറത്തേക്കിറങ്ങുകയായിരുന്നു. ലക്ഷ്മിയമ്മ ചോദിച്ചു: ''രാത്രി വരണേ വിഷ്ണൂ, അമ്മ തനിച്ചേയുള്ളൂന്നു നീ മറക്കുന്നു.''

''വിഷ്ണുവിനോടാണോ അമ്മ ഇങ്ങനെയൊക്കെ പറയുന്നത്?'' അയാൾ തിരിഞ്ഞുനിന്നു.

''അതുകൊണ്ടല്ല. ഈയിടെയായി അമ്മയ്ക്കെന്തൊക്കെയോ പേടി. കണ്ണടച്ചാലുടൻ ദുഃസ്വപ്നങ്ങൾ കാണുകയാ.''

''അമ്മ ധൈര്യമായിരിക്കണം.'' വിഷ്ണു പറഞ്ഞു.

''എന്റെ നിർബന്ധംകൊണ്ടാണ് ഇവിടെ വരാൻ നീ സമ്മതിച്ചത്. പക്ഷേ, ഇന്ന് ഈ നാട്ടിൽ ജീവിക്കാൻ... എനിക്ക് ധൈര്യം വരുന്നില്ല.''

''നമ്മുടെ നാടെന്നും മറ്റുള്ളവരുടെ നാടെന്നും ഒന്നുമില്ല. എല്ലാ യിടത്തും മനുഷ്യരുണ്ട്. നല്ലതും ചീത്തയുമായ മനുഷ്യർ.''

വിഷ്ണു ഒന്ന് നിർത്തിയശേഷം പറഞ്ഞു: ''അമ്മ കതകടച്ചോളൂ. ഞാൻ വരാം.''

വിഷ്ണു ഗേറ്റ് തുറക്കാൻ ഭാവിക്കുകയായിരുന്നു. അപ്പോഴാണ് മുമ്പിൽ തെല്ലകലെയായി ഒരാൾ നില്ക്കുന്നത് കണ്ടത്. ആരാണെന്ന് മനസ്സിലാകാഞ്ഞതിനാൽ വിഷ്ണു ചോദിച്ചു: ''ആരാത്?''

രൂപം അടുത്തേക്ക് വന്നപ്പോൾ ലക്ഷ്മിയമ്മ അറിയാതെ പറഞ്ഞു പോയി. ''ചേട്ടൻ...''

''ഛീ മിണ്ടിപ്പോകരുത്.'' സീതയുടെ അച്ഛൻ പല്ല് ഞെരിച്ചു.

വിഷ്ണുവിന് ഇപ്പോൾ വ്യക്തമായി. നിഴൽ അയാളുടെ മുമ്പിൽ രൂപമായി. ഈ കണ്ടുമുട്ടൽ ഇവിടെ വച്ചാകുമെന്ന് അയാൾ പ്രതീക്ഷി ച്ചിരുന്നില്ല.

''എന്താണാവോ ഈ വഴി? ഞാൻ അമ്മാവനെ ആദ്യമറിഞ്ഞില്ല. ക്ഷമിക്കണം ആദ്യമായി കാണുന്നതല്ലേ?''

''എടാ, നീ മിണ്ടിപ്പോകരുതെന്നാണ് പറഞ്ഞത്!''

''അതെന്താ, എന്റെ വീട്ടുമുറ്റത്ത് നിന്ന് എനിക്ക് മിണ്ടിക്കൂടേ? ഇതാണോ ഇവിടത്തെ നീതി?''

''വിഷ്ണൂ..'' ലക്ഷ്മിയമ്മ വേഗം ഇറങ്ങിവന്നു.

''അമ്മ വെറുതെ നില്ക്കണം! ഈ നില്ക്കുന്ന മനുഷ്യനോട് എനിക്ക് ചിലത് ചോദിക്കണം. ചിലത് പറയുകയും വേണം.''

''എന്റെ പട്ടി കേൾക്കും.''

സീതയുടെ അച്ഛൻ വിഷ്ണുവിനെ തുറിച്ചുനോക്കി. പിന്നെ ലക്ഷ്മി യമ്മയ്ക്കുനേരെ തിരിഞ്ഞു: ''നിന്നെ ഇങ്ങോട്ട് കെട്ടിയെടുത്തതെന്തി നാണ്? എന്റെ മാനം കെടുത്തി ഏതോ ഒരുത്തന്റെ കൂടെ പോയ നീ, പിന്നെയും വന്നിരിക്കുന്നോ എന്റെ മുമ്പിൽത്തന്നെ, അശ്രീകരമേ!''

''ഈ 'എന്റെ' എന്ന പ്രയോഗം അത്ര ശരിയല്ല.'' വിഷ്ണു പറഞ്ഞു. ''നിങ്ങളുടേത് മാത്രമല്ല ഈ ഭൂമി. ഈ നാട്ടിലെതന്നെ മറ്റ് ജന്മിമാരു മായി തട്ടിച്ചുനോക്കുമ്പോൾ നിങ്ങൾ ഒരാവറേജ് ജന്മി മാത്രം. ഈ മണ്ണ് എന്റെ അമ്മ - നിങ്ങളുടെ സഹോദരി കൂടി ജനിച്ചതാണ്. അമ്മ ഇനി എന്നും ഇവിടെ താമസിക്കും. ഇവിടെത്തന്നെ മരിക്കും. എന്താ?''

''ധിക്കാരി...'' സീതയുടെ അച്ഛൻ വിഷ്ണുവിന് നേരെ കൈയുയർത്തി.

''ഒരു കാര്യം. എനിക്ക് നിങ്ങളെ പരിചയമില്ല. എനിക്കു മുമ്പിൽ കൈ പൊക്കരുത്. നമ്മൾ തമ്മിൽ ബന്ധമൊന്നുമില്ലെന്നോർക്കുക.''

''വിഷ്ണൂ... അകത്ത് പോകാൻ.'' ലക്ഷ്മിയമ്മയുടെ ശബ്ദമുയർന്നു. ''അകത്ത് പോകാനാണ് പറഞ്ഞത്. അമ്മയാണ് പറഞ്ഞത്.''

വിഷ്ണു പിന്നോട്ട് നീങ്ങി. എങ്കിലും അകത്തേക്ക് പോയില്ല. അയാളുടെ ഞരമ്പുകളാകെ ചൂടുപിടിച്ചുകഴിഞ്ഞിരുന്നു.

''എന്റെ മകളെ നീ വശീകരിച്ചു, അല്ലേടീ?''

''ഒരിക്കലുമില്ല. സീത ഇങ്ങോട്ടു വന്നതാണ്.''

ലക്ഷ്മിയമ്മയുടെ സ്വരം കരച്ചിലിന്റെ വക്കത്തെത്തിയിരുന്നു. അല്പംകൂടി കഴിഞ്ഞാൽ അമ്മ വീണുപോയേക്കുമെന്ന് വിഷ്ണുവിനു തോന്നി. അയാൾ വേഗം അടുത്തു വന്നു.

''എടാ, ഞാനാരാണെന്ന് നീ മനസ്സിലാക്കിയിട്ടില്ല.''

''അറിയാം. ഈ നില്ക്കുന്ന സ്ത്രീയുടെ ജീവിതം തന്നെയല്ലേ അതിന് തെളിവ്?''

സീതയുടെ അച്ഛന് കൂടുതൽ സംസാരിക്കാൻ കഴിഞ്ഞില്ല. രണ്ടാം മുണ്ട് ധൃതിയിൽ നേരെയിട്ട്, നിലത്താഞ്ഞു തുപ്പിയിട്ട് അയാൾ ലക്ഷ്മിയമ്മയോടു പറഞ്ഞു: ''അനുഭവിക്കുമെടീ, ഇനിയും നീ അനുഭവിക്കും. ഈശ്വരനുണ്ടടീ മുകളിൽ.''

''ഞാൻ വിശ്വസിക്കുന്നില്ല.'' വിഷ്ണു പറഞ്ഞു.

''നിർത്തെടാ...'' സീതയുടെ അച്ഛൻ ഉഗ്രമായലറി. ആ അലർച്ചയിൽ, വികാരത്തള്ളലിൽ അയാൾ കിതച്ചു. പിന്നെ തിരിച്ചു നടന്നു.

''ഞാൻ കാട്ടിത്തരാം! നിന്നെയൊക്കെ കാട്ടിത്തരാം.''

നിഴൽ വീണ്ടും ഇരുട്ടിൽ ലയിക്കുന്നതുവരെ വിഷ്ണു മുറ്റത്ത് നിന്നു. പിന്നെ തിരിഞ്ഞു നോക്കിയപ്പോൾ കണ്ടത് മണ്ണിലിരുന്ന് തേങ്ങിക്കരയുന്ന അമ്മയെയാണ്. അവരെ താങ്ങിയെഴുന്നേൽപ്പിച്ചു. അവർ കുഴഞ്ഞുവീഴാൻ പോകുന്നതുപോലെ തോന്നി.

വിഷ്ണു അമ്മയെ അകത്തേക്ക് നടത്തി. കട്ടിലിൽ അമ്മ കിടന്നു. രാത്രി വളരെനേരം അയാൾ അമ്മയ്ക്കരികിൽ ഇരുന്നു.

പതിനാറ്

ഈ കൊടുങ്കാറ്റുയരുമെന്ന് നേരത്തെ അറിയാമായിരുന്നു. ആദ്യത്തെ ചുവടു വയ്ക്കുമ്പോൾത്തന്നെ ഇത് ശുഭമായി അവസാനിക്കില്ലെന്ന് തീർച്ചയുണ്ടായിരുന്നു. എന്നിട്ടും ഒന്നും വകവെയ്ക്കാതെ മുന്നോട്ടു

പോയി. സ്വന്തം മനസ്സാക്ഷിക്ക് ശരിയെന്ന് തോന്നിയത് മാത്രം ചെയ്തു. ഒരു തലമുറ ചെയ്തുവെച്ച് പിഴകൾക്ക് പ്രായശ്ചിത്തം ചെയ്യുകയായിരുന്നോ? അറിയില്ല. പക്ഷേ, ഒന്നറിയാമായിരുന്നു. ഉറച്ച് വിശ്വസിച്ചിരുന്നു. ആരും കുറ്റങ്ങൾക്ക് അതീതരല്ല, കുറ്റം കുറ്റമാണെന്ന് മനസ്സിലാക്കുന്നതിലാണ്, വീണ്ടും ആവർത്തിക്കാതിരിക്കുന്നതിലാണ് മനുഷ്യത്വം. കുറ്റം ചെയ്തവരോട് ഒടുങ്ങാത്ത പകവെച്ച് സൂക്ഷിക്കാതിരിക്കുന്നതിലാണ് മനുഷ്യത്വം. അപ്പോൾ മാത്രമേ മനുഷ്യൻ എന്ന പദത്തിന് അർത്ഥമുണ്ടാകുന്നുള്ളൂ.

സീതയ്ക്കു തോന്നി - ഇവിടെ, വലിയ തൂണുകളും ഉത്തരങ്ങളും താങ്ങിനില്ക്കുന്ന ഈ വലിയ കൊട്ടാരത്തിൽ, മനുഷ്യത്വത്തിന്റെ ശവം കിടന്നു നാറുകയാണ്. ആ ശവത്തിന് മുകളിൽ കാലും നീട്ടിയിരുന്ന് ഗർജ്ജിക്കുകയും ഡംഭു കാണിക്കുകയും ചെയ്യുന്ന രാജാക്കന്മാർ...

അച്ഛൻ പൊയ്ക്കഴിഞ്ഞിരുന്നു. അച്ഛൻ പോയ നിമിഷം മുതൽ സീത വിറയ്ക്കുകയായിരുന്നു. ആലിലപോലെ. എന്തൊക്കെയാവും സംഭവിക്കുക? അച്ഛന്റെ പ്രതികാരത്തിന്റെ ജ്വാലകൾ തണുക്കില്ലേ? കത്തിയടങ്ങില്ലേ? ഇനിയും ആളിപ്പടർന്ന് അത് എവിടമൊക്കെ ഭസ്മമാക്കും? എവിടെയാണ് ഇതിന്റെ അവസാനം? ചുടലയിലോ?

ദൈവമേ! സീത നിശ്വസിച്ചു. കണ്ണുകൾ നിറഞ്ഞൊഴുകി, അരുവികളായി. അവൾക്ക് വിളിച്ചുപറയണമെന്ന് തോന്നി

ഒരായുസ്സ് മുഴുവൻ നീണ്ട് നില്ക്കുന്ന അകൽച്ച... ശത്രുത... ഭ്രഷ്ട്... ഇതെന്തിന് വേണ്ടിയാണ്? ആർക്കുവേണ്ടിയാണ്?

''നീയാണിതിനൊക്കെ കാരണം.'' ശേഖരേട്ടൻ പല്ലു കടിച്ചു. ''അഹങ്കാരി! കുടുംബത്തിൽ പിറക്കാത്ത പിഴച്ചവൾ.''

''ഞാനെന്ത് ചെയ്തു?''

സീത എഴുന്നേറ്റിരുന്നുകൊണ്ട് അങ്ങനെ ചോദിച്ചപ്പോൾ, കുടുംബത്തിന്റെ അസ്ഥിവാരം ഇളകുന്നതായി അയാൾക്ക് തോന്നി. ചേട്ടത്തിയമ്മ അടുക്കളയിൽനിന്ന് ഓടിയെത്തി സീതയുടെ വായ് പൊത്തി. അവർ ഭയത്തിന്റെ മൂർദ്ധന്യത്തിലെത്തിയിരുന്നു. അവരുടെ മുഖം വല്ലാതെ വിളറിയിരുന്നു. ഈ പെൺകുട്ടി എന്ത് ഭാവിച്ചാണ്? ഇവളിനി എന്തൊക്കെയാണ് വരുത്തിവയ്ക്കുക? ഇവൾക്ക് തലക്ക് വെളിവില്ലാതായി ത്തീർന്നോ? ഇന്നലെവരെ നേർക്കുനേരെനിന്ന് സംസാരിക്കാത്തവൾ, അച്ഛന്റേയും ഏട്ടന്റേയും നിഴൽ കണ്ടാൽ വാതിലിനു പിന്നിൽ ഒളിക്കുന്നവൾ.

''നീ എന്ത് ചെയ്തെന്നോ? അഹങ്കാരി...''

ശേഖരേട്ടൻ മുന്നോട്ട് പാഞ്ഞടുത്തപ്പോൾ ചേട്ടത്തിയമ്മ അയാൾക്ക് മുമ്പിൽ കയറിനിന്നു. ''അവളെ ഇനി തല്ലരുതേ...''

''ഇവളെ കൊല്ലണം.''

''അതാണ് ഭേദം.'' സീത പറഞ്ഞു.

''കേട്ടില്ലേ? ഈ നിഷേധി തർക്കുത്തരം പറഞ്ഞുതുടങ്ങിയിരിക്കുന്നു. ഇതൊക്കെ ഇവളെ ആ ചീത്തക്കൂട്ടം പഠിപ്പിച്ചതാണ്.''

''അമ്മായിയെ ഒന്നും പറയരുത്. അവരെന്നെ ഒന്നും പഠിപ്പിച്ചിട്ടില്ല.''

''നീ മിണ്ടരുത്! കുടുംബത്തിൽ പോയി അവകാശം ചോദിച്ചു വാങ്ങാൻ പറഞ്ഞയച്ചിരിക്കുന്നു.''

സീത വീണ്ടും പറഞ്ഞു: ''അമ്മായിക്ക് നമ്മുടെ ഒന്നും വേണ്ട. അത്ര താണ സ്ത്രീയല്ല അവർ.''

''നിർത്തെടീ മൂധേവീ...''

ശേഖരേട്ടൻ കൈ നിവർത്തി സീതയെ തല്ലി. ചേട്ടത്തിയമ്മ ഇടയ്ക്കു കയറി തടസ്സംപിടിച്ചു. അവർക്കും കിട്ടി കുറെ. കോപം നിന്ന് കത്തുന്നത് സീത കണ്ണീരിലൂടെ കണ്ടു. ഒരു പൂക്കുല കൊടുത്താൽ ഏട്ടൻ ഇപ്പോൾ തുള്ളുമെന്നു തോന്നി.

അവൾക്ക് ചിരിക്കാനാണ് തോന്നിയത്. ഇവിടെ എല്ലാപേർക്കും ഭ്രാന്ത് പിടിച്ചിരിക്കുന്നു. ചങ്ങല വേണ്ടിയിരിക്കുന്നു. ഈ വലിയ തൂണുകളിൽ ഈ ഭ്രാന്തന്മാരെ പിടിച്ചു പൂട്ടിയിടണം.

ശേഖരേട്ടൻ കുറേനേരം കൂടി കലിതുള്ളി. എന്തൊക്കയോ വിളിച്ചു പറഞ്ഞു. പിന്നെ, പകയോടെ പുറത്തേക്ക് കുതിച്ചുപോയി. ചേട്ടത്തിയമ്മ അവളുടെ അടുത്തിരുന്ന് തേങ്ങിക്കരയാൻ തുടങ്ങി. സീതയ്ക്കും ഇപ്പോൾ തളർച്ച തോന്നി. ധൈര്യവും മനഃസംയമനവും എല്ലാം വാർന്നു പോയതുപോലെ തോന്നി. മനസ്സ് വിങ്ങുകയാണ്. കരയണം. ഒന്നുറക്കെക്കരഞ്ഞാലേ ഈ വിങ്ങലിന് അല്പം ആശ്വാസം ലഭിക്കൂ.

അവൾ ദീനമായി വിളിച്ചു: ''ചേട്ടത്തിയമ്മേ...''

ചേട്ടത്തിയമ്മയുടെ ചുമലിൽ മുഖമമർത്തി സീത കരഞ്ഞു.

ഒരാഴ്ച.

അനക്കമില്ലാതെ, ശബ്ദമില്ലാതെ, ഏഴു ദിവസങ്ങൾ കടന്നുപോയത് സീതയറിഞ്ഞില്ല. അവൾ വീടിനു പുറത്തേക്കിറങ്ങിയതേയില്ല. വായുവും വെളിച്ചവും നിഷേധിക്കപ്പെട്ടവളെപ്പോലെ, ആ മുറിയിൽ, നാല് ചുവരുകൾക്കുള്ളിൽ തടവുകാരിയായി കിടന്നതേയുള്ളൂ. ഇനി പഠിത്തം തുടരേണ്ട ആവശ്യമില്ലെന്നും കോളേജിൽ പോകേണ്ട എന്നും അച്ഛൻ ആജ്ഞ പുറപ്പെടുവിച്ചിരുന്നു. അതും ഒരർത്ഥത്തിൽ നന്നായി എന്ന് സീതയ്ക്ക് തോന്നി. കോളേജിൽ പോകാനും പഠിക്കാനും ഒന്നും ഇനി തനിക്കാവില്ല. ഒന്നിനും ശക്തിയില്ല. ഇവിടെ, ഈ ദ്രവിച്ച കൊട്ടാരത്തിൽ, ഇരുട്ടിൽ, തന്നിലേക്ക് ഒതുങ്ങി മരിച്ച ശരീരംപോലെ കിടക്കുന്നതാണ് ഭേദം. ഒന്നും അറിയാതെ. ചിന്തിക്കാതെ...

ഒരു ദിവസം അപ്രതീക്ഷിതമായി സീത ആ വാർത്ത അറിഞ്ഞു. വിഷ്ണുവേട്ടനെ ആരോ തല്ലി. അവൾക്ക് ചേട്ടനോടും അച്ഛനോടും

ഉള്ളതിനേക്കാളേറെ പക ആ നിമിഷത്തിൽ ചേട്ടത്തിയമ്മയോട് തോന്നി. ചേട്ടത്തിയമ്മ ആ വാർത്ത സീതയറിയാതെ ഇത്ര ദിവസവും ഒളിച്ചു വച്ചു.

രമയാണ് പറഞ്ഞത്. അവൾ വന്നിരുന്നു, കൂട്ടുകാരിയെക്കാണാൻ.

''നീയിനി വരില്ലേ?'' രമ ആകാംക്ഷയോടെ ചോദിച്ചു.

''ഇല്ല.'' സീതയുടെ മറുപടി ഉറച്ചതായിരുന്നു.

''പ്രൊഫസർ നിന്നെ തിരക്കി. കുട്ടികളെല്ലാവരും നിന്നെക്കുറിച്ച ന്വേഷിക്കുന്നു.''

''ഞാനിനി കോളേജിൽ വരുന്നില്ലെന്നും പഠിക്കുന്നില്ലെന്നും എല്ലാ പേരോടും പറഞ്ഞേക്കൂ രമേ.''

അക്ഷോഭ്യയായിട്ടാണ് സീത അങ്ങനെ പറഞ്ഞത്. ചേട്ടത്തിയമ്മ അവളുടെ മുഖത്തേക്ക് നിർന്നിമേഷം നോക്കിനിന്നു. ആ മനസ്സിനു ള്ളിൽ ആഞ്ഞടിക്കുന്ന ചുഴലിക്കാറ്റ്. അത് മറ്റാർക്കുമറിയില്ല. ചേട്ടത്തി യമ്മയ്ക്കു മാത്രം. ചേട്ടത്തിയമ്മ അടുക്കളയിലേക്ക് പോയിക്കഴിഞ്ഞ പ്പോഴാണ് രമ ആ രഹസ്യം സീതയോട് പറഞ്ഞത്. വിഷ്ണുവേട്ടനെ ആരോ തല്ലി. പാതിരാത്രിയിലോ മറ്റോ ആയിരുന്നു. വീട്ടിലേക്ക് മട ങ്ങുകയായിരുന്നു. ഇരുട്ടിലാണ്. പിറകിൽ നിന്നാണ് അടിവന്ന് വീണത്. ആരാണെന്നറിയില്ല. മൂന്നുനാലുപേര് ഉണ്ടായിരുന്നത്രെ. പൊതുവെ സംസാരം, സീതയുടെ അച്ഛൻ ആൾക്കാരെക്കൊണ്ട് ചെയ്യിച്ചു എന്നാണ്.

സീതയ്ക്ക് അപ്പോഴാണ് പരിസരബോധമുണ്ടായത്. കഴിഞ്ഞ ഏഴ് ദിവസവും താൻ ഇരുട്ടിൽ മുങ്ങിക്കിടക്കുകയായിരുന്നു. എല്ലാം മറന്ന്. അവൾക്ക് ഉടനെ ലക്ഷ്മിയമ്മായിയെ കാണണമെന്ന് തോന്നി.

രമ പൊയ്ക്കഴിഞ്ഞപ്പോൾ അവൾ ചേട്ടത്തിയമ്മയോട് പറഞ്ഞു:

''ചേട്ടത്തിയമ്മയും എന്റെ ശത്രുവായി.''

ചേട്ടത്തിയമ്മ പരിഭ്രമിച്ചു. ''എന്തുപറ്റി? എന്തുണ്ടായി?''

സീത പറഞ്ഞപ്പോഴേ അവരും ആ വാർത്തയറിഞ്ഞുള്ളൂ. അവർ നടുങ്ങിപ്പോയി.

''സത്യമായും ഞാനറിഞ്ഞില്ല. നിന്നെപ്പോലെ ഞാനും ഈ ഇരു ട്ടിൽ കഴിയുന്നവളല്ലേ? എന്നോടാരാണ് പറയുക?''

സീത പറഞ്ഞു: ''അതെ, നാട്ടുകാർ പറയുന്നത് സത്യമാണ്. മറ്റാരും അത് ചെയ്യില്ല.''

''ഒന്ന് മിണ്ടാതിരിക്കൂ സീതേ.'' ചേട്ടത്തിയമ്മ അപേക്ഷിച്ചു.

''ചേട്ടത്തിയമ്മയ്ക്കറിയില്ല... ഈ അച്ഛൻ...''

''മതി കുട്ടീ. മതിയാക്കൂ. ഏട്ടൻ കേൾക്കും. ഈ വീട്ടിൽ ഇല്ലാത്ത ലഹളയൊക്കെ ഉണ്ടാകും.''

''ഉണ്ടാകട്ടെ. എല്ലാം തകരട്ടെ! ചേട്ടത്തിയമ്മേ.... എനിക്കുടനെ ലക്ഷ്മിയമ്മായിയെ കാണണം.''

ചേട്ടത്തിയമ്മ 'ഭഗവതീ' എന്നുറക്കെ വിളിച്ചുപോയി.

എന്തിനാണ് വിഷ്ണുവേട്ടനെ തല്ലിയതെന്നറിയണം. ആരാണ് തല്ലിയതെന്നറിയണം. ഈ പുതിയ നാട്ടിൽ, വിഷ്ണുവേട്ടന് ആരാണ് ശത്രുക്കൾ? സീതയുടെ ഹൃദയം തുടിച്ചുകൊണ്ടിരുന്നു. പക്ഷേ, സീതയ്ക്ക് അനുവാദമില്ലായിരുന്നു.

''ഇനി നിന്റെ ശവമേ പുറത്തേക്ക് പോകൂ.'' ശേഖരേട്ടന്റെ വാക്കുകൾ അവളെ പൂട്ടിയിട്ടു. അവൾക്കുചുറ്റും കാവൽ നിന്നു. ഇങ്ങനെയും ഒരു ജീവിതമോ?

സീത ചേട്ടത്തിയമ്മയോട് ശുപാർശ ചെയ്തു. ''എന്നെ ഒന്ന് പുറത്തേക്ക് വിടൂ.''

ചേട്ടത്തിയമ്മ കണ്ണടച്ച് ദീർഘശ്വാസം വിട്ടു.

ദിവസങ്ങൾ അധികം കഴിഞ്ഞില്ല. ഒരു സന്ധ്യയിൽ, അച്ഛൻ ഇറയത്ത് ചാരുകസേരയിൽ മുറുക്കിക്കൊണ്ട് കിടപ്പാണ്. ശേഖരേട്ടൻ അങ്ങാടിയിലോ മറ്റോ പോയിരിക്കുന്നു.

പടിപ്പുരയ്ക്കൽ, ഒരു നിഴൽ കണ്ട് അച്ഛൻ ശ്രദ്ധിച്ചു. വിഷ്ണു!

അച്ഛൻ ഉറക്കെപ്പറഞ്ഞു: ''ഇങ്ങോട്ട് കയറരുത്. പടി കടക്കരുതെന്ന്.''

വിഷ്ണു കൂസലില്ലാതെ പടിപ്പുര കടന്ന് മുറ്റത്തെത്തി. അച്ഛൻ ചുവന്ന കണ്ണുകളുമായി എഴുന്നേറ്റു നിന്നു. പാദം മുതൽ ശിരസ്സുവരെ വിറയ്ക്കുന്നുണ്ടായിരുന്നു.

സീത വാതില്ക്കൽ നിന്ന് എല്ലാം കണ്ടു.

''എന്താടാ ഇവിടെ?'' അച്ഛന്റെ ചോദ്യം കർക്കശമായിരുന്നു. അവജ്ഞ നിറഞ്ഞതായിരുന്നു.

''ഒരു സന്ദർശനം!'' വിഷ്ണു പറഞ്ഞു. ''എന്റെ അമ്മാവന്റെ ബംഗ്ലാവല്ലേ? ഒന്ന് കയറണമെന്ന് കുറെ നാളായി വിചാരിക്കുന്നു. രണ്ടുമൂന്ന് ദിവസമായി സുഖമില്ലായിരുന്നു. തലയ്ക്കൊരടിയേറ്റു.''

അച്ഛൻ മറുപടി പറയാതെ തുറിച്ചു നോക്കി നില്ക്കുന്നത് സീത ശ്രദ്ധിച്ചു. വിഷ്ണു സീതയെ കാണുന്നുണ്ടായിരുന്നില്ല. അയാളുടെ മുഖം ക്രമേണ ഗൗരവം നിറഞ്ഞതായി.

''നിങ്ങളാണ് എന്നെ തല്ലിച്ചത്; അല്ലേ?''

അച്ഛൻ കൈചൂണ്ടിപ്പറഞ്ഞു: ''ഇറങ്ങടാ പുറത്ത്.''

''മനുഷ്യരെ തല്ലുന്നതിൽപോലും ജന്മിത്വം! നേരിട്ട് തല്ലാതെ, കൂലിക്കാരെ നിർത്തി തല്ലിക്കുക! നട്ടെല്ലില്ലാത്ത ഏർപ്പാട്!''

''എടാ, നിന്നോടിറങ്ങാനാ പറഞ്ഞത്.''

''ഞാൻ ഭീരുവല്ല, എനിക്ക് ഒര് മണ്ണാങ്കട്ടയുമില്ല. ഒന്ന് തോന്നിയാൽ ഞാനത് പറയും. ചെയ്യും. എനിക്ക് അത് തോന്നാതിരിക്കാൻ നിങ്ങളുടെ ദൈവത്തിനോട് പ്രാർത്ഥിച്ചോളൂ. ഫൂൾ!''

വിഷ്ണു നിലത്ത് കാർക്കിച്ച് തുപ്പിയിട്ട് ധൃതിയിൽ നടന്നുപോയി. അച്ഛൻ തൂണിൽപിടിച്ച് അതേനില്പുനിന്നു. സന്ധ്യ കറുത്ത് ഒരു സമുദ്രമായി മാറിക്കഴിഞ്ഞിരുന്നു. മുറ്റവും ഇറയവും തൊടിയും ഇട വഴിയുമെല്ലാം കറുത്ത തിരമാലകൾ കൈയടക്കി.

സീത ഇടവഴിയവസാനിക്കുന്നിടംവരെ, വിഷ്ണുവേട്ടൻ ഇരുട്ടിന്റെ ഭാഗമായി അലിഞ്ഞ് തീരുംവരെ നോക്കിനിന്നു. എന്തൊര് വീറോടെ യാണ്, തലയെടുപ്പോടെയാണ് ഇത്ര നേരവും നിന്നിരുന്നത്. അച്ഛന്റെ മുന്നിൽ ഇത്രയും കാലം, ആരും ഇതുപോലെ തലയുയർത്തിപ്പിടിച്ച് നിന്നുകാണില്ല. ശേഖരേട്ടൻ ഇന്നും അച്ഛന്റെ മുഖം നേരിൽ കണ്ടിട്ടില്ല. ഒരു വശത്തു നിന്നാണ് സംസാരിക്കുക.

ഇരുട്ടിന്റെ കടലിൽ എല്ലാം മുങ്ങിക്കഴിഞ്ഞു. തുരുത്തിൽ, അച്ഛനും അവളും മാത്രം ശേഷിച്ചു. അച്ഛൻ അപ്പോഴും തൂണിനരികൽ നിന്നിളകി യിരുന്നില്ല. സീത കാതോർത്തു. ഇരുട്ടിൽ, ഒരു വൃദ്ധന്റെ നിശ്വാസങ്ങൾ മാത്രം മാറ്റൊലിക്കൊണ്ടു.

പതിനേഴ്

തന്നെക്കാണാനായി ഇറയത്താരോ വന്നിരിക്കുന്നു എന്ന് ചേട്ടത്തിയമ്മ പറഞ്ഞപ്പോൾ സീത ഒരു നിമിഷം വ്യർത്ഥമായി ആശിച്ചു: വിഷ്ണു വേട്ടൻ. ചേട്ടത്തിയമ്മ വിഷ്ണുവേട്ടനെ കണ്ടിട്ടില്ല.

അവൾ വേഗം മുഖം കഴുകി വാതിൽക്കലേക്ക് നടക്കുമ്പോൾ, ശേഖരേട്ടൻ എതിരെ വന്നു.

‘‘നില്ക്ക്.’’ ശേഖരേട്ടൻ പറഞ്ഞു.

‘‘അവർ നിന്നെ കാണാൻ വന്നിരിക്കുകയാണ്.’’

‘‘അവരോ?’’

‘‘അതെ. നിന്നെ ഇഷ്ടപ്പെട്ടാൽ ഈ വിവാഹം നടക്കും.’’

സീതയ്ക്ക് തല ചുറ്റുന്നതായി തോന്നി. എതിർത്ത് എന്തെങ്കിലും പറയണമെന്നുണ്ട്. താനറിയാതെ തനിക്ക് ചുറ്റും ഒരു കെണി നിർമ്മിച്ചു വെച്ചിരിക്കുന്നു. പിടിവിട്ട് പുറത്തേക്കിറങ്ങി ഓടിപ്പോകണമെന്നുണ്ട്. പക്ഷേ, വയ്യ... തളർച്ച....

ചേട്ടത്തിയമ്മ അടുത്തേക്ക് വന്നു.

‘‘ഇവളുടെ കൈയിൽ കാപ്പി കൊടുത്തയയ്ക്കൂ.’’

സീത ചേട്ടത്തിയമ്മയ്ക്കുനേരെ നോക്കി. അവളുടെ കണ്ണ് നിറ ഞ്ഞൊഴുകുകയായിരുന്നു. ചേട്ടത്തിയമ്മ മേൽമുണ്ടിന്റെ തുമ്പെടുത്ത് അത് തുടച്ചുമാറ്റി.

‘‘അയ്യേ.... ഇതെന്താ കൊച്ചുകുട്ടികളെപ്പോലെ കരയാതിരിക്കൂ.’’

''ഞാൻ... ചേട്ടത്തിയമ്മേ...'' സീതയ്ക്ക് വാക്കുകൾ കിട്ടിയില്ല.

ശേഖരേട്ടൻ തുറിച്ചുനോക്കിനിന്നു. എന്നിട്ട് പല്ലുകൾ കടിച്ചമർത്തിക്കൊണ്ട് പതിയെ പറഞ്ഞു:

''ഞങ്ങളെ അപമാനിക്കാനാണ് ഭാവമെങ്കിൽ, നിന്നെ ജീവനോടെ വെച്ചേക്കില്ല.''

ശേഖരേട്ടൻ തറ കുലുങ്ങുംവിധം അമർത്തിച്ചവിട്ടി തിരികെപ്പോയി.

ചേട്ടത്തിയമ്മ പറഞ്ഞു: ''കുട്ടീ, നോക്കൂ... അച്ഛനും ചേട്ടനും പറയുന്നതനുസരിക്കണം. അച്ഛന്റെ ഒറ്റ മോളാണ്. സീതയുടെ മുഖം വാടിയിരിക്കുന്നത് അവർ കണ്ടാൽ, അച്ഛന് അപമാനമാണ്. അത് മറക്കരുത്.''

സീത കണ്ണ് തുറന്ന് മുമ്പിൽ നില്ക്കുന്ന സ്ത്രീയെ നോക്കി. ഇവരെങ്കിലും തന്നെ മനസ്സിലാക്കുമെന്ന് കരുതിയിരുന്നു. സീതയുടെ മനസ്സ് ഇവർക്കെങ്കിലും വായിക്കാൻ കഴിയുമെന്ന് ആശിച്ചിരുന്നു. തെറ്റി. ആരും സീതയെ അറിയുന്നില്ല. മനസ്സിലാക്കുന്നില്ല. അവളുടെ മനസ്സ് ഇഷ്ടംപോലെ എടുത്തുപെരുമാറാവുന്ന ഒരു കളിപ്പാട്ടമാണെന്ന് എല്ലാവരും ധരിക്കുന്നു. അവൾക്ക് ഇഷ്ടങ്ങൾ പാടില്ല. അഭിപ്രായങ്ങൾ പാടില്ല. സ്വന്തം വഴികൾ പാടില്ല. അവൾ ആട്ടിൻകുട്ടിയാണ്. ഇടയൻ തെളിക്കുന്ന വഴിയെ നടക്കുക...

സീത ചലനമറ്റ് നിന്നു.

ചേട്ടത്തിയമ്മ അപേക്ഷിച്ചു: ''പോകൂ സീതേ, എട്ടനിനിയും വരുന്നതിനുമുൻപ്...''

സീതയുടെ മനസ്സ് മറ്റെവിടെയോ ആയിരുന്നു. അവൾ ചേട്ടത്തിയമ്മയുടെ വാക്കുകൾ കേട്ടില്ല. ഇനി, ഇനി ഒരേയൊരിടമേയുള്ളൂ. തന്റെ വേദനകൾ ഇറക്കിവെയ്ക്കാൻ ഒരേയൊരത്താണി. രക്ഷാമാർഗ്ഗം. പക്ഷേ... എങ്ങനെ അവിടെയെത്തും?

പെട്ടെന്ന് സീത ഞെട്ടി. തൊട്ടുമുൻപിൽ അച്ഛൻ നിൽക്കുന്നു.

''എന്താടീ താമസം?''

ചേട്ടത്തിയമ്മ അവളുടെ കൈയിൽ കാപ്പി നിരത്തിയ ട്രേ കൊടുത്തു. അച്ഛൻ മുന്നിൽ നടന്നു. അച്ഛന് പിറകെ, ഇടയന് പിറകെ, മൃഗം നടന്നു.

ചേട്ടത്തിയമ്മ പറഞ്ഞു: ''അവർക്ക് നിന്നെ ഇഷ്ടപ്പെട്ടിരിക്കുന്നു. രമേശൻനായർക്ക് ബാങ്കിലാണ് ജോലി. അമ്മയ്ക്ക് ഒരേയൊരു മകൻ. നല്ല സ്വഭാവം. ധാരാളം സമ്പത്ത്. ഇത് നിന്റെ ഭാഗ്യമാണ് കുട്ടീ.''

ചേട്ടത്തിയമ്മയുടെ വാക്കുകൾ ആകാശത്തുകൂടി പറന്നുപോകുന്ന മേഘങ്ങളാണെന്നാണ് സീതയ്ക്ക് തോന്നിയത്. രൂപമില്ലാത്ത, ലക്ഷ്യമില്ലാത്ത വെറും മേഘങ്ങൾ. അതുകൊണ്ടുതന്നെ സീത അതിനുത്തരമൊന്നും പറഞ്ഞില്ല. അവളുടെ മുൻപിൽ വിശാലമായ വയലായിരുന്നു. മുളങ്കൂട്ടങ്ങൾക്കരികിൽ കാറ്റ് പറ്റിക്കൂടിനില്ക്കുന്നു.

സീത ഓർത്തു:

കാസിം മുതലാളിയുടെ ബംഗ്ലാവ് നില്ക്കുന്നിടത്ത് പണ്ട് ഒരു ചെറിയ വീടായിരുന്നു. വാടകവീട്...

''നീയെന്താ ഒന്നും പറയാത്തത്?'' ചേട്ടത്തിയമ്മ ചോദിച്ചു.

''ഒന്നും പറയാനില്ല. അതുകൊണ്ട്.''

''നിന്റെ ഈ സ്വഭാവം ശരിയല്ല, സീതേ, ഒരു പെൺകുട്ടി എത്ര യൊക്കെയായാലും അച്ഛനെയും സഹോദരന്മാരേയും അനുസരിച്ചു തന്നെ വേണം കഴിയാൻ. അവർ നിന്റെ നന്മയാണാഗ്രഹിക്കുന്നത്. ചേട്ടനും അച്ഛനും നിന്നെപ്പറ്റി ഓർത്ത്...''

''അതെ, ഞാൻ ഒരു പ്രശ്നമായിത്തീർന്നിരിക്കുന്നു. ഒരു ബാധ. എന്നെ എത്രയും വേഗം ഒഴിച്ചുവിടണം. ഇല്ലെങ്കിൽ ഈ വീട് തകരും. അച്ഛനും ഏട്ടനും സ്വസ്ഥമായുറങ്ങണമെങ്കിൽ എന്നെ എവിടെയെ ങ്കിലും എത്തിക്കണം; അല്ലേ?''

സീതയുടെ സ്വരം പരുഷമായിരുന്നു.

ചേട്ടത്തിയമ്മ പരിഭ്രമിച്ചു.

''പിന്നെ നിന്റെ ഉദ്ദേശമെന്താ? നീ എന്താണ് വിചാരിക്കുന്നത്? പറയൂ...''

''ചേട്ടത്തിയമ്മ അത് കേൾക്കുന്നതുകൊണ്ട് വല്ല ഗുണവുമുണ്ടോ? ഒരു പെട്ടിയിലിട്ട് പൂട്ടുന്നതുപോലെയല്ലേയുള്ളൂ? ആരുമറിയാതെ എല്ലാം മനസ്സിനുള്ളിൽ വെച്ച് പൂട്ടും, നിങ്ങൾക്കതേ കഴിയൂ...''

''സീതേ...''

അവരുടെ മുഖം പെട്ടെന്ന് മങ്ങി.

സീത ആ മുഖത്തുനിന്നും നോട്ടം മാറ്റി. ശൂന്യമായ ആകാശത്തേക്ക് നോക്കിയിരുന്ന് സീത ഉരുവിട്ടു:

പെണ്ണുകാണാൻ വന്ന സംഘത്തിന് തന്നെ വളരെ ഇഷ്ടപ്പെട്ടിരി ക്കുന്നു. കഴിയുന്നതും വേഗം ഇത് നടക്കണം. എങ്കിലേ എല്ലാവർക്കും സമാധാനം വരൂ. സീത മുറിയിൽ കണ്ണടച്ചു കിടന്നു. വെളിച്ചത്തോട് വിദ്വേഷം തോന്നി. ജാലകങ്ങൾ വലിച്ചടച്ചതിനുശേഷമാണ് കിടന്നത്. ഇനിമുതൽ തനിക്ക് വിധിക്കപ്പെട്ടിട്ടുള്ളത് ഇരുട്ടാണ്. ആരും തന്നെ അറിയുന്നില്ല. സീതയെ വെളിച്ചത്തിലേക്ക് കൊണ്ടുവരണമെന്ന് ആർക്കും ആഗ്രഹമില്ല. അച്ഛനും ശേഖരേട്ടനും ചേട്ടത്തിയമ്മയും എല്ലാവരും തനിക്കെതിരാണ്. ഒരു തുള്ളി വെളിച്ചം. അത് വളരെ അകലെയാണ്. അവിടംവരെ നടന്നെത്താൻ തനിക്കാവുമോ? ചുറ്റും കെട്ടിയുയർത്തി യിരിക്കുന്ന കനത്ത മതിലുകൾ കടന്നു എന്ന് പുറത്തുകടക്കാനാവും?

സീത നിശ്ശബ്ദം കരഞ്ഞു. അവൾ മുറിക്ക് പുറത്തിറങ്ങിയില്ല. ആഹാരം കഴിക്കാനോ കുളിക്കാനോ കൂട്ടാക്കിയില്ല. ചേട്ടത്തിയമ്മ പലവട്ടം പറഞ്ഞു. അപേക്ഷിച്ചു.

ശേഖരേട്ടൻ ചോദിച്ചു: ''അവൾക്കെന്താണ്? അഹങ്കാരം ഏറുന്നു.''

''അവൾക്ക് സുഖമില്ല.'' ചേട്ടത്തിയമ്മ പറഞ്ഞു.

''അനുസരിക്കുന്നതാണ് നല്ലതെന്ന് നീ അവളോട് പറഞ്ഞേക്കൂ. ഇല്ലെങ്കിൽ അനുസരിപ്പിക്കാൻ എനിക്കറിയാം.''

സീത മുറിക്കുള്ളിൽ കിടന്ന് അത് കേട്ടു. ശേഖരേട്ടന്റെ കാലടികൾ അകന്നുപോകുന്ന ശബ്ദം കേട്ടപ്പോൾ അവൾ കട്ടിലിൽ എഴുന്നേറ്റിരുന്നു. വാതിൽ കടന്ന് വരുന്ന ചേട്ടത്തിയമ്മയുടെ രൂപം അവൾ കണ്ടു. അവൾ കരയുന്നുണ്ടായിരുന്നില്ല.

ചേട്ടത്തിയമ്മ വിളിച്ചു: ''സീതേ... ഏട്ടൻ നിന്നെ അന്വേഷിച്ചു.''

''കേട്ടു. ഞാനെന്താണ് വേണ്ടത്? പറഞ്ഞോളൂ, അനുസരിച്ചോളാം.''

''തൽക്കാലം ഒന്ന് കുളിച്ചു വരൂ. ഈ വേഷമൊക്കെ മാറി, ആഹാരം കഴിച്ച്, സന്തോഷമായിരിക്കുക. നിന്റെ നന്മ മാത്രമേ ഞാനാഗ്രഹിക്കുന്നുള്ളൂ.''

സീത വിളറിയ ചിരിയോടെ എഴുന്നേറ്റപ്പോൾ ചേട്ടത്തിയമ്മയ്ക്ക് ആശ്വാസമായി. അനുസരണയുള്ള കുട്ടിയെപ്പോലെ ഒന്നും പറയാതെ സീത കുളിച്ചു വന്നു. ആഹാരം കഴിച്ചു.

ചേട്ടത്തിയമ്മ നെടുവീർപ്പിട്ടു. കണ്ണടച്ച്, ധ്യാനനിരതയായി പ്രാർത്ഥിച്ചു: ''ഭഗവതീ... രക്ഷിക്കണേ!''

സീത മുളങ്കൂട്ടങ്ങൾക്കരികിൽ നിന്നു. കാറ്റിൽ, അവളുടെ തലമുടിച്ചുരുളുകൾ പറന്നുകളിച്ചു. അവൾ അകലേക്ക് നോക്കി. കാസിം മുതലാളിയുടെ ബംഗ്ലാവ്, അവിടെ നിന്നാൽ കാണാം. ടെറസ്സിൽ, കുട്ടികൾ ഓടിക്കളിക്കുന്നു. അവരുടെ മുഖം ശരിക്ക് കാണില്ല.

അച്ഛൻ പടിയിറങ്ങിപ്പോകുന്നത് സീത കണ്ടു. തോളിൽ വളച്ചിട്ടിരിക്കുന്ന നേരിയതിന്റെ കസവുകര സായാഹ്നവെയിലിൽ തിളങ്ങി.

സീത ചോദിച്ചു: ''ശേഖരേട്ടനെവിടെ?''

അവൾ ചോദിച്ചത് ആരും കേട്ടില്ല. അത്ര പതുക്കെയായിരുന്നു.

കുറച്ചുകഴിഞ്ഞ്, അവൾ അടുക്കളയിലെത്തി. ചേട്ടത്തിയമ്മ കറിക്ക് നുറുക്കുന്നുണ്ടായിരുന്നു.

സീത ചേട്ടത്തിയമ്മയുടെ കഴുത്തിലൂടെ കൈയിട്ട് മെല്ലെപ്പറഞ്ഞു:

''ചേട്ടത്തിയമ്മ ഒരു കാര്യം സമ്മതിക്കുമോ?''

''എന്താണ് സീതേ? പറഞ്ഞോളൂ.''

''ശേഖരേട്ടനും അച്ഛനും തിരിച്ചെത്തുന്നതിനുമുൻപ്, ഞാനൊന്ന് ലക്ഷ്മിയമ്മായിയെ കണ്ടിട്ട് വരട്ടേ?''

ചേട്ടത്തിയമ്മ ഞെട്ടി. അവരുടെ മുഖം കടലാസുപോലെ വിളറി. ഈ പെൺകുട്ടി എന്ത് ഭാവിച്ചാണ്? എന്തൊരു തീക്കളിയാണിത്. ദൈവമേ...

''ചേട്ടത്തിയമ്മേ, സമ്മതിക്കൂ. ഇനി ഒരിക്കലും ഞാൻ പോവില്ല. ഇവിടം വിട്ട് പോവുന്നതിനുമുൻപ്, അവസാനമായി...''

സീത കെഞ്ചി. അവളുടെ ഈറനായ കണ്ണുകളും വിതുമ്പുന്ന സ്വരവും ചേട്ടത്തിയമ്മയെ തളർത്തി.

അവർ ധൈര്യമവലംബിച്ച് പറഞ്ഞു: ''ശരി. പോയിട്ടു വരൂ, വേഗം തിരിച്ചുവരണം. ആരും അറിയരുത്.''

സീത സന്തോഷത്തോടെ മുറിക്കുള്ളിലേക്ക് ഓടിക്കയറി. മുഖം അമർത്തിത്തുടച്ച് സാരി മാറാൻ തുടങ്ങി. ചേട്ടത്തിയമ്മ തുടിക്കുന്ന ഹൃദയത്തോടെ അത് നോക്കി നിന്നു.

പതിനെട്ട്

സീത കരയുകയായിരുന്നു. അവളുടെ ചുമലിൽ ലക്ഷ്മിയമ്മായിയുടെ കൈത്തലം തഴുകിക്കൊണ്ടിരുന്നു. അവരുടേയും കണ്ണുകൾ നനഞ്ഞിരുന്നു. രണ്ടാളും ഒന്നും പറയുന്നുണ്ടായിരുന്നില്ല. അഗാധമായ സമുദ്രം പോലെ, മനസ്സിന്റെ അടിത്തട്ടിൽ, രണ്ടുപേരും പലതും ഒളിപ്പിച്ചുവെച്ചിരുന്നു. ലക്ഷ്മിയമ്മായി ഓർത്തു എത്രയോ ദിവസമായി ഇവളെ ഒന്നു കണ്ടിട്ട്. വിഷ്ണു കൂട്ടിനില്ലാത്ത രാത്രികളിൽ, എത്രതവണ ഇവളെ കാണണമെന്ന് മോഹം തോന്നി! ഇവൾ എത്ര ക്ഷീണിച്ചുപോയി! സീതയും ഓർക്കുകയായിരുന്നു. അമ്മായി വല്ലാതെ തളർന്നിരിക്കുന്നു. മകന് സംഭവിച്ചത് ലക്ഷ്മിയമ്മായിയുടെ കരളിനേറ്റ ആഘാതമായിരുന്നിരിക്കണം. എങ്ങനെയാണ് സമാധാനിപ്പിക്കുക? എങ്ങനെയാണ് തുടങ്ങുക? എല്ലാറ്റിനും കാരണക്കാരി താനൊരാൾ മാത്രം. സീത. അവസാനം സീത ശബ്ദിച്ചു. അവൾ മുഖമുയർത്തി.

''ഞാനെല്ലാമറിഞ്ഞു, അമ്മായി.'' സീത പറഞ്ഞു: ''അച്ഛനാണ്...''

''സാരമില്ല മോളേ. എല്ലാം വിധി. ഞാൻ സഹിക്കുകയാണ്. എന്തൊക്കെ സഹിച്ചു. സഹിക്കാൻ മാത്രമേ എനിക്കറിയൂ.''

''വിഷ്ണുവേട്ടൻ എവിടെപ്പോയി?''

''അറിയില്ല. രണ്ടു ദിവസമായി വന്നിട്ട്. ഈയിടെയൊക്കെ അവനിങ്ങനെയാണ്.''

''അമ്മായി ചോദിക്കാറില്ലേ?''

''ഇല്ല മോളേ. ചോദിച്ചാലും അവൻ പറയില്ല.''

''മുറിവ് കരിഞ്ഞോ?''

അമ്മായി അകലേക്ക് നോക്കിയിരുന്നു. ആ കണ്ണുകൾ വീണ്ടും നിറഞ്ഞൊഴുകി.

''വലിയ മുറിവുണ്ടായിരുന്നോ? ഞാൻ പിന്നീടാണറിഞ്ഞത്. എനിക്കൊന്ന് വരാൻകൂടി കഴിഞ്ഞില്ല.''

''ഞാൻ കാലിൽ വീണ് പറഞ്ഞതുകൊണ്ടാണ് എന്റെ വിഷ്ണു ക്ഷമിച്ചത്. വിഷ്ണുവിനെ നിനക്കറിയില്ല. ഒന്ന് നിശ്ചയിച്ചാൽ അത് ചെയ്യും.''

സീത നിശ്ശബ്ദയായി നടുക്കത്തോടെ ഇരുന്നു. അല്പം കഴിഞ്ഞ് അവൾ കുറ്റമേറ്റുപറയുന്നവളെപ്പോലെ പറഞ്ഞു: ''എല്ലാം ഞാൻ കാരണമാണ്.''

''അങ്ങനെയൊന്നും പറയരുത് കുട്ടീ. എല്ലാം വിധിയാണ്. അങ്ങനെ ആശ്വസിക്കണം.''

ഞാനിവിടെ വരാതിരുന്നെങ്കിൽ, അമ്മായിയെ കാണാതിരുന്നെങ്കിൽ, ഒന്നും സംഭവിക്കുമായിരുന്നില്ല, പക്ഷേ, എനിക്കതിനു കഴിയുമായിരുന്നില്ല, അമ്മായീ. ലക്ഷ്മിയമ്മായി എന്റെ ആവേശമായിരുന്നു. എത്രയോ രാത്രികളിൽ ഞാൻ നിങ്ങളെ ഓർത്തു കിടന്നു. ഒന്ന് കാണാൻ എത്ര മോഹിച്ചു. എനിക്ക് എന്നെ നിയന്ത്രിക്കാനായില്ല. എന്നോട് ക്ഷമിക്കൂ, അമ്മായീ. അങ്ങനെയൊക്കെ പറയണമെന്ന് സീത കൊതിച്ചു. പക്ഷേ, അവൾക്കൊന്നും കഴിഞ്ഞില്ല. സീതയുടെ മനസ്സ് കലങ്ങിമറിയുകയായിരുന്നു. ചെറിയൊരു പഴുതുണ്ടാക്കിയാണ് ഓടിയെത്തിയിരിക്കുന്നത്. ഉറക്കം വരാത്ത രാത്രികളുടെ ഭാരം തലയെ നേരെ നിറുത്തുന്നില്ല. നിറഞ്ഞുതുളുമ്പുന്ന ഒരുപിടി ധർമ്മസങ്കടങ്ങളുമായാണ് ഓടിവന്നിരിക്കുന്നത്. സീത ഇരുട്ടിലാണ്. അവൾക്ക് വെളിച്ചം വേണം. വെളിച്ചത്തിന്റെ ഒരുതുള്ളി. ഇനി ഒരിക്കലും... ഈ വഴി വിലക്കപ്പെട്ടതാണ്.

''അമ്മായീ...'' സീത വിളിച്ചു.

ലക്ഷ്മിയമ്മായി അവളെ ഉറ്റുനോക്കി. അവളുടെ ചുണ്ടുകൾ വിതുമ്പുന്നു. അവൾക്കെന്തോ പറയാനുണ്ട്.

''എന്താ മോളേ, പറയൂ...''

''എന്റെ... എന്റെ...'' സീതയുടെ കണ്ണുകൾ നിറഞ്ഞു.

''പറയൂ... എന്തായാലും പറയൂ. നിന്റെ അമ്മയാണെന്നു കരുതി പറയൂ.''

''എന്റെ വിവാഹം നിശ്ചയിച്ചു.''

ലക്ഷ്മിയമ്മായിയുടെ കണ്ണുകൾ ഒരു നിമിഷനേരം നിശ്ചലമായി. ഒരു ചെറിയ നടുക്കം അവർക്കുണ്ടായെന്ന് തോന്നി. പിന്നെ, ആ മുഖത്ത് ഒരു ചിരി മിന്നിത്തെളിഞ്ഞു. അവർ മന്ത്രിച്ചു.

''ഭാഗ്യവതി.''

അവർ സീതയെ തഴുകി. നിറുകയിൽ ചുംബിച്ചു.

''ആരാണ് വരൻ?''

''അമ്മായി ഇതാണോ ചോദിക്കുന്നത്?'' സീതയുടെ സ്വരത്തിൽ പരിഭവവും സങ്കടവും ഉണ്ടായിരുന്നു. അവളുടെ കണ്ണുകൾ നിറഞ്ഞൊഴുകാൻ തുടങ്ങി.

ലക്ഷ്മിയമ്മായി കണ്ണടച്ചിരുന്നു. ഒരു ധ്യാനത്തിലെന്നതുപോലെ.

''എനിക്ക് ജീവിതത്തിൽ മാറ്റാരുമില്ല. എന്റെ ലക്ഷ്മിയമ്മായി മാത്രം. ആ വീടു ഞാൻ വെറുക്കുന്നു. അതു കൊട്ടാരമാണ്. അവിടെ മനുഷ്യരില്ല. ഉള്ളത് രാജാക്കന്മാരാണ്. ഹൃദയശൂന്യരായ രാജാക്കന്മാർ, അന്തസ്സിന്റേയും തറവാടിത്തത്തിന്റേയും കാലഹരണപ്പെട്ട കഥകൾ വീമ്പിളക്കിപ്പറയുന്ന കുറെപ്പേർ. ആ വീട് എന്റേതല്ല. എന്നെ ഈ വീട്ടിൽ താമസിപ്പിക്കൂ, അമ്മായീ.''

ലക്ഷ്മിയമ്മായി കണ്ണുതുറന്നു. അവർ സ്വയം മറന്ന് അമ്പരപ്പോടെ വിളിച്ചുപോയി. ''സീതേ...''

''അതെ, അമ്മായീ, ഞാൻ കാര്യമായി പറഞ്ഞതാണ്. വളരെ ദിവസങ്ങൾക്കൊണ്ട് ആലോചിച്ചുറപ്പിച്ച കാര്യം. എനിക്കു മറ്റാരും വേണ്ട. അച്ഛനും ഏട്ടനും ആരും. അമ്മായി മാത്രം മതി.''

''നീ പറയുന്നത് എനിക്ക് മനസ്സിലാകുന്നില്ല. ഇതു ദുഃഖിതരുടെ താവളമാണ് കുട്ടീ. ഇവിടെ നിന്നെ...''

''ഞാൻ പറയുന്നത് കേൾക്കൂ അമ്മായീ... എനിക്ക് ഇവിടെ മാത്രമേയുള്ളൂ അഭയം. പരസ്പരം സ്നേഹിക്കാൻ കഴിയുന്ന, പരസ്പരം ദുഃഖങ്ങൾ മനസ്സിലാക്കാനും പങ്കിടാനും കഴിയുന്ന ഒരിടമാണ് എനിക്കു വേണ്ടത്. അച്ഛന്റെ കൊട്ടാരത്തിൽ ദുഃഖമില്ല. സ്നേഹമില്ല. അവിടെ ഇതൊക്കെ വിലക്കപ്പെട്ട വസ്തുക്കളാണ്.''

''നിന്നെ ഞാനിവിടെ എങ്ങനെ താമസിപ്പിക്കും മോളേ? നിന്റെ അച്ഛൻ...''

''അമ്മായിയുടെ മകന്റെ ഭാര്യയായി... എന്താ, അതു പാടില്ലേ? പറയൂ അമ്മായീ...'' എങ്ങുനിന്നോ വീണുകിട്ടിയ ഒരു തന്റേടത്തിൽ സീത പറഞ്ഞു.

ലക്ഷ്മിയമ്മായി വാക്കുകൾ നഷ്ടപ്പെട്ട്, ചലനമറ്റ് പ്രതിമപോലെ അവളെത്തന്നെ ഉറ്റുനോക്കി ഇരുന്നു. സീതയും കുറേ നിമിഷങ്ങളിലേക്ക് ഒന്നും പറഞ്ഞില്ല. വാക്കുകളുടെ പ്രസക്തി അവസാനിച്ചതുപോലെ തോന്നി. സീത പെട്ടെന്ന് അമ്മായിയുടെ കാൽമുട്ടിൽ തല ചേർത്ത് തേങ്ങാൻ തുടങ്ങി. നിമിഷങ്ങളോളം അമ്മായി അവളെ നോക്കിയിരുന്നിട്ട് പിന്നെ, അവളുടെ മുഖം പിടിച്ചുയർത്തി.

''കരയരുത് മോളേ, നീ എന്റെ കുട്ടിയാണ്. നിന്റെ ആഗ്രഹം അതാണെങ്കിൽ...''

സീത കണ്ണു തുടച്ചുകൊണ്ട് പറഞ്ഞു: ''എന്റെ ആഗ്രഹം അതാണമ്മായീ; അതുമാത്രം. ദയവായി എന്നോട് പോകാൻ പറയരുതേ... വിഷ്ണുവേട്ടനെ ഞാൻ സ്നേഹിക്കുന്നു. വിഷ്ണുവേട്ടൻ എന്റെ ദൈവമാണ്. ഞാനിവിടെ നിന്ന് പോകില്ല. ആരു പറഞ്ഞാലും.''

അപ്പോൾ വാതില്ക്കൽ ഒരു ചുമ കേട്ടു. സീതയും ലക്ഷ്മിയമ്മായിയും തിരിഞ്ഞുനോക്കി. വാതിലിൽ ചാരിനില്ക്കുകയായിരുന്നു

വിഷ്ണു. അയാൾ വല്ലാതെ ക്ഷീണിച്ചിരുന്നു. കണ്ണുകൾ കുഴിഞ്ഞ്, മുടി പറന്ന്.

സീത വേഗം എഴുന്നേറ്റു മുഖം സാരിത്തുമ്പുകൊണ്ട് അമർത്തി ത്തുടച്ചു.

''വിഷ്ണൂ...'' അമ്മായി വിളിച്ചു. അവർ എന്തോ പറയാൻ ഭാവി ക്കുകയായിരുന്നു.

വിഷ്ണു കൈയുയർത്തി തടഞ്ഞു. ''ഞാൻ കേട്ടു.''

സീത തലതാഴ്ത്തി നിന്നു. അവളുടെ ഹൃദയം വല്ലാതെ തുടിച്ചു കൊണ്ടിരുന്നു. ഓരോ അണുവും ത്രസിച്ചുനിന്നു.

''ആഗ്രഹം നല്ലതാണ്. പക്ഷേ, എനിക്ക് സമ്മതമല്ല. ഒരിക്കലും.''

''വിഷ്ണൂ...'' ലക്ഷ്മിയമ്മായിയുടെ ശബ്ദമുയർന്നു. അവർ മകന് നേരെ ഒന്നുരണ്ടടി നടന്നടുത്തു.

''നീ എന്താണീ പറയുന്നത്? സീതയ്ക്ക് വേറെ വിവാഹം നിശ്ചയി ച്ചിരിക്കുന്നു.''

''അത് നടന്നാൽ മതി.'' വിഷ്ണുവിന്റെ സ്വരം ഉറച്ചതായിരുന്നു.

ലക്ഷ്മിയമ്മായി ഇടർച്ചയോടെ പറഞ്ഞു: ''സീത എന്റെ കുട്ടി യാണ്. അവളുടെ ദുഃഖം...''

വിഷ്ണു പെട്ടെന്ന് ചിരിച്ചു: ''അത് സാരമില്ല, അമ്മേ, ആ ദുഃഖം താൽക്കാലികമാണ്. ഒരു ജന്മിത്തറവാട്ടിൽ ജനിച്ചു വളർന്ന ഒരു പെണ്ണിന്റെ ദുഃഖത്തിലും സ്നേഹത്തിലും എനിക്ക് തീരെ വിശ്വാസ മില്ല.''

സീത ദയനീയമായി പറഞ്ഞു: ''ഞാനൊരു തെറ്റും ചെയ്തിട്ടില്ല. എന്നോടെന്തിനാണീ പക?''

''ഞാൻ നിങ്ങളെ വെറുക്കുന്നു. നിന്നെയും നിന്റെ അച്ഛനെയും. നോക്കിക്കോളൂ.... നിന്റെ അച്ഛന്റെ ആ കൊട്ടാരമുണ്ടല്ലോ.... അത് ഞാൻ... പറഞ്ഞേക്കൂ, നിന്റെ അച്ഛനോട്....ഉം. അല്ലെങ്കിൽ വേണ്ട. സീത യ്ക്ക് പോകാം.''

അമ്മായി പരിഭ്രമിച്ചു. അവരുടെ സ്വരം പതറി.

''വിഷ്ണൂ... നിനക്ക് ഭ്രാന്തുണ്ടോ? എന്തൊക്കെയാണിത്?''

''അമ്മേ... ഇവളോട് പോകാൻ പറയൂ. ഇവൾ ഇനി ഒരു നിമിഷം ഇവിടെ നിന്നാൽ ഞാൻ ഭ്രാന്തനാകും. എന്റെ വഴി നിങ്ങളുടേതല്ല. പോകാൻ പറയൂ അമ്മേ. അവളോട് പോകാൻ പറയൂ.''

വിഷ്ണു പെട്ടെന്ന് മുറിക്കുള്ളിലേക്ക് പോയി വാതിൽ വലിച്ചടച്ചു.

തലച്ചോറിൽ ഇടിമുഴങ്ങിയതുപോലെ തോന്നി സീതയ്ക്ക്. വിഷ്ണു വിന്റെ ചുവന്ന കണ്ണുകളും അലറുന്ന സ്വരവും അവളെ തളർത്തി ക്കളഞ്ഞു. അടഞ്ഞ വാതിലിലേക്ക് നോക്കി വീർപ്പടക്കി. കണ്ണുകളടച്ച്,

ഒരു നിമിഷം അവൾ നിന്നു. പിന്നെ പറഞ്ഞു: ''ഞാൻ പോകാം. ഞാൻ പോകുന്നു, അമ്മായീ.''

ലക്ഷ്മിയമ്മായി അവളെ കെട്ടിപ്പിടിച്ച് മൂർദ്ധാവിൽ ഉമ്മവെച്ച് കരഞ്ഞു. സീത ലക്ഷ്മിയമ്മായിയുടെ പിടി വിടുവിച്ച്, ഉറച്ച ചുവടുകളോടെ വാതിൽ കടന്ന്. മുറ്റത്തേക്കുള്ള ഒതുക്കുകല്ലുകളിറങ്ങി.

മുറ്റം നിറഞ്ഞ് കിടന്ന പഴുത്ത മാവിലകളിൽ ചുവടുകൾ വെച്ച്, ചലിക്കുന്ന ഒരു പ്രതിമപോലെ അവൾ നടന്നു. തലച്ചോറിനുള്ളിൽ, സമുദ്രം ഇരമ്പുന്നതുപോലെ, ഒരായിരം കടന്നലുകൾ കൂടുപൊട്ടിച്ചാർക്കുന്നതുപോലെ അവൾക്കു തോന്നി. ഇരുട്ടിലൂടെ, ഇരുട്ടിലേക്ക് നടന്നടുക്കുന്നതുപോലെ അവൾ നടന്നു. വെളിച്ചത്തിന്റെ ദ്വീപ് എന്നെന്നേക്കുമായി നഷ്ടപ്പെട്ട യാത്രക്കാരനെപ്പോലെ... സീത ഇരുട്ടിൽ മുങ്ങി.

അമ്മായി ആ പോക്ക് കണ്ട്, സ്വയം മറന്ന് നിന്നു. ആത്മാവിന്റെ ഒരംശം അടർന്ന് പോയതുപോലെ, അകന്ന് പോയതുപോലെ ആണ് തോന്നിയത്. അപ്രതീക്ഷിതമായി മരുഭൂമിയിൽ വീണുകിട്ടിയ അവസാനത്തെ പച്ചപ്പും ആശ്രയവും ഇതാ നഷ്ടപ്പെട്ടിരിക്കുന്നു. ഇനി ഈ ലോകത്തിൽ താനേക. തന്റെ മകന്... ഇനി ആരാണ്, ആരാണ് ആശ്രയം?

* * *

ദിവസങ്ങൾക്കകം സീതയുടെ വിവാഹം നടന്നു. ആർഭാടമായി. ചേട്ടത്തിയമ്മ അത്ഭുതപ്പെട്ടു. അവൾ ഒരെതിർപ്പും പ്രകടിപ്പിച്ചില്ല. ഒരു മാൻകുട്ടിയുടെ ശാന്തതയോടെ എല്ലാറ്റിനും വിധേയയായി അനുസരണയോടെ, അനുകൂലിച്ച് നിന്നു.

അച്ഛനും ശേഖരേട്ടനും ആശ്വാസമായി. യാത്രപറയുമ്പോൾ സീത നിശ്ചലയായി നിന്നതേയുള്ളൂ. അവൾ ചിരിച്ചില്ല. വിടപറയലിന്റെ ദുഃഖം അവളുടെ കണ്ണിൽ തുളുമ്പി നിന്നിരുന്നുമില്ല. എരിയുന്ന രണ്ടു തീപന്തങ്ങൾ കണ്ണുകളിൽ കൊളുത്തിവെച്ചിരിക്കുന്നു എന്നാണ് ചേട്ടത്തിയമ്മയ്ക്ക് തോന്നിയത്.

ചേട്ടത്തിയമ്മ സീതയുടെ ചെവിയിൽ പറഞ്ഞു: ''അച്ഛന്റെയും ഏട്ടന്റെയും കാലിൽ നമസ്കരിച്ച് യാത്ര ചോദിക്കൂ.''

പാവയെപ്പോലെ സീത എന്തോ കാട്ടിക്കൂട്ടി. കാറിൽ കയറാൻ അവൾക്കായിരുന്നു തിടുക്കമെന്ന് തോന്നി. കൊട്ടാരം വിട്ട്, ഭർത്താവിനോടൊപ്പം അവൾ യാത്രയായി.

പത്തൊമ്പത്

ആരോ പറഞ്ഞു: ''വലതുകാൽ വെച്ച് കയറണം.''

നിലവിളക്കും നിറപറയും ഒന്നും സീത കണ്ടില്ല. ഇരുമ്പുഗേറ്റിനു നടുവിലൂടെ കാർ അകത്തു കടന്നു. കാറിൽനിന്നിറങ്ങി, മുൻപിൽ

കണ്ട പാദങ്ങളെ പിൻതുടരുക മാത്രം ചെയ്തു. അവസാനം ഇറയത്തേക്ക് കയറുമ്പോഴാണ് ഒരു അശരീരി പോലെ അത് കേട്ടത്.

''വലതുകാൽ വെച്ച് കയറണം.''

വലതുകാൽ വച്ചുതന്നെ കയറി. വിളക്കിന് മുന്നിൽ ഒരു നിമിഷം നിന്നു. മനസ്സിൽ ആഞ്ഞടിക്കുന്ന കൊടുങ്കാറ്റിൽ വിളക്കിലെ നാളങ്ങൾ ആടിയുലഞ്ഞു.

അമ്മായിയമ്മയുടെ പാദങ്ങളിൽ നമസ്കരിക്കാൻ അവൾ മറന്നു. പുറപ്പെടുന്നതിനുമുൻപ് ചേട്ടത്തിയമ്മ പ്രത്യേകം ഓർമ്മിപ്പിച്ചിരുന്നു; എന്നിട്ടും.

അമ്മായിയമ്മ അവളെ മാറോടു ചേർത്തു പിടിച്ചപ്പോഴും നെറ്റിയിൽ അമർത്തിച്ചുംബിച്ചപ്പോഴും ഒരുതരം മരവിപ്പാണ് തോന്നിയത്. അവൾ അമ്മായിയമ്മയെ നോക്കി നില്ക്കുകമാത്രം ചെയ്തു. അവരുടെ വസ്ത്രങ്ങൾക്ക് ചന്ദനത്തിരികളുടെ സുഗന്ധമുണ്ടായിരുന്നു. അവരുടെ തലമുടി വെഞ്ചാമരംപോലെ നരച്ചതായിരുന്നു.

''നീ എന്റെ മരുമകളല്ല, എന്റെ മകളാണ്.'' അമ്മായിയമ്മ പറഞ്ഞു.

സീതയ്ക്ക് പ്രത്യേകിച്ചൊന്നും തോന്നിയില്ല. സിനിമയിലോ, നാടകത്തിലോ പറയാൻ പറ്റിയ ഒരു വാചകമെന്ന് തോന്നുകയും ചെയ്തു. അമ്മായിയമ്മ സീതയുടെ ശിരസ്സിൽ സ്നേഹപൂർവ്വം തടവി. സ്ത്രീകൾ അവൾക്ക് ചുറ്റും നിന്നു. തനിക്ക് ചുറ്റും അവർ ഭേദിക്കാനാവാത്ത ഒരു വലയം സൃഷ്ടിച്ചിരിക്കുന്നുവെന്നും അവർക്ക് നടുവിൽ, ഓടിപ്പോവാനാവാത്ത ഒരു തടവുകാരിയായി താൻ തീർന്നിരിക്കുന്നുവെന്നും ഉള്ള തോന്നലോടെ സീത ഇരുന്നു. കഴുത്തുനിറയെ ആഭരണങ്ങളണിഞ്ഞ്, പട്ടുസാരി ചുറ്റിയ ഒരു പ്രതിമപോലെ. സ്ത്രീകൾ അവളുടെ ആഭരണങ്ങൾ കാണുകയും പ്രശംസിക്കുകയും ചെയ്തു. ചിലർ അവളുടെ അച്ഛന്റെ പ്രൗഢിയെപ്പറ്റിയും തറവാടിത്തത്തെപ്പറ്റിയും ഭയഭക്തി ബഹുമാനങ്ങളോടെ വർണ്ണിച്ചു. ചിലർ അവളോട് എന്തൊക്കെയോ കുശലം ചോദിച്ചു. അവരെല്ലാം കാപ്പിസല്ക്കാരത്തിൽ പങ്കെടുത്ത് യാത്രപറഞ്ഞ് പിരിഞ്ഞ് പോകുവോളം അവൾ വീർപ്പുമുട്ടലോടെ ഇരുന്നു. വന്നസമയം മുതൽ ഈ മുറിയിൽ, കട്ടിലിൽ നിവർത്തിയിട്ട കിടക്കയിൽ ഇരിക്കയായിരുന്നു. ആരൊക്കെയോ വരികയും പോവുകയും ചെയ്തുകൊണ്ടിരുന്നു. അവളൊന്നും ശ്രദ്ധിച്ചില്ല.

വല്ലാത്ത ക്ഷീണവും തളർച്ചയും തോന്നി. ആകെ വിയർത്ത് കുളിച്ചിരുന്നു. എപ്പോഴോ കെട്ടിച്ചുറ്റിയ ഈ വേഷങ്ങൾ അഴിച്ച് മാറ്റുന്ന കാര്യത്തെപ്പറ്റിയായിരുന്നു ചിന്ത.

സീത ജാലകത്തിൽക്കൂടി, പിൻവാങ്ങുന്ന വെയിൽപ്പാളികളിലേക്ക് നോക്കിയിരുന്നു. സന്ധ്യയ്ക്ക് തിരക്കൊഴിഞ്ഞപ്പോൾ അവളെഴുന്നേറ്റു. അമ്മായിയമ്മ മാറ്റാനുള്ള വേഷങ്ങളുമായി വന്നു. ഒരു കുട്ടിയെപ്പോലെ അവളെ ഒപ്പം കൂട്ടികൊണ്ടുപോയി.

''ഇതാണ് കുളിമുറി, മേൽകഴുകി വസ്ത്രങ്ങളൊക്കെ മാറി വന്നോളൂ.''

അവർ വേലക്കാരിപ്പെണ്ണിനെ വിളിച്ചുപറയുകയും ചെയ്തു: ''എടീ പെണ്ണേ, സീത കുളിമുറിയിൽ ഉണ്ട്. ഇവിടെ നിന്നോളണം. അവൾക്ക് ഇവിടൊന്നും പരിചയം ഇല്ലാത്തതാണ്.''

സീത കുളിമുറിക്കുള്ളിൽനിന്ന് പരിഹാസത്തോടെ ചിരിച്ചു. ആഭരണങ്ങളോരോന്നായി അഴിച്ചെടുത്തു. എല്ലാംകൂടി ഒരു ചെറിയ കെട്ടാക്കി വെച്ചു.

കുളികഴിഞ്ഞ് പുറത്തുവന്നപ്പോൾ വേലക്കാരി പെൺകുട്ടി ചിരിച്ചു. അവളുടെ ചിരി പെട്ടെന്നു മാഞ്ഞു. അവൾ പരിഭ്രമത്തോടെ ചോദിച്ചു: ''അയ്യോ! മാലേം വളയുമൊക്കെ?''

സീത മറുപടി പറഞ്ഞില്ല. അമ്മായിയമ്മ കാത്തുനിന്നിരുന്നു. അവൾ പൊതി അവരുടെ കൈയിലേല്പിച്ചു.

''ഇതെന്താണ് മോളേ?''

''എന്റെ ആഭരണങ്ങൾ..''

''എന്തിനാണിതൊക്കെ അഴിച്ചെടുത്തത്? എല്ലാം ഇട്ടുകൊണ്ടു നില്ക്കാനുള്ളതാണ്. എല്ലാം ഇടണം മോളേ.''

'എനിക്ക് വല്ലാതെ വിയർക്കുന്നു.''

അവർ സീതയുടെ കഴുത്തിലേക്ക് നോക്കി. മകൻ, മണിക്കൂറുകൾക്കുമുൻപ് കെട്ടിയ താലിമാല മാത്രം അവിടെ ചേർന്ന് കിടപ്പുണ്ട്. കാതിൽ, രണ്ടു കമ്മലുകളും.

അമ്മായിയമ്മ വീണ്ടും പരിഭ്രമിച്ചു: ''അയ്യോ! എന്തായി കാട്ടിയത്? തല നനച്ചുവോ? എണ്ണ തേക്കാതെ? വെള്ളം മാറി ആദ്യമായിട്ട് കുളിക്കുമ്പോൾ പനിപിടിക്കില്ലേ? ശാന്തേ... എടീ പെണ്ണേ, നീ എണ്ണ എടുത്തു കൊടുത്തില്ലേ?''

സീതയ്ക്ക് ചിരിവന്നു. അവൾ സ്വയം നിയന്ത്രിച്ചു: എന്തിനാണീ സ്ത്രീ ഇത്ര ബഹളം കൂട്ടുന്നത്?

ശാന്ത എന്ന വേലക്കാരിപ്പെണ്ണ് നിരപരാധിത്വം തെളിയിക്കാൻ ശ്രമിച്ചു.

''എണ്ണ ചോദിച്ചില്ല. മേൽ കഴുകാനാവും എന്ന് വിചാരിച്ചു.''

സീത ഒരക്ഷരം സംസാരിച്ചില്ല. ഈറൻ മുടിയിലൂടെ വിരലോടിച്ച് നിന്നു.

''എന്റെ ദേവീ! ഈ കുട്ടി എന്താ കാട്ടിയിരിക്കുന്നത്? തല ശരിക്ക് തോർത്തീട്ടും കൂടിയില്ല. വെള്ളം താണിട്ട് പനി പിടിക്കില്ലേ. ആ തോർത്തിങ്ങു തരൂ.''

വെളുത്തു തടിച്ച ശരീരം കുലുക്കി തിരക്കിട്ട് നടന്ന്, അയയിൽ തോരാനിട്ടിരുന്ന തോർത്തെടുത്ത് അവർ തിരിച്ചുവന്നു.

''എനിക്ക് പനിയൊന്നും പിടിക്കില്ല. ഞാൻ തല ശരിക്ക് തോർത്തിയതാണ്.'' സീത വെറുപ്പോടെ പറഞ്ഞു.

''ഒന്നും പറയണ്ട. ദാ, മുടിയുടെ തുമ്പത്തുനിന്നൊഴുകുന്നത് കണ്ടില്ലേ. നീ എന്റെ രമേശന് ചേരുന്നോളുതന്നെ. അവനും, തല ശരിക്ക് തോർത്തില്ല. വെള്ളം താണിട്ട്, എന്നും പനീം പിടിപ്പിച്ച് നടന്നോളും. ങും, തലയിങ്ങട്ട് കാണിക്ക്.''

സീതക്ക് അസഹ്യമായ ദേഷ്യവും വെറുപ്പും തോന്നി. പക്ഷേ, അവൾ സ്വയം നിയന്ത്രിച്ചു. ആരോ ഉള്ളിലിരുന്ന് മന്ത്രിക്കുന്നു. നീ ബലിയാടാണ്, നിനക്കഭിപ്രായം പാടില്ല. എന്തും അനുസരിക്കുക. അതു മാത്രമാണ് ക്ഷമ. നീ സ്ത്രീയാണ്. കച്ചവടം നടന്നുകഴിഞ്ഞിരിക്കുന്നു. അവൾ തലതാഴ്ത്തി നിന്നു.

അമ്മായിയമ്മതന്നെ അവളെ ഡ്രസ്സിങ് ടേബിളിന് മുന്നിലേക്ക് കൂട്ടിക്കൊണ്ടുപോയി.

''ഒരാഴ്ച മുമ്പുതന്നെ ഇതൊക്കെ ഞാൻ വാങ്ങിപ്പിച്ചു വെച്ചു. ചാന്ത്, കൺമഷി... ഇതൊന്നും ഇവിടെ പതിവില്ല. എനിക്കെന്തിനാ ഇതൊക്കെ? രമേശനൊന്നും അറിയില്ല. മോളിവിടെ ഇരിക്കൂ. ഞാനിപ്പോ വരാം. ആ പെണ്ണ് തനിച്ചായാൽ ഒന്നും ശരിയാവില്ല.''

സീത നിലക്കണ്ണാടിയിൽ തന്റെ മുഖം കണ്ടു. ഇതാരുടെ മുഖമാണ്? തന്റേത് തന്നെയോ? ഇത് ആരുടെയോ കടം വാങ്ങിയ ഒന്നല്ലേ?

''നീ സീതയല്ല. സീത മരിച്ചുപോയി.''

കണ്ണാടിയിലെ മുഖം വിളിച്ചുപറയുന്നതുപോലെ തോന്നി.

അവൾക്കത്ഭുതം തോന്നി ഇപ്പോഴും ഇങ്ങനെ ജീവിച്ചിരിക്കാൻ കഴിയുന്നതിൽ. ഇത്ര നിയന്ത്രണത്തോടെ, മനഃസംയമനത്തോടെ, എല്ലാറ്റിനെയും എല്ലാ പരീക്ഷണങ്ങളെയും അതിജീവിക്കാൻ കഴിഞ്ഞതിൽ ചേട്ടത്തിയമ്മയ്ക്കും ശേഖരേട്ടനും അച്ഛനുപോലും അത്ഭുതം തോന്നിയിരിക്കണം. അവർ വളരെയധികം തയ്യാറെടുത്തിരുന്നുവെന്ന് തോന്നുന്നു. സീത ഇത്രവേഗം, ഒരെതിർപ്പും പ്രകടിപ്പിക്കാതെ സമ്മതിക്കും എന്ന് ആരും കരുതിയിരിക്കില്ല.

തനിക്കുതന്നെ അത്ഭുതം തോന്നുന്നു. വിവാഹപ്പന്തലിൽ ബോധം കെട്ട് വീഴുമെന്നു വിചാരിച്ചു. ഹൃദയം സ്തംഭിക്കുമെന്ന് മോഹിച്ചു. എത്ര വലിയ പ്രതിജ്ഞയാണെടുത്തിരുന്നത്. വിഷ്ണുവേട്ടനല്ലാതെ.... ഒരു സോപ്പുകുമിളപോലെ എത്ര വേഗമാണ് പ്രതിജ്ഞകൾ പൊട്ടിത്തകർന്നത്? സീത പല്ല് കടിച്ചു. വിഷ്ണുവേട്ടൻ.... ഇപ്പോഴും വിഷ്ണുവേട്ടനോട് രോഷം തോന്നുന്നില്ല. പ്രതികാരം തോന്നുന്നില്ല. ഹൃദയത്തിന്റെ കോണിൽ, ഒരു വിങ്ങൽ മാത്രം. ഈ വിങ്ങൽ, ജീവിതാവസാനംവരെ നിലനില്ക്കുകയും ചെയ്യും. പക്ഷേ, പക്ഷേ...

''മോളേ... മോളെന്ത് ചെയ്യുകയാണ്?''

സീത ഞെട്ടി. വെറുതെ വ്യാമോഹിച്ചു. ചേട്ടത്തിയമ്മ. അവർ മാത്രമേ തന്നെ മോളേ എന്ന് വിളിച്ചിരുന്നുള്ളു. പിന്നെ, പിന്നെ... ലക്ഷ്മിയമ്മായിയും...

ലക്ഷ്മിയമ്മായി... തന്റെ പാവം ലക്ഷ്മിയമ്മായി! സീതയുടെ കണ്ണുകൾ നിറഞ്ഞു. മച്ചിൽ കണ്ണുംനട്ട് ക്ഷീണിച്ച ശരീരവും അതിലേറെ തളർന്ന മനസ്സുംതാങ്ങി ഇപ്പോൾ കിടക്കുന്നുണ്ടാവും. വിഷ്ണുവേട്ടന്റെ കാലടിശബ്ദത്തിനുവേണ്ടി ചെവിയോർത്ത് കിടക്കുമ്പോൾ, സീതയെ ഓർക്കുന്നുണ്ടാവുമോ? ലക്ഷ്മിയമ്മായിക്ക് ഇനി ആരാണുള്ളത്? ഒരിക്കൽ ലക്ഷ്മിയമ്മായി പറഞ്ഞു: എനിക്കെന്ത് ഭയം, ദുഃഖം എനിക്ക് വിഷ്ണുവുണ്ട്. ഇപ്പോൾ നീയുമുണ്ട്... അവസാനം ലക്ഷ്മിയമ്മായിക്ക് ആരുമില്ലാതായി. വിഷ്ണുവേട്ടൻ എപ്പോഴെങ്കിലുമൊക്കെയാണ് വീട്ടിൽ വരിക. എവിടെപ്പോകുന്നു എന്ന് പറയാറില്ല. ക്ഷീണിച്ച കണ്ണുകളും കരുവാളിച്ച് കവിൾത്തടങ്ങളുമുള്ള ലക്ഷ്മിയമ്മായിയെ തനിച്ചാക്കി സീതയും പോന്നിരിക്കുന്നു.

''മോളെന്തിനാണ് കരയുന്നത്?''

അമ്മായിയമ്മ തൊട്ടരികിൽ വന്നുനിന്ന് ചോദിച്ചപ്പോൾ സീത ഞെട്ടി. അവർ അവളുടെ മുഖം തനിക്ക് നേരെ പിടിച്ചുയർത്തി.

''പെൺകുട്ടികൾക്കെന്നും സ്വന്തം വീട്ടിൽ അച്ഛന്റെയും അമ്മയുടെയും ഒപ്പം കഴിയാനാകുമോ? ഇന്നല്ലെങ്കിൽ നാളെ സ്വന്തം വീടുവിട്ടിറങ്ങിപ്പോകേണ്ടവളല്ലേ പെണ്ണ്. മോള് പഠിപ്പുള്ളവളല്ലേ? ഇതൊക്കെ ഞാൻ പറയാതെ മോൾക്കറിയാമല്ലോ.''

സീത പരിഹാസത്തോടെ ഓർത്തു: പെണ്ണിനെക്കുറിച്ചുള്ള നിർവ്വചനം. എല്ലായിടവും ഒന്നുതന്നെ. ആളുകളും സ്ഥലവും മാറിയെന്ന് മാത്രം. അലിഖിതമായ നിയമസംഹിതപോലെ എല്ലാവരും ഒന്നുതന്നെ പറയുന്നു. സ്ത്രീ, അവൾക്ക് സ്വന്തമായി മോഹങ്ങൾ പാടില്ല. അഭിപ്രായങ്ങൾ പാടില്ല. ഒഴുക്കിനൊത്ത് നീന്തണം. ചേട്ടത്തിയമ്മ മന്ത്രം പോലെ എല്ലാ നേരവും ജപിച്ചിരുന്നത് ഇതു തന്നെ.

സീത, അമ്മായിയമ്മയെ നോക്കി നിശ്ശബ്ദയായി നിന്നു. സംസാരിക്കാൻ മറന്നുപോയതുപോലെ, അവളുടെ ഭാവം അവരെ അത്ഭുതപ്പെടുത്തി.

''മോള് മുടി ചീകിയില്ലേ? പൊട്ട് തൊടുകേം കണ്ണെഴുതുകം ഒന്നും ചെയ്തില്ലേ? വരൂ, ഞാൻ ചീകിത്തരാം.''

സീത പെട്ടെന്നു പറഞ്ഞു: ''വേണ്ട, ഞാൻ ചീകാം. മുടി ഈറനായതുകൊണ്ടാണ്.''

''എന്നാൽ പിന്നെ മതി. വരൂ, ഊണുകഴിക്കാറായി.''

അമ്മായിയമ്മയുടെ പിറകെ സീത നടന്നു.

ഡൈനിങ്ഹാളിൽ വിഭവങ്ങൾ നിരത്തിയ മേശയുടെ ഒരു വശത്തായി സീതയുടെ ഭർത്താവ് ഇരിക്കുന്നുണ്ടായിരുന്നു. അവളെ കണ്ട്

അയാൾ ചിരിച്ചു. അവൾ ചിരിച്ചില്ല. അവൾക്ക് ലജ്ജയോ സങ്കോചമോ ഒന്നും തോന്നിയില്ല. ആദ്യമായി കാണുന്നതുപോലെ, അപരിചിതത്വത്തോടെ അയാളെ നോക്കുകമാത്രം ചെയ്തു.

രമേശൻനായർ ചോദിച്ചു: ‘‘അമ്മയും മോളും കൂടി ഇത്രനേരം എന്ത് ചെയ്യുകയായിരുന്നു? എനിക്ക് വിശപ്പ് സഹിക്കാൻ വയ്യാതായിട്ടുണ്ട്.’’

‘‘മോളിരിക്കൂ.’’

രമേശൻനായരുടെ അരികിൽ അമ്മായിയമ്മ അവളെ പിടിച്ചിരുത്തുമ്പോഴും അവൾക്ക് പ്രത്യേകിച്ചൊന്നും തോന്നിയില്ല.

അമ്മ അടുക്കളയിലേക്ക് പൊയ്ക്കഴിഞ്ഞപ്പോൾ രമേശൻനായർ വലതുകൈകൊണ്ട് അവളെ തന്നിലേക്കടുപ്പിക്കാൻ ശ്രമിച്ചു. എന്നിട്ട് ചെവിയിൽ മന്ത്രിച്ചു. ‘‘സീതേ...’’

‘എന്തിനാണെന്നെ വിളിച്ചത്, എന്തുവേണം?’ എന്ന മട്ടിൽ, സീത ഭർത്താവിനെ നോക്കി. അവളുടെ ഭാവം അയാളെ അമ്പരപ്പിച്ചു. അവളുടെ കണ്ണുകൾ നനഞ്ഞിരിക്കുന്നു. സീത തലകുനിച്ചു. രമേശൻ നായരുടെ കൈ താനേ അയഞ്ഞുപോയി.

അമ്മ തിരിച്ചെത്തി. ഭർത്താവും ഭാര്യയും മൂകരായിരിക്കുകയായിരുന്നു.

മകനോടായി അമ്മ പറഞ്ഞു: ‘‘സീതയ്ക്ക് വല്ലാത്ത വിഷമം. ഞാനവളോട് പറയുകയായിരുന്നു, എനിക്കൊരു മകളില്ല. അവളെന്റെ മകളാണ്. അവളെന്തിനാണ് ദുഃഖിക്കുന്നത്?’’

രമേശൻനായർ പറഞ്ഞു: ‘‘ഊണുകഴിക്കൂ.’’

അനുസരണയുള്ള കുട്ടിയെപ്പോലെ അവൾ ഊണുകഴിക്കാൻ തുടങ്ങി. അമ്മായിയമ്മ നിർവൃതിയോടെ അതു നോക്കിനിന്നു. ഐശ്വര്യമുള്ള കുട്ടി. എന്റെ മകന്റെ, എന്റെ കുടുംബത്തിന്റെ, ഐശ്വര്യമാണിവൾ. അവർ കണ്ണടച്ച് പ്രാർത്ഥിച്ചു. ‘‘ദേവീ...’’

ഇരുപത്

മുറ്റത്തും തൊടിയിലും ഓളം വെട്ടുന്ന നിലാവ്, ഭ്രാന്ത് പിടിച്ചതുപോലെ ഓടിനടക്കുന്ന കാറ്റ്. കാറ്റിന് സുഗന്ധം. സീത കണ്ടു. ജനലിൽക്കൂടി കൈനീട്ടിയാൽ പിടിക്കാം. നിറയെ പൂത്ത മുല്ല. അവൾ തിരിഞ്ഞുനോക്കി. മുറിയിൽ നേർത്ത വെളിച്ചം. പൂക്കൾ കൊണ്ടലങ്കരിച്ച മണിയറ. പൂക്കൾകൊണ്ട് മൂടിയ കിടക്ക. ഹൃദയം ഉച്ചത്തിൽ മിടിച്ചു.

അമ്മായിയമ്മയാണ് ഈ മുറിയിൽ കൊണ്ടുവന്നാക്കിയത്. അവരുടെ മുഖം സംതൃപ്തമായിരുന്നു. പ്രസന്നമായിരുന്നു. തിരിച്ചുപോവുമ്പോൾ അവർ പറഞ്ഞു: ''ഇത്തിരിനേരം കിടന്നോളൂ. രമേശന്റെ കൂട്ടുകാരൊത്തിരിയുണ്ടപ്പുറത്ത്. അവരൊക്കെ ഇപ്പൊ പോവും.''

സീതയ്ക്ക് കരച്ചിൽ വന്നു. ആദ്യരാത്രി.

സീത വീണ്ടും പുറത്തേക്കു നോക്കി ജനലഴികളിൽ തലചേർത്ത് നിന്നു. വൃക്ഷങ്ങളുടെ ചുവട്ടിൽ ഇരുട്ടിൽ നിഴലുകൾ ഉറങ്ങുന്നു. സീത പിറുപിറുത്തു: ഞാനും ഇരുട്ടിലാണ്.

രമേശൻനായർ കടന്നുവന്നതറിഞ്ഞിട്ടും അവൾ ചലിച്ചില്ല. അയാളുടെ കൈകൾ മൃദുവായി അവളെ ചുറ്റിവരിഞ്ഞു. എന്നിട്ടും അവൾ പ്രതിമപോലെ നിന്നു.

''സീതേ...''

അപ്പോൾ മാത്രം അവൾ തലതിരിച്ചുനോക്കി. അവളുടെ മുഖം പ്രസന്നമായിരുന്നില്ല. വാടിയ പൂപോലെ.

''എന്താണോർക്കുന്നത്?''

''ഒന്നുമില്ല.''

''പുറത്ത് നല്ല നിലാവ്.'' അയാളുടെ സ്വരത്തിൽ തുളുമ്പിനിന്ന സന്തോഷം. അത് സീതയിൽ വെറുപ്പ് വളർത്തി.

''നമ്മുടെ വിവാഹം ഇന്ന് നടന്നത് നന്നായി, ഇല്ലേ?''

സീത പുറത്തേക്ക് നോക്കി നിന്നതേയുള്ളൂ. ഒന്നും മിണ്ടിയില്ല.

''നമുക്ക് വേണമെങ്കിൽ മുറ്റത്തെ അരമതിലിലോ, ടെറസ്സിലോ പോയിരിക്കാം. ആകാശം മുഴുവൻ കാണാം. എന്തൊരു ഭംഗിയാണെന്നോ! നിലാവുള്ള രാത്രികളിൽ, എനിക്കുറക്കം വരില്ല. സീതയ്ക്കോ?''

സീത എന്നിട്ടും ഒന്നും പറഞ്ഞില്ല.

രമേശൻനായർ പരിഭ്രമിച്ചു.

''എന്താ സീതേ, ഒന്നും പറയാത്തത്? സീതയ്ക്ക് സുഖമില്ലേ?''

''വല്ലാതെ തലവേദനിക്കുന്നു.''

''എന്നിട്ടെന്തേ ഇതുവരെ പറയാത്തത്? മരുന്ന് പുരട്ടിത്തരാം. വരൂ.''

അയാൾ അലമാരി തുറന്ന്, മരുന്നെടുത്തു. സീതയെ കിടക്കയിലേക്ക് കൂട്ടിക്കൊണ്ടു വന്നു. ഒരു കുട്ടിയോടെന്നവണ്ണം വാത്സല്യം നിറഞ്ഞ സ്വരത്തിൽ പറഞ്ഞു: ''കിടക്കൂ.''

പിന്നെ, അവൾക്കരികിൽ ഇരുന്ന് മരുന്ന് വിരൽത്തുമ്പിലെടുത്ത് അവളുടെ നെറ്റിക്കിരുവശവും പുരട്ടാൻ തുടങ്ങി. ഒരു നിമിഷം സീതയ്ക്ക് അയാളോട് സഹതാപം തോന്നി. താൻ കാരണം ഈ നല്ല മനുഷ്യൻകൂടി ശിക്ഷിക്കപ്പെട്ടിരിക്കുന്നു. സീത ശപിക്കപ്പെട്ടവളാണ്. സീതയ്ക്ക് ഇയാളെ

സ്നേഹിക്കാനാവില്ല. ഒരു സ്നേഹസാമ്രാജ്യം മുഴുവൻ സീതയുടെ മുന്നിൽ തുറന്നുവെച്ചു നിൽക്കുന്ന ഈ മനുഷ്യന് പകരം നൽകാൻ സീത അശക്തയാണ്. നിസ്സഹായയയാണ്.

അവൾ പറയാനാഗ്രഹിച്ചു. ''എനിക്ക് നിങ്ങളെ സ്നേഹിക്കാനാവില്ല.''

രമേശൻനായർ അവളുടെ മുടിച്ചുരുളുകളിൽ കൈയോടിച്ച് ചോദിച്ചു:

''തലവേദന കുറവുണ്ടോ?''

സീത മറുപടി പറഞ്ഞില്ല.

''ഇന്നത്തെ തിരക്കു കാരണമാവും. സുഖമായി ഉറങ്ങിക്കോളൂ. രാവിലെ ഭേദമാവും.''

അയാൾ എഴുന്നേറ്റ് ലൈറ്റണച്ചു.

അയാൾ ഇരുട്ടിൽ തന്റെ അരികിലെത്തുന്നതും തന്നോട് ചേർന്നു കിടക്കുന്നതും സീത അറിഞ്ഞു. വല്ലാത്ത വീർപ്പുമുട്ടൽ. മനസ്സിന് വിങ്ങൽ, ഒന്നുറക്കെ കരയാനായെങ്കിൽ...

രമേശൻനായരുടെ കൈകൾ സീതയെ ഇറുകെ പുണർന്നു. അയാൾ മന്ത്രിച്ചു: ''എനിക്ക് സീതയെ എന്തിഷ്ടമാണെന്നോ!''

അവൾ ചലനമറ്റ തടിപോലെ കിടന്നു. കണ്ണുകൾ നിറയുന്നു. ഹൃദയം ഉച്ചത്തിൽ മിടിക്കുന്നു. ഇരുട്ടിൽ മൂർച്ചയുള്ള, തിളങ്ങുന്ന രണ്ട് കണ്ണുകൾ ജ്വലിക്കുന്നു. അവയിൽ നിന്ന് തീപ്പൊരികൾ പാറിവരുന്നു. ആ അഗ്നിയിൽ താൻ ദഹിച്ചുപോകുന്നു. അന്തരീക്ഷത്തിൽ ഇടിമുഴക്കംപോലെ ഇപ്പോഴും മുഴങ്ങിക്കേൾക്കുന്നു - ഒരു ജീവിതത്തെ, തറവാടിന്റെ അന്തസ്സിന്റെ പേരിൽ പിച്ചിച്ചീന്തിയെറിഞ്ഞ്, ഇന്നും ആ വിഷപ്പല്ലുകളുമായിരിക്കുന്ന ഒരു മനുഷ്യന്റെ മകളാണ് നീ. എനിക്ക് നിന്നെ അങ്ങനെ മാത്രമേ കാണാൻ കഴിയൂ. ഇറങ്ങിപ്പോ...

അപ്പോൾ എവിടെയോ, ഒരു അടക്കിപ്പിടിച്ച് തേങ്ങൽ! അതാരാണ്? അതാരുടെ കരച്ചിലാണ്?

ലക്ഷ്മിയമ്മായി! സീതയുടെ ലക്ഷ്മിയമ്മായി!

മോളേ, നീ വിഷ്ണുവിനോട് പിണങ്ങരുത്, അവനൊരു പ്രത്യേക സ്വഭാവക്കാരനാണ്. അവൻ പാവമാണ്. പക്ഷേ, അവനെ ആർക്കും അറിയില്ല. എന്റെ വിഷ്ണു അഗ്നിയാണ് മോളേ, അഗ്നി!

സീത മന്ത്രിച്ചു: ''ലക്ഷ്മിയമ്മായീ... ഞാൻ... ഞാൻ...''

രമേശൻനായർ ഉറങ്ങിയിട്ടില്ലായിരുന്നു. അയാൾ വ്യക്തമായി കേട്ടതാണ്. സീത കരയുന്നു. സീത ആരെയോ വിളിക്കുന്നു.

അയാൾ എഴുന്നേറ്റു.

''സീതേ... സീതേ...''

സീത കരയുകയായിരുന്നു. അയാൾ എഴുന്നേറ്റ് ലൈറ്റ് തെളിയിച്ചു.

‘‘എന്താണ് സീതേ... എന്തിനാണ് കരഞ്ഞത്? തലവേദന അധികമുണ്ടോ?’’

‘‘ഇല്ല.’’

‘‘പിന്നെ?’’

‘‘ഞാൻ.... ഞാനൊരു സ്വപ്നം കണ്ടു.’’

‘‘എന്ത് സ്വപ്നമാണ് കണ്ടത്? ഇത്ര സങ്കടപ്പെടാനും കരയാനും?’’

‘‘എനിക്കറിയില്ല.’’ അവൾ തിരിഞ്ഞു കിടന്നു.

‘‘സാരമില്ല. ഒന്നും ഓർക്കാതെ കിടന്നുറങ്ങൂ.’’

അയാൾ നിഷ്കളങ്കമായി ചിരിച്ചുകൊണ്ടു പറഞ്ഞു.

‘‘അമ്മ ഇതു കേട്ടിരുന്നെങ്കിൽ പറഞ്ഞേനേ നാമം ജപിക്കാൻ. എന്റെ അമ്മ വലിയ അന്ധവിശ്വാസിയാണ്.’’

അയാൾ സീതയെ കെട്ടിപ്പിടിച്ചുറങ്ങി. സീതയ്ക്ക് ഉറങ്ങാൻ കഴിഞ്ഞില്ല. ശേഖരേട്ടന്റേയും അച്ഛന്റേയും ഉറക്കെയുള്ള പൊട്ടിച്ചിരി. അതിപ്പോഴും കേൾക്കുന്നു. പൂമുഖത്ത് ചാരുകസേരയിൽ തലയുയർത്തിപ്പിടിച്ച് കിടക്കുന്ന അച്ഛൻ. ഹനുമാനെപ്പോലെ, അനുസരണ കാട്ടി അരികിൽ ശേഖരേട്ടൻ. രണ്ടുപേരുടേയും മുഖങ്ങളിൽ വിജയഭാവം. രണ്ടുപേരും ജയിച്ചിരിക്കുന്നു. തോറ്റത് ലക്ഷ്മിയമ്മായിയാണ്. സീതയാണ്.

സീത പല്ലുകൾ അമർത്തി ഞെരിച്ചു. സീതയുടെ തോൽവി! അത് ലക്ഷ്മിയമ്മായിയുടെ തോൽവിയാണ്. പാടില്ല. അച്ഛനും ശേഖരേട്ടനും ജയിക്കാൻ പാടില്ല. ആ വലിയ കൊട്ടാരത്തിന്റെ അസ്തിവാരം ഇളകണം. മേല്പുര താങ്ങിനില്ക്കുന്ന വലിയ തൂണുകൾ തകർന്ന് വീഴണം. അത് അച്ഛന്റെ, ശേഖരേട്ടന്റെ ആഭിജാത്യത്തിന്റെ, അന്തസ്സിന്റെ മുഖമുദ്രയാണ്.

സീത എഴുന്നേല്ക്കാനാഗ്രഹിച്ചു. ഭർത്താവിന്റെ കൈകൾ അവളെ ചുറ്റിപ്പിടിച്ചിരുന്നു. അവൾക്ക് വല്ലാതെ പുറം വേദനിച്ചു. ഈ മനുഷ്യനെന്തിനാണ് ഇങ്ങനെ ഇറുക്കിപ്പിടിക്കുന്നത്? അവൾ മെല്ലെ, അയാളുടെ കൈകൾ ദേഹത്തുനിന്നെടുത്ത് മാറ്റി. പിന്നെ എഴുന്നേറ്റു. പുറത്ത് നല്ല നിലാവ്. നിലാവിന്റെ പാളികൾ മുറിക്കുള്ളിലും എത്തിയിരിക്കുന്നു. ജനലിലൂടെ മുല്ലപ്പൂക്കളുടെ ഗന്ധം പേറി, കാറ്റ് കടന്നുവന്നു. സീതയ്ക്ക് കുളിരു തോന്നി. അവൾ വീണ്ടും കിടന്നു. ഭർത്താവിൽ നിന്നകന്ന്, കട്ടിലിന്റെ അരികു ചേർന്ന്.

രാവിലെ ഉണർന്നെഴുന്നേറ്റയുടൻ അയാൾ ചോദിച്ചു. അവളപ്പോൾ പുതിയതായി വിടർന്ന മുല്ലപ്പൂക്കളെ നോക്കി നില്ക്കുകയായിരുന്നു.

‘‘തലവേദന മാറിയോ?’’

‘‘ഉം...’’

''എന്താ, എന്നെക്കൂടി വിളിച്ചുണർത്താഞ്ഞത്? ഞാൻ വലിയ ഉറക്ക ക്കാരനാണ്.'' അയാൾ ചിരിച്ചു. സീത അയാളെ നോക്കിനിന്നു, നിർവ്വി കാരയായി.

''സീത ഇങ്ങുവരൂ. ഇവിടെ, ഈ കട്ടിലിൽ വന്നിരിക്കൂ.''

സീത അനുസരിച്ചു. അയാളുടെ അരികിൽ വന്ന്, തലതാഴ്ത്തിയി രുന്നു. അയാൾ അവളെ സൂക്ഷിച്ചുനോക്കി. കുഴിഞ്ഞ കണ്ണുകൾ. തളർന്നമുഖം. ആകെ വാടിയ മട്ട്.

''സീത ഇന്നലെ ഒട്ടും ഉറങ്ങിയില്ലേ?''

''ഉറക്കം വന്നില്ല.''

''വരൂ. കുളിച്ച് ആഹാരം കഴിച്ചുകഴിയുമ്പോൾ ഈ ക്ഷീണവും തളർച്ചയുമൊക്കെ മാറും.''

അവളെയുംകൊണ്ട് അയാൾ പുറത്തുവന്നു. അയാളുടെ വാക്കും പ്രവർത്തിയും ഒക്കെ സീതയ്ക്ക് അത്ഭുതമുണ്ടാക്കി. എന്തിനാണ് സീതയോട് ഇത്രയധികം സ്നേഹം കാട്ടുന്നത്? സീതയ്ക്ക് നിങ്ങളെ ഒരിക്കലും സ്നേഹിക്കാൻ കഴിയില്ല.

അമ്മായിയമ്മ കാപ്പിയൊരുക്കി കാത്തുനില്ക്കുകയായിരുന്നു. അവർ തിരക്കുകൂട്ടി. ശാന്ത എന്ന വേലക്കാരിപ്പെണ്ണ്, ഓടിനടന്ന് ജോലി ചെയ്തു.

''മോളെ, ഒന്നു കുളിച്ചു വന്നോളൂ. ശാന്തേ, സീതയ്ക്ക് സോപ്പും എണ്ണയും എല്ലാം ഒന്നെടുത്തുകൊടുക്കൂ.''

രമേശൻനായർ പറഞ്ഞു, ''അമ്മേ, സീതയ്ക്കിന്നലെ തലവേദന യായിരുന്നു. തീരെ ഉറങ്ങിയിട്ടില്ല.''

അമ്മായിയമ്മ പരിഭ്രമിച്ചു.

''നോക്കൂ കുട്ടീ, ഇന്നലെ, എണ്ണ വെക്കാതെ കുളിച്ചിട്ടാവും. ഞാന പ്പഴേ വിചാരിച്ചു. സാരമില്ല.''

അവർ വീണ്ടും ശാന്തയെ വിളിച്ചു പറഞ്ഞു: ''എന്റെ എണ്ണ ഇത്തിരി എടുത്തു കൊടുക്കൂ സീതയ്ക്ക്. ചൂടുവെള്ളത്തിൽ കുളിച്ചാൽ മതി. തലവേദനയ്ക്ക് പറ്റിയ എണ്ണയാണ്.''

അവരുടെ പരിഭ്രമം കണ്ട് സീതയ്ക്ക് ചിരി വന്നു.

''എന്റെ തലവേദന മാറി.''

''എന്നാലും, ഇന്ന് ചൂടുവെള്ളത്തിൽത്തന്നെ കുളിച്ചാൽ മതി. തല വേദന ഇനീം വരണ്ട.''

കുളികഴിഞ്ഞു വന്നപ്പോൾ അമ്മായിയമ്മ ഒരു ചെറിയ ഡപ്പിയിൽ നിന്ന് രാസ്നാദിപ്പൊടിയെടുത്ത് അവളുടെ ഉച്ചിയിൽ തിരുമ്മിക്കൊടുത്തു. തല നന്നായി തുവർത്തിയോ എന്ന് സംശയം പ്രകടിപ്പിച്ചു. സീതയ്ക്ക്

ലജ്ജ തോന്നി. വെറുപ്പു തോന്നി. പ്രഹസനമാണെന്നു തോന്നി. പറയാനാഗ്രഹിച്ചു: സീത കൊച്ചുകുട്ടിയല്ല. പക്ഷേ... അവരുടെ ഐശ്വര്യം നിറഞ്ഞ മുഖത്ത് നോക്കി ഒന്നും പറയാനായില്ല.

കാപ്പി കുടിക്കുമ്പോൾ, ഊണുകഴിക്കുമ്പോൾ, അമ്മായിയമ്മ അടുത്തുതന്നെ ഉണ്ടായിരുന്നു. സീത അത്ഭുതപ്പെട്ടു. അമ്മയുടെ മുന്നിൽ രമേശൻനായർ എന്ന കുട്ടി. പല്ല് മുളയ്ക്കാത്ത കുട്ടിയോടുള്ള വാത്സല്യം അമ്മയ്ക്ക്. സ്നേഹം, സ്നേഹത്തിന്റെ അഗാധത, ഒക്കെ സീതയ്ക്ക് പുതിയ അനുഭവമായിരുന്നു. ഇവിടത്തെ വായു സ്വതന്ത്രമാണ്. ഇവിടെ വിലക്കുകളില്ല. ബന്ധനങ്ങളില്ല. അവൾ വിചാരിച്ചു.

ശേഖരേട്ടനും ചേട്ടത്തിയമ്മയും സീതയെയും ഭർത്താവിനെയും വിരുന്നിന് വിളിക്കാൻ വന്നു. അമ്മായിയമ്മയുടെ ഹൃദയം തുറന്ന സ്വീകരണം, കുശലപ്രശ്നങ്ങൾ... ചായസൽക്കാരം.... ലോഹ്യം പറച്ചിലുകൾ... സീത ഒന്നിലും പങ്കെടുക്കാതെ നിന്നു. അവൾ ശേഖരേട്ടനെ കണ്ട് ഒഴിഞ്ഞുനിന്നു. ചേട്ടത്തിയമ്മയോട് ഒന്നും പറഞ്ഞില്ല, ചോദിച്ചില്ല. അറിയാൻ പലതുമുണ്ട്.

ലക്ഷ്മിയമ്മായി... വിഷ്ണുവേട്ടൻ... ലക്ഷ്മിയമ്മായി കരയുന്നുണ്ടാവുമോ? വിഷ്ണുവേട്ടൻ അറിഞ്ഞുവോ സീതയെ നാടുകടത്തിയ വിവരം?

അച്ഛനും ശേഖരേട്ടനും ആശ്വാസമായില്ലേ, തറവാടിന്റെ അന്തസ്സും അഭിമാനവും നിലനിർത്താൻ കഴിഞ്ഞതിൽ? സീത ഒന്നും ചോദിച്ചില്ല.

അമ്മായിയമ്മ പറഞ്ഞു: ''സീതയ്ക്കെന്തോ വലിയ മനോദുഃഖമുണ്ട്, ഇതുവരെ അവളൊന്നു ചിരിച്ചു കണ്ടില്ല.''

ശേഖരേട്ടന്റെ മുഖം വിളറുന്നതു കണ്ടു.

ചേട്ടത്തിയമ്മ തലതാഴ്ത്തി. പിന്നെ, ശബ്ദം മെല്ലെയാക്കിപ്പറഞ്ഞു: ''അവളാദ്യമായിട്ടാണ് വീടുവിട്ട് നില്ക്കുന്നത്. അതുകൊണ്ടാണ്.''

''അവളൊന്ന് ചിരിച്ചുകാണാൻ എനിക്ക് കൊതിയായിട്ടാണ്. നിങ്ങൾക്കറിയാമോ, സീതയെ ഞാനെന്റെ സ്വന്തം മോളായിട്ടാണ് കരുതുന്നത്. മുജ്ജന്മബന്ധംകൊണ്ടാവും. അവളെ കണ്ട അന്ന് തോന്നിയതാണ്.''

അവർ അടുക്കളയിലേക്ക് പോയിക്കഴിഞ്ഞപ്പോൾ ചേട്ടത്തിമ്മ ചോദിച്ചു:

''എന്താണ് സീതേ ഇങ്ങനെ? രമേശൻനായരുടെ അമ്മ പറയുന്നതിന്റെ അർത്ഥമെന്താണ് മോളേ?''

ശേഖരേട്ടൻ അകലെയെങ്ങോ നോക്കിനിന്നു. കണ്ണു ചുവക്കുന്നത് കാണാം. മുഖത്തെ മാംസപേശികൾ വലിഞ്ഞ് മുറുകുന്നുണ്ട്. ഹൃദയത്തിനുള്ളിൽ ആഞ്ഞടിക്കുന്ന കൊടുങ്കാറ്റ് തനിക്ക് ഊഹിക്കാവുന്നതേയുള്ളൂ. സ്ഥലം ഇതായിരുന്നില്ലെങ്കിൽ, ഒരു ചോദ്യം ചെയ്യൽ ആവാമായിരുന്നു എന്ന ചിന്തയാവും മനസ്സിൽ.

''സീതേ, ഞാൻ ചോദിച്ചത് കേട്ടില്ലേ? നിനക്കെന്താണിവിടെ ബുദ്ധി മുട്ട്?''

''എനിക്കൊരു ബുദ്ധിമുട്ടുമില്ല.'' നിർവ്വികാരയായി സീത പറഞ്ഞു.

''പിന്നെ, രമേശൻനായരുടെ അമ്മ പറഞ്ഞതോ? നീ അവരോടൊന്നും സംസാരിക്കാറില്ലേ?''

''അവർക്ക് വെറുതെ ഓരോന്നു തോന്നുകയാണ്. ആവശ്യത്തിന് സംസാരിക്കാതെ പറ്റില്ലല്ലോ?''

ശേഖരേട്ടൻ പല്ലുകടിച്ചു.

''നോക്ക്, നിന്റെ തോന്ന്യവാസം ഒന്നും ഇവിടെ വേണ്ട. ഇത് അന്യ വീടാണ്.''

സീത മറുപടി പറഞ്ഞില്ല. അവളുടെ മനസ്സ് എന്തൊക്കെയോ പറയാൻ കൊതിച്ചു. അപ്പോഴേക്കും അമ്മായിയമ്മ വന്നു. അവർ വീണ്ടും ആവലാതി പറഞ്ഞു:

''സാധാരണ, വിവാഹം കഴിഞ്ഞ പെൺകുട്ടികൾക്ക് ഒരു പ്രത്യേകതയാണ്. അത് കണ്ടാൽ മനസ്സിലാകും. എന്റെ സീതയ്ക്ക് മാത്രം... അവൾക്ക് രമേശനെ ഇഷ്ടപ്പെട്ടില്ലേ എന്നുവരെ തോന്നാറുണ്ട്. ആങ്, പോട്ടെ. അവളെങ്ങനെ പെരുമാറിയാലും, എനിക്കവളെ ഇഷ്ടമാണ്.''

ചേട്ടത്തിയമ്മ സീതയുടെ താടിക്ക് പിടിച്ചു പറഞ്ഞു: ''അച്ഛൻ നീ പോന്നതിൽപ്പിന്നെ ശരിക്ക് ആഹാരം കഴിച്ചിട്ടില്ല. ഉറങ്ങിയിട്ടില്ല. ആരോടും സംസാരിച്ചിട്ടുംകൂടിയില്ല. അച്ഛൻ നിന്നെ കാത്തിരിക്കയാണ്. നീ ഇതുവരെ അച്ഛനെക്കുറിച്ച് ഒരക്ഷരം ചോദിച്ചില്ല. നീ എന്തൊരു കുട്ടിയാണ്.''

''അവൾക്ക് മറ്റുള്ളവരെക്കുറിച്ച് വല്ല വിചാരവുമുണ്ടോ? മറ്റുള്ളവരെ ദുഃഖിപ്പിക്കലല്ലേ ജോലി.''

മുറ്റത്തേക്കിറങ്ങവേ, അമ്മായിയമ്മ കേൾക്കാതെ ഏട്ടൻ പറഞ്ഞു: ''നിന്റെ അഹങ്കാരം ഏറുന്നുണ്ട്.''

ശേഖരേട്ടനും ചേട്ടത്തിയമ്മയും തിരിച്ചുപോയി. വിരുന്നിനു വിളിക്കാൻ വന്നതാണ്. ദിവസവും തീയതിയും പറഞ്ഞുറപ്പിച്ചിട്ടാണ് പോയത്.

അവർ പടിയിറങ്ങിപ്പോകുന്നത് സീത രോഷം കടിച്ചമർത്തി നോക്കി നിന്നു.

അമ്മായിയമ്മ ചോദിച്ചു: ''സരസ്വതിക്ക് എത്രയായി മാസം?''

സീത കൈമലർത്തി. ചേട്ടത്തിയമ്മയുടെ ലേശം വീർത്തുതുടങ്ങിയ വയർ അവൾ കണ്ടിരുന്നു. പണ്ടത്തെ സീതയ്ക്ക് ചേട്ടത്തിയമ്മയോട് എന്തെല്ലാം ചോദിക്കാനും പറയാനും ഉണ്ടായിരുന്നു. ആ സീത മരിച്ചു പോയി. ഇതു സീതയല്ല. മരിച്ചുപോയ സീതയുടെ പ്രേതമാണ്. ജീവിക്കുന്ന പ്രേതം.

സീത പറഞ്ഞു: ''എനിക്കറിയില്ല.''

''നാലഞ്ചായീന്നു തോന്നുന്നു. നല്ല കുട്ടി. സ്നേഹമുള്ള സ്വഭാവം.''

സീതയ്ക്ക് ആരോടും സ്നേഹമില്ല എന്ന് സൂചിപ്പിക്കലാണോ ഉദ്ദേശം?

അമ്മായിയമ്മ വീണ്ടും പറഞ്ഞു: ''ചേട്ടത്തിയമ്മയ്ക്ക് സീതയോട് വലിയ വാത്സല്യമായിരുന്നു, അല്ലേ? ആ വർത്തമാനവും പെരുമാറ്റവും കണ്ടാലറിയാം.''

അപ്പോൾ മാത്രം സീതയ്ക്ക് ദുഃഖം തോന്നി. ചേട്ടത്തിയമ്മ, തന്റെ എല്ലാമെല്ലാമായ സ്ത്രീ. നാലുകെട്ടിന്റെ നാലതിരിനപ്പുറം കടക്കാൻ സ്വാതന്ത്ര്യമില്ലാത്ത സാധു. ഒരമ്മയെപ്പോലെ, സീതയോടൊപ്പം, സീതയുടെ ദുഃഖങ്ങൾ പങ്കിടാൻ ശ്രമിക്കുന്ന പാവം. അവരോട് എന്തിനാണ് പരിഭവം? എന്തിനാണ് രോഷം? അവരോട് ഒന്നും സംസാരിച്ചില്ല. അസുഖം വല്ലതുമുണ്ടോ എന്ന് തിരക്കിയില്ല. ശേഖരേട്ടൻ ഒന്നും ശ്രദ്ധിക്കില്ല. ഗർഭം ധരിക്കലും പ്രസവിക്കലും കുട്ടിയെ വളർത്തലും ഒക്കെ സ്ത്രീയുടെ ധർമ്മമാണെന്ന് കരുതി ഒഴിഞ്ഞുമാറി നടക്കുന്ന കൂട്ടത്തിലാണ്.

രാത്രി ഊണുകഴിക്കുമ്പോൾ പതിവുപോലെ, അമ്മായിയമ്മ തന്നെ വിളമ്പിത്തന്നു. അരികിലിരുന്നു. മകനും മരുമകളും വയർ നിറച്ച് ഉണ്ണുന്നില്ല എന്ന പരാതി. വീണ്ടും വീണ്ടും മകനെ ഏതോ വിഭവം കഴിപ്പിക്കാനുള്ള ശ്രമം. ഇനി ഇവരെപ്പോഴാണ് ആഹാരം കഴിക്കുക? ഉറങ്ങുക? സീത അതൊന്നും ഇതുവരെ തിരക്കിയിട്ടില്ല. അവരുടെ ജീവിതലക്ഷ്യം മകന്റെ സന്തോഷം മാത്രം. ആ ജീവിതം അതിനുവേണ്ടി മാത്രം.

അവൾ പെട്ടെന്ന് ലക്ഷ്മിയമ്മായിയെ ഓർത്തു. ക്ഷീണിച്ച് അവശമായ മുഖം. വിളർത്ത, ചുളിവുകൾ വീണ മുഖത്ത് കണ്ണീരിന്റെ ചാലുകൾ കുണ്ടിലാണ്ട കണ്ണുകൾ.

''വിഷ്ണുവാണ് എന്റെ എല്ലാം. അവനുവേണ്ടി മാത്രമാണ് മോളേ ഞാൻ ജീവിക്കുന്നത്.''

ലക്ഷ്മിയമ്മായി. തന്റെ ലക്ഷ്മിയമ്മായി.

പെട്ടെന്ന് അമ്മായിയമ്മയുടെ ശബ്ദം അവളെ ഉണർത്തി.

''ഇന്നു സീതയുടെ ഏട്ടനും ഏട്ടത്തിയമ്മയും വന്നിരുന്നു, രമേശാ.''

''ഉവ്വോ? എനിക്ക് കാണാൻ പറ്റിയില്ലല്ലോ.''

''നീയിന്നു കാണുമെന്ന് വിചാരിച്ചാണ് വന്നത്. ലീവ് തീർന്നെന്ന് ഞാൻ പറഞ്ഞു. അടുത്ത വ്യാഴാഴ്ച നിങ്ങൾ അങ്ങോട്ട് ചെല്ലണമെന്ന് പറഞ്ഞിട്ടുപോയി.''

സീത കുനിഞ്ഞിരുന്ന് ഊണു കഴിച്ചു. അവളൊന്നും പറഞ്ഞില്ല. എഴുന്നേറ്റ് കൈകഴുകി.

''ഏട്ടനും ഏട്ടത്തിയമ്മയും വന്ന കാര്യം സീത എന്നോട് പറഞ്ഞില്ലല്ലോ.'' കിടക്കമുറിയിൽ എത്തവേ രമേശൻനായർ പറഞ്ഞു.

"ഞാനത് മറന്നുപോയി."

ഒരു വലിയ ഫലിതം കേട്ടിട്ടെന്നപോലെ രമേശൻനായർ ഉറക്കെ പൊട്ടിച്ചിരിച്ചു. "നല്ല മറവി."

സീതയ്ക്ക് കരച്ചിൽ വന്നു. അയാൾ ചിരി നിർത്തി.

രമേശൻ നായർ അവളുടെ മുഖം തനിക്കുനേരെ പിടിച്ചുയർത്തി പറഞ്ഞു: "സീതേ. നിന്നെ എനിക്ക് തീരെ മനസ്സിലാക്കാൻ പറ്റുന്നില്ലല്ലോ കുട്ടീ. പറയൂ. എന്താണ് നിന്റെ മനസ്സിൽ? എന്താണ് നിന്റെ ദുഃഖം? എന്നോട് പറഞ്ഞുകൂടേ?"

സീത പറയാൻ കൊതിച്ചു. എല്ലാമെല്ലാം.

ഇരുപത്തിയൊന്ന്

സീത പറഞ്ഞു: "ഞനൊരു കാര്യം പറയട്ടെ?"

"പറഞ്ഞോളൂ. നീ ഒന്നും പറയാത്തതിലേ എനിക്ക് ദുഃഖമുള്ളൂ."

സീത പുറത്തേക്ക് നോക്കിയിരുന്നു. തെളിഞ്ഞ നിലാവിൽ ഉറങ്ങുന്ന മുറ്റം. മുറ്റത്തിനപ്പുറം തൊടിയിലെ വൃക്ഷങ്ങൾ.

"എന്താ പറയാത്തത്? പിന്നൊരു കാര്യം... ഇന്ന് തലവേദനയൊന്നും ഇല്ലല്ലോ?"

സീത അയാളെ തിരിഞ്ഞുനോക്കി. അയാളുടെ ചുണ്ടിൽ ചിരിയുടെ തിളക്കം.

"ആദ്യരാത്രി നഷ്ടപ്പെട്ടു. തലവേദന തട്ടിയെടുത്തുകളഞ്ഞു." തമാശ പറഞ്ഞ് അയാൾ ചിരിച്ചു.

സീതയ്ക്ക് ഒട്ടും ചിരിവന്നില്ല. മറിച്ച് വെറുപ്പു തോന്നുകയും ചെയ്തു. താനൊരു നെരിപ്പോടാണെന്ന്, പുകയുന്നൊരു അഗ്നിപർവ്വതമാണെന്ന് ഈ മനുഷ്യനറിയില്ലേ?

സീത ഗൗരവം നിറഞ്ഞ സ്വരത്തിൽ പറഞ്ഞു: "എനിക്ക് ഒരു സഹായം ചെയ്തുതരണം."

അയാൾക്ക് അത്ഭുതം. ഈ പെൺകുട്ടിക്കെന്താണ്? എന്തിനാണി മുഖവുര?

അയാൾ അവളെ പിടിച്ച് അരികിലേക്ക് നീക്കിയിരുത്തി.

"എന്റെ വീട്ടിലേക്ക് എന്നാണ് പോകുന്നത്?"

"വ്യാഴാഴ്ച. എന്നല്ലേ അമ്മ പറഞ്ഞത്? സീത കേട്ടില്ലേ?"

"ഞാൻ വീട്ടിലേക്ക് വരില്ല. വരാൻ എന്നെ നിർബ്ബന്ധിക്കരുത്, എന്താണ് വരാത്തതെന്ന് ചോദിക്കരുത്."

രമേശൻനായർ അത്ഭുതപ്പെട്ടു. ഇവൾ ഒരു കടംകഥ തന്നെ. അയാൾ അവളെ നോക്കിയിരുന്നു.

കുറച്ച് കഴിഞ്ഞ് സീത ചോദിച്ചു: ''അത്ഭുതം തോന്നുന്നുണ്ടോ? എനിക്ക് ആ വീട്ടിൽ ആരുമില്ല. അവിടെയുള്ളവരെല്ലാം എന്റെ ശത്രുക്കളാണ്. അവരെ എനിക്കിനി കാണണ്ട. എന്നോടല്പമെങ്കിലും സ്നേഹമുണ്ടെങ്കിൽ, ആ വീട്ടിലേക്ക് എന്നെ കൂട്ടിക്കൊണ്ട് പോകരുത്.''

രമേശൻനായർ അവളുടെ സംസാരം കേട്ടിരുന്നു. നിലതെറ്റിയതുപോലെ, സ്ഥിരബുദ്ധി നശിച്ചവളെപ്പോലെ, സീത പറഞ്ഞുകൊണ്ടിരുന്നു.

''നോക്കൂ... നിങ്ങളെ ഞാൻ സ്നേഹിക്കാം. നിങ്ങളെ വിട്ട് ഞാൻ പോവുകയുമില്ല. പക്ഷേ... പക്ഷേ... എന്റെ അച്ഛനേയും ഏട്ടനേയും കാണാൻ ഞാൻ ഒരിക്കലും വരില്ല.''

രമേശൻനായർക്കൊന്നും മനസ്സിലായില്ല. അയാൾ കുരുക്കഴിക്കാൻ ശ്രമിച്ചു. പക്ഷേ, അഴിക്കുന്തോറും കൂടുതൽ കുരുക്കിലകപ്പെട്ടു. വീട്, നാട്, അച്ഛൻ, ബന്ധുക്കൾ സീതയ്ക്കെല്ലാറ്റിനോടും വെറുപ്പ്. സീത ഒന്നും തെളിച്ചുപറയുന്നില്ല. ഹൃദയത്തെ മഥിക്കുന്ന എന്തോ ഒന്ന്, വ്യഥ, ദുഃഖം... അതിൽപ്പെട്ട് അവൾ ഉഴലുന്നു. കാരണം പറയാനാവാത്ത ഒന്നാവാം.

അയാൾ സ്വയം പറഞ്ഞു: തനിക്കൊന്നുമറിയണ്ട. സീത ഒന്നും പറയുകയും വേണ്ട. സീതയുടെ സന്തോഷം, പ്രസന്നമായ മുഖം. അതു മതി. സീത കരയാൻ പാടില്ല. ഒരിക്കലും അവളെ ജീവനിലുപരി താൻ സ്നേഹിക്കുന്നു. അവളെ കണ്ട അന്നുമുതൽ മനസ്സ് അവൾക്കായി ഒഴിച്ചിട്ടിരിക്കുകയായിരുന്നു. അവൾ തന്റേതായിരിക്കുന്നു. തന്റേതുമാത്രം. അയാൾ അവളെ തന്നിലേക്കടുപ്പിച്ചു. അവൾ കൊച്ചുകുട്ടിയെപ്പോലെ അയാളുടെ മാറിൽ തലചേർത്തു കരഞ്ഞു.

കുറച്ചുകഴിഞ്ഞ് അവർ ഉറങ്ങാൻ കിടന്നു. രമേശൻനായർ അവളെ ആവുന്നത്ര തന്നോട് ചേർത്തുകിടത്തി അവളുടെ ചെവിയിൽ മന്ത്രിച്ചു: ''ഒരിക്കലും സീത കരയാൻ പാടില്ല. നിനക്കിഷ്ടമില്ലാത്തതൊന്നും ഞാൻ ചെയ്യില്ല. തീർച്ച.''

ഉറക്കം പിടിതരാത്ത കുട്ടിയായി അകന്നുതന്നെ നിൽക്കുന്നു. സീത കണ്ണുകളിറുക്കിയടച്ച് ഉറങ്ങാൻ ശ്രമിച്ചു. തിളക്കമുള്ള കണ്ണുകളും തളർന്ന മുഖവും നെറ്റിയിലേക്ക് കുഴഞ്ഞുവീണുകിടക്കുന്ന അനുസരണയില്ലാത്ത മുടിയിഴകളും.

സീതയ്ക്ക് ഉറക്കം വന്നില്ല. സീത പിടഞ്ഞു. വിഷ്ണുവേട്ടൻ ചോദിക്കുന്നു. ചോദ്യം തനിക്കു ചുറ്റും മുഴങ്ങുന്നു. ഇതാണോ നിന്റെ സ്നേഹം? സ്നേഹത്തിന് നിങ്ങൾ കല്പിക്കുന്ന വില ഇത്ര നിസ്സാരമാണോ? വസ്ത്രം മാറുന്നതുപോലെ മാറിമാറി സ്നേഹിക്കുക.

''ഫൂ...'' വിഷ്ണുവേട്ടൻ ശക്തിയായി കാർക്കിച്ചു തുപ്പി. തുപ്പൽ സീതയുടെ മുഖത്തു വീണു.

സീത ചാടിയെഴുന്നേറ്റു. രമേശൻനായർ ഉറക്കമായിരുന്നു. സുഖമായ ഉറക്കം. സീതയ്ക്ക് ഉഷ്ണം തോന്നി. ജനലിനരികിൽ പോയി നിന്നു, ഇത്തിരി കാറ്റു മോഹിച്ച്... കാറ്റ് മരിച്ചിരിക്കുന്നു. മരിച്ചുനിൽക്കുന്ന വൃക്ഷങ്ങളുടെ നിഴലുകൾ ഭൂമിയിൽ വീണുകിടന്നു.

''സീതേ...'' രമേശൻനായർ വിളിച്ചു.

സീതയ്ക്കപ്പോൾ വെറുപ്പാണ് തോന്നിയത്.

''സീത അവിടെ എന്ത് ചെയ്യുകയാണ്? വരൂ, വന്നു കിടന്നുറങ്ങൂ.''

അയാൾ ജനലിനരികിൽ സീതയുടെ നിഴൽ കണ്ടു.

''വല്ലാത്ത ഉഷ്ണം! വല്ലാത്ത വിയർപ്പ്.''

രമേശൻ നായർ ഫാൻ ഓൺ ചെയ്തു. കാറ്റിന്റെ ഇരമ്പം. കാറ്റിന്റെ പാളികൾ മുറിയിൽ വട്ടം കറങ്ങാൻ തുടങ്ങി.

''വരൂ. ഇനി കിടന്നുറങ്ങൂ സുഖമായി.''

അയാളുടെ കൈകൾ ശരീരത്തിൽ നിന്നെടുത്തു മാറ്റി അവൾ പറഞ്ഞു: ''ചെറുപ്പം മുതലേയുള്ള ശീലമാണ്. ഇങ്ങനെ മുട്ടിക്കിടന്നാൽ എനിക്കുറക്കം വരില്ല.''

സീത അകന്നു കിടന്നു. രമേശൻനായർ മറുപടി പറഞ്ഞില്ല.

രമേശൻനായർ അമ്മയോട് പറയുന്നത് സീത കേട്ടു. അവൾക്കു സന്തോഷം തോന്നി. വാക്കുപാലിച്ചിരിക്കുന്നു.

''അമ്മേ.... ഉടനെ സീതയുടെ വീട്ടിൽ പോകുന്നില്ലെന്നുവച്ചു. കുറച്ചു കഴിയട്ടെ.''

അമ്മായിയമ്മ അത്ഭുതപ്പെട്ടു.

''അവർ കാത്തിരിക്കില്ലേ? പോകുന്നില്ലെന്നു തീരുമാനിക്കാനെന്താ ഇപ്പോ കാരണം?''

''കാരണം... തൽക്കാലം പോകുന്നില്ലെന്നു മാത്രം. ഞാനിന്ന് എഴുതി അറിയിച്ചേക്കാം.''

അയാൾ ഓഫീസിലേക്ക് പോയിക്കഴിഞ്ഞപ്പോൾ അവർ സീതയോടന്വേഷിച്ചു:

''എന്താ മോളേ രമേശൻ അങ്ങനെ പറഞ്ഞത്. നിനക്ക് അച്ഛനേം ചേട്ടനേം കാണാൻ പോകണ്ടേ. പോവണ്ടാന്ന് അവൻ നിശ്ചയിച്ചാ മതിയോ? അവൻ വരില്ലെന്ന് വെച്ചാൽ ഞാൻ നിന്നെ കൊണ്ടുപോകാം. നീ വെഷമിക്കണ്ട.''

സീത പെട്ടെന്ന് പറഞ്ഞു: ''വേണ്ട, എനിക്ക് പോകണ്ട. എനിക്കൊരിക്കലും പോകണ്ട. ഞാനിവിടെനിന്നെങ്ങും പോകില്ല.''

അവൾ മുറിക്കുള്ളിലേക്കോടിപ്പോയി. തലയിണയിൽ മുഖമമർത്തിക്കിടന്നു പിറുപിറുത്തു: 'ഞാൻ തോൽക്കില്ല. ഞാൻ തോറ്റാൽ ലക്ഷ്മിയമ്മായിയാണ് തോൽക്കുക. എന്നെ തോൽപ്പിച്ചവരുടെ അരികിലേക്ക് ഞാൻ വരില്ല. ആ നശിച്ചയിടത്തേക്ക്, ആ കൊട്ടാരത്തിലേക്ക്, ഇനി ഞാൻ വരില്ല, ഒരിക്കലും.'

അമ്മായിയമ്മയുടെ അത്ഭുതം ഏറി. സ്വന്തം വീട്, അച്ഛൻ, സഹോദരൻ. അവരുടെയടുത്ത് പോകണ്ട എന്ന് പറയുന്ന പെൺകുട്ടി. ആദ്യത്തെ അനുഭവം. അവളുടെ വിഷാദം, മൗനം, വീട്ടുകാരെ പിരിഞ്ഞതുകൊണ്ടാണെന്നേ കരുതിയുള്ളൂ. പക്ഷേ, ഇപ്പോൾ അവൾ കാട്ടുന്ന വെറുപ്പ്, വിമുഖത... എല്ലാറ്റിന്റെയും അർത്ഥം... അറിയാൻ ആകാംക്ഷ...

പക്ഷേ, രമേശന് അതിഷ്ടപ്പെടില്ല. അവൻ ചോദിച്ചേക്കാം: അറിഞ്ഞിട്ടെന്തു വേണം? സീതയ്ക്കിഷ്ടമില്ലെങ്കിൽ പോകണ്ട.

അവർ ഓർത്തു. മകന് എന്തൊരു താൽപ്പര്യമായിരുന്നു! തിടുക്കമായിരുന്നു! പെൺകുട്ടിയെ കാണാൻ പോയത് മനസ്സില്ലാമനസ്സോടെയായിരുന്നു. പഴഞ്ചൻ ഏർപ്പാട്. അമ്മയ്ക്ക് വേണ്ടിയാണ് കൂടെ വന്നത്. പെൺകുട്ടിയെ കണ്ടുകഴിഞ്ഞപ്പോൾ രമേശന്റെ മുഖം വികസിക്കുന്നത് കണ്ടു. വിവാഹത്തീയതി അവൻ തന്നെയാണ് നിശ്ചയിച്ചത്. സ്ത്രീധനം, ആഭരണം, ഓഹരി ഒന്നും അന്വേഷിച്ചില്ല. സീതയെ തനിക്കും ഇഷ്ടപ്പെട്ടു. നല്ല പെൺകുട്ടി. അഴകുള്ള, ഒതുക്കമുള്ള മുഖം, തുളസിപ്പൂവിന്റെ പരിശുദ്ധിയും അടക്കവും. രമേശന്റെ സന്തോഷമാണ് തന്റെ സന്തോഷം. രമേശനാണ് തന്റെ എല്ലാം. അമ്മ ദീർഘമായി നിശ്വസിച്ചു. പക്ഷേ... ഇവിടെ വന്നതിനുശേഷം സീത ഒരിക്കൽപ്പോലും ചിരിക്കുന്നത്, ഹൃദയം തുറന്നു സംസാരിക്കുന്നത്, കണ്ടിട്ടില്ല. രമേശനെ അവൾക്കിഷ്ടമല്ലേ? എന്താണവളുടെ മനസ്സിൽ? പെൺകുട്ടികളല്ലേ? മനസ്സിന്റെ നിഗൂഢമായ അറകളിൽ ആർക്കാണ് കടന്നുചെല്ലാനാവുക. ചിലപ്പോൾ രമേശനറിയാമായിരിക്കും. അതല്ലേ അവനൊന്നും പറയാഞ്ഞത്. സീതയ്ക്ക് വീട്ടിൽ പോകാൻ ഇഷ്ടമല്ല. സീതയ്ക്ക് ഇഷ്ടമല്ലാത്തത് രമേശനും ഇഷ്ടമല്ല. അവർ തമ്മിൽ ഇഷ്ടക്കേടൊന്നുമില്ലായിരിക്കും.

അവർ പലതവണ തിരിച്ചും മറിച്ചും ചിന്തിച്ചു. ഒരുപക്ഷേ, സീതയുടെ സ്വഭാവം അതായിരിക്കാം. അധികം സംസാരിക്കാത്ത പ്രകൃതം. എടുത്തുചാട്ടവും ബഹളവും തീരെയില്ല. കോളേജിൽ പോയതാണെന്ന്, ബി.എ. വരെ പഠിച്ചതാണെന്ന് ആരും പറയില്ല. എങ്ങും പോകണമെന്നില്ല. ആഡംബരങ്ങളൊന്നും വേണമെന്നില്ല. സിനിമയ്ക്കോ മറ്റോ ഒന്നുരണ്ടുവട്ടം പോയി. രമേശൻ നിർബ്ബന്ധിച്ചിട്ടായിരുന്നു അതും. തന്റെ ഒപ്പം ക്ഷേത്രത്തിലും വരും. വിളിച്ചാൽ മാത്രം. ഭർത്താവും അമ്മായിയമ്മയും പറയുന്നത് അനുസരിക്കും. ഒറ്റയക്ഷരം മറുത്തു പറയില്ല. വീട്ടിലെ ശീലമാണ്. അന്തസ്സുള്ള തറവാട്ടിൽ പിറന്നതിന്റെ

മഹത്വം. രമേശന്റെ ഭാഗ്യം, സീതയെപ്പോലൊരു നല്ല പെൺകുട്ടി ഭാര്യയായി വന്നത്.

സീതയുടെ ഏട്ടൻ പലതവണ കത്തയച്ചു. ചടങ്ങിനുവേണ്ടിയെങ്കിലും, ഒന്നവിടെവരെ വന്നുപോന്നുകൂടേ? 'ഇല്ല', 'വരില്ല' എന്ന് മറുപടി അയയ്ക്കുമ്പോഴൊക്കെ സീതയുടെ ഹൃദയം സന്തോഷംകൊണ്ട് നിറഞ്ഞു.

ഒരുതവണ ചേട്ടത്തിയമ്മതന്നെ എഴുതി - ആരോടാണ് വാശിയും പ്രതികാരവും? അച്ഛനോടോ അതോ ഏട്ടനോടോ? അതോ ഈ പാവം ചേട്ടത്തിയമ്മയോടോ? അച്ഛന് വയസ്സായിരിക്കുന്നു. നിന്നെ കാണാൻ കൊതിച്ചിരിക്കയാണ്. അച്ഛന്റെ മനസ്സിൽ ഇത്രയേറെ സ്നേഹമുണ്ടെന്ന് എനിക്ക് ഇപ്പോഴേ മനസ്സിലായുള്ളൂ. നീ പിണങ്ങരുത്. അച്ഛനും ഏട്ടനും നിന്റെ നന്മക്കുവേണ്ടിയാണെല്ലാം ചെയ്തത്. പിന്നെ, നിനക്ക് ഏട്ടന്റെ കുട്ടിയെ കാണണ്ടേ? ഞാൻ പ്രസവിച്ചിട്ട് രണ്ടുമാസം കഴിഞ്ഞു. ഓരോ ദിവസവും നീയെന്നെ കാണാനെങ്കിലും വരുമെന്നു കരുതി. അതോ എന്നോടും പിണക്കമാണോ?

അമ്മായിയമ്മ ചോദിച്ചു: ''ആരുടെയാണ് മോളേ കത്ത്?''

''ചേട്ടത്തിയമ്മയുടെ.''

''സരസ്വതിയുടെ കുട്ടി എങ്ങനെയുണ്ടോ ആവോ? ഒന്നുപോയി കാണാൻ... ഞാനെങ്കിലും ഒന്നുപോയി വരാമായിരുന്നു.''

സീത മിണ്ടിയില്ല. അവൾ അമ്മായിയമ്മയുടെ മുഖത്തേക്കു നോക്കി. അവിടെ മിന്നിമറയുന്ന വിവിധ ഭാവങ്ങൾ. അത്ഭുതം, ദുഃഖം, സംശയം. നാവിൻതുമ്പത്ത് വീഴാൻ തയ്യാറായി നിൽക്കുന്ന അനേകം ചോദ്യങ്ങൾ - സീതേ, നീ മനുഷ്യസ്ത്രീയല്ലേ? ഇത്ര വലിയ ദേഷ്യത്തിനും ശത്രുതയ്ക്കും എന്താണ് കാരണം? നിനക്ക് മനസ്സെന്ന ഒന്നില്ലേ? പാവം സരസ്വതി! അവൾക്ക് എന്ത് സങ്കടമായിരിക്കും! നിനക്ക് അവളുടെ കുട്ടിയെ കാണണമെന്ന് തോന്നാത്തതെന്താണു കുട്ടീ? നീ വിചിത്രസൃഷ്ടി തന്നെ.

സീതയ്ക്ക് എല്ലാ ചോദ്യങ്ങൾക്കും ന്യായമായ ഉത്തരങ്ങളുണ്ട്. മനുഷ്യസ്ത്രീയായതുകൊണ്ട് ഒന്നും മറക്കാൻ കഴിയുന്നില്ല. എന്റെ ചേട്ടത്തിയമ്മ, അവരെ എനിക്കറിയാം. അവരുടെ മനസ്സ് ഒരു തുറന്ന പുസ്തകം പോലെയാണ്. അവർ പ്രസവിച്ച കുട്ടിയായതുകൊണ്ട്, മുരളിയോട് എനിക്ക് സ്നേഹമാണ്. അവനെ എടുക്കാനും ഉമ്മവയ്ക്കാനും അടങ്ങാത്ത മോഹമുണ്ട്. പക്ഷേ, അവിടെ ഏട്ടനുണ്ട്. അച്ഛനുണ്ട്. കിരീടം വെയ്ക്കാത്ത രാജാക്കന്മാരുടെ കൊട്ടാരമാണത്. ആ കൊട്ടാരത്തിലേക്ക് ഞാൻ പോവില്ല. അവിടെ ഇരുട്ടാണ്. നിതാന്തമായ ഇരുട്ട്. ആ കറുത്ത കൊട്ടാരം ഞാൻ ഉപേക്ഷിച്ചതാണ്. എന്റെ ലക്ഷ്മിയമ്മായിക്ക് സ്ഥാനമില്ലാത്തിടത്ത് ഞാനും പോവില്ല.

സീത അന്നുതന്നെ ചേട്ടത്തിയമ്മയ്ക്കു മറുപടിയെഴുതി.- ചേട്ടത്തിയമ്മയ്ക്കെങ്കിലും എന്നെ മനസ്സിലാക്കാൻ കഴിയുമെന്ന് കരുതി. ഇപ്പോൾ മനസ്സിലായി. നിങ്ങൾക്കും സീത അന്യയാണെന്ന്. സീതയെ ആരും അറിയുന്നില്ല. മനസ്സിലാക്കുന്നില്ല; നിങ്ങളും. എന്നോട് പരിഭവിക്കാതിരിക്കൂ. ഞാൻ വരില്ല, ഒരിക്കലും. ഞാൻ വന്നാൽ തറവാടിന്റെ അന്തസ്സിന് ഇനിയും ഇളക്കം തട്ടിയെങ്കിലോ? ഞാൻ കാരണം തറവാടിന്റെ അന്തസ്സ് നശിക്കാൻ പാടില്ല. ഞാൻ വരില്ല, ചേട്ടത്തിയമ്മേ. മുരളിയെ കാണാൻ, എടുത്തുമ്മവെയ്ക്കാൻ മോഹമുണ്ട്. ഭാഗ്യമുണ്ടെങ്കിൽ എന്നെങ്കിലും ആവാം.

ചിലപ്പോൾ സീത ഓർത്തു. ഈ ലോകത്ത് നല്ല മനുഷ്യർ തീരെയില്ലാതായിട്ടില്ല. സ്നേഹം, നന്മ എന്നിവ തീരെ നശിച്ചുപോയിട്ടില്ല. രമേശൻനായർ, അമ്മായിയമ്മ ഒക്കെ അതിന്റെ തെളിവാണ്. എത്ര നല്ല ഹൃദയമാണിവരുടേത്. അല്ലെങ്കിൽ, സീതയെ സംശയിക്കാമായിരുന്നില്ലേ. ഒരു നൂറുചോദ്യങ്ങൾ ചോദിച്ച് സീതയെ ശ്വാസംമുട്ടിക്കാമായിരുന്നില്ലേ? ഒന്നും ചെയ്തില്ല. പകരം സ്നേഹിച്ച്, സ്നേഹംകൊണ്ട് സീതയെ വീർപ്പുമുട്ടിക്കുകയാണ്. വീട്ടുജോലികളൊന്നും ചെയ്യാൻ അമ്മായിയമ്മ സമ്മതിക്കുകയില്ല. ഒരു പാവ പോലെ, കുളിച്ച് അണിഞ്ഞൊരുങ്ങി ഭർത്താവിന്റെ ഒപ്പം കഴിയൽ മാത്രമാണ് സീതയുടെ കടമ. സദാ മകന്റെയൊപ്പം ഇരുന്നോളൂ. അതു കാണുന്നതാണെനിക്ക് സംതൃപ്തി എന്ന ഭാവമാണ്. ഇവിടത്തെ അനുഭവങ്ങളിൽനിന്ന് അമ്മായിയമ്മ എന്ന സങ്കൽപ്പത്തിനുതന്നെ മാറ്റം വന്നിരിക്കുന്നു.

രമേശൻനായർ ബാങ്കിൽ പോയിക്കഴിഞ്ഞാൽ, സീത അമ്മായിയമ്മയുടെ അടുത്തേക്ക് ചെല്ലും. അവർക്കു പരിഭവം തോന്നില്ലേ എന്ന ചിന്തയായിരുന്നു. അല്ലെങ്കിൽത്തന്നെ മുറിയിൽ ഇരുന്നും കിടന്നും എത്ര സമയമാണ് ചിലവഴിക്കുക? അവൾക്കു ബോറടിക്കും.

അമ്മായിയമ്മ ചോദിക്കും: ''എന്താ മോളേ, നിന്റെ മുഖത്തെന്താ ഒരു ക്ഷീണം?''

''ഒന്നുമില്ല.''

''രമേശൻ ഇന്ന് നേരത്തെ വരുമോ?''

''അറിയില്ല.''

''നീ അവനോടൊന്നും ചോദിക്കില്ലേ? നീ എന്താണ് മോളേ ഇങ്ങനെ? മാസം എട്ടുപത്തായില്ലേ നിങ്ങടെ കല്യാണം കഴിഞ്ഞിട്ട്, ഇതുവരെ നിന്റെ നാണവും മടിയും മാറിയില്ലേ? ഒരു ചിരിയും വർത്തമാനം പറച്ചിലും ഒന്നുമില്ലാതെ...''

സീത ചിരിക്കാനൊരു വിഫലശ്രമം നടത്തിനോക്കും. അവൾ പറയാൻ കൊതിക്കും: എനിക്കും ആഗ്രഹമുണ്ട്, പുതിയൊരു ജീവിതം തുടങ്ങാൻ. പുതിയൊരു മുഖം ലഭിച്ചിരുന്നെങ്കിൽ എന്ന് വിചാരിക്കാറുണ്ട്. സീതയ്ക്ക് ഒന്നും മറക്കാൻ കഴിയുന്നില്ല. ഇപ്പോഴും സീതയുടെ

ഹൃദയത്തിൽ ലക്ഷ്മിയമ്മായിയും അമ്മായിയുടെ വാക്കുകളും നിറഞ്ഞു നിൽക്കയാണ്. ഞാനില്ലാതായാൽ, എന്റെ വിഷ്ണുവിന് പിന്നാരും ഇല്ലാതായിപ്പോകും മോളേ... അവനുവേണ്ടിയാണ് ഞാൻ ജീവിക്കുന്നത്.

സീതയുടെ ഹൃദയം അന്നു മൗനമായെങ്കിലും പ്രതിജ്ഞചെയ്തുപോയി; ഞാനുണ്ട്, വിഷ്ണുവേട്ടന് ഈ സീതയുണ്ട്, അമ്മായീ... ഒരിക്കലും വിഷ്ണുവേട്ടനേയും ലക്ഷ്മിയമ്മായിയേയും ഉപേക്ഷിച്ച് ഈ സീത പോവില്ല. ഈ മനസ്സു നിറയെ വിഷ്ണുവേട്ടനാണ്. എന്നിട്ട്, പ്രതിജ്ഞകൾ കാറ്റിൽ പറത്തി വിവാഹവേഷമണിഞ്ഞ്, മറ്റൊരാളിന്റെ വധുവായി, സീത പോന്നു. നിർവ്വികാരയായി. മനസ്സ് ഇടയ്ക്കിടെ കുറ്റപ്പെടുത്തുന്നു. അപ്പോൾ കൂടുതൽ തളർന്നുപോകുന്നു. അച്ഛനേയും ശേഖരേട്ടനേയും എതിർക്കാൻ ശക്തിയില്ലായിരുന്നുവെങ്കിൽ, ആത്മഹത്യ ചെയ്യാമായിരുന്നില്ലേ? എന്തിനിങ്ങനെ നാണംകെട്ടു പുതിയൊരു ജീവിതം തേടിവന്നു? കഥകൾ കേട്ടിട്ടില്ലേ, വായിച്ചിട്ടില്ലേ, സ്നേഹത്തിനുവേണ്ടി, പ്രേമസാഫല്യത്തിനുവേണ്ടി, ആത്മത്യാഗം ചെയ്തവർ. ചെങ്കോലും സിംഹാസനവും വരെ ഉപേക്ഷിച്ചവർ. അവരിലൊരാളാകാമായിരുന്നില്ലേ സീതയ്ക്ക്. ഒന്നിനും കഴിഞ്ഞില്ല.

അമ്മായിയമ്മ ചോദിച്ചു: ''നീ എന്താണോർക്കുന്നത് മോളേ?''

''ഒന്നുമില്ല, ഒന്നുമില്ല.''

അമ്മായിയമ്മ ചിലപ്പോൾ സ്വന്തം കഥകൾ പറയാൻ തുടങ്ങും. രമേശന്റെ അച്ഛനെക്കുറിച്ച്, രമേശന്റെ അച്ഛനെ ആദ്യം കണ്ട ദിവസത്തെക്കുറിച്ച്, രമേശന്റെ അച്ഛൻ മരിച്ചതിനുശേഷം ഇരുണ്ടുപോയ ജീവിതത്തെക്കുറിച്ച്.... എല്ലാം രമേശനെന്ന മകനെ ചുറ്റിപ്പറ്റിയുള്ള കഥകളാണ്.

അമ്മായിയമ്മ വാചാലമായി സംസാരിക്കും. അവരുടെ സംസാരം കേട്ടിരിക്കാൻ രസമാണ്. സമയം പോകുന്നതറിയില്ല. അപ്പോൾ സീത സ്വന്തം കഥ, സ്വന്തം ദുഃഖം മറന്നുപോകും.

അവസാനം അമ്മായിയമ്മ പറഞ്ഞുനിർത്തുക ഇങ്ങനെയാണ്:

''ഇനി എനിക്ക് ഒരാശയേ ഉള്ളൂ. രമേശന്റെ ഒരു കുട്ടിയെ വളർത്തണം. അതുംകൂടി കഴിഞ്ഞാൽ എനിക്ക് സമാധാനമായി മരിക്കാം.''

കഴിഞ്ഞദിവസം രമേശൻനായർ പറഞ്ഞതോർത്തു.

''അമ്മയ്ക്ക് വലിയ ധിറുതിയാണു കേട്ടോ സീതേ, അമ്മ കുട്ടിയെ വളർത്താൻ തയ്യാറെടുത്തിരിക്കയാണെന്ന് തോന്നുന്നു. സീത എന്തു പറയുന്നു?''

സീത ഒന്നും പറഞ്ഞില്ല, തലകുനിച്ചിരുന്നു.

''നമുക്കുടനെയൊന്നും വേണ്ട. വേണോ സീതേ? കുറെക്കഴിയട്ടെ. വയസ്സായവർക്കങ്ങനെയൊക്കെ തോന്നും.''

രമേശൻനായർ ചിരിച്ചു.

അമ്മായിയമ്മ ആരുടെയൊക്കെയോ കാര്യങ്ങൾ പറയുന്നതു കേൾക്കാം. വിവാഹം കഴിഞ്ഞ് ഒരു വർഷത്തിനുള്ളിൽത്തന്നെ കുട്ടിയുണ്ടായവരുടെ കഥകളാണ് അധികം.

“രമേശന്റെ അച്ഛൻ മരിക്കുമ്പോൾ, രമേശൻ, ഇഴഞ്ഞ് നടക്കുന്ന പ്രായം. ഓർത്തു നോക്കൂ. അവനുംകൂടി അന്നില്ലായിരുന്നുവെങ്കിൽ, എന്റെ ജീവിതം. മരിക്കണമെന്നുവരെ തോന്നി അവന്റച്ഛൻ മരിച്ചപ്പോ. പക്ഷേ, മരിച്ചില്ല. രമേശൻ... എന്റെ മോൻ...”

ഒരു കുട്ടി ഉണ്ടാകേണ്ടതിന്റെ ആവശ്യം പറഞ്ഞുമനസ്സിലാക്കലാണ് ഈ സംസാരത്തിന്റെ ഉദ്ദേശ്യം. സീത ലക്ഷ്മിയമ്മായിയെ ഓർത്തു. വിഷ്ണുവില്ലായിരുന്നെങ്കിൽ, ലക്ഷ്മിയമ്മായി ഇന്ന് ഭൂമിയിൽ കാണുമായിരുന്നില്ല കുട്ടീ, എന്നു പറയുന്ന ലക്ഷ്മിയമ്മായി സീതയ്ക്ക് ലക്ഷ്മിയമ്മായിയെ മറക്കാൻ കഴിയില്ല. വിഷ്ണുവേട്ടനെ മറക്കാൻ കഴിയില്ല. അതുകൊണ്ടുതന്നെ, അച്ഛനും ശേഖരേട്ടനും ജീവിക്കുന്ന ആ വീട്ടിലേക്ക് വരാനും കഴിയില്ല. ഒരിക്കലും.

ഇരുപത്തിരണ്ട്

അധികകാലം വീട്ടിൽ പോകാതെ കഴിക്കാൻ സീതയ്ക്കായില്ല. ഏട്ടൻ രണ്ടു തവണ സീതയെ വിളിച്ചുകൊണ്ടുപോകാനായി വന്നു. അപ്പോഴൊന്നും സീത പോകാൻ കൂട്ടാക്കിയില്ല. ഏട്ടൻ പരാജയപ്പെട്ട് തിരിച്ചു പോകുന്നതുകാണാൻ അവൾക്ക് രസം തോന്നി.

പക്ഷേ, വിവാഹം കഴിഞ്ഞ് ഒരു വർഷം തികയുന്നതിനുമുമ്പു തന്നെ സീത വീട്ടിലേക്കു പോയി. ആരും നിർബ്ബന്ധിക്കാതെതന്നെ.

സീതയ്ക്ക് രമേശൻനായരോട് സഹതാപമോ സ്നേഹമോ തോന്നിത്തുടങ്ങിയിരുന്ന ദിവസങ്ങൾ, എത്ര നല്ല ഹൃദയമാണ് ഈ മനുഷ്യന്റേത്. സ്നേഹവും വാത്സല്യവും മാത്രം. സീത പറയുന്നതെന്തും അനുസരിക്കാൻ തയ്യാറാണെന്ന ഭാവം. സീതയുടെ സന്തോഷം, സീതയുടെ സുഖം, അതു മാത്രമാണ് ലക്ഷ്യം. അതിനാണ് ഈ ജീവിതം എന്ന മട്ട്. ഇതുവരെ, ആ മനുഷ്യനോട് ഹൃദയപൂർവ്വം, സ്നേഹത്തോടെ, പെരുമാറിയിട്ടില്ല. സംസാരിച്ചിട്ടില്ല. ആരോ ചെയ്ത തെറ്റുകൾക്ക് ഈ പാവം മനുഷ്യൻ ശിക്ഷിക്കപ്പെടാൻ പാടില്ല. അച്ഛനും ശേഖരേട്ടനും വിഷ്ണുവേട്ടനും തന്റെ ഹൃദയത്തിലേൽപ്പിച്ച മുറിവ് ഈ മനുഷ്യനറിയില്ല. സ്നേഹസമ്പന്നനായ തന്റെ ഭർത്താവ്. അയാളെ ഇനിമുതൽ താൻ സ്നേഹിക്കും. ഈ ലോകത്തിൽ തനിക്കയാൾ മാത്രം. അങ്ങനെയൊരു ചിന്ത സീതയിൽ വേരുപിടിച്ചു തുടങ്ങിയ ദിവസങ്ങൾ.

രമേശൻനായരെ യാത്രയയയ്ക്കാനായി സീത ഗേറ്റുവരെ ചെന്നു. അയാൾ കൈവീശി യാത്ര പറഞ്ഞു. അയാളുടെ മോട്ടോർ ബൈക്ക് കണ്ണിൽനിന്ന് മറയുവോളം അവൾ നോക്കി നിന്നു. തിരിച്ച് ഉമ്മറത്തേക്ക് നടക്കുമ്പോൾ, അമ്മായിയമ്മയുടെ മുഖം വികസിച്ചിരുന്നത് സീത കണ്ടു.

അല്പം കഴിഞ്ഞ്, മുറിയിൽ എന്തോ വായിച്ചിരിക്കവേ, ഉമ്മറത്ത് അമ്മായിയമ്മയുടെ ഉറക്കെയുള്ള നിലവിളി കേട്ടു.

രമേശൻനായരുടെ രക്തത്തിൽ കുളിച്ച മൃതദേഹം ഉമ്മറത്തു കൊണ്ടുവന്ന് കിടത്തുമ്പോൾ, സീത ആഗ്രഹിച്ചു: ഈ നിമിഷം ഭൂമി പിളർന്ന് അന്തർദ്ധാനം ചെയ്യാനായെങ്കിൽ! അവൾ കരയാൻപോലും മറന്ന്, മരവിച്ചു നിന്നു. പിന്നെ സകലതും നഷ്ടപ്പെട്ട് സകലതും മറന്ന്, കണ്ണുകളിൽ ഇരുട്ടുകയറി താഴെവീണുപോയി. തല തരിച്ചിരുന്നു. ഭൂമി അവൾക്കു ചുറ്റും കറങ്ങിക്കൊണ്ടിരുന്നു.

പിന്നീട് കണ്ണുതുറന്നു നോക്കുമ്പോൾ, ചേട്ടത്തിയമ്മ, ചേട്ടൻ, അച്ഛൻ, മുറ്റം നിറയെ റോഡുനിറയെ ആൾക്കാർ. അമ്മായിയമ്മയുടെ ഉറക്കെയുള്ള കരച്ചിൽ എല്ലാ ശബ്ദത്തിനും മുകളിൽ കേട്ടു. സീത ഉറക്കെ കരഞ്ഞില്ല. കണ്ണീരായി വേദനയായി സ്വയം ഉരുകിക്കഴിഞ്ഞ ഒരാളിന് കണ്ണീരൊഴുക്കാൻ എങ്ങനെ കഴിയും? കണ്ണീരില്ലാത്ത, വേദനയില്ലാത്ത മരവിച്ച അവസ്ഥ.

രമേശൻനായർ എല്ലാവർക്കും പ്രിയപ്പെട്ടവനായിരുന്നു. അമ്മയുടെ ഓമനപ്പുത്രൻ. കണക്കില്ലാത്ത സ്വത്തിന് ഏക അവകാശി. ചിരിച്ചുകൊണ്ടുമാത്രം എല്ലാവരും കണ്ടിട്ടുള്ള മനുഷ്യസ്നേഹിയായ ചെറുപ്പക്കാരൻ. സഹപ്രവർത്തകരും നാട്ടുകാരും സ്നേഹിതരും ബന്ധുജനങ്ങളും വീർപ്പടക്കി അന്ത്യയാത്ര കാണാനെത്തി. അതിനിടയിൽ നശ്വരമായ മനുഷ്യജീവിതത്തെക്കുറിച്ച് റോഡപകടങ്ങളെക്കുറിച്ച്, ചർച്ചകൾ മുഴങ്ങിക്കേട്ടു. സീതയുടെ തലവിധിയെപ്പറ്റി, ഭാഗ്യദോഷത്തെപ്പറ്റി, ആരൊക്കെയോ പറഞ്ഞ് സങ്കടപ്പെട്ടു.

കരഞ്ഞുകരഞ്ഞ് അമ്മയുടെ കണ്ണുനീർ വറ്റി. അവർ കരയാതായി. മകനുവേണ്ടി ചെയ്യാനുള്ളതെല്ലാം ലോഭമില്ലാതെ അമ്മ നടത്തി.

അമ്മായിയമ്മ വന്നവരോടെല്ലാം പറഞ്ഞാശ്വസിച്ചു: എനിക്കിനി എന്റെ മകൾ മാത്രം. എന്റെ മകന്റെ ജീവനായിരുന്നു അവൾ, സീത. അവളെ മകളായിട്ട് തന്നെയാണ് ഈ ഉമ്മറത്തേക്ക് ഞാൻ പിടിച്ചു കയറ്റിയത്. എന്റെ രമേശൻ പോയി. സീതയെ എനിക്ക് തന്നിട്ടാണവൻ പോയത്. ഞാനിനി കരയില്ല. എനിക്ക് സീതയുണ്ട്. മരിക്കുംവരെ അവളെന്റെ മകൾതന്നെയായിരിക്കും.

പറഞ്ഞതുതന്നെ പലയാവർത്തി പറഞ്ഞുപറഞ്ഞ് അവർ ആശ്വസിക്കാൻ ശ്രമിച്ചു. സീതയ്ക്ക് അവരോട് സഹതാപം തോന്നി, സ്നേഹം തോന്നി. അവൾ അവരുടെ അരികിൽ ചെന്ന് വിളിച്ചു.

''അമ്മേ, എഴുന്നേൽക്കൂ. കുളിച്ച് ആഹാരം കഴിക്കൂ.''

സീത ആദ്യമായി നാവെടുത്ത് അമ്മായിയമ്മയെ അമ്മയെന്ന് വിളിച്ചു. അവർക്ക് സന്തോഷവും സന്താപവുംകൊണ്ട് ഹൃദയം നിറഞ്ഞു. അവർ സീതയുടെ കഴുത്തിൽ കെട്ടിപ്പിടിച്ചു കരഞ്ഞു. അവളുടെ കവിളിൽ ചുംബിച്ചു. ''മോളേ, എന്റെ മോളേ...''

അച്ഛൻ സീതയെ കൊണ്ടുപോകാനായി വന്നു. രമേശൻനായരുടെ അമ്മ അത്ഭുതപ്പെട്ടു.

''സീതയെ ഞങ്ങൾ കൊണ്ടുപോകുന്നു. അവളുടെ ഭർത്താവ് മരിച്ചില്ലേ? ഇനി ഈ വീട്ടിൽ അവൾക്കെന്താണ് കാര്യം?''

സീത കരഞ്ഞു. അവൾക്ക് ദേഷ്യം വന്നു.

അവൾ പറഞ്ഞു: ''ഞാൻ വരില്ല. ഇനി ഇതാണെന്റെ വീട്. ജീവാവസാനംവരെ, അദ്ദേഹത്തിന്റെ അമ്മയെ ശുശ്രൂഷിച്ച് ഞാനിവിടെ കഴിയും.''

സീത അത്രയും തുറന്നുപറയുമെന്ന് ആരും കരുതിയില്ല. അവളിങ്ങനെ സംസാരിക്കുന്നത് അമ്മായിയമ്മ കേട്ടിരുന്നില്ല. അവർ അവളെ കെട്ടിപ്പിടിച്ചു പറഞ്ഞു: ''എന്റെ മോളെ ഞാൻ വിടില്ല.''

അച്ഛന്റെ, ശേഖരേട്ടന്റെ പത്തി താഴ്ന്നുപോയതുപോലെ തോന്നി. സീത മനസ്സിൽ ഉറക്കെ പറഞ്ഞു: 'ഞാനിനി തോറ്റുതരില്ല. ആ നശിച്ച കൊട്ടാരത്തിലേക്ക്, രാജാക്കന്മാരുടെ രാജ്യത്തേക്ക്, ഞാൻ വരില്ല. അവിടെ എനിക്കാരുമില്ല.'

പക്ഷേ, അച്ഛൻ അവസാനത്തെ ആയുധം പ്രയോഗിച്ചപ്പോൾ സീത പരാജയപ്പെട്ടു. അമ്മായിയമ്മയ്ക്ക് വാക്കുകൾ നഷ്ടപ്പെട്ടു.

''അവൾക്ക് വിവരമില്ല. അതാണിങ്ങനെ പറയുന്നത്. നിങ്ങളുടെ മകൻ മരിച്ചു. അവൾക്കിനി ഇവിടെ യാതൊരു കാര്യവുമില്ല. നിങ്ങൾ കേൾക്കുന്നുണ്ടോ? സീത ചെറുപ്പമാണ്. ജീവിതകാലം മുഴുവൻ ദുഃഖം കടിച്ചിറക്കി അവളും നിങ്ങളെപ്പോലെ കഴിയണോ? ഞാൻ സമ്മതിക്കില്ല. നിങ്ങളങ്ങനെ വിചാരിച്ചാൽ അത് നിങ്ങളുടെ സ്വാർത്ഥതയാണ്. എന്റെ മകളുടെ ജീവിതം തകരാതെ നോക്കേണ്ടത് എന്റെ കടമയാണ്.''

സീത നിശ്ചലയായിപ്പോയി. അവളുടെ കണ്ണുകൾ ജ്വലിച്ചു. പക്ഷേ...

അമ്മായിയമ്മയുടെ പിടി അയഞ്ഞു. അവർ കണ്ണുതുടച്ചു. ശബ്ദം പരുഷമാക്കി അവർ പറഞ്ഞു: ''ശരിയാണ്. പശു ചത്തു. മോരിലെ പുളിയും പോയി. നിങ്ങൾ പറഞ്ഞത് ശരിയാണ്. എന്റെ മകൻ മരിച്ചു. അതിന്റെ നഷ്ടം, ദുഃഖം ഒക്കെ എനിക്കുമാത്രം. സീതേ, നീ പോകൂ മോളേ... നിനക്കിവിടെ ഇനി എന്തുബന്ധം? താലികെട്ടിയവൻ പോയില്ലേ? നീ അച്ഛന്റെ കൂടെ പൊയ്ക്കോളൂ.''

അവസാന അഭയവും നഷ്ടപ്പെട്ടിരിക്കുന്നു. ഇവിടെയും അച്ഛനും ശേഖരേട്ടനും ചേർന്ന് തന്നെ പരാജയപ്പെടുത്തിയിരിക്കുന്നു.

അമ്മായിയമ്മയോട് യാത്രപറയുമ്പോൾ, സീതയുടെ ഹൃദയം വിങ്ങി. ഇവിടെ കയറിവന്ന ആദ്യദിവസം. ഐശ്വര്യലക്ഷ്മിയായി, നിറ പറയും നിലവിളക്കും കൊളുത്തിവച്ചു കാത്തുനിന്നിരുന്ന അമ്മായിയമ്മ, അവരെ തലയുയർത്തിനോക്കാൻ, അവരുടെ കാലിൽ വീണ് നമസ്ക രിക്കുവാൻ മനസ്സു കൂട്ടാക്കിയില്ല. നിറുകയിൽ ചുംബിച്ച്, അകത്തേക്ക് കൈപിടിച്ച് കയറ്റുമ്പോൾ വെറുപ്പാണ് തോന്നിയത്. ഇന്ന് മനസ്സ് തേങ്ങുന്നു. ദുഃഖം കണ്ണുകളെ മറയ്ക്കുന്നു.

സീത സ്വയം ചോദിച്ചു: ഇത് വിധിയാണോ? ഇത് ഈശ്വരശിക്ഷ യാണോ?

''നിനക്കെപ്പോൾ വേണമെങ്കിലും ഇങ്ങോട്ടുവരാം, മോളേ, ഇത് നിന്റെ വീടാണ്. ഈ അമ്മയുടെ മനസ്സും ഈ വീടിന്റെ വാതിലും എന്നും നിനക്കുവേണ്ടി തുറന്നു കിടക്കും.''

അമ്മായിയമ്മയുടെ ശബ്ദം അശരീരിപോലെ കേട്ടു. തലയുയർ ത്താൻ കഴിഞ്ഞില്ല. പാദങ്ങൾ തൊട്ടുനമസ്കരിക്കുമ്പോൾ സീതയ്ക്ക് കണ്ണുനീർ നിയന്ത്രിക്കാൻ കഴിഞ്ഞില്ല.

പഴയമുറി. പഴയ കട്ടിൽ. പഴയ ഇരുട്ട്. പഴയ സീതയായി. ഉറക്കു ത്തിയ മച്ചും നിശ്ശബ്ദതയും കൂട്ടുകാരായി. അവൾ വളരെ കുറച്ചു മാത്രം സംസാരിച്ചു. വളരെക്കുറച്ചുമാത്രം പുറത്തുവന്നു.

വീണ്ടും സീത സ്വയം തടവുപുള്ളിയായി. മുരളി മാത്രമായിരുന്നു ആശ്വാസം. ചേട്ടത്തിയമ്മയുടെ സൗമ്യമായ ചിരി. രൂപം. അതുകൊണ്ട് അവനെ കൂടുതൽ ഇഷ്ടപ്പെട്ടു. അച്ഛനും ശേഖരേട്ടനും വീട്ടിൽ ഇല്ലാ ത്തപ്പോൾ മാത്രം സീത പുറത്തിറങ്ങും. പൊന്നരഞ്ഞാണമിട്ട്, കുഞ്ഞി ക്കാലുകൾ പെറുക്കിപ്പെറുക്കിവച്ച് മുരളി മുറ്റത്തെ ചൊരിമണലിൽ നടക്കും. അവൾ അവന്റെ പിറകെ ഉണ്ടാകും. അവനെ എടുക്കും. ഉമ്മവയ്ക്കും. അവന്റെ വയറ്റിൽ ഇക്കിളികൂട്ടി ചിരിപ്പിക്കും. പറമ്പിലാകെ ചുറ്റി നടക്കും. മുളംകൂട്ടത്തിനരികിൽ ചെന്നുനിന്ന് പറന്നുപോകുന്ന കിളികളെ കാട്ടിക്കൊടുക്കും.

സീത അറിഞ്ഞു. അറിഞ്ഞപ്പോൾ കഠിനമായ ദേഷ്യം വന്നു. ശേഖ രേട്ടൻ വീണ്ടും തനിക്ക് വിവാഹമാലോചിക്കുന്നു. ഇത്തവണ അച്ഛൻ രംഗത്തില്ല. താൻ തിരിച്ച് വീട്ടിലെത്തിയതിനുശേഷം അച്ഛന്റെ ശബ്ദം അധികം കേൾക്കാനില്ല. അച്ഛൻ എന്താണ് നിശ്ശബ്ദനായത്? പഴയതു പോലെ ശബ്ദമുയർത്തി സംസാരിക്കാത്തത്? ഗർജ്ജിക്കാത്തത്?

ഏട്ടന്റെ കുട്ടിയെ എടുത്ത് മടിയിലിരുത്തി അകലേക്ക് നോക്കി, മൂകനായിരിക്കുന്നത് കാണാം. ഏട്ടനെ കാണാറേയില്ല. ചേട്ടത്തിയമ്മ വഴിക്കാണ് എല്ലാവിവരങ്ങളും അറിയുക.

സീത പറഞ്ഞു: ''എനിക്കിനി വിവാഹം വേണ്ട. ഏട്ടനോട് പറയൂ ചേട്ടത്തിയമ്മേ.''

ചേട്ടത്തിയമ്മ എപ്പോഴും ഉപദേശിക്കും. സമയം കിട്ടുമ്പോഴൊക്കെ സീതയുടെ അരികിൽ വന്നിരിക്കും.

''സീത എന്താണിങ്ങനെ വീണ്ടുവിചാരമില്ലാതെ ചിന്തിക്കുന്നത്? നമ്മൾ പെണ്ണുങ്ങളല്ലേ. ആരുടേയെങ്കിലും ആശ്രയമില്ലാതെ നമുക്ക് കഴിയാനൊക്കുമോ? എന്നും അച്ഛനും ഏട്ടനും ഉണ്ടായിരിക്കുമോ? അവരുടെ കാലം കഴിഞ്ഞാൽ..''

''വേണ്ട, എനിക്കാരും വേണ്ട. ഞാനെങ്ങനെയെങ്കിലും കഴിഞ്ഞോളാം. ചേട്ടത്തിയമ്മയുടെ ഇത്തരം ചിന്താഗതിയാണ് കുഴപ്പം. പെണ്ണ്... പെണ്ണ്... പെണ്ണെന്താ അടിമയാണോ? അവൾക്കു കാലില്ലേ, കൈയില്ലേ? ആരുടേയും താങ്ങില്ലാതെ അവൾക്ക് കഴി യാൻ പറ്റില്ലേ? കുറേ തുരുമ്പെടുത്ത തത്വങ്ങൾ... നോക്കൂ ചേട്ടത്തിയമ്മേ, എന്നെ ഓർത്ത് ആരും വിഷമിക്കണ്ട. ഞാനാർക്കും ഭാരമാവില്ല.''

ചേട്ടത്തിയമ്മ ഏട്ടനോട് പറഞ്ഞുവെന്ന് തോന്നുന്നു. അതാണ് വളരെക്കാലംകൂടി സംസാരിക്കാൻ മുതിർന്നത്. സംസാരത്തിൽ പണ്ടില്ലാത്ത സ്നേഹം, സൗമ്യത, സമാധാനം.

''സീതേ, നീ എന്താണു കുഞ്ഞേ, എപ്പോഴും ഈ മുറിയിൽ, ഈ ഇരുട്ടിൽത്തന്നെ ഇരിക്കുന്നത്?''

സീത മിണ്ടിയില്ല. പുറത്തേക്കിറങ്ങി വന്നില്ല.

''നിന്നെ ഏട്ടനൊന്നു കാണട്ടെ. വരൂ, ഈ വെളിച്ചത്തേക്കൊന്നു വരൂ.''

''സീത എന്താണിങ്ങനെ? ഞാനും അച്ഛനും നിന്റെ ശത്രുക്കളാണോ? നിന്റെ നന്മയ്ക്കു വേണ്ടിയല്ലേ ഞങ്ങൾ ശ്രമിക്കുന്നത്?''

അവൾ മിണ്ടിയില്ല. തല താഴ്ത്തിയിരുന്നു.

''നല്ലൊരാലോചന വന്നിട്ടുണ്ട്. നിന്നെ അവർക്കിഷ്ടമാണ്. പയ്യൻ വിദേശത്താണ്. നിന്നെ കാണണമെന്നുപോലും അവർക്കില്ല. നിനക്കിഷ്ടമായാൽ നടത്താമെന്നുണ്ട്. അച്ഛന് നിന്റെ കാര്യമോർത്ത് വലിയ വിഷമമാണ്.''

സീത അതിനും മറുപടി പറഞ്ഞില്ല.

''നീയെന്താണൊന്നും പറയാത്തത്? അതോ, നിനക്ക് വിവാഹമേ വേണ്ടന്നാണോ?''

അവൾ തലയുയർത്തി. അവളുടെ കണ്ണുകൾ നിറഞ്ഞിരുന്നു. സീതയുടെ ഇഷ്ടം... സീതയുടെ സമ്മതം. അതിനെന്തൊരു വിലയാണിപ്പോൾ!

''ശരി, ആലോചിച്ച് പിന്നെ പറഞ്ഞാൽ മതി. പൊയ്ക്കോ.''

അവൾ അകത്തേക്കു പോന്നു. അടുക്കളത്തളത്തിൽ, മുരളി പിച്ചവച്ചു നടക്കുന്നു. ദേഹം മുഴുവൻ ചെളി, അഴുക്ക്, അരിമാവ്. അവൾ അവനെ എടുക്കാൻ നോക്കി. ചേട്ടത്തിയമ്മ പറഞ്ഞു:

''വേണ്ട സീതേ, അവന്റെ മേലുമുഴുവൻ അഴുക്കാണ്. കുളിപ്പിച്ച് തരാം.''

ചേട്ടത്തിയമ്മ അവനെയുംകൊണ്ട് പുറത്തേക്ക് പോയി. അവൾ രമേശൻനായരെക്കുറിച്ചോർത്തു. അയാൾക്കു പെൺകുട്ടിയുണ്ടാകുന്നതായിരുന്നു ഇഷ്ടം.

''സീതയ്ക്ക് ആൺകുട്ടിയോടോ പെൺകുട്ടിയോടോ ഇഷ്ടം? ഏതു വേണമെന്നാണ്?''

സീത മിണ്ടിയില്ല. സീതയ്ക്ക് ഇഷ്ടങ്ങളൊന്നുമില്ല.

''എനിക്ക് പെൺകുട്ടിയുണ്ടാകുന്നതാണിഷ്ടം. ഫ്രോക്കിട്ട്, പൊട്ടു കുത്തി, അണിയിച്ചൊരുക്കി കൊണ്ടുനടക്കാമല്ലോ. എനിക്ക് നിന്നെപ്പോലൊരു മോളു മതി.''

അവൾ മിണ്ടിയില്ല. അയാൾ അവളുടെ ചെവിയിൽ വീണ്ടും പറഞ്ഞു: ''പക്ഷേ, തിരക്കുകൂട്ടരുത്. കുറഞ്ഞതു മൂന്നുവർഷമെങ്കിലും ഇങ്ങനെ കഴിയണം. അല്ലെങ്കിൽ, നിന്നെ എനിക്കിതുപോലെ കിട്ടാതെ വരും. എന്താ, എതിർപ്പുണ്ടോ?'' അയാൾ പൊട്ടിച്ചിരിച്ചു.

''പക്ഷേ, അമ്മ സമ്മതിക്കുമെന്ന് തോന്നുന്നില്ല. അമ്പലങ്ങളിലൊക്കെ നിരത്തിപ്പിടിച്ച് നേർച്ചകളോ വഴിപാടുകളോ നേർന്നിട്ടുണ്ടെന്ന് കേട്ടു.''

പാവം അമ്മ! മകന്റെ കുട്ടിയെ വളർത്താൻ നൊയമ്പുനോറ്റിരുന്ന് അവസാനം....

അവർ ഇപ്പോൾ എന്ത് ചെയ്യുകയാവും? സീതയെയെങ്കിലും സ്വന്തമായിക്കിട്ടു മെന്നവർ മോഹിച്ചു. സീത അടിമയാണെന്നവർക്കറിയില്ല. ഉടമസ്ഥന് ഇഷ്ടംപോലെ ആർക്കുവേണമെങ്കിലും എപ്പോൾ വേണമെങ്കിലും കൈമാറ്റം ചെയ്യാവുന്ന വില്പനച്ചരക്ക്, അടിമയ്ക്ക് ഇഷ്ടങ്ങൾ പാടില്ല. മോഹങ്ങൾ പാടില്ല. സ്വാതന്ത്ര്യം പാടില്ല. സീത അടിമയാണ്. അതുകൊണ്ടാണ്, ശേഖരേട്ടൻ സീതയ്ക്ക് വീണ്ടും വിവാഹാലോചന നടത്തുന്നത്. സീതയെ വീണ്ടും വിൽക്കാൻ ആലോചിക്കുന്നത്. വിൽപനച്ചരക്ക് വിറ്റഴിയാതെ കെട്ടിക്കിടക്കുന്നിടത്തോളം കാലം ഉടമസ്ഥന് സ്വസ്ഥതയും സമാധാനവും ലഭിക്കില്ല. സീത പല്ലുകടിച്ചു.

ഭർത്താവ് മരിച്ച് കഴിഞ്ഞ്, പിന്നെയും ഭർതൃഗൃഹത്തിൽ മകൾ താമസിച്ചാൽ, അത് തറവാടിന്റെ അന്തസ്സിന് കോട്ടം വരുത്തുന്ന കാര്യമാണ്. അഭിമാനിയായ ഒരു അച്ഛനും ഒരു സഹോദരനും ആ അപമാനം സഹിക്കാനാവില്ല. മാത്രമല്ല, മകൾ ചെറുപ്പമാണ്. ഇനിയും വിൽപ്പന നടക്കും. കഴിയുന്നത്ര വേഗം വിൽപ്പന നടത്തിയാലേ തറവാടിന്റെ അന്തസ്സുയരൂ.

സീത സ്വയം പറഞ്ഞു: തറവാടിന്റെ അന്തസ്സ്! കുന്തമാണ്! താൻ ഇവിടെത്തന്നെ കഴിയും. എവിടെയും പോകാൻ തനിക്കിനി കഴിയില്ല. മനസ്സ് പലർക്കായി, പല പാത്രങ്ങളിലായി ഒഴിച്ചുവയ്ക്കാൻ സീതയ്ക്കാവില്ല. ഒരു രൂപം മങ്ങുന്നതിനുമുമ്പ് മറ്റൊരു രൂപം ഒരു ചിത്രം

മായുന്നതിനുമുമ്പ് മറ്റൊരു ചിത്രം. സീതയുടെ മനസ്സ് വെള്ളക്കടലാസല്ല. ആർക്കും ഇഷ്ടംപോലെ കടന്നുവന്ന് ചിത്രം വരയ്ക്കാനുള്ള ക്യാൻവാസല്ല.

ഇനി വിവാഹാലോചനകളും കൊണ്ടു വരട്ടെ. തുറന്നുതന്നെ പറയും: സീത അടിമയല്ല. സീതയെ ഇഷ്ടംപോലെ കച്ചവടം ചെയ്യാൻ സാധ്യമല്ല.

''ഇതാ, ഇനി ഇഷ്ടംപോലെ കളിപ്പിച്ചോളൂ.''

ചേട്ടത്തിയമ്മ. കൈയിൽ തുള്ളിച്ചാടുന്ന മുരളി, കുളികഴിഞ്ഞ്, കണ്ണെഴുതി, വലിയൊരു ഗോപി നെറ്റിയിൽ വരച്ച്... വലിയൊരു ദയവു കാട്ടുന്നതുപോലെയാണ് സീതയ്ക്കു തോന്നിയത്.

ചേട്ടത്തിയമ്മ മുരളിയെ സീതയുടെ കൈകളിലേക്ക് കൊടുത്തു. മുരളി സീതയെ നോക്കി ചിരിച്ചു. സീത അവന്റെ കവിളിൽ ചുംബിച്ചു. വെളിച്ചെണ്ണയുടെ, വാസനസോപ്പിന്റെ, കുട്ടിക്കൂറാപൗഡറിന്റെ സുഖകരമായ ഗന്ധം. അവൾ അവനെയും കൊണ്ട്, പറമ്പിന്റെ അതിരിലേക്ക്, മുളംകൂട്ടത്തിനരികിലേക്ക് നടന്നു. അവിടെ നല്ല, സ്വച്ഛമായ, സ്വതന്ത്രമായ കാറ്റുണ്ട്.

ഇരുപത്തിമൂന്ന്

ചോദിക്കാൻ പലതവണ നാവുയർന്നതാണ്, ലക്ഷ്മിയമ്മായിയുടെ വിവരങ്ങൾ എന്തെങ്കിലും!

കഴിഞ്ഞ അദ്ധ്യായം. മനപ്പൂർവ്വം മറന്നുകഴിഞ്ഞത്. പക്ഷേ, വീണ്ടും ഈ മണ്ണിൽ കാലുകുത്തിയപ്പോൾ ഓർമ്മകൾ തിക്കിത്തിരക്കുന്നു. വീടിനു പുറകിൽ, മുളംകൂട്ടത്തിനരികിൽ നിന്ന് കാസിം മുതലാളിയുടെ വീടുകാണുമ്പോൾ ലക്ഷ്മിയമ്മായിയുടെ ക്ഷീണിച്ച രൂപം കൂടുതൽ മിഴിവോടെ മുന്നിൽ തെളിയുന്നു.

ലക്ഷ്മിയമ്മായിയും വിഷ്ണുവേട്ടനും.

ചേട്ടത്തിയമ്മയോട് ചോദിച്ചാലോ? ഉടൻ മനസ്സ് വിലക്കുന്നു: ചോദിച്ചാലും ഒന്നും അറിയില്ല. നാല് ചുവരുകൾക്കുള്ളിൽ ശുദ്ധവായു ശ്വസിക്കാതെ കഴിയുന്ന തടവുപുള്ളിയോട് ലോകകാര്യം തിരക്കുന്നത് വിഡ്ഢിത്തമാണ്.

ദിവസങ്ങൾ കഴിയവേ ആകാംക്ഷ വളർന്നു. ആരോടെങ്കിലും ചോദിക്കാതെ നിവൃത്തിയില്ലെന്നായി. അസ്വസ്ഥമായ മനസ്സ്. അവസാനം ചേട്ടത്തിയമ്മയോടുതന്നെ ചോദിച്ചു. ചിലപ്പോൾ മരുഭൂമിയിൽ ഒരു നീരുറവ കണ്ടെത്താൻ കഴിഞ്ഞെങ്കിലോ?

ചേട്ടത്തിയമ്മ ഒരുനിമിഷം മൂകയായി. സീത ഇപ്പോഴും അവരെ

ഓർക്കുന്നു. ഇനിയും അവരെ മറന്നിട്ടില്ല. എന്തിനവരുടെ കാര്യങ്ങൾ അന്വേഷിക്കുന്നു? അച്ഛനും ശേഖരേട്ടനും അറിഞ്ഞാൽ...

ചേട്ടത്തിയമ്മയുടെ മുഖത്തെ ഭാവപ്പകർച്ച സീത ശ്രദ്ധിച്ചു. ചേട്ടത്തിയമ്മയുടെ ചിന്ത അതാവാം. അങ്ങുമിങ്ങും നോക്കി രഹസ്യം പറയുന്ന മട്ടിൽ ശബ്ദം മെല്ലെയാക്കി അവർ പറഞ്ഞു.

''അവരിവിടെനിന്ന് പോയെന്ന് പറയുന്നത് കേട്ടു.''

മനഃപൂർവ്വം അടക്കിവെച്ചിരുന്നത്, മറന്നുവെന്ന് കരുതിയിരുന്നത് ഒന്നോടെ തിക്കിത്തിരക്കി പുറത്തേക്ക് വരുന്നു. ചിത്രങ്ങൾക്ക് കൂടുതൽ നിറം. തെളിച്ചം. സീത ഒന്നും മറന്നിട്ടില്ല. സീതയ്ക്ക് ഒരിക്കലും മറക്കാനാവില്ല.

ചേട്ടത്തിയമ്മ പിന്നെയും പറഞ്ഞു: ''സീതയുടെ വിവാഹം കഴിഞ്ഞ് രണ്ടുമൂന്നുമാസങ്ങൾക്കുശേഷമാണെന്നു തോന്നുന്നു. ഒരു ദിവസം ഏട്ടൻ അച്ഛനോട് പറയുന്നത് കേട്ടു. ശരിക്കൊന്നും മനസ്സിലായില്ല. പിന്നെ, രാത്രിയിൽ കിടക്കാൻ വന്നപ്പോൾ ചോദിച്ചു. പേടിച്ചുപേടിച്ചാണ് ചോദിച്ചത്. ദേഷ്യം വന്നെന്നു തോന്നുന്നു. പിന്നെന്തോ പറയാൻ സന്മനസ്സു തോന്നിയിരിക്കണം. ആ വീടും പറമ്പും വിറ്റിട്ടാണ് പോയത്. അമ്മയും മകനുംകൂടി. ആരും അറിഞ്ഞില്ല. പോയിക്കഴിഞ്ഞാണറിഞ്ഞത്.

സീത തരിച്ചിരുന്നു. അവസാനത്തെ അഭയം, അത്താണിയും ഇതാ നഷ്ടപ്പെട്ടിരിക്കുന്നു.

അപ്പോൾ സീത സ്വയം ചോദിച്ചു: ലക്ഷ്മിയമ്മായി നാട്ടിൽ ഉണ്ടായിരുന്നെങ്കിൽ, വീണ്ടും നാടുവിട്ട് പോയില്ലായിരുന്നെങ്കിൽ, വീണ്ടും അഭയാർത്ഥിയായി, ഭിക്ഷാംദേഹിയായി അവിടെ പോകുമായിരുന്നോ? സീതയോട് ഇറങ്ങിപോകൂ എന്ന് പറഞ്ഞതല്ലേ. കരുണയുടെ ലേശമില്ലാതെ, എല്ലാമറിഞ്ഞിട്ടും ഒന്നുമറിയില്ലെന്ന് നടിച്ച് സീതയെ തള്ളിപ്പറഞ്ഞില്ലേ? വീണ്ടും അവിടെച്ചെന്ന് യാചിക്കാൻ തയ്യാറാകുമായിരുന്നോ?

വിഷ്ണുവേട്ടൻ! കണ്ണുകളിൽ ജ്വലിച്ചത് അഗ്നിയായിരുന്നു. അവൾ വേദനയോടെ ഓർത്തു.

വിഷ്ണുവേട്ടൻ, പാവം വിഷ്ണുവേട്ടൻ.

സീതയ്ക്കിപ്പോൾ അങ്ങനെ ചിന്തിക്കാൻ തോന്നി. മനഃപൂർവ്വമാവില്ല അന്നങ്ങനെ പറഞ്ഞത്. ഒരു തലമുറയുടെ മുഴുവൻ വെറുപ്പ് പതഞ്ഞു പതഞ്ഞ് ആ മനസ്സു കലുഷമായിരുന്നില്ലേ? ഒരു തലമുറയോട് മുഴുവനും നിലനിൽക്കുന്ന വിദ്വേഷം ആ മനസ്സിൽ നിറഞ്ഞുനിന്നിരുന്നില്ലേ? മുൻപിൽ കിട്ടിയ ഇരയോട്, ജീവിയോട് എതിർപ്പ്, പ്രതികാരം മുഴുവൻ പ്രകടിപ്പിക്കുക എന്നതായിരുന്നു കരണീയം.

പാവം വിഷ്ണുവേട്ടൻ! ഇപ്പോൾ എവിടെയാണ്? വെയിലും മഴയും വകവയ്ക്കാതെ, രാവും പകലും ഭേദമില്ലാതെ അലഞ്ഞു നടക്കുകയാവും.

എന്താണ് വിഷ്ണുവേട്ടന്റെ ഉദ്ദേശം? ഏകയായി, മണ്ണെണ്ണവിളക്കിന്റെ പുകയുമേറ്റ്, മകനെ കാത്തിരിക്കുന്ന ലക്ഷ്മിയമ്മായിയെ ഓർക്കാൻകൂടി നേരമില്ലാതെ അലഞ്ഞ്...

സീതയ്ക്ക് വിഷ്ണുവേട്ടനോട് സഹതാപമേയുള്ളൂ. സീതയ്ക്ക് ഒരിക്കലും വിഷ്ണുവേട്ടനെ വെറുക്കാനാവില്ല.

രാത്രി ഏട്ടൻ ഊണുകഴിഞ്ഞ് എഴുന്നേറ്റ് പോയിക്കഴിഞ്ഞപ്പോൾ, ചേട്ടത്തിയമ്മ പറഞ്ഞു: ''സീത എതിർപ്പൊന്നും പറയരുത്. നാളെ ഒരു കൂട്ടര് വരുന്നു. ഇതുറപ്പിക്കണമെന്നുണ്ട്, അച്ഛനും ചേട്ടനും.''

അവർ കുട്ടിയെ തൊട്ടിലിൽ കിടത്തി ഉറക്കുകയായിരുന്നു.

സീതയ്ക്ക് ചിരിവന്നു. അച്ഛനും ശേഖരേട്ടനും വീണ്ടും ഉറക്കം നഷ്ടപ്പെട്ടിരിക്കുന്നു. താൻകാരണം. അവരുടെ സ്വസ്ഥതയാകെ നശിച്ചിരിക്കുന്നു. എന്നിട്ടും എന്താണാവോ പഴയതുപോലെ സീതയെ ഞടുക്കാനും ഭയപ്പെടുത്താനും വരാത്തത്. ഏതെങ്കിലും ഒരാളെ ചൂണ്ടിക്കാട്ടി അയാളുടെ കഴുത്തിൽ മാലയിടൂ എന്ന് പറയാത്തത്?

ചേട്ടത്തിയമ്മ പറഞ്ഞു:''അച്ഛനും ഏട്ടനും എന്നും സീതയെ ശ്രദ്ധിക്കാൻ കഴിഞ്ഞെന്നുവരുമോ? അവരുടെ കാലം കഴിഞ്ഞാൽ...''

എല്ലാവരും ഭാരം ഒഴിവാക്കാൻ ശ്രമിക്കുകയാണ്. സീതയുടെ ഭാരം ഏറ്റിത്തളർന്നിരിക്കുന്നു. ചേട്ടത്തിയമ്മ പറഞ്ഞതു ശരിയാണ്. ആരെങ്കിലും ഒരാൾ സ്ഥിരമായി ഈ ഭാരം ഏറ്റെടുക്കാൻ ഉണ്ടായേ മതിയാവൂ.

''സീത എന്താണ് ഒന്നും പറയാത്തത്?''

സീത സഹികെട്ടു പറഞ്ഞു: ''നിങ്ങളെല്ലാവരും കൂടി നിശ്ചയിച്ചോളൂ. ആരുടെ കഴുത്തിൽ മാലയിടണമെന്നു പറയൂ. എനിക്ക് ആളെ കാണണമെന്നുപോലുമില്ല.''

അവൾ പെട്ടെന്ന് മുറിക്കുള്ളിലേക്ക് പൊയ്ക്കളഞ്ഞു. ചേട്ടത്തിയമ്മയുടെ മുഖത്തെ അത്ഭുതം, ആഹ്ലാദം, ആശ്വാസം എല്ലാം അവൾ ഇരുട്ടിലൂടെ കണ്ടു.

* * *

ശേഖരേട്ടൻ ഓടിനടന്നു. ഞായറാഴ്ചയായിരുന്നു. അതുകൊണ്ട് ലീവ് നഷ്ടപ്പെടുത്തേണ്ടി വന്നില്ല. ഏട്ടൻ ഉത്സാഹത്തോടെ, അതിഥികളെ സ്വീകരിക്കാൻ ഒരുക്കങ്ങൾ നടത്തുന്നതിന്റെ ഒച്ച സീത മുറിയിലിരുന്നറിഞ്ഞു. അച്ഛൻ ചാരുകസേരയിൽ കിടന്നതേയുള്ളൂ. അച്ഛന് തീരെ വയ്യ, ക്ഷീണം.

ചേട്ടത്തിയമ്മ അടുക്കളയിൽ തിരക്കിട്ട് വറുക്കുകയും പൊരിക്കുകയും ചെയ്തു. സീത എല്ലാറ്റിൽനിന്നും ഒഴിഞ്ഞ് മുറിയിൽ ഇരിക്കുകയോ, മുരളിയെയുമെടുത്ത് വീട്ടിനു പുറകുവശത്തെ മുളംകൂട്ടത്തിനരികിൽ പോയി നിൽക്കുകയോ ചെയ്തു.

പത്തുമണിക്ക് വരുമെന്നാണ് പറഞ്ഞിരുന്നത്. ഉച്ചകഴിഞ്ഞിട്ടും കണ്ടില്ല. ദല്ലാളിനെപ്പോലും കാണാഞ്ഞപ്പോൾ നിരാശനായി, ദുഃഖിത നായി ഏട്ടൻ ഊണു വിളമ്പാൻ പറഞ്ഞു. ചേട്ടത്തിയമ്മയുടെ മുഖത്തും ആരോ മരിച്ച ദുഃഖം. സീത മാത്രം ചിരിച്ചു, മുരളിയും.

‘‘വാക്കുപറഞ്ഞാൽ പാലിക്കാത്ത കൂട്ടർ. ഇവരുടെ കൂടെ പെണ്ണിനെ അയയ്ക്കാതിരിക്കുന്നതാണു ഭംഗി.’’

അത്രയും പറഞ്ഞ് അച്ഛൻ നിശ്ശബ്ദനായി ഊണുകഴിക്കാൻ തുടങ്ങി.

അപ്പോൾ സീത കണ്ടു. വെയിലത്ത് കുട നിവർത്താതെ പടി ഓടി ക്കടന്നെത്തുന്ന ദല്ലാൾ ഗോപാലപ്പണിക്കർ. അയാളുടെ പുറത്ത് വിയർ പ്പിൽ നനഞ്ഞൊട്ടിയ വരയൻ ഷർട്ട്, നെറ്റിയിലൂടെ ഒലിച്ചിറങ്ങുന്ന വിയർപ്പിന്റെ പുഴകൾ.

പാവം, സീതയ്ക്ക് സഹതാപം തോന്നി. ശേഖരേട്ടൻ ഇപ്പോൾ അയാളെ എന്താണ് ചെയ്യുക.

ശേഖരേട്ടൻ അയാളെക്കണ്ട് ഒച്ചവച്ചു. ദേഷ്യപ്പെട്ടു. ഇറങ്ങിപ്പോകാൻ പറഞ്ഞു. ദല്ലാൾ അങ്ങുമിങ്ങും നോക്കി. സ്വരം മെല്ലെയാക്കി. ഏട്ടന്റെ മുമ്പിൽ കുത്തിയിരുന്നു. സീത ജനാലയ്ക്കപ്പുറത്ത് നിൽക്കുന്നുണ്ടാ യിരുന്നു.

‘‘ഞാനെന്തുവേണം ശേഖരൻകുട്ടി? സമയത്ത് അവർ കാലുമാറി ക്കളഞ്ഞു. കുട്ടിയെ ഒന്നയച്ചതാണെന്ന് അവരെങ്ങനെയോ അറിഞ്ഞു പോയി.

‘‘അപ്പോൾ ആ വിവരം നിങ്ങൾ അവരോട് പറഞ്ഞില്ലേ?’’ അച്ഛന്റെ പുരികങ്ങൾ നെറ്റിയിൽ.

ശേഖരേട്ടൻ ദേഷ്യപ്പെട്ടു: ‘‘തനിക്ക് പറഞ്ഞുകൂടായിരുന്നോ? നുണ പറഞ്ഞ് ഇവിടെ ഒന്നും നടത്തിത്തരണ്ട.’’

ഗോപാലപ്പണിക്കർ ചിരിച്ചു. പരിഹാസത്തിന്റെ മഞ്ഞനിറം കലർന്ന ചിരി.

‘‘സത്യം മാത്രം പറഞ്ഞോണ്ടിരുന്നാ ആരാ വരിക? പെൺപിള്ളേർക്ക് വല്ല പഞ്ഞോമുണ്ടോ? കാര്യം ശരിതന്നെ. നമ്മുടെ പെൺകുട്ടി ചെറുപ്പം. ഒന്ന് പ്രസവിച്ചിട്ടും കൂടിയില്ല. ഒന്നയച്ചതാണെന്ന് ആരും പറയുകേം ഇല്ല. പക്ഷേ, രണ്ടാംകെട്ടിന് ഇത്തിരി വൈമനസ്യം എല്ലാർക്കും.’’

അച്ഛന്റെ സ്വരം ഉയർന്നു. ‘‘സമ്മതം ഇല്ലാത്തോരൊന്നും വരണ്ട. സീത ഇവിടെ നിന്നോട്ടെ. ഗോപാലാ, നീ പൊയ്ക്കോ.’’

ശേഖരേട്ടൻ ചോദിച്ചു: ‘‘വേറൊരു കാര്യം പറഞ്ഞിരുന്നല്ലോ? അതോ, അത് തിരക്കിയോ?’’

ശേഖരേട്ടനാണ് വിഷമം കൂടുതൽ. സീതയെ ആരുടെ കൂടെയെ ങ്കിലും ഇറക്കിവിട്ടാലേ ഏട്ടനു സുഖമാവൂ.

''അത് നടക്കില്ലാന്ന് അപ്പഴേ എനിക്ക് തോന്നി. അയാളുടെ കല്യാണം അടുത്ത ആഴ്ചയാ.''

ദല്ലാൾ വീണ്ടും ശബ്ദം താഴ്ത്തി ശേഖരേട്ടന്റെ ചെവിയിലേക്കെന്ന വണ്ണം പറഞ്ഞു:

''ഇപ്പോ, ഈ അടുത്ത ദിവസം വേറൊന്നു വന്നിട്ടുണ്ട്. സീതയ്ക്ക് പറ്റിയ ഒന്ന്. സീതക്കുട്ടീടെ കാര്യത്തില് നിങ്ങളെപ്പോലെതന്നെ എനിക്കും ഉത്തരവാദം ഉണ്ടെന്നു മനസ്സിലാക്കിക്കോളൂ.''

''നിങ്ങളൊന്ന് പറഞ്ഞുതീർക്ക്.'' ശേഖരേട്ടൻ തിരക്കുകൂട്ടി.

ദല്ലാൾ തലചൊറിഞ്ഞു.

''ആദ്യത്തെ ഭാര്യ മരിച്ചു. നാലഞ്ചുകൊല്ലമായി. അതില് രണ്ട് കുട്ടികള്. ഒരാണും ഒരു പെണ്ണും. രണ്ടുപേരും സ്കൂളില് പഠിക്ക്യാ. പെൺകുട്ടി ചെറ്യേ ക്ലാസ്സിൽ. നല്ല ധനശേഷി. അടുത്ത സഹോദരങ്ങൾ ഒന്നും ഇല്ല. വകേലോരോരുത്തര് അപ്പുറത്തും ഇപ്പുറത്തും ഒക്കെ ഉണ്ട്. വാദ്ധ്യാരാ.''

മുഴുവൻ കേട്ടുകഴിഞ്ഞപ്പോൾ അച്ഛൻ ഉറക്കെ ഒരാട്ട്: ''ഇയാടെ ഒരാലോചന! എഴുന്നേറ്റ് പോടോ.''

''വേണ്ട, ഗോപാലപ്പണിക്കരേ, അത് സീതയ്ക്ക് പറ്റില്ല.'' ശേഖരേട്ടനും പറഞ്ഞു. ''അവൾ തീരെ ചെറുപ്പമല്ലേ...''

''വലിയ വ്യത്യാസൊന്നും വരില്ല. ഒരു പതിനഞ്ചോ ഇരുപതോ...''

അച്ഛൻ വീണ്ടും ഉറക്കെ ആട്ടി. ഗോപാലപ്പണിക്കർ നടുങ്ങിയെഴുന്നേറ്റു.

''തനിക്ക് വല്ലോം കിട്ടുമെങ്കിൽ വാങ്ങിച്ചോ, പക്ഷേ, എന്റെ മുന്നിൽ വന്ന് ഇങ്ങനെയൊന്ന് പറയാൻ... ഇറങ്ങിപ്പോടോ വല്ലവരുടേയും മക്കളെ വളർത്താൻ എന്റെ മോളെ ഞാനയയ്ക്കില്ല.''

സീത വാതിൽക്കൽ നിൽക്കുന്നതുകണ്ട് അച്ഛൻ നിർത്തി. ശേഖരേട്ടൻ അത്ഭുതപ്പെട്ടു. സീത കേട്ടിരിക്കുമോ?

ഗോപാലപ്പണിക്കർ രക്ഷപ്പെടാനുള്ള ശ്രമത്തിൽ കുട തപ്പിയെടുത്തു.

സീത വിളിച്ചു: ''ഏട്ടാ, എനിക്ക് സമ്മതമാണ്. ഈ വിവാഹം ഉറപ്പിച്ചേക്കൂ. ''

ശേഖരേട്ടൻ അലറുന്ന സ്വരത്തിൽ വിളിച്ചു: ''സീതേ...''

''ഞാനെല്ലാം കേട്ടു, ശേഖരേട്ടാ, ഭർത്താവ് മരിച്ച് നിൽക്കുന്ന എനിക്ക് ഇതിലും നല്ലൊരു ബന്ധം കിട്ടുമെന്ന് ഏട്ടൻ കരുതുന്നുണ്ടോ? എനിക്ക് സന്തോഷമായി. എന്റെ സന്തോഷമല്ലേ അച്ഛനും ഏട്ടനും ആഗ്രഹിക്കുന്നത്. എനിക്കീ വിവാഹം മതി.''

ഒറ്റശ്വാസത്തിൽ അത്രയും പറഞ്ഞ് സീത അകത്തുപോയി. ചേട്ടത്തിയമ്മ അമ്പരന്ന് നിൽക്കുന്നുണ്ടായിരുന്നു.

''സീതേ, എന്താണീക്കാട്ടിയത്?''

സ്വരത്തിലെ പരിഭ്രമം, ഭയം, കണ്ണുകളിലെ അത്ഭുതം. അവൾക്ക് ചിരി വന്നു.

സീത സാധാരണമട്ടിൽ ചോദിച്ചു: ''എന്താ, ചേട്ടത്തിയമ്മേ?''

''അച്ഛനോടും ഏട്ടനോടും എന്തൊക്കെയാണ് പറഞ്ഞത്? സീതയ്ക്ക് ബുദ്ധി നശിച്ചോ?''

''ഇല്ല ചേട്ടത്തിയമ്മേ. ബുദ്ധി ശരിക്ക് തെളിഞ്ഞുകിട്ടിയിരിക്കുന്നു. ചേട്ടത്തിയമ്മ കേട്ടില്ലേ. ഞാനവിവേകമൊന്നും പറഞ്ഞില്ലല്ലോ? ഞാൻ കാരണം ഏട്ടനും അച്ഛനും വല്ലാതെ വിഷമിക്കുന്നുണ്ട്. അതൊഴിവാക്കിക്കൊടുക്കേണ്ടത് എന്റെ കടമയല്ലേ?''

സീത പരിഹസിക്കുകയാണെന്ന് ചേട്ടത്തിയമ്മയ്ക്ക് തോന്നി. അവൾ പ്രതികാരം വീട്ടുകയാണ്. അവളുടെ പക മാറിയിട്ടില്ല.

അവർക്ക് സങ്കടം വന്നു: ''കൊച്ചുകുട്ടിയെപ്പോലെ, വീണ്ടുവിചാരമില്ലാതെ ഇങ്ങനെ സംസാരിക്കാതിരിക്കു സീതേ, ഇത്രയേറെ വയസ്സിന്റെ വ്യത്യാസം. രണ്ടു കുട്ടികൾ. ഇതൊക്കെ കേട്ടിട്ട്... നല്ലൊരു ബന്ധം ഇനി ഉണ്ടാവില്ലെന്ന് വച്ചാണോ?''

സീത ചിരിച്ചു. നല്ല ബന്ധം... ചേർച്ചയുള്ള ബന്ധം...

ചേട്ടത്തിയമ്മ നിർത്തിയില്ല.

''ഏട്ടനും അച്ഛനും വല്ലാതെ ദേഷ്യം വന്നിട്ടുണ്ടാവും. സീതയെ ഒരു രണ്ടാംവിവാഹക്കാരന്റെ ഭാര്യയായി അയയ്ക്കാൻ അവർ സമ്മതിക്കില്ല.''

''അപ്പോൾ ഞാനോ ചേട്ടത്തിയമ്മേ. ഇതെന്റെ രണ്ടാം വിവാഹമല്ലേ? എന്നെ ആദ്യഭാര്യയായി അംഗീകരിക്കാൻ ഏതെങ്കിലും പുരുഷൻ തയ്യാറാവുമെന്ന് തോന്നുന്നുണ്ടോ? അഥവാ തയ്യാറായാൽത്തന്നെ, ഞാനത് സമ്മതിക്കില്ല.''

അവളുടെ ശബ്ദം ഉറച്ചതായിരുന്നു. ദൃഢനിശ്ചയത്തിന്റേതായിരുന്നു. അവളുടെ തീരുമാനത്തിന് ഇളക്കമില്ലെന്ന് ചേട്ടത്തിയമ്മയ്ക്ക് തോന്നി.

അച്ഛനും ഏട്ടനും എന്താണൊന്നും പറയാത്തതെന്ന് സീത അത്ഭുതപ്പെട്ടു. ഒരുപക്ഷേ, രോഷം കടിച്ചമർത്തി, ശേഖരേട്ടൻ, പൂമുഖത്തെ നെടുങ്കൻ തൂണുകളിൽ മുഷ്ടിചുരുട്ടി ഇടിക്കുന്നുണ്ടാവും. അച്ഛൻ, പഴയ പ്രതാപവും തറവാടിത്തവും ഓർത്ത് കൈകൾ കൂട്ടിത്തിരുമ്മി, സീതയെ ഹൃദയം നൊന്തു ശപിക്കുന്നുണ്ടാവും.

അടുത്ത നിമിഷത്തിൽ, അച്ഛന്റെ പ്രതിനിധിയായി ശേഖരേട്ടൻ തന്നെ അന്വേഷിച്ചുവരുമെന്നും ഉപദേശം തുടങ്ങുമെന്നും അവൾ വിചാരിച്ചു. ഒന്നുമുണ്ടായില്ല. സീത ഓർത്തു. എല്ലാവർക്കും ആശ്വാസമായിക്കാണും. എല്ലാവരും സമാധാനിക്കുകയാവും. സീതയുടെ ഭാരം ഒഴിഞ്ഞു.

ഇക്കുറി അവളുടെ ഇഷ്ടം നടത്തിക്കൊടുത്തു എന്ന സൗജന്യ ഭാവം ഏട്ടന്റെ മുഖത്തുണ്ടോ?

സന്ധ്യയ്ക്ക് അച്ഛൻ വലിയ പെട്ടി വലിച്ചുതുറക്കുന്ന ശബ്ദം കേട്ടു. കുറേക്കഴിഞ്ഞപ്പോൾ അലക്കിയ മുണ്ടുടുത്ത് കസവുനേരിയത് തോളി ലിട്ട് അതിവേഗം പടിപ്പുര കടന്ന് നടന്നുപോകുന്ന അച്ഛൻ. അമ്പല ത്തിലേക്കാവും. എന്ത് പ്രാർത്ഥിക്കാനാണ്? സീതയുടെ മനസ്സ് മാറ്റണേ, തറവാടിന്റെ അന്തസ്സ് കാത്തുസൂക്ഷിക്കണേ എന്ന് പറയാനോ? അതോ, ഈ ബന്ധമെങ്കിലും ശാശ്വതമായിരിക്കണേ എന്നപേക്ഷിക്കാനോ? പണ്ടൊരിക്കൽ അച്ഛനൊന്നിച്ച് അമ്പലത്തിൽ പോയതും ലക്ഷ്മിയ മ്മായിയെ കണ്ട്, തൊഴാൻ കൂടി നിൽക്കാതെ അരിശപ്പെട്ട് അച്ഛൻ ഓടിപ്പോന്നതും ഓർത്തു.

സീതയോട് ആരും ഒന്നും പറഞ്ഞില്ല. ആരും സീതയെ ഉപദേശി ക്കാനും വന്നില്ല. വീട്ടിലാകെ നിറഞ്ഞുനിൽക്കുന്ന നിശ്ശബ്ദത സീതയെ അത്ഭുതപ്പെടുത്തി. മുമ്പൊക്കെ എത്ര ശബ്ദമുഖരിതമായിരുന്ന പൂമുഖ മാണ്! ചെറുതും വലുതുമായ കാര്യത്തിന് ശേഖരേട്ടന്റെ നേരെ ഉച്ച ത്തിൽ അലറുന്ന അച്ഛൻ. മുറ്റത്തരികിൽ വന്നു നിൽക്കുന്ന അടിയാന്മാ രോട് എന്തുച്ചത്തിലാണ് അച്ഛൻ ഗർജ്ജിച്ചിരുന്നത്. ആ ഗർജ്ജനം കേട്ട് തറവാടിന്റെ നെടുംതൂണുകളും മച്ചും വിറച്ചിരുന്നു. ഇന്ന് എത്ര നിശ്ശബ്ദം! മുരളിയുടെ ചിരിയും കരച്ചിലും മാത്രം. അതുകൂടി ഇല്ലാ യിരുന്നുവെങ്കിൽ ഈ വീട് നിശ്ചലമായിപ്പോകുമായിരുന്നു.

അടുത്തടുത്തിരുന്നു സീതയും ചേട്ടത്തിയമ്മയും ഊണുകഴിച്ചു. ഇലയിൽ നിറയെ വിഭവങ്ങൾ. ഒരറ്റം മുതൽ മറ്റേയറ്റംവരെ. അതിഥി കൾക്കുവേണ്ടി പാവം ചേട്ടത്തിയമ്മ പുലർച്ചെ മുതൽ ഉണ്ടാക്കിവച്ച താണ്. സീത നോക്കി. ചേട്ടത്തിയമ്മ പിന്നെ ഒന്നും പറഞ്ഞില്ല. അവ രുടെ മുഖം മ്ലാനമാണ്. സീതയുടെ വിധിയിൽ ഈ സ്ത്രീക്ക് ദുഃഖ മുണ്ട്. സഹായിക്കാൻ കഴിവില്ലെങ്കിലും സീതയുടെ ഭാഗ്യദോഷത്തിൽ സഹതപിക്കുന്ന ഒരേയൊരു മനുഷ്യജീവി. വാക്കുകൾ കൊണ്ടെങ്കിലും താൻ അവരെ മുറിപ്പെടുത്തിയോ?

അവൾ ഊണ് നിർത്തി വിളിച്ചു: ''ചേട്ടത്തിയമ്മേ, എന്നോട് പിണ ങ്ങിയാണോ?''

അവർ തലയുയർത്തി: ''എന്തിന്?''

അവർ കണ്ടു. സീതയുടെ നിറഞ്ഞ കണ്ണുകൾ. ദുഃഖംകൊണ്ട് തുടുത്ത മുഖം.

''ചേട്ടത്തിയമ്മയെങ്കിലും എന്നെ മനസ്സിലാക്കണം. നിങ്ങൾക്കൊക്കെ സമാധാനവും സ്വസ്ഥതയും കിട്ടാനാണ് ഞാൻ ശ്രമിക്കുന്നത്. എന്റെ ഭാവി, സുഖം, സന്തോഷം അതെനിക്ക് പ്രശ്നമേയല്ല, ചേട്ടത്തിയമ്മേ. പക്ഷേ, ഞാൻ കാരണം ആരും വിഷമിക്കരുത്. എത്രനാളായി ഇവിടെ എല്ലാവരും സീതയുടെ പേരിൽ ദുഃഖിക്കുന്നു!

''സീതേ...'' ചേട്ടത്തിയമ്മയുടെ വിളി ഒരു കരച്ചിൽപോലെയായിരുന്നു.

സീത ഊണ് നിർത്തി എഴുന്നേറ്റു.

മുറിക്കുള്ളിൽ ഇരുട്ടിലിരുന്ന് മുളംകൂട്ടത്തിനരികിലൊഴുകുന്ന നിലാവ് അവൾ കണ്ടു. അവിടെ പറ്റിനിന്നിരുന്ന കാറ്റ്, ജാലകത്തിനരികിൽ വന്ന് വിളിച്ചു: ''വരുന്നില്ലേ. പുറത്തേക്ക് വരുന്നില്ലേ?''

സീത മന്ത്രിച്ചു: 'ഇല്ല. ഇല്ല. ഇനി ഒരിക്കലും ഞാൻ വരില്ല. ഞാനിവിടംവിട്ട്, നിങ്ങളെ വിട്ട് പോവുകയാണ്. എന്നെ മറന്നേക്കൂ.'

കാറ്റ് ജാലകത്തിനരികിൽ വന്ന് മുരണ്ടുകൊണ്ടിരുന്നു.

ഇരുപത്തിനാല്

ചടങ്ങുകൾ മാത്രമേ ഉണ്ടായിരുന്നുള്ളൂ. അധികം ആളുകളെ വിളിച്ചിരുന്നതുമില്ല. നാരായണൻ നായർക്കും അതായിരുന്നു അഭിപ്രായം. പ്രൗഢിക്കും തറവാടിത്തത്തിനും ചേർന്ന നിലയിൽ ആദ്യവിവാഹം നടത്തിയവരായിരുന്നല്ലോ രണ്ടുകൂട്ടരും. അതുകൊണ്ടാവാം നാരായണൻനായരുടെ അഭിപ്രായത്തോട് അച്ഛനും ശേഖരേട്ടനും യോജിച്ചതെന്ന് സീതയ്ക്ക് തോന്നി.

സീത ആശ്വസിച്ചു. സൽക്കാരങ്ങളും വിഭവങ്ങളും ഘോഷങ്ങളും ബഹളങ്ങളുമൊന്നുമില്ലാതെ രക്ഷപ്പെട്ടു. കരിക്കുകൾ, വാഴക്കുലകൾ, കതിർമണ്ഡപം - ഒന്നുമുണ്ടായിരുന്നില്ല. നന്നായി. കുറച്ചുപേർ മാത്രം നാരായണൻനായരോടൊത്തുവന്നു. അവർക്കുമാത്രം ഊണൊരുക്കിയിരുന്നു.

നാരായണൻനായരുടെ കുട്ടികളെ പുറപ്പെടാൻ നേരത്താണ് സീത കണ്ടത്. നാരായണൻനായരെയും അപ്പോഴാണ് അവൾ ശരിക്കു കണ്ടത്. വെളുത്ത മുണ്ടും ഷർട്ടും ധരിച്ച, കഷണ്ടിക്കാരനായ, ശാന്തനായ ഒരു മനുഷ്യൻ. അധികം തടിച്ചതല്ല. തീരെ മെലിഞ്ഞിട്ടുമല്ല. മാൻകുട്ടിയുടെ കണ്ണുകൾപോലെ കണ്ണുകൾ.

കാറിൽ കയറുമ്പോൾ കുട്ടികൾ വാശിപിടിച്ചു.

''ഞങ്ങൾക്ക് അച്ഛന്റെയൊപ്പമിരിക്കണം.''

ഒപ്പം വന്ന സ്ത്രീകൾ കുട്ടികളെ ഒഴിവാക്കി, സീതയെ നാരായണൻനായരുടെ ഒപ്പമിരുത്താൻ ആവുന്നതും ശ്രമിച്ചുനോക്കി. അവസാനം നാരായണൻനായർ തന്നെ പറഞ്ഞു: ''കുട്ടികൾ എന്റെ ഒപ്പമിരിക്കട്ടെ.''

അയാളുടെ സ്വരവും ശാന്തമാണെന്ന് സീതയ്ക്ക് മനസ്സിലായി.

സീത പുറകിൽ കയറി. ഒപ്പമിരുന്ന സ്ത്രീകൾ പറഞ്ഞു: ''തീരെ അനുസരണയില്ലാത്ത കുട്ടികൾ.''

സീത അതുകേട്ടതായി നടിച്ചില്ല.

ചേട്ടത്തിയമ്മ കണ്ണീരൊപ്പുന്നതുകണ്ടു. അവരുടെ ഒക്കത്തിലിരുന്ന മുരളി സീതയെ നോക്കി ചിരിച്ചു. അവന്റെ അരയിൽ പൊന്നരഞ്ഞാണത്തിന്റെ കൂമ്പ് ആടിക്കളിച്ചു.

ചേട്ടത്തിയമ്മ എന്തിനാണ് കരയുന്നത്? സീത പിരിഞ്ഞുപോകുന്ന ദുഃഖം കൊണ്ടാവില്ല. പിന്നെ?

ഉമ്മറത്തെ നെടുങ്കൻതൂണുകൾക്കരികിൽ, കൈ മാറത്തു പിണച്ചുകെട്ടി അച്ഛൻ നിൽക്കുന്നത് പടിപ്പുരയിലൂടെ കണ്ടു. മുഖത്തെ നിർവ്വികാരത അവൾ ശ്രദ്ധിച്ചു. അവിടെ സന്തോഷമില്ല. ദുഃഖമില്ല.

ശേഖരേട്ടനെവിടെ? കണ്ണുകൾ തിരഞ്ഞു. കണ്ടുപിടിച്ചു. കാറിനരികിൽ, യാത്രയയയ്ക്കാൻ എത്തിയിട്ടുണ്ട്. ഇത്രനേരവും താൻ കണ്ടിരുന്നില്ല. ഏട്ടന്റെ മുഖത്തുമാത്രം ആശ്വാസത്തിന്റെ വെള്ളിരേഖകൾ. ഏട്ടൻ, കാറിനടുത്തേക്ക് കുനിഞ്ഞ്, നാരായണൻനായരോട് എന്തോ മന്ത്രിച്ചു. സീത അതു ശ്രദ്ധിച്ചില്ല. അവൾ മുരളിയെ കാണുകയായിരുന്നു. കാർ പുറപ്പെടുമ്പോൾ മുരളി ചിലപ്പോൾ കരഞ്ഞേക്കും. സീതച്ചിറ്റയുടെ ഒപ്പം വരാൻ വാശിപിടിച്ചേക്കും.

അവസാനം യാത്ര പുറപ്പെട്ടു. സീത കുനിഞ്ഞിരുന്നു. അവൾ പ്രാർത്ഥിച്ചു: ഇതവസാനത്തെ യാത്രയായിരിക്കട്ടെ.

* * *

നിലവിളക്ക്, നിറപറ, വലത്തുകാൽ വച്ച് കയറൂ എന്ന് പറയാൻ അമ്മായിയമ്മ ഒന്നുമുണ്ടായിരുന്നില്ല. എന്നിട്ടും സീത വളരെ ശ്രദ്ധിച്ച്, ഓർമ്മിച്ച്, വലതുകാൽ വച്ച് ഉമ്മറത്തേക്കുകയറി. കുട്ടികൾ നാരായണൻനായരോടൊപ്പമേ വന്നുള്ളൂ. പത്തോ പന്ത്രണ്ടോ വയസ്സ് തോന്നിക്കുന്ന ആൺകുട്ടിയും ഫ്രോക്കിട്ട്, കുസൃതിക്കണ്ണുകളുള്ള സീതയെ കൗതുകത്തോടെ നോക്കിനിൽക്കുന്ന ചെറിയ പെൺകുട്ടിയും. അച്ഛന്റെ രണ്ടു കൈകളിലും പിടിച്ചാണ് അവർ നടന്നത്. അവളെക്കടന്ന്, അച്ഛനോടൊപ്പം കുട്ടികൾ അകത്തേക്ക് പോയിക്കഴിഞ്ഞപ്പോൾ ഒപ്പമുണ്ടായിരുന്ന സ്ത്രീകൾ പറഞ്ഞു: ''അച്ഛനെന്ന് പറഞ്ഞാൽ ആ കുട്ടികൾ മരിക്കും. തള്ള മരിച്ചതിനുശേഷം നാരായണനും അവരെന്നൊരു വിചാരം മാത്രം.''

''മൂത്തവൻ ഇത്തിരി വാശിക്കാരനാ. തള്ളയില്ലാത്തതുകൊണ്ട് നാരായണൻ അവന്റെ താളത്തിന് തുള്ളുകയാണ്.''

''അതിനെന്താ? തള്ളയല്ലേ വന്നുനിൽക്കുന്നത്. നോക്കൂ സീതേ, ഇനി സീതയാണ് അവരുടെ എല്ലാം. നോക്കിക്കണ്ടു പെരുമാറിക്കോളൂ, കുട്ടികളെ അടുപ്പിക്കാൻ ഇത്തിരിയൊക്കെ പാടുപെടേണ്ടിവരുമെന്നാ തോന്നുന്നത്. ഉഷ പാവം. രവി ആള് വമ്പനാ.''

രവിയെക്കുറിച്ചുള്ള കഥകൾ അനവധി! ആരേയും അനുസരിക്കില്ല. അല്പമെങ്കിലും അനുസരണ അച്ഛനോടുമാത്രം. സ്കൂളിൽ പോവില്ല. പോയാലും പഠിക്കില്ല. അദ്ധ്യാപകർ പറയുന്നു. രവിക്ക് ബുദ്ധിയുണ്ട്. പക്ഷേ, എന്താണ് അവന് തകരാറ്, അതറിയില്ല. എല്ലാതവണയും പ്രോഗ്രസ് കാർഡിൽ ചുവന്ന വൃത്തങ്ങൾ. നാരായണന് അവന്റെ കാര്യത്തിൽ വലിയ വിഷമമുണ്ട്. അമ്മ മരിച്ചതിനുശേഷമാണ് അവ നിങ്ങനെയായത്. അമ്മ മരിച്ചത് അവനോർമ്മയുണ്ട്. അന്നുമുതൽ അവന് സകലരോടും പകയും ദേഷ്യവുമാണ്. അവൻ ഹൃദയം തുറന്ന് ചിരിക്കാറും കൂടിയില്ല.

സീത അമ്പരന്നുനിന്നു. പുതിയൊരു പരീക്ഷണം ആരംഭിക്കുന്നു. ഇതിലും പരാജയപ്പെട്ടാൽ? രവിയും ഉഷയും തന്നെ സ്നേഹിക്കുമോ? അവർക്ക് തന്നോടുള്ള വികാരം വെറുപ്പായിരിക്കില്ലേ? അച്ഛനെ തങ്ങളിൽ നിന്ന് അടർത്തിയെടുക്കാൻ വന്നവൾ എന്ന് അവർ വിചാരിക്കില്ലേ? ഈശ്വരാ! അങ്ങനെ വിചാരിച്ചാൽ...

സ്ത്രീകൾ ഓരോരുത്തരായി പിരിഞ്ഞുപോയി. അവൾ തനിച്ചായി. അവളെ സ്വീകരിക്കാനും, അവളുടെ കാര്യങ്ങൾ തിരക്കാനും ആരും വന്നില്ല.

വേവുന്ന മനസ്സ്. പുറത്തെ അത്യുഷ്ണം. കാറ്റ് മരിച്ചിരിക്കുന്നു. സീത വല്ലാതെ കുഴങ്ങി. ജാലകത്തിലൂടെ, വലിയ മുറ്റവും ഉയർന്ന മതിൽക്കെട്ടും കണ്ടു. ഈ വീടിന്റെ ഭൂമിശാസ്ത്രം - അടുക്കളയും കുളിമുറിയും കിണറും എവിടെയെന്ന് ആരാണ് പറഞ്ഞുതരിക? അപ്പോൾ, സാധാരണയിൽ കവിഞ്ഞ ഉയരമുള്ള, മെലിഞ്ഞ ഒരു സ്ത്രീ കടന്നു വന്നു. അവരുടെ നീലക്കരയുള്ള മുണ്ടും നേരിയതും കഴുത്തിൽ പറ്റിക്കിടക്കുന്ന താലിയും പതക്കം തൂങ്ങുന്ന വലിയ മാലകളും നരച്ച തലമുടിയും എല്ലാം സീത മാറിമാറി നോക്കി.

അവർ സീതയെക്കണ്ടു ചിരിച്ചു. അപ്പോൾ അവരുടെ വെറ്റിലക്കറ പുരണ്ട പല്ലുകൾ മുഴുവൻ ദൃശ്യമായി.

''കാർ വന്നതിന്റെ ഒച്ചകൂടി കേട്ടില്ല. ഞാൻ ദാ, ഇപ്പൊ പോയതേ യുള്ളൂ അപ്പുറത്തേക്ക്. വരും വരുമെന്നു കാത്തുനിന്നു മടുത്തിട്ടാ പോയത്. കേൾക്കൂ... സോമൻ ഉണ്ടല്ലോ, എന്റെ മകൻ, കാര്യം പത്തി ലായി. പഠിക്കാൻ മിടുക്കൻതന്നെ. പക്ഷേ, ഒരു തന്റേടോം ഇല്ല. ഒക്കെ യ്ക്കും ഞാൻ പോണം. ഞാൻ ഇല്ലെങ്കിൽ, ഒരുവക കഴിക്കില്ല. ഷർട്ടും മുണ്ടും എടുത്ത് കൈയിൽ പിടിപ്പിച്ചില്ലെങ്കിൽ, ഇടാതെതന്നെ പൊയ് ക്കോളും. ഇങ്ങനെ ഒരു ചെക്കൻ.''

സീതയ്ക്ക് അവർ ആരാണെന്ന് മനസ്സിലായില്ല. ചോദിക്കാനും തോന്നിയില്ല.

''പറഞ്ഞതുപോലെ സീതയ്ക്ക് എന്നെ മനസ്സിലായോ? മനസ്സിലാ യിട്ടുണ്ടാവില്ല. ഞാൻ നാരായണന്റെ ഒരു സഹോദരിയാ. അവന് സ്വന്തം

സഹോദരികളില്ല. സഹോദരന്മാരും ഇല്ല. ഞങ്ങളൊക്കേയുള്ളൂ. എല്ലാവരും ഇവിടെ ചുറ്റുവട്ടത്തുതന്നെ താമസം. എന്റമ്മേടെ കൊച്ചമ്മേടെ മോന്റെ മോനാ നാരായണൻ. ദാ, അതാ ആ കാണുന്നതാണ് എന്റെ വീട്.''

അവർ ജനലിൽക്കൂടി ദൂരേക്ക് കൈചൂണ്ടി. സീത ഒന്നും കണ്ടില്ല. അവർ മറ്റൊരിടത്തേക്ക് കൈചൂണ്ടി: ''അതു ലീലേടെ വീട്. എന്റനിയത്തി. അതിനപ്പുറത്ത് ദിവാകരൻ.''

സീതയ്ക്ക് അവർ പറയുന്ന കാര്യങ്ങളിലൊന്നും തീരെ താൽപ്പര്യം തോന്നിയില്ല. അവൾ വെറുതെ കേട്ടു നിന്നു.

''എന്റെ പേര് സൗദാമിനി. സൗദാമിനിച്ചേച്ചി എന്നു വിളിച്ചോളൂ.''

സീത ചിരിക്കാനൊരു വിഫലശ്രമം നടത്തിനോക്കുമ്പോൾ അവർ പെട്ടെന്ന് അമ്പരപ്പോടെ പറഞ്ഞു: ''അല്ലാ, സീത വന്നകാലിന്മേൽ ത്തന്നെ നിൽക്വാ, അല്ലേ? സാരി മാറ്റിയിട്ടും കൂടിയില്ലല്ലോ. ഇരിക്ക്. ഈ കട്ടിലിൽ ഇരിക്ക് എവിടെ മാറ്റാനുള്ള സാരീം ബ്ലൗസുമൊക്കെ?''

അവർ ഉറക്കെ വിളിച്ചു: ''നാണിയമ്മേ... എവിട്യാ നിങ്ങള്?''

കരിപുരണ്ട വസ്ത്രങ്ങളിൽ, നാണിയമ്മ എന്ന വൃദ്ധ, ചുക്കിച്ചുളിഞ്ഞ മുഖത്ത് വസൂരിക്കലകൾ. കറുത്ത മുഖത്ത് തീരെ പ്രസന്നതയില്ല. അവർക്ക് ഒരു ചെറിയ കൂനുണ്ടെന്ന് സീത കണ്ടുപിടിച്ചു. അവരുടെ നോട്ടം അവളെ ഭയപ്പെടുത്തി.

''നാണിയമ്മേ, നിങ്ങളെന്താ ഇങ്ങനെ? പുതിയ വീട്ടുകാരി വന്ന തറിഞ്ഞില്ലേ? ആ കുട്ടിയെ ഒന്നിരുത്തി, ഇത്തിരി വെള്ളം കൊടുക്കാനും കൂടി നിക്കാണ്ട് നിങ്ങളെന്തു കാട്ടുകയായിരുന്നു?''

നാണിയമ്മ പെട്ടെന്ന് മറുപടി പറഞ്ഞില്ല. കനപ്പിച്ച മുഖവും തുറിച്ച കണ്ണുകളും. അല്പം കഴിഞ്ഞ് അവർ പറഞ്ഞു: ''കല്യാണക്കാര് പോയതും വന്നതും ഞാനറിഞ്ഞില്ല.''

''അറിയാഞ്ഞിട്ടല്ല. നിങ്ങക്ക് താൽപ്പര്യമില്ലെന്നു പറയൂ.''

''അങ്ങനെങ്കിൽ അങ്ങനെ. ആരു വന്നാലും എന്റെ ശാരദയ്ക്കൊപ്പം ആവില്ല. ഞാൻ കാപ്പി കൊണ്ടവരാം. ഒക്കെ റഡ്യായിരിക്കുന്നു.''

ഇവർക്ക് താൻ വന്നത് ഇഷ്ടമായില്ല. വേലക്കാരിയായിട്ടുപോലും.

''സീതേ, പേടിക്കണ്ട. നാണിയമ്മേടെ സംസാരത്തിന്റെ രീതിയാണിത്. വെറും പാവം. മനസ്സിൽ ഒന്നുംവെച്ച് പറയുന്നതല്ല. നാരായണന്റെ കുട്ടികളോടും ഇതുതന്നെ രീതി. രവിക്ക് കണ്ടുകൂടാ തള്ളേടെ സ്വഭാവം. രണ്ടുപേരുംകൂടി നേരെ കണ്ടാൽ അപ്പോ തുടങ്ങും ബഹളം.''

ഇവർ ആരാണ്, ഏതാണ്, ഇവരെ മാറ്റിക്കൂടേ? തൊണ്ടയിൽ തടഞ്ഞു നിന്ന ചോദ്യങ്ങൾ.

''ശാരദേടെ, നാരായണന്റെ മരിച്ചുപോയ ഭാര്യയില്ലേ, ആ കുട്ടിയുടെ ബന്ധത്തിലൊരു സ്ത്രീയാ നാണിയമ്മ. ജീവിക്കാൻ ഒരു മാർഗ്ഗവുമില്ല. വീട്ടുകാരും ബന്ധക്കാരും ഒക്കെ തള്ളി. ശാരദയെ നാരായണൻ

കല്യാണം കഴിച്ചുകൊണ്ടുവന്നപ്പോൾ ഇവരും ഒപ്പം പോന്നു. ശാരദ മരിച്ചിട്ടും നാണിയമ്മ പോയില്ല. ഒരു പ്രത്യേക സ്വഭാവം. അവരുടെ മനസ്സിൽ സ്നേഹമാണോ ദേഷ്യമാണോ? പറയാൻ പറ്റില്ല. ശാരദേടെ കുട്ടികളെ നോക്കാൻ ഞാനല്ലാതെ ആരാണുള്ളത് എന്നുപറഞ്ഞു നിൽക്കാ ഇവിടെ.''

കടങ്കഥ കേൾക്കുന്നതുപോലെ തോന്നി. സീത സൗദാമിനിച്ചേച്ചീടെ മുഖത്തെ മാറിമാറിവരുന്ന ഭാവങ്ങൾ നോക്കിയിരുന്നു.

നാണിയമ്മ വീണ്ടും വന്നു. കാപ്പിപ്പാത്രങ്ങളുമായി.

''കുട്ടികളെവിടെ? അവരെ ഇങ്ങട് വിളിക്ക്.''

നാണിയമ്മ ദേഷ്യപ്പെട്ടു.

''ഞാൻ വിളിച്ചാ വരുമെന്ന് തോന്നുന്നുണ്ടോ? ഞാൻ വിളിക്കില്ല.''

''സീത ഇരുന്ന് കാപ്പി കഴിക്ക്. ഞാനിപ്പോ വരാം.''

സീതയ്ക്ക് ഒന്നും കഴിക്കാൻ തോന്നിയില്ല. നല്ല ക്ഷീണവും വിശപ്പും. എന്നിട്ടും, വീട്ടിൽനിന്ന് ഒന്നും കഴിച്ചിരുന്നില്ല. മനസ്സിന് വല്ലാത്തൊരു വിഭ്രാന്തിയായിരുന്നു. ഇവിടെ എത്തിയപ്പോൾ അതധികരിച്ചിരിക്കുന്നു.

നാണിയമ്മ ചോദിച്ചു: ''ഒന്നും വേണ്ടേ? മുഖമൊക്കെ വാടിയിരിക്കുന്നു.''

അപ്പോൾ ആ ശബ്ദത്തിന് അല്പം മൃദുത്വമുള്ളതുപോലെ തോന്നി.

അവൾ പറഞ്ഞു: ''എനിക്കൊന്ന് കാലും മുഖവും കഴുകണം.''

''വരൂ കുളിമുറി കാട്ടിത്തരാം.''

നാണിയമ്മ മുന്നിൽ നടന്നു. വാർദ്ധക്യം അടിച്ച് തളർത്തിയിരിക്കുന്നു. എന്നിട്ടും അതനുസരിക്കാൻ കൂട്ടാക്കാത്ത ഭാവം. പതിനേഴിന്റെ പ്രസരിപ്പുകാട്ടാനുള്ള വ്യഗ്രത.

തിരിച്ചെത്തുമ്പോൾ ഊണുമേശയ്ക്കരികിൽ നാരായണൻനായരും കുട്ടികളും സൗദാമിനിച്ചേച്ചിയും ഉണ്ടായിരുന്നു. രവി, നാരായണൻ നായരോട് ചേർന്നുനിൽക്കയാണ്. കരിവാളിച്ച മുഖം. താഴോട്ട് നോക്കി ആരേയും കാണാൻ ഇഷ്ടപ്പെടാത്ത മട്ടിൽ.

സൗദാമിനിച്ചേച്ചി പറഞ്ഞു: ''ഞാൻ നാരായണനെ വഴക്കുപറയുകയായിരുന്നു. സീതയുടെ കാര്യം അവനല്ലാതെ ആരാ ശ്രദ്ധിക്കുക? കുട്ടികളങ്ങനൊക്കെയാ, അതങ്ങുമാറും. രവീ... മോനിങ്ങ് വാ.''

സീത ഒളിഞ്ഞുനോക്കി. രവി തലയുയർത്തിയില്ല. മുഖഭാവത്തിനൊരു മാറ്റവുമില്ല. ഒന്നുകൂടി ഇരുണ്ടിരിക്കുന്നു. ദേഷ്യമോ പിണക്കമോ ഏതാണവിടെ കൂടുതൽ, താൻ വന്നത് രവിക്കിഷ്ടപ്പെട്ടില്ലേ?

''മോനെന്തിനാണ് പിണങ്ങുന്നത്? ദാ നോക്കൂ. ഇത്ര നല്ലോരമ്മയെ ക്കിട്ടിയപ്പഴാ പെണക്കം? നോക്കൂ രവീ... ഈ അമ്മയെ നിനക്കിഷ്ടമായോ എന്ന് നോക്കൂ.''

രവിയുടെ കുനിഞ്ഞ മുഖമുയർത്താൻ ശ്രമിച്ചുകൊണ്ട് സൗദാമിനിച്ചേച്ചി പറഞ്ഞുകൊണ്ടിരുന്നു. സീത പ്രതീക്ഷയോടെ രവിയെത്തന്നെ നോക്കിനിന്നു. അവളുടെ ഹൃദയം ഉച്ചത്തിൽ മിടിച്ചു. അവളുടെ മനസ്സ് കേണു. ഇതു പരീക്ഷണമാണ്. ഇവിടെ തോറ്റാൽ...

രവി തലയുയർത്തിയില്ല. സീതയെ നോക്കാതെതന്നെ അവൻ പറഞ്ഞു: ''എനിക്ക് വേറൊരമ്മയെ വേണ്ട.''

അവൻ പെട്ടെന്ന് സൗദാമിനിച്ചേച്ചിയുടെ കൈ തട്ടിത്തെറിപ്പിച്ചോടിപ്പോയി.

സീതയുടെ മുഖം വിളറി. രക്തം മുഴുവൻ വാർന്നുപോയതുപോലെ.

''നിനക്കോ മോളേ? ഉഷേ... ഇതാ ഈ അമ്മ നല്ല അമ്മയാണ് നിനക്കിഷ്ടപ്പെട്ടോ?''

''എനിക്കും വേണ്ട. എനിക്കു പുതിയ അമ്മയെ ഇഷ്ടമല്ല.''

നാരായണൻ നായർ ഉഷയുടെ വായ് പൊത്തിപ്പിടിക്കുന്നതുകണ്ടു. പിന്നെ അല്പം കഴിഞ്ഞ്, എഴുന്നേറ്റ് തലകുനിച്ച് നടന്നുപോയി.

സൗദാമിനിച്ചേച്ചി കുട്ടികളെ വഴക്കുപറയാൻ തുടങ്ങി.

''കുട്ടികൾക്കാവശ്യമില്ലാത്ത സ്വാതന്ത്ര്യം കൊടുത്തിട്ടാണ്. അവരെ അതിരുകടന്ന് ലാളിച്ചിട്ടാണ്. അവർക്കാരെയും ഭയമില്ല. ആരോടും സ്നേഹമില്ല. ഇത്ര ധിക്കാരം കാട്ടാനും പറയാനും അവർ ധൈര്യപ്പെട്ടത് ആരേയും ഭയമില്ലാഞ്ഞിട്ടാണ്. അമ്മയില്ലാത്ത കുട്ടികളാണെന്ന് വച്ചു തലയിൽ കയറ്റിയതിന്റെ ഫലമാണ്.''

സീത ധൈര്യം സംഭരിച്ച്, ആത്മനിയന്ത്രണം പാലിച്ചുകൊണ്ട് പറഞ്ഞു: ''സാരമില്ല, കൊച്ചുകുഞ്ഞുങ്ങൾ. അവരെ വഴക്ക് പറയണ്ട.''

''ഞാനൊന്നും പറയുന്നില്ല. അല്ലെങ്കിലും ഞാനെന്തെങ്കിലും പറഞ്ഞാൽ നാരായണന് പിടിക്കില്ല. സീത ഒന്നും കഴിച്ചില്ലല്ലോ. എന്തെങ്കിലും എടുത്ത് കഴിക്കൂ.''

''വേണ്ട. എനിക്കിപ്പോ ഒന്നും വേണ്ട.''

സൗദാമിനിച്ചേച്ചി പോകാൻ പുറപ്പെട്ടു.

''നോക്കൂ സീതേ, ഞാനിനി വീട്ടിൽ പോട്ടെ. സോമന് നാളെ പബ്ലിക് പരീക്ഷ. ഞാനില്ലെങ്കിൽ ഒന്നും പഠിക്കില്ല.''

അവർ പോയി. അവളും ഉഷയും മാത്രമായി. സീത ഉഷയെ നോക്കിയിരുന്നു.

ഉഷ, മുടിയിൽ കെട്ടിയ റിബ്ബൺ അഴിക്കാൻ ശ്രമിക്കയാണ്. റിബ്ബൺ അവളുടെ ചുരുണ്ട മുടിയിൽ കുരുങ്ങിയിരിക്കുന്നു. പൂങ്കുലപോലെ ചുരുണ്ട ഭംഗിയുള്ള മുടി. അഴിക്കാൻ ശ്രമിക്കുംതോറും കൂടുതൽക്കൂടുതൽ കുടുങ്ങി. ഉഷ സീതയെ ഒളിഞ്ഞുനോക്കി. പിന്നീട് ദേഷ്യപ്പെട്ട്, മുടി വലിച്ചു പൊട്ടിക്കാൻ തുടങ്ങി, സീതയ്ക്കു ചിരിവന്നു.

''ഞാനഴിച്ചുതരട്ടെ?''

ഉഷ തലതിരിച്ച് അവളെ നോക്കി. സഹായം അഭ്യർത്ഥിക്കുന്ന കുഞ്ഞിക്കണ്ണുകൾ. അവയിൽ ദീനതയും ദുഃഖവും. സീത സംശയിച്ചു. തലമുടിയിൽ തൊട്ടാൽ ഈ കുട്ടിയുടെ പ്രതികരണം എന്താവും?

ഉഷ നോക്കിനിന്നതേയുള്ളൂ. സംശയത്തോടെ, അപരിചിതത്വത്തോടെ. സീതയ്ക്കു ധൈര്യമായി. അവൾ ഉഷയുടെ തലമുടിയിൽ തടവി.

''മോൾക്കെന്നോടു ദേഷ്യമാണോ? ഞാനെന്തിനാണെന്നോ ഇവിടെ വന്നത്? മോളെ ഒരുക്കാൻ, കുളിപ്പിക്കാൻ, മോൾക്ക് കഥ പറഞ്ഞു തരാൻ, മോളുടെയൊപ്പം കളിക്കാൻ. അയ്യോ! ഈ മുടിയാകെ കുരുക്കായല്ലോ. അനങ്ങാതെ ഇരുന്നോളൂ. ഞാൻ അഴിച്ചുതരാം. കേട്ടോ.''

സീത, ഉഷയെ തന്നിലേക്ക് ചേർത്തുനിർത്തി മെല്ലെ മുടിയിലെ കുരുക്ക് വേർപ്പെടുത്താൻ തുടങ്ങി. ഉഷ എതിർത്തില്ല. അവൾ സീതയെ ഏറുകണ്ണിട്ട് കാണുകയായിരുന്നു. ധാരാളം തലമുടിയും വെളുത്ത നിറവും വലിയ കണ്ണുകളും നെറ്റിയിലെ ചുവന്നപൊട്ടും. ഇവർ ആരാണ്? ഇവരെന്തിനാണിവിടെ വന്നത്?

''മോൾക്ക് എന്നെ ഇഷ്ടമായോ?'' സീത ചോദിച്ചു. അവളുടെ മനസ്സ് തുടിച്ചു. ഈ കുട്ടി എന്താണിപ്പോൾ മറുപടി പറയുക? അതു കേൾക്കാൻ അവളുടെ ഓരോ അണുവും ത്രസിച്ചുനിന്നു.

കുട്ടി തല കുനിച്ചുനിന്നു. ഒന്നും പറഞ്ഞില്ല.

''പറയൂ മോളേ, മോൾക്കിഷ്ടമില്ലെങ്കിൽ ഇന്നുതന്നെ ഞാൻ തിരിച്ചു പോകും.''

എന്നിട്ടും ഉഷ മിണ്ടാതെ നിൽക്കുകമാത്രം ചെയ്തു.

''നോക്കൂ... എനിക്ക് കുട്ടിയെ എന്തിഷ്ടമായെന്നോ! ഈ കുഞ്ഞു പല്ല്, കുഞ്ഞു മൂക്ക്, കുഞ്ഞുകമ്മല്... എല്ലാം. പക്ഷേ, കുട്ടിക്കെന്നെ ഇഷ്ടമായില്ലെങ്കിൽ ഞാനിതാ ഇപ്പൊ പോയേക്കാം.''

ഉഷ സീതയോട് ഒന്നുകൂടി ചേർന്നുനിന്നു. അവൾ സീതയുടെ സാരിയിൽ മുഖം ഒളിപ്പിച്ചു. സീത നെടുവീർപ്പിട്ടു. പിന്നെ കുനിഞ്ഞ്, അവളുടെ ശിരസ്സിൽ അമർത്തി ചുംബിച്ചു. അവൾ വിളിക്കാൻ കൊതിച്ചു.

'മോളേ, എന്റെ പൊന്നുമോളേ!'

ഇരുപത്തിയഞ്ച്

സന്ധ്യയ്ക്ക്, സൗദാമിനിച്ചേച്ചി വന്നു. രവിയേയും ഉഷയേയും കൂട്ടിക്കൊണ്ടു പോകാനായി. സീതയ്ക്കൊരു ആദ്യരാത്രി ഒരുക്കിക്കൊടുക്കാൻ. അങ്ങനെ സീതയോടല്പം ദയവുകാട്ടാൻ അവർ തിടുക്കവും താൽപ്പര്യവും കാട്ടി. നാരായണൻനായർ തല കുനിച്ചിരിക്കുക മാത്രം.

''മോനേ രവീ, നീയും ഉഷയും ഇന്ന് അപ്പച്ചിയുടെ ഒപ്പം പോന്നോളൂ. കേട്ടോ. നമുക്കവിടെ കിടക്കാം. അവിടെ രമച്ചേച്ചിയും സോമൻചേട്ടനു മുണ്ട്.''

രവി മറുപടി പറഞ്ഞില്ല. ഉഷ പെട്ടെന്ന് തയ്യാറായി. അവൾ അനു വാദത്തിനായി അച്ഛന്റെ മുഖത്തേക്കു നോക്കി.

സീത പെട്ടെന്നു പറഞ്ഞു: ''വേണ്ട ചേച്ചി. അവരെ എങ്ങും കൊണ്ടു പോകണ്ട. അവരെന്റെയൊപ്പം കിടക്കട്ടെ.''

രവി ഒന്നും മിണ്ടാതെ നിന്നു. അവന്റെ മുഖത്തെ ഭാവം സീതയെ അത്ഭുതപ്പെടുത്തി.

''അങ്ങനെയല്ല സീതേ, അവരിന്നങ്ങോട്ട് പോരുന്നതാണ് നല്ലത്. കേട്ടോ നാരായണാ, ഞാൻ കുട്ടികളെ കൊണ്ടുപോകുന്നു. നീയും ഇന്ന് എതിരൊന്നും പറയണ്ട.''

രവി പെട്ടെന്ന് സൗദാമിനിച്ചേച്ചി പറഞ്ഞതനുസരിച്ച് നടക്കാൻ തുടങ്ങി. അവൻ അച്ഛന്റെ മുഖത്തേക്ക് നോക്കിയതുകൂടിയില്ല. സൗദാ മിനിച്ചേച്ചിയും കുട്ടികളും പോയി. നാരായണൻനായർ ഒരേ ഇരുപ്പ്. ഒന്നും പറഞ്ഞില്ല. അയാൾ സീതയെ ശ്രദ്ധിച്ചതേയില്ല. പിന്നെ പുറ ത്തേക്ക് എഴുന്നേറ്റുപോയി.

സീത സ്വയം ചോദിച്ചു: എന്തിനാണിവിടെ വന്നത്? പുതിയൊരു വേഷംകെട്ടി, പുതിയൊരു രംഗമൊരുക്കി വരാതിരിക്കുകയായിരുന്നില്ലേ കൂടുതൽ ഭംഗി? ഇവിടെ താൻ ആടേണ്ടതില്ല. ഇവിടെയും അധിക പ്പറ്റായിരിക്കുന്നു. രവിക്ക്, ഉഷയ്ക്ക് - നാരായണൻനായരുടെ കുട്ടി കൾക്ക്, സീതയോടുള്ള വികാരം വെറുപ്പാണ്. ഒരു ദുർഭൂതത്തെ, ഒരു ശത്രുവിനെയെന്നപോലെയാണ് രവി സീതയെ നോക്കിയിരുന്നത്.

സീത മുറിക്കുള്ളിൽ ഇരുട്ടിൽ തനിച്ചിരുന്നു. അച്ഛനും ശേഖരേട്ടനും ചേട്ടത്തിയമ്മയും പറഞ്ഞതാണ്. അനുസരിക്കുന്നതിനേക്കാൾ, അനു സരിക്കാതിരിക്കുന്നതിലായിരുന്നു സുഖവും താൽപ്പര്യവും. പ്രതികാരം വീട്ടാൻ കഴിയുന്ന അവസരങ്ങൾ. അത് നഷ്ടപ്പെട്ടുകൂടാ എന്ന തോന്നൽ. നിങ്ങളെ ഞാൻ തോൽപ്പിച്ചിരിക്കുന്നു എന്ന പകവീട്ടലിന്റെ സുഖം.

പക്ഷേ... വീണ്ടും വീണ്ടും പരാജയം. ഇവിടെ, ഈ കുട്ടികളുടെ മുന്നിൽ വച്ച്, സീതയുടെ പരാജയം പൂർത്തിയായി.

അവളുടെ ചുമലിൽ, പരുപരുത്ത കൈകളുടെ സ്പർശം. ഒപ്പം ശാന്തമായ, കരുണാർദ്രമായ ഒരു വിളിയും: ''സീതേ...''

അവൾക്ക് അത്ഭുതം. മരുഭൂമിയുടെ നടുവിൽ, പെട്ടൊന്നൊരു നീരു റവപോലെ ആ വിളി അവൾക്ക് ആശ്വാസമേകി. നാരായണൻനായർ അരികിൽ വന്നു നിൽക്കുന്നു. ഇരുട്ടിൽ അയാളുടെ മുഖം കാണാനാ വില്ല.

അയാൾ വിളക്ക് തെളിച്ചു. അവൾ കണ്ടു. പരിക്ഷീണമായ മുഖം.

''സീതയ്ക്ക് ബുദ്ധിമുട്ട് തോന്നുന്നുണ്ടോ?''

എന്തിന്? ബുദ്ധിമുട്ട്, ദുഃഖം തോന്നേണ്ടത് നിങ്ങൾക്കല്ലേ? ആദ്യ ഭാര്യയുടെ സ്ഥാനത്തേക്കു മറ്റൊരുത്തിയെ ഇങ്ങനെ അവരോധിക്കേണ്ടി വന്നതിൽ അവരുടെ തൽസ്വരൂപമായ പൊന്നോമനകളെ മറ്റൊരിടത്ത് അന്തിയുറക്കാൻ വിട്ട്, പുതിയൊരുത്തിയുടെ കൂടെ വീണ്ടും ആദ്യ രാത്രി അഭിനയിക്കേണ്ടിവന്നതിൽ...

അയാളെന്തെങ്കിലും പറയുമെന്നാശിച്ചു. അത് വെറുതെയായി.

അയാൾ വിളിച്ചു: ''വരൂ. ഊണ് കഴിക്കാം.''

അയാൾ മുന്നിൽ. അവൾ പിറകിൽ.

''നാണിയമ്മേ...''

നാണിയമ്മ ഊണ് വിളമ്പി. നാരായണൻനായർ തലകുനിച്ചിരുന്നു ഊണുകഴിച്ചു. സീതയും. ആരും ഒന്നും സംസാരിച്ചില്ല. സംസാരം മറന്നുപോയവരെപ്പോലെ.

സീത ഓർത്തത് അമ്മായിയമ്മയെയായിരുന്നു. രമേശൻനായരുടെ അമ്മയെ. ഇപ്പോൾ അതൊന്നും ഓർത്തുകൂടാ. എന്നിട്ടും ഓർത്തു. ഓർക്കാൻ സുഖം തോന്നി. ഉള്ളിൽ നിറയെ പകയായിരുന്നു, വിദ്വേഷ മായിരുന്നു. രമേശൻനായരോടും അയാളുടെ അമ്മയോടും ആ വീടി നോടും. അമ്മായിയമ്മ ധാരാളം സംസാരിച്ചിരുന്നു. മകനേക്കാളേറെ മരുമകളോട് സ്നേഹം കാട്ടാൻ ശ്രമിച്ചിരുന്നു. പക്ഷേ, അമ്മായിയമ്മ യോട്, രമേശൻനായരോട് പ്രതിഷേധം കാട്ടുന്നതിലായിരുന്നു അവൾക്ക് താൽപ്പര്യം.

ഇതാ, ഇവിടെ സീത അപരിചിതയെപ്പോലെ, അന്യയെപ്പോലെ. നാരായണൻനായർ ഒന്നും സംസാരിച്ചില്ല. നാണിയമ്മ എന്തൊക്കെയോ വിളമ്പിവച്ച് പൊയ്ക്കഴിഞ്ഞിരിക്കുന്നു. സീതയുടെ ഇഷ്ടവും അനി ഷ്ടവും ഇവിടെ ആരും തിരക്കുന്നില്ല. സീത ഓർത്തു: ഇത് രമേശൻ നായരുടെ വീടല്ല. ഇവിടെ രമേശൻനായരില്ല. രമേശൻനായരുടെ അമ്മ, സീതയുടെ സ്നേഹമയിയായ അമ്മായിയമ്മ, ഇല്ല. ഇത് നാരായണൻ നായരുടെ വീടാണ്. രണ്ടുകുട്ടികളുടെ അച്ഛനായ, നാരായണൻ നായർ. ഇവിടെ സീത ആരുമല്ല. അവൾ ചോറിൽ വിരലിട്ടിളക്കിക്കൊണ്ട് വെറുതെ ഇരുന്നു. തീരെ ഉണ്ണാൻ കഴിഞ്ഞില്ല.

നാരായണൻനായർ എഴുന്നേറ്റ് പോകുമ്പോൾ തിരിഞ്ഞുനിന്ന് പറഞ്ഞു: ''ഊണ് കഴിഞ്ഞ് അപ്പുറത്തേക്ക് വരൂ. എനിക്കു സീതയോട് ചില കാര്യങ്ങൾ പറയാനുണ്ട്.''

അവളെഴുന്നേറ്റ് കൈകഴുകി. നാണിയമ്മ എച്ചിൽപാത്രങ്ങൾ എടുത്തുകൊണ്ടുപോകുമ്പോൾ പിറുപിറുത്തു. ''കുട്ടികള് അവിടുന്ന് വല്ലതും കഴിക്കുമോ ആവോ?''

സീത അത് കേട്ടു. അവൾ പുറത്തെത്തി. നാരായണൻനായർ പുറത്ത് കാത്തുനിന്നിരുന്നു.

''വരൂ.''

അയാളുടെ പിറകെ നടന്നു. പൂട്ടിക്കിടക്കുന്ന വാതിൽ. താക്കോലിട്ടു മുറിതുറന്ന് അയാൾ അകത്തുകടന്നു. പിറകെ സീത. മുറിയിൽ ഇരുട്ട്. ശ്വാസം മുട്ടിക്കുന്ന സുഗന്ധം. അയാൾ സ്വിച്ചിൽ വിരലമർത്തി.

സീത കണ്ടു: മണിയറ. വലിയ മുറി. ചേർത്തിട്ട കട്ടിലുകൾ. വൃത്തിയായി വിരിച്ചിട്ട, ചുളിവുവീഴാത്ത ശുഭ്രമായ കിടക്കകൾ. മുറിയിലാകെ ഒരു വല്ലാത്ത ഗന്ധം. ആ ഗന്ധം തലയ്ക്ക് പിടിക്കുന്നതുപോലെ, ഇവിടെയാവും ആദ്യരാത്രി അരങ്ങേറുന്നത്. സീതയ്ക്ക് പരിഹാസം തോന്നി. ഒരാളുടെ ജീവിതത്തിൽ എത്ര ആദ്യരാത്രികളാണ്. ഒരുപാട് ജനനങ്ങളും ഒരുപാട് മരണങ്ങളും പോലെ ഒരുപാട് ആദ്യരാത്രികൾ, ഒരാൾക്കുതന്നെ.

അപ്പോൾ അയാൾ പറഞ്ഞു. സീതയുടെ ചിന്ത തടസ്സപ്പെട്ടു.

''സീതേ, നോക്കൂ. അതാണ് ശാരദ. എന്റെ ആദ്യഭാര്യ.''

സീത നടുങ്ങി. അയാൾ ചൂണ്ടിയ സ്ഥലത്തേക്ക് അവൾ നോക്കി. അമർത്തിയ പുഞ്ചിരിയണിഞ്ഞ ഒരു സ്ത്രീയുടെ ചിത്രം ചുമരിൽ. കസവുമാലകൾ, പൂമാലകൾ ചാർത്തിയലങ്കരിച്ച ചിത്രത്തിന് താഴെ എരിയുന്ന ചന്ദനത്തിരികൾ. ചിത്രത്തിന് ജീവൻ വയ്ക്കുന്നു. ചിത്രത്തിലെ സ്ത്രീയുടെ ചുണ്ടുകൾക്കു ജീവൻ വന്നു. അവ സീതയോട് ചോദിച്ചു: ''സീതയെന്നാണ് പേര്; അല്ലേ? എനിക്ക് പകരം വന്നുവെന്നു കേട്ടു. എന്റെ മക്കൾ ഉഷയും രവിയും. അവരെ വിഷമിപ്പിക്കരുത്. പറയൂ. അവരെ വിഷമിപ്പിക്കുമോ? ഞാൻ സഹിക്കില്ല.''

സീതയ്ക്ക് നാവനക്കാൻ വയ്യ. തല തിരിയുന്നു. നാരായണൻ നായരുടെ ഭാര്യയുടെ കണ്ണുകൾ. അവ തന്റെ നേർക്ക് നീണ്ടുനീണ്ടു വരുന്നു.

''സീതേ...'' നാരായണൻനായർ അവളെ തൊട്ടുണർത്തി. സീത വീണ്ടും നടുങ്ങി, അവൾ കണ്ണുമിഴിച്ച് അയാളെ നോക്കി.

അയാൾ പെട്ടെന്ന് ലൈറ്റുകെടുത്തി പുറത്തുകടന്നു. സീതയും പുറത്തെത്തി കഴിഞ്ഞപ്പോൾ അയാൾ വളരെ കരുതലോടെ വാതിൽ അടച്ചുപൂട്ടി. അയാൾ നടന്നു. അവളും.

അരമതിൽക്കെട്ടിയ വരാന്തയിൽ യാത്ര അവസാനിച്ചു. അടുത്തടുത്ത കസേരകളിൽ ഒന്നിൽ അയാൾ ഇരുന്നു. അയാൾ പറഞ്ഞപ്പോൾ അവൾ അനുസരിച്ചു.

മുറ്റത്ത് ഇരുട്ട്. ഒന്നും കാണാൻ വയ്യ. പുറത്ത് ലൈറ്റില്ലേ? റോഡിൽ കൂടി, ഭാരം കയറ്റിയ ഒരു ലോറി മുരണ്ടുകൊണ്ട് കടന്നുപോയി. സീത നോക്കിയിരുന്നു. അടുത്ത ലോറി വരുന്നതുംകാത്ത്.

അയാൾ വിളിച്ചു. ''സീതേ...''

അവൾ മുഖം തിരിച്ചു. മങ്ങിയ വെളിച്ചത്തിൽ മുഖം വ്യക്തമല്ല.

''ശാരദ അഞ്ചുവർഷം മുമ്പാണ് മരിച്ചത്. ഉഷയ്ക്ക് രണ്ടുവയസ്സ് തികഞ്ഞിരുന്നില്ല. ഞങ്ങളുടെ ജീവിതം ആർക്കും കൊതിതോന്നിപ്പിക്കുന്ന ഒന്നായിരുന്നു എന്ന് എല്ലാവരും പറഞ്ഞിരുന്നു. ശാരദ എന്റെ ജീവനായിരുന്നു. അവൾ മരിച്ചപ്പോൾ ജീവിതം ആകെ ഇരുണ്ടുവെന്ന് തോന്നി. രവിക്കും ഉഷയ്ക്കുംവേണ്ടി മാത്രമാണ് പിന്നീട് ഞാൻ ജീവിച്ചത്.

''സീത കേൾക്കുന്നുണ്ടോ?'' ഇടയ്ക്ക് അയാൾ സംസാരം നിർത്തി ചോദിച്ചു. പിന്നെയും തുടർന്നു: ''പലരും എന്നെ നിർബ്ബന്ധിച്ചതാണ്, വീണ്ടും ഒരു വിവാഹം കഴിക്കാൻ. പക്ഷേ, എന്തോ, എനിക്ക് തോന്നിയില്ല. സൗദാമിനിച്ചേച്ചിയും ലീലച്ചേച്ചിയും ഒക്കെ പറഞ്ഞു. അന്നൊന്നും തോന്നിയില്ല. പിന്നെയെന്തിനാണ് ഇപ്പോൾ ചെയ്തതെന്ന് തോന്നുന്നുണ്ടാവും, ഇല്ലേ? ഇപ്പോൾ ഈ വിവാഹം... സത്യത്തിൽ എനിക്കുവേണ്ടിയല്ല. എന്റെ മക്കളെ ഓർത്താണ്.''

അയാൾ സംസാരം നിർത്തി അവളെ ശ്രദ്ധിച്ചു. അവൾ കൈകളിൽ മുഖംതാങ്ങി ഇരുട്ടിലേക്ക് നോക്കിയിരിക്കുകയായിരുന്നു.

''സീത വിദ്യാഭ്യാസമുള്ളവളാണ്. എന്റെ വികാരം സീതയ്ക്ക് മനസ്സിലാക്കുവാൻ ബുദ്ധിമുട്ടുണ്ടാവില്ല. ശാരദ മരിച്ചതിൽപ്പിന്നീട്, എനിക്കൊരിക്കലും ഒരു ഭാര്യ വേണമെന്ന് തോന്നിയിട്ടില്ല. എന്റെ മനസ്സ് ഒരു സാധാരണ സ്ത്രീക്ക് മനസ്സിലാക്കാൻ കഴിഞ്ഞെന്നുവരില്ല. പക്ഷേ, സീതയ്ക്കു മനസ്സിലാകും. സീത പഠിച്ചവളാണ്. അതാണ് സീതയെ വിവാഹം ചെയ്യാൻ ഞാൻ തയ്യാറായത്.

നോക്കൂ, സീതേ... ഒരു ദാമ്പത്യത്തിന്റെ ഓർമ്മകൾ മായുംമുമ്പ് മറ്റൊന്ന്, അത് എത്ര ദുസ്സഹമാണെന്ന് ഞാൻ പറയാതെ സീതയ്ക്കറിയാമല്ലോ. എന്നുവച്ച് സീതയെ സ്നേഹിക്കാതിരിക്കാൻ എനിക്കാവില്ല. സീത എന്റെ ഭാര്യയാണ്. സീതയെ ഞാനെന്നും സ്നേഹിക്കും. സീത ഒരിക്കലും ദുഃഖിക്കേണ്ടിവരില്ല. പക്ഷേ...''

പക്ഷേ, എന്റെ കുട്ടികൾ, രവിയും ഉഷയും അവർ അനാഥരാകരുത്. ഞാനില്ലാതെ വന്നാൽ എന്റെ കുട്ടികൾക്ക് ഒരമ്മ... അവരെ സ്നേഹിക്കുന്ന ഒരമ്മ... അതാണെന്റെ ആശ... എന്റെ ബന്ധുക്കളെന്ന് പറയുന്നവരെ എനിക്ക് ഭയമാണ്. അവർ തക്കംപാർത്തിരിക്കുകയാണ്. അതുകൊണ്ടാണ് വിവാഹം വേണ്ടെന്ന് പറഞ്ഞിരുന്ന ഞാൻ വീണ്ടും തയ്യാറായത്. കുറേയേറെ ഞാൻ സമ്പാദിച്ചു. അത് എന്റെ കുട്ടികൾക്കു തന്നെ കിട്ടണം. അതിന് അവർക്കൊരമ്മ കൂടിയേതീരൂ. സീതയെപ്പോലെ ഒരമ്മ.''

സീതയുടെ കണ്ണുകൾ നിറയാൻ തുടങ്ങി. അവൾക്ക് തേങ്ങൽ അടക്കാൻ വയ്യാതായി. അവൾ തല കുനിച്ചിരുന്ന് മുഖം അയാളിൽ നിന്ന് മറയ്ക്കാൻ ശ്രമിച്ചു.

''പിന്നെ, ഒരുകാര്യം കൂടി. സീതയ്ക്ക് ദുഃഖം തോന്നരുത്. ശാരദയൊത്തുകിടന്ന മുറി ഞാൻ പൂട്ടിയിട്ടിരിക്കുകയാണ്. മറ്റാരും അതു

തുറക്കാറില്ല. അവിടെയാണ് ഞങ്ങൾ പതിമ്മൂന്ന് വർഷം കഴിഞ്ഞത്. അവിടെ, മറ്റൊരു സ്ത്രീയുടെ ഒപ്പം ഉറങ്ങുന്നത് അവൾക്ക് സഹിക്കാൻ കഴിഞ്ഞെന്നുവരില്ല. അവളുടെ ആത്മാവ്...''

സീത തേങ്ങിപ്പോയി. അവൾക്ക് നിയന്ത്രിക്കാൻ കഴിഞ്ഞില്ല. നാരായണൻനായർ എഴുന്നേറ്റ് അവളുടെ പുറത്തുതട്ടി ആശ്വസിപ്പിക്കാൻ ശ്രമിച്ചു.

''സാരമില്ല, സാരമില്ല. കരയാതിരിക്കൂ. ഇതൊന്നും സീതയെ വേദനിപ്പിക്കുവാൻ പറഞ്ഞതല്ല. എന്നെ സംബന്ധിച്ചതെല്ലാം സീത അറിഞ്ഞിരിക്കണം. എന്റെ ജീവിതം ഒരു തുറന്ന പുസ്തകമാകണമെന്ന് എനിക്കു നിർബ്ബന്ധമുണ്ട്.''

അവൾ ആകെ തളർന്നിരുന്നു, കൂടുതൽ കേൾക്കാൻ, സഹിക്കാനാവില്ലെന്നു തോന്നി. ഇനി, തന്റെ ഊഴമാവും. പക്ഷേ... നാരായണൻനായരെപ്പോലെ എല്ലാമെല്ലാം തുറന്നുപറയാൻ... തുറന്ന പുസ്തകമാകാൻ സീതയ്ക്ക് കഴിയില്ല. മനസ്സിന്റെ ശവക്കല്ലറയ്ക്കുള്ളിൽ കുഴിച്ചിട്ടത് പലതും പുറത്തെടുക്കാൻ കഴിയാത്തതാണ്. താനൊരു ജീവിക്കുന്ന ശവമാണെന്ന് പറയണമെന്നുണ്ട്.

നാരായണൻനായർ സീതയുടെ കൈപിടിച്ചെഴുന്നേൽപ്പിച്ചു. അയാൾ അവളെ കിടക്കമുറിയിലേക്ക് കൊണ്ടുപോയി.

''ഇതാണ് നമ്മുടെ മുറി. ഇവിടെ നമുക്ക് പുതിയൊരു ജീവിതമാരംഭിക്കാം. സീതയ്ക്ക് വിഷമം തോന്നുന്നുണ്ടോ?'

ദേഹം മുഴുവൻ, ഒരിഞ്ചില്ലാതെ മുറിവേറ്റവനോട്, മുറിവിൽ നിന്നെല്ലാം ചോരവാർന്നൊലിക്കുന്നവനോട് വേദനയുണ്ടോ എന്ന് ചോദിക്കുന്നതുപോലെ.

സീത ആകെ തളർന്നിരുന്നു. കൂടുതൽ കേൾക്കാൻ ശക്തിയറ്റതുപോലെ അവൾ പെട്ടെന്ന് കട്ടിലിലിരുന്നു. അവൾ പറയാൻ ആശിച്ചു. സീതയ്ക്ക് കിടക്കാനൊരിടം, തലചായ്ക്കാനൊരിറ്റു സ്ഥലം, അതുമാത്രമാണ് വേണ്ടത്. ആർക്കും ഭാരമാവാതെ, ആരെയും ശ്വാസംമുട്ടിക്കാതെ, മരിക്കുംവരെ കഴിയുക, അതുമാത്രമേ വേണ്ടൂ. അതിനുവേണ്ടിയാണ്, നിങ്ങളുടെ കാലടികളിൽ വന്നു വീണത്. ഇനി ആ വീട്ടിൽ കഴിയാൻ വയ്യ. അവിടെ ഞാൻ എല്ലാവർക്കും ഒരു പ്രശ്നമാണ്. ശേഖരേട്ടന്റെ സ്വസ്ഥത ആകെ നശിച്ചിരിക്കുന്നു. അച്ഛന് ഉറക്കം വരാറില്ല. ചേട്ടത്തിയമ്മപോലും ഇടയ്ക്കിടെ ദീർഘനിശ്വാസങ്ങൾ ഇടുന്നു. അവരെയൊക്കെ രക്ഷപ്പെടുത്താൻ വേണ്ടിയാണ് ഞാൻ വന്നത്. എനിക്ക് മറ്റൊന്നും വേണ്ട.

വാക്കുകൾ പിണങ്ങി നിൽക്കുന്നു. തൊണ്ടക്കുഴിക്കിപ്പുറം അവ കടന്നുവരില്ല. സീതയ്ക്കെന്തുചെയ്യാൻ കഴിയും? എല്ലാകാര്യങ്ങളും വിസ്തരിച്ച് പറയണമെന്നാഗ്രഹമുണ്ട്. കഴിയുന്നില്ല.

''സീത കിടന്നോളൂ. ഞാനിപ്പോ വരാം.''

നാരായണൻനായർ പുറത്തേക്കുപോയി.

അവൾ തലയുയർത്തി ചുറ്റും നോക്കി. വലിയൊരു മുറി. വില കൂടിയ കട്ടിലുകളും പുതിയ കിടക്കകളും. കിടക്കവിരികൾപോലും പുതിയതാണ്. വിലകൂടിയതാണ്. ജനാലകളിൽ പുതിയ ജനാലവിരികൾ. എല്ലാം പുതിയവ. താൻ മാത്രം...

ഭിത്തിയോടുചേർന്ന് വലിയൊരു കണ്ണാടിയലമാര, സീത മുഖം കണ്ടു. കരിവാളിച്ച് കൺതടങ്ങൾ കുഴിഞ്ഞ് തളർന്നവശമായ മുഖം. എണ്ണമയം പുരളാത്ത പാറിപ്പറന്ന ചിടപിടിച്ചുതുടങ്ങിയ മുടിയിഴകളിൽ തൊടവേ ചേട്ടത്തിയമ്മയുടെ വാക്കുകളോർത്തു.

''ഇത്തിരി കാച്ചിയ എണ്ണകൂടി എടുത്തോളൂ. പുതിയ സ്ഥലമല്ലേ? പരിചയമില്ലാത്ത വെള്ളത്തിൽ കുളിക്കുമ്പോൾ ജലദോഷം വരണ്ട.''

സീതയ്ക്ക് ദുഃഖം തോന്നി. ചേട്ടത്തിയമ്മയോട് സഹതാപം തോന്നി. പാവം ചേട്ടത്തിയമ്മ! സീതയുടെ കാര്യത്തിൽ അവർക്കെന്തൊരു ഉൽകണ്ഠയാണ്. ഒരമ്മയെപ്പോലെ, ഒരു ചേച്ചിയെപ്പോലെ; എല്ലാ കാലവും സീതയെ ഓർത്ത് ദുഃഖിക്കുന്ന ഒരേയൊരു മനുഷ്യജീവി. എന്നിട്ടും അവർ പറഞ്ഞതൊന്നും കേൾക്കാൻ കൂട്ടാക്കിയില്ല. കേൾക്കാത്ത മട്ട് കാട്ടുന്നതിലായിരുന്നു സുഖം. അച്ഛനോടും ശേഖരേട്ടനോടുമുള്ള പക തീർക്കാനൊരു മാർഗ്ഗം മാത്രമായിരുന്നു അതെന്ന് ഇപ്പോൾ മനസ്സിലാവുന്നു. ഇപ്പോൾ ചേട്ടത്തിയമ്മയെപ്പറ്റി ഓർക്കുമ്പോൾ കണ്ണുകൾ നിറയുന്നു. ഇപ്പോൾ ചേട്ടത്തിയമ്മ എന്ത് ചെയ്യുകയായിരിക്കും? ഉറങ്ങുന്ന മുരളിയെ മടിയിൽ കിടത്തി, ശൂന്യതയിലേക്ക് കണ്ണുനട്ട് വെറുതെ ഇരിക്കുകയാവും. ആ മനസ്സ് നിറയെ സീതയെക്കുറിച്ചുള്ള ചിന്തയായിരിക്കും. ശേഖരേട്ടൻ ഭാരം ഇറക്കിവയ്ക്കാൻ കഴിഞ്ഞ ആശ്വാസത്തിൽ സ്വയം മറന്നുറങ്ങിക്കഴിഞ്ഞിരിക്കും. അച്ഛനോ?

നാരായണൻനായർ രണ്ട് കൈകളിലും രണ്ടു ഗ്ലാസ്സ് നിറയെ പാലുമായി കടന്നുവന്നു.

''ഇത് കുടിച്ചോളൂ.'' അയാൾ ഒരു ഗ്ലാസ് അവൾക്ക് നീട്ടി പറഞ്ഞു. സീതയ്ക്ക് ജാള്യത തോന്നി. അവൾ തെല്ലൊരു സങ്കോചത്തോടെ പറയാൻ ശ്രമിച്ചു.

''ഞാൻ...''

''സാരമില്ല. സീത ചെയ്യേണ്ട ജോലി ഞാൻ ചെയ്തെന്നുവച്ച് ഒരു കുഴപ്പവും ഇല്ല.''

പക്ഷേ, അവൾ ഓർത്തു: നാണിയമ്മയ്ക്കെന്ത് തോന്നിയിരിക്കും? ഊണു കഴിഞ്ഞയുടൻ ഇറങ്ങിപ്പോന്നു. അടുക്കളയിലേക്ക് തിരിഞ്ഞു നോക്കിയില്ല. വീടിന്റെ ഉത്തരവാദിത്തം ഏറ്റെടുക്കാനെത്തിയ ആളാണ്. എന്നിട്ട്, ഭർത്താവിന് രാത്രി കുടിക്കാനുള്ള പാൽ എടുത്തുകൊടുക്കുവാൻകൂടി മറന്നിരിക്കുന്നു. നാളെ സൗദാമിനിച്ചേച്ചിയോട് നാണിയമ്മ പറയില്ലേ, സീത തീരെ ഉത്തരവാദിത്വമില്ലാത്തവളാണെന്ന്.

''ഉറക്കം വരുന്നില്ലേ? സീത കിടന്നോളൂ.''

അവൾ ഒന്നും മിണ്ടാതെ, ഗ്ലാസ് കൈയിൽ പിടിച്ച് വെറുതേയിരുന്നു.

നാരായണൻനായർ, കട്ടിലിന്റെ മറുവശത്തായി ഇരുന്നുകൊണ്ട് പറയാൻ തുടങ്ങി: ''രവിയെ സീത ശ്രദ്ധിച്ചോ? എന്റെ മകനെ? അവനൊരു പ്രത്യേക സ്വഭാവക്കാരനാണ്. ശാരദ മരിക്കുന്നതുവരെ അവൻ എത്രനല്ല കുട്ടിയായിരുന്നെന്നോ! വാശിയും വഴക്കും ഒന്നും ഇല്ല. പക്ഷേ, ഇപ്പോൾ ഞാൻ അവനെക്കൊണ്ട് ശരിക്കും വിഷമിച്ചിരിക്കയാണ്. സ്കൂളിൽ പോകാൻ മടി. പറഞ്ഞാൽ തീരെ അനുസരിക്കില്ല. കുളിക്കില്ല. സമയത്ത് ആഹാരം കഴിക്കില്ല. സൗദാമിനിച്ചേച്ചി വിളിച്ചപ്പോൾ കൂടെപ്പോവില്ലെന്നാണ് വിചാരിച്ചത്. അത്ര വാശിക്കാരനാണ്.''

അവൾ സാകൂതം അയാൾ പറയുന്നതു കേട്ടിരുന്നു. ശാന്തമായ, സഹതാപാർദ്രമായ ആ സംസാരം കേൾക്കാൻ താല്പര്യം തോന്നി. നാരായണൻനായർ വീണ്ടും പറഞ്ഞു:

''എന്റെ മകൻ എന്തെങ്കിലും പറഞ്ഞാൽ, മോശമായി പെരുമാറിയാൽ, സീതയ്ക്ക് വിഷമം തോന്നരുത്. മറ്റൊരാൾ പ്രസവിച്ച കുട്ടിയെ സ്വന്തം കുട്ടിയായിക്കാണാൻ ബുദ്ധിമുട്ടായിരിക്കും. എന്നാലും സീത രവിയെ സ്വന്തം മകനായി കണക്കാക്കണം. ഉഷയെ സ്വന്തം മകളായി കാണണം. എനിക്കതുമാത്രം മതി, അവർക്ക് വേണ്ടിയാണ് ഞാൻ ജീവിക്കുന്നതുതന്നെ.''

അയാളുടെ സ്വരം ഇടറിത്തുടങ്ങിയത് സീത ശ്രദ്ധിച്ചു. അവൾ ഗ്ലാസ് താഴെ വച്ചു. പിന്നെ എഴുന്നേറ്റ് അയാളുടെ കാലടികളിൽ ചെന്നിരുന്നു മന്ത്രിക്കുംപോലെ പറഞ്ഞു: ''എന്നെ വിശ്വസിക്കൂ.''

നാരായണൻനായരുടെ കണ്ണുകൾ നിറഞ്ഞൊഴുകി. ചൂടുള്ള കണ്ണുനീർത്തുള്ളികൾ അവളുടെ കൈത്തണ്ടയിൽ വീണു പടർന്നു. അവൾ ആശ്ചര്യത്തോടെ അയാളെ നോക്കി. അവളുടെ കണ്ണുകളും നിറഞ്ഞിരുന്നു.

ഇരുപത്തിയാറ്

ശാരദ എന്ന സ്ത്രീ, നാരായണൻനായരുടെ മരിച്ചുപോയ ഭാര്യ, തനിക്ക് നേർക്ക് നടന്നുവരുന്നതായി സീതയ്ക്ക് തോന്നി. അവർക്ക് മാത്രം അർഹതപ്പെട്ട സ്ഥാനം, സ്നേഹം ഒക്കെ മറ്റൊരാൾ കൈയടക്കിവെച്ചതിലുള്ള വാശിയും ദുഃഖവും കണ്ണുകളിൽ നിറയെ. അവയിൽ ജ്വലിക്കുന്നത് അഗ്നിയാണ്. ആ മുഖത്ത് പകയും വിദ്വേഷവുമാണ്.

സീത വിറച്ചു. തൊണ്ട വരണ്ടിരിക്കുന്നു. നാവ് നിശ്ചലമായിരിക്കുന്നു. കൈകാലുകൾ ചലനരഹിതങ്ങളായിരിക്കുന്നു. ആരെയാണൊന്ന്

വിളിക്കുക? ആരാണ് രക്ഷിക്കാനെത്തുക? തനിക്ക് നേരെ നീളുന്ന കൂർത്ത് നീണ്ട നഖങ്ങൾ, വിരലുകൾ... അവ ഇപ്പോൾ തന്റെ കഴുത്തിൽ അമരും. ഞണ്ടുകളെപ്പോലെ ഞെരിഞ്ഞമരും. പിന്നെ ശ്വാസംമുട്ടി മെല്ലെ മെല്ലെ സീത മരിക്കും. ആരും അറിയാതെ. അവൾക്ക് ശ്വാസം മുട്ടി. അവൾ കിടന്ന് പിടഞ്ഞു. ആവുന്നത്ര ഉറക്കെ നിലവിളിക്കാൻ ശ്രമിച്ചു. പക്ഷേ, ശബ്ദം പുറത്തുവരുന്നില്ല. തൊണ്ടയിൽ ഞെരിഞ്ഞമരുന്ന വിരലുകൾ. കഴുത്ത് വല്ലാതെ ഇറുകുന്നു. ശ്വാസം മുട്ടുന്നു.

''അമ്മേ...''

നാരായണൻനായർ ചാടിയെഴുന്നേറ്റു. വിളക്കുതെളിച്ചു. സീത ഞരങ്ങുന്നുണ്ടായിരുന്നു. അവൾ ആകെ വിയർത്തു കുളിച്ചിരുന്നു. വല്ലാതെ കിതച്ചിരുന്നു. അവളുടെ ചുണ്ടുകൾ ഉണങ്ങിവരണ്ടിരുന്നു.

അയാൾ വിളിച്ചു: ''സീതേ... സീതേ...''

അവൾ കണ്ണുമിഴിച്ചു. അവൾ അപ്പോഴും കിതച്ചു.

''സ്വപ്നം കണ്ടുവോ?''

അവൾ തലയാട്ടി. വല്ലാത്തൊരു ദുഃസ്വപ്നം! അയാൾ മേശപ്പുറത്തു വെച്ചിരുന്ന കൂജ ചെരിച്ച് വെള്ളം എടുത്തു കൊടുത്തു.

''വല്ലാതെ വിയർക്കുന്നല്ലോ. ജനൽ തുറന്നിടാം.''

''വേണ്ട. ജനൽ തുറക്കണ്ട.'' അവൾ ഭീതിയോടെ അടഞ്ഞ ജനലുകളിലേക്കും വാതിലിലേക്കും നോക്കി പറഞ്ഞു.

''ഉറങ്ങിക്കോളൂ. സ്ഥലം മാറിക്കിടന്നിട്ടാവും.''

ലൈറ്റ് കെടുത്തി അയാൾ വീണ്ടും കിടന്നു. സീതയ്ക്ക് ഉറക്കം വന്നില്ല. കുറച്ചുകഴിഞ്ഞപ്പോൾ നാരായണൻനായർ കൂർക്കം വലിക്കുന്ന ശബ്ദം കേട്ടു. അവൾ കണ്ണ് തുറന്നു കിടന്നു. കനത്ത ഇരുട്ട്. ഇരുട്ടിൽ ഒന്നും കാണാൻ കഴിയുന്നില്ല. അപ്പുറത്ത് കൈനീട്ടിയാൽ തൊടാവുന്ന അകലത്തിൽ ഭർത്താവ്. ഇത് ആദ്യരാത്രിയാണെന്ന് അവൾ ഓർത്തു. ഉറങ്ങുന്ന ഭർത്താവ്. ഉറക്കം വരാത്ത ഭാര്യ. ഇങ്ങനെയും ആദ്യരാത്രി ഉണ്ടാകുമോ? ആദ്യരാത്രിക്കെത്ര മുഖങ്ങൾ!

പെട്ടെന്ന് പരിഹാസത്തോടെ ഓർത്തു. ഇത് ആദ്യരാത്രിയാണോ? ഒരാളുടെ ജീവിതത്തിൽ ഒന്നിലധികം ആദ്യരാത്രികളുണ്ടാകുമോ?

രമേശൻനായർ. എന്തിനാണിപ്പോൾ അയാളെ ഓർക്കുന്നത്? എന്നിട്ടും സീത രമേശൻനായരെന്ന ആദ്യഭർത്താവിനെ ഓർത്തു. അയാളോടൊപ്പം കഴിഞ്ഞ ആദ്യരാത്രിയെക്കുറിച്ചും. അന്ന് തന്റെ ഉള്ളുനിറയെ വെറുപ്പും കോപവും പ്രതികാരവും ആയിരുന്നു. ശേഖരേട്ടനോടും അച്ഛനോടും വിഷ്ണുവേട്ടനോടും എല്ലാവരോടുമുള്ള പ്രതികാരം മുഴുവൻ വീട്ടാനുള്ള തിടുക്കമായിരുന്നു. കഴിയുന്നത്ര ക്രൂരത കാട്ടുന്നതിലായിരുന്നു അപ്പോൾ സുഖം. രമേശൻനായരെ പഴിയാക്കി കുറെയൊക്കെ അത് സഫലമാക്കുകയും ചെയ്തു. സീതയുടെ മുഖം കാണാൻ, സീതയുടെ

സ്വരം കേൾക്കാൻ, സീതയുടെ ശരീരത്തിന്റെ ഗന്ധമറിയാൻ ആ മനുഷ്യ നെന്തൊരു കൊതിയായിരുന്നു. സീത ഒന്നിനും തയ്യാറായില്ല. അയാൾ അടുക്കാൻ ശ്രമിച്ച ആദ്യനിമിഷങ്ങളിലെല്ലാം അവളിൽ പ്രതികാരം പത്തിവിടർത്തിയാടുകയായിരുന്നു. ഇപ്പോൾ എല്ലാം ഓർക്കുന്നു. ഓർക്കുമ്പോൾ പരിഹാസം തോന്നുന്നു. ആരോടുള്ള പ്രതികാരം? എന്തിനുള്ള പ്രതികാരം? നല്ലവനായ ആ മനുഷ്യനോട് ഒരിക്കലും സ്നേഹം കാട്ടിയില്ല. അയാൾ അടുക്കാൻ ശ്രമിച്ചപ്പോഴൊക്കെ അകലുന്നതിലായിരുന്നു സുഖം. നിർവൃതി.

വിവാഹം കഴിഞ്ഞ് ഒരാഴ്ചയ്ക്കുശേഷം രമേശൻനായർ ചോദിച്ചു: ''ഞാൻ അടുത്ത് കിടക്കുന്നത് സീതയ്ക്ക് വെറുപ്പാണോ?''

അവൾ മിണ്ടിയില്ല.

''സീതയ്ക്കിഷ്ടമല്ലെങ്കിൽ ഞാനടുത്ത് കിടക്കില്ല. നീ ഇഷ്ടപ്പെടാത്തതൊന്നും ഞാനാഗ്രഹിക്കില്ല.''

മറുപടി പറയാതെ നിവൃത്തിയില്ലാതായപ്പോൾ അവൾ പറഞ്ഞു: ''എനിക്ക് വല്ലാതെ വിയർത്തിട്ടാണ്. പിന്നെ, ആരെങ്കിലും തൊട്ടുകിടന്നാൽ എനിക്കുറക്കം വരില്ല. ചെറുപ്പം മുതൽക്കേ ശീലിച്ചുപോയി.''

അപ്പോൾ അയാൾ ചിരിച്ചു, തെല്ലുറക്കെ.

''അത്രേയുള്ളൂ? അത് സാരമില്ല. ശീലമൊക്കെ നമുക്ക് പതുക്കെ മാറ്റാം. ഞാൻ വിചാരിച്ചു, സീതയ്ക്കെന്നെ ഇഷ്ടമല്ല എന്ന്.''

രമേശൻനായർ ഫാൻ ഓൺ ചെയ്തു. കാറ്റ് ശക്തിയായി ചുറ്റിക്കറങ്ങി ജാലകവിരികളും കിടക്കവിരിയുടെ തുമ്പുകളും പറന്നു കളിച്ചു. അയാൾ അവളെ ശരീരത്തിലേക്കു ചേർത്ത് പുണർന്നുകൊണ്ട് മെല്ലെ ചോദിച്ചു: ''ഇപ്പോഴോ?''

അവൾക്ക് ശ്വാസംമുട്ടി. കരച്ചിൽ വന്നു. ചുഴിയിൽ അകപ്പെട്ടതുപോലെ, ഒരിക്കലും മുക്തി ലഭിക്കാത്ത അഗാധമായ ചുഴി. അവൾ പല്ലുകൾ അമർത്തി ഞെരിച്ചു. സീതയ്ക്കിപ്പോൾ പരിഹാസം തോന്നി. ആത്മപുച്ഛം തോന്നി. മുക്തി ലഭിച്ചിരിക്കുന്നു. ദൈവങ്ങൾ പ്രാർത്ഥന കേട്ടു. രമേശൻനായർ എന്ന ശാപത്തിൽനിന്ന് എന്നെന്നേക്കുമായി മുക്തി ലഭിച്ചു.

ഇരുട്ടിൽ ഒന്നും കാണാൻ വയ്യ. എന്നാലും അറിയാം. കൈയെത്തുന്ന അകലത്തിൽ നാരായണൻനായർ എന്ന ഭർത്താവ്. ഇയാൾ രമേശൻനായരെപ്പോലെയല്ല. ഔചിത്യമില്ലാതെ പെരുമാറുന്നയാളല്ല, ഇയാൾ ഒരുവിധത്തിലും തന്നെ ശല്യംചെയ്യുമെന്നും തോന്നുന്നില്ല. ഒരുപക്ഷേ, സീതയുടെ ചെറുപ്പം മുതൽക്കേയുള്ള ശീലത്തെക്കുറിച്ച് ഇയാൾ അറിഞ്ഞിരിക്കുമോ? അതോ ആദ്യരാത്രികൾ ആവർത്തിക്കുന്നതിലുള്ള വിരസതകൊണ്ടാവുമോ?

കുറേക്കഴിഞ്ഞപ്പോഴേക്കും സീതയ്ക്ക് നല്ല തണുപ്പ് തോന്നി. പുറത്ത് നന്നായി മഞ്ഞ് പെയ്യുന്നുണ്ടാവും. ഇത് മഞ്ഞുകാലമോ മറ്റോ

ആണോ? ആവോ, ആർക്കറിയാം? ജാലകത്തിനപ്പുറത്ത് കാറ്റിന്റെ തേങ്ങൽ, ജാലകത്തിന്റെ വിള്ളലിലൂടെ വെന്റിലേറ്ററുകളിലൂടെ അകത്ത് കടക്കാനുള്ള ശ്രമമാവും.

അവൾ എഴുന്നേറ്റിരുന്നു. നാരായണൻനായർ സുഖനിദ്രയിലാണ്. കൂർക്കംവലി ഉച്ചത്തിലായിരിക്കുന്നു. അവൾ പുതപ്പ് നിവർത്തി നന്നായി പുതച്ചു കിടന്നു, പിന്നെ എപ്പോഴോ മയങ്ങി.

നാണിയമ്മ ചോദിച്ചു: ''എവിടെയാ കുളിക്കുന്നത്? കുളിമുറി വേണമെങ്കി അങ്ങനെ, കൊളത്തിൽ കുളിക്കുന്ന ശീലമാണെങ്കിലങ്ങനെ. രണ്ടും റെഡി. കൊളം നമ്മുടെ പറമ്പിൽത്തന്നെയുണ്ട്.''

സീതയ്ക്ക് കുളത്തിൽ കുളിച്ച് പരിചയമില്ല. ഒരിക്കലോ മറ്റോ, ചേട്ടത്തിയമ്മയുടെയൊപ്പം അവരുടെ വീട്ടിൽ പോയ അന്നുമാത്രം. അവരുടെ വീടിനടുത്തുകൂടി ഒഴുകുന്ന സ്വച്ഛമായ പുഴ. പുഴയിലെ ചിറ്റോളങ്ങൾ. പുഴയിൽ ഇറങ്ങാൻ ഭയപ്പെട്ട് നിന്നത്. ചേട്ടത്തിയമ്മ കൈപിടിച്ചിറക്കി ഒപ്പം നിന്നത്. എങ്ങനെയോ കുളിച്ചെന്നുവരുത്തി കയറിപ്പോന്നത്. ഒക്കെ ഇപ്പോഴും ഓർമ്മയുണ്ട്. പിന്നെ ഒരിക്കലും ഉണ്ടായിട്ടില്ല.

നാലുകെട്ടിൽനിന്ന് എപ്പോൾ പുറത്ത് കടന്നിട്ടാണ്? അച്ഛൻ സമ്മതിക്കില്ല. കൂട്ടുകാരികൾ അമ്പലക്കുളത്തിൽ നീന്തിത്തകർത്ത കഥ കേൾക്കുമ്പോൾ കൊതി തോന്നിയിട്ടുണ്ട്. അമ്പലക്കുളം വീട്ടിൽ നിന്ന് ദൂരെയാണ്. അച്ഛനോടൊന്നും പറയാൻ ധൈര്യമില്ല. ആവശ്യപ്പെടാനും. പിന്നെ ശേഖരേട്ടൻ. നോട്ടം കണ്ടാൽത്തന്നെ പേടിയാവും.

സീത പറഞ്ഞു: ''ഞാൻ കുളിമുറിയിൽ കുളിച്ചോളാം.''

''വെള്ളം കോരിവെച്ചിട്ടുണ്ട്.''

സീതയ്ക്ക് അത്ഭുതം തോന്നി. നാണിയമ്മയുടെ മനസ്സിൽ തന്നെക്കുറിച്ച് എന്താവും വിചാരം? താൻ വന്നത് ഇവർക്കിഷ്ടപ്പെട്ടിരിക്കുമോ? അതോ? ഒന്നും വ്യക്തമല്ല. ഒന്നും പറയുന്നില്ല. ചോദിക്കുന്നുമില്ല.

കുളി കഴിഞ്ഞുവരുമ്പോൾ നല്ല സുഖം തോന്നി. തണുത്ത വെള്ളം മനസ്സിന്റെയും ശരീരത്തിന്റെയും ചൂട് നന്നായി കുറച്ചിരിക്കുന്നു. കണ്ണാടിക്ക് മുന്നിൽ നിന്നപ്പോൾ ആശ്വാസം. എത്തേണ്ടിടത്ത് എത്തിയിരിക്കുന്നു എന്ന തോന്നൽ. സിന്ദൂരരേഖയിൽ വീണ്ടും കുങ്കുമം അണിയുമ്പോൾ അവൾ രമേശൻനായരുടെ അമ്മയെ ഓർത്തു. അവരാണ് ആദ്യമായി തന്നെ കുങ്കുമമണിയിച്ചത്.

''മോളേ, സുമംഗലികളായ പെൺകുട്ടികൾ ഇതാ ഇവിടെ എപ്പോഴും സിന്ദൂരമിടണം. നോക്കൂ, ഇങ്ങനെ...''

അപ്പോൾ മറുപടി പറയാൻ തോന്നിയില്ല. ഉള്ളിൽ പതയുന്ന ദേഷ്യം.

''ഒരിക്കലും മറക്കാൻ പാടില്ല. ഈയൊരു കാര്യം. എന്റെ കണ്ണടയും വരെ, ഇത് കാണാൻ എടവരണേ എന്നാണ് എന്റെ പ്രാർത്ഥന.''

അവർ കണ്ണടച്ചു കൈകൂപ്പി ഈശ്വരനെ വിളിക്കുന്നത് കണ്ടുനിന്നപ്പോൾ പുച്ഛം തോന്നി.

"ഇതാണ് കുട്ടീ, പെണ്ണിന്റെ ഐശ്വര്യം."

അവർ പൊയ്ക്കഴിഞ്ഞപ്പോൾ കൈ തരിച്ചതാണ്. പറയാൻ നാവ് തരിച്ചതാണ്: എനിക്ക് ഈ ഐശ്വര്യം വേണ്ട. ഇതെന്റെ മോഹഭംഗത്തിന്റെ ചിഹ്നമാണ്. ഇതെനിക്കുവേണ്ട. ഇന്നിതാ, ആരും പറയാതെ, ആരും ഓർമ്മിപ്പിക്കാതെതന്നെ സീത പൊട്ടുകുത്തി, സീമന്തരേഖയിൽ സിന്ദൂരം ചാർത്തി നിൽക്കുന്നു. നിർത്തിവെയ്ക്കാൻ ആഗ്രഹിച്ചതൊക്കെ വീണ്ടും ആരംഭിക്കുന്നു. ആര് കാണാൻ? ആരെ കാണിക്കാൻ? ആരും കാണാനില്ല. എന്നിട്ടും സീതയുടെ ആത്മാവ് മൗനമായി മന്ത്രിച്ചു.

"എന്റെ ഈ ഐശ്വര്യം എന്നും നിലനില്ക്കണേ! ഇനി..."

ബാക്കി ചിന്തിക്കാൻ പോലും അവൾ അധീരയായി.

രമേശൻനായർ മരിച്ചപ്പോൾ, സീത ശിരസ്സിലെ സിന്ദൂരം മായ്ച്ചുകളഞ്ഞു. അമ്മ വിലക്കിയില്ല. കണ്ണീരോടെ നോക്കിയിരിക്കുക മാത്രം ചെയ്തു. കഴുത്തിൽ പറ്റിച്ചേർന്ന് കിടന്ന സ്വർണ്ണത്താലി ഊരി അമ്മായിയമ്മയുടെ കൈയിൽ ഏല്പിക്കുമ്പോൾ മനസ്സിൽ ദുഃഖത്തേക്കാളേറെ മറ്റെന്തോ വികാരമായിരുന്നുവോ ഉണ്ടായിരുന്നത്? ഭർത്താവിന്റെ മരണത്തിൽ ഭാര്യയ്ക്കുണ്ടാകേണ്ട നഷ്ടബോധം അത്ര വലിയ അളവിൽ സീതയ്ക്കുണ്ടായിരുന്നില്ല എന്നതു സത്യം.

"താലി ഊരല്ലേ മോളേ. അത് നിന്റെ കഴുത്തിൽത്തന്നെ കിടക്കട്ടെ."

"വേണ്ടമ്മേ, അദ്ദേഹമില്ലാതെ എനിക്കിത് മാത്രമെന്തിനാണ്?"

കുട്ടികൾ ഓടിവരുന്ന ശബ്ദം കേട്ടപ്പോൾ സീത മുറിയിൽനിന്ന് പുറത്തുവന്നു. ഉഷയും രവിയും അടുക്കളയിൽ എത്തിയിരുന്നു. അവർ നാണിയമ്മയുമായി ബഹളം കൂട്ടുന്നുണ്ടായിരുന്നു. രവി ശബ്ദം ഉയർത്തിപ്പറഞ്ഞുകൊണ്ടിരിക്കുന്നതിനിടയ്ക്ക് സീത അടുക്കളയിലെത്തി. സീതയെ കണ്ട് അവൻ സംസാരം നിർത്തി. ഉഷ വാതിലിന്റെ മറവിലേക്ക് മാറിനിന്ന് സീതയെ നോക്കി.

"എന്താ നാണിയമ്മേ, കുട്ടികൾക്കെന്ത് വേണം? അവർക്ക് കാപ്പി കൊടുക്കണ്ടേ?" സീത ഒരമ്മയുടെ ഗൗരവത്തോടെയും ഉത്തരവാദിത്വത്തോടെയും ചോദിച്ചു.

"ഓന്റപ്പാ! എനിക്കു വയ്യാ. ഈ കുട്ടികളുടെ വർത്തമാനം ഒന്ന് കേട്ടുനോക്കൂ. ഞാൻ ഇങ്ങനെ കുട്ടികളെ കണ്ടിട്ടും ഇല്ല, കേട്ടിട്ടും ഇല്ല!"

രണ്ട് കൈയും തലയിൽ വെച്ച്, കരയുന്ന സ്വരത്തിൽ നാണിയമ്മ ആവലാതിപ്പെട്ടു. രവി പെട്ടെന്ന് ശബ്ദമുയർത്തി

"നാണിയമ്മേ, നാവ് വായ്ക്കകത്ത് ഇട്ടോളൂ. ഇല്ലെങ്കിൽ..."

സീത അത്ഭുതപ്പെട്ടു. രവിയുടെ മുഖത്തെ ഭാവം രൂക്ഷമായിരുന്നു.

വെറുപ്പോ ദേഷ്യമോ എന്തൊക്കെയോ അവിടെ പതയുന്നു. സീത അവന്റെ അരികിലേക്കു ചെന്നു. അവനെ അനുനയിപ്പിക്കാൻ ശ്രമിച്ചു.

''മോനേ, പറയൂ, മോനെന്ത് വേണം? എന്തിനാണ് നാണിയമ്മയോട് പിണങ്ങുന്നത്?''

സീത അവന്റെ മുഖം തനിക്കുനേർക്ക് പിടിച്ചുകൊണ്ടാണ് ചോദിച്ചത്. രവി തല വെട്ടിത്തിരിച്ചുകളഞ്ഞു. പിന്നെ അത്യന്തം വെറുപ്പ് തുളുമ്പുന്ന സ്വരത്തിൽ പറഞ്ഞു: ''അത് ചോദിക്കാൻ നിങ്ങളാരാ?''

വല്ലാതെ വിളറി. അവളുടെ ചുവടു തെറ്റി. സംസാരം പതറിപ്പോകാതിരിക്കാൻ ആവുന്നത്ര ശ്രമിച്ച്, രവിയുടെ തലമുടി തടവി അവൾ പറഞ്ഞു: ''ഞാനോ? ഞാൻ... രവിയുടെ അമ്മ.''

രവി സീതയുടെ പിടിവിടുവിച്ച് കുതറിമാറി നിന്നു. പിന്നെ ക്രുദ്ധമായ ദൃഷ്ടികൾ അവൾക്കുനേരെ പായിച്ചുകൊണ്ട് കളിയാക്കുന്ന സ്വരത്തിൽ ചോദിച്ചു: ''അമ്മയോ? നിങ്ങളാണോ എന്റമ്മ? നിങ്ങളെന്റെ ആരുമല്ല. എന്റമ്മ... എന്റമ്മ മരിച്ചുപോയി. എനിക്കമ്മയില്ല.''

രവി ജനലിലൂടെ പുറത്തേക്ക്, ശൂന്യതയിലേക്കെങ്ങോ നോക്കിയാണ് പറഞ്ഞത്. അവസാനവാക്കുകൾ പറയുമ്പോൾ അവന്റെ ശബ്ദം ഇടറി. ചുണ്ടുകൾ വിതുമ്പി.

''കുട്ടി ഒന്നും പറയണ്ട. അച്ഛൻ പറഞ്ഞാലുംകൂടി അനുസരിക്കാത്ത കുട്ടിയാണ്. ദാ, നോക്കൂ... വന്നു കാപ്പി കഴിച്ചോളൂ.''

നാണിയമ്മ സീതയോടായി പറഞ്ഞു.

രവി നാണിയമ്മയുടെ അടുത്തേക്ക് ഓടിയെത്തി. അവന്റെ കണ്ണുകളിൽ കോപം കത്തി: ''എന്താ പറഞ്ഞത്? നിങ്ങളെന്താ പറഞ്ഞത്? നിങ്ങൾക്കഹമ്മതി കൂടുന്നുണ്ട്.''

സീത മരവിച്ച് നില്ക്കുകയായിരുന്നു. എന്ത് പറയണം, എന്ത് ചെയ്യണം എന്നറിയാത്ത അവസ്ഥ.

''ഒന്നും പറഞ്ഞില്ല. കുട്ടി അപ്പുറത്തേക്ക് പൊയ്ക്കോളൂ. ഞാൻ കുട്ടീടെ അച്ഛനോട് പറഞ്ഞോളാം.''

സീത അപ്പോഴാണ് കണ്ടത്. രവിയുടെ കൈയിൽ നീണ്ട വലിയ ഒരു മുളവടി. അതുയർത്തിയാണ് അവന്റെ നിൽപ്പ്.

''മോനേ, അരുത്. വടി കളയൂ.''

രവി കേട്ടഭാവം കാട്ടിയില്ല. അവൻ നാണിയമ്മയുടെ നേർക്ക് വടിയുയർത്തി പറഞ്ഞു: ''ഞാൻ ഇന്നു നിങ്ങളുടെ പൊറം ശരിയാക്കും.''

സീത ഓടിച്ചെന്ന് വടിയിൽ കയറിപ്പിടിച്ചു. വടി താഴത്തുകളയാൻ ശ്രമിച്ചു. രവി കുതറി. സീത പിടിമുറുക്കി. പെട്ടെന്ന് രവി കൈകൊണ്ട് ബലമായി തള്ളി. സീത തെറിച്ചുവീഴാൻ പോയി. ചുവരിൽ ചെന്നു തട്ടി. താഴെ വീണില്ല. നാണിയമ്മ അയ്യോ എന്നുറക്കെ വിളിച്ചു.

സീത തലയമർത്തിപ്പിടിച്ച് പറഞ്ഞു: ''സാരമില്ല... സാരമില്ല...''

''എന്തിനാ, വടി പിടിച്ചുമാറ്റാൻ പോയത്? ആ കുട്ടി അനുസരിക്കില്ല. ഇന്ദ്രനേം ചന്ദ്രനേം പേടിയില്ല. പിന്നല്ലേ.''

സീതയുടെ തലയിൽനിന്ന് കുറെശ്ശേ ചോര വരുന്നുണ്ടായിരുന്നു.

''അച്ഛൻ വരുമ്പോ കണ്ടോളൂ. കുട്ടിക്കിന്ന് നല്ലത് കിട്ടും.''

നാണിയമ്മ പറഞ്ഞപ്പോൾ രവി വീണ്ടും ചൊടിച്ചു: ''കിട്ടട്ടെ, തല്ലിക്കൊല്ലട്ടെ. എനിക്കാരേം പേടിയില്ല.''

സീത തലയമർത്തിപ്പിടിച്ച് പറഞ്ഞു: ''മോനേ രവീ, ഇവിടെ വരൂ.''

രവിയുടെ കണ്ണിൽ അഗ്നി ജ്വലിച്ചു. അവൻ ചീറുന്നതുപോലെ പറഞ്ഞു: ''നിങ്ങളെന്നോടു മിണ്ടണ്ട. നിങ്ങളാണെല്ലാറ്റിനും കാരണം.''

അങ്ങനെ പറഞ്ഞ്, ഒരു കാറ്റുപോലെ അവൻ പുറത്തേക്കോടിപ്പോയി.

സീതയ്ക്ക് അടിയേറ്റതുപോലെ തോന്നി. ഇപ്പോഴാണ് അവൾക്ക് ശരിക്കും വേദനിച്ചത്. അവൾ ഭിത്തി ചാരി തറയിലിരുന്നു. നാണിയമ്മ പരിഭ്രമിച്ചു. അവർ അങ്ങോട്ടുമിങ്ങോട്ടും ഓടിനടന്ന് ഒരു തുണിക്കഷണം തേടിക്കൊണ്ടുവന്ന് പറഞ്ഞു:

''വേദന അധികമുണ്ടോ? ഒന്ന് വെച്ചു കെട്ടിക്കോളൂ.''

''സാരമില്ല, നാണിയമ്മേ. എനിക്കൊന്നുമില്ല.''

അവൾ മെല്ലെ എഴുന്നേറ്റ് കുളിമുറിയിലേക്ക് നടന്നു. അല്പം നടന്ന് പിന്നെ തിരിഞ്ഞുനിന്ന് പതുക്കെ പറഞ്ഞു: ''അദ്ദേഹം ഇതറിയരുത്. ആരും പറയരുത്.''

നെറ്റിയിലേക്കൊഴുകിയ ചോരയുടെ പാടുകൾ കഴുകിക്കളഞ്ഞ് സീത തിരിച്ചെത്തുമ്പോൾ ഉഷ പകച്ചു നില്ക്കുന്നുണ്ടായിരുന്നു. അവളുടെ കുഞ്ഞ് കണ്ണുകളിൽ ഭയവും പരിഭ്രമവും ദുഃഖവും.

സീത വിളിച്ചു. ''മോളിങ്ങുവരൂ.''

ഉഷ അനുസരണയോടെ അവളുടെ അടുത്തെത്തി. അവളോടു ചേർന്നുനിന്നു.

നാണിയമ്മ ഒരു ഉപദേശകയുടെ മട്ടിൽ പറഞ്ഞു: ''ഞാൻ ഒരു കാര്യം പറയാം. അത് ശ്രദ്ധിച്ച് കേൾക്കണം.''

സീത ആശ്ചര്യത്തോടെ അവരെ നോക്കി.

''ഞാനിവിടെ വന്നിട്ട് കൊറച്ച് കാലമായി, ഈ കുട്ടികളുടെ അമ്മയുടെ കൂടെയാ ഞാൻ വന്നത്. ആ കുട്ടി എന്നെ വിട്ടുപോയി. എന്നിട്ടും എനിക്ക് തിരിച്ചുപോവാൻ തോന്നിയില്ല. ഇവിടെ വന്നുകയറുന്നോർക്ക് തിരിച്ചുപോവാൻ തോന്നില്ല. നാരായണൻനായരുടെ സ്വഭാവത്തിന്റെ മഹത്വം അതാ. ഇവിടെ മരണംവരെ കഴിയണമെന്ന് നാരായണൻനായരും പറഞ്ഞു. ഞാനത് സമ്മതിക്യേം ചെയ്തു. പക്ഷേ, ഇവിടുത്തെ മൂത്ത

കുട്ടിയുടെ മട്ടുകണ്ടാൽ അപ്പോൾ പോകണമെന്നുതോന്നും. പക്ഷേ, എങ്ങനെ പോവും? ശാരദ പോയി. അവളുടെ ആത്മാവുപോലായിരുന്നു രവി. മരിക്കാൻ നേരോം രവിയുടെ കാര്യത്തില് വലിയ സങ്കടം കാട്ടി. ഞാൻ അവനെ നോക്കിക്കൊള്ളാമെന്ന് വാക്കും കൊടുത്തു. അതുകൊണ്ട് എന്തൊക്കെ കാട്ടിയാലും ഒക്കെ സഹിച്ച് ഞാൻ കഴിയുന്നു. പിന്നെ കുട്ടിയല്ലേ. കൊറെ കഴിയുമ്പോ മാറും. സീത ഒന്നും വിചാരിക്കേണ്ട. വെഷമിക്കേം വേണ്ട. സങ്കടപ്പെടുകേം വേണ്ട. അമ്മ മരിച്ചതിൽപ്പിന്നെ, രവി എന്നും ഇങ്ങനെതന്നെയായിരുന്നു. ആ കുട്ടി, ശരിക്കൊന്നു ചിരിച്ചിട്ടുകൂടിയില്ല.''

സീത മിഴിച്ചുനിന്നുപോയി. നാണിയമ്മ നിറയുന്ന കണ്ണുകൾ തുടച്ചുകൊണ്ട് പുറത്തേക്കിറങ്ങിപ്പോയി. ''ഒക്കെ വിധി! അല്ലാതെന്താ പറയുക?''

സീത കണ്ണടച്ച് പ്രാർത്ഥിച്ചു: ''ഈശ്വരാ! ശക്തി തരണേ...''

ഉഷ പുതിയ അമ്മയോട് ചേർന്ന്, അമ്മയെ കണ്ണിമയ്ക്കാതെ നോക്കിനിന്നു.

ഇരുപത്തിയേഴ്

ഒരാഴ്ച.

ഉഷയ്ക്ക് സീതയെ ഇഷ്ടമായി. ഉഷ സീതയെ അമ്മേ എന്ന് വിളിച്ചു. സീതയുടെ ജന്മം സഫലമായതുപോലെ. ഈ വിളികേൾക്കാനായിരുന്നു ഇത്രനാൾ ജീവിച്ചത്. കൊതിച്ചത്. ഒരുപക്ഷേ, അച്ഛന്റേയും ഏട്ടന്റേയും ചേട്ടത്തിയമ്മയുടേയും വാക്കുകൾ കേട്ടിരുന്നെങ്കിൽ ഈ വിളി നഷ്ടപ്പെടുമായിരുന്നു. സീത എന്ത് ചെപ്പടിവിദ്യയാണ് കാട്ടിയത്? സീതയ്ക്കുതന്നെ അറിയില്ല. നാണിയമ്മ അത്ഭുതപ്പെട്ടു. സൗദാമിനിച്ചേച്ചിക്ക് ആശ്ചര്യം തോന്നി.

സീത ഉഷയെ കുളിപ്പിച്ചു. അവളുടെ മുടി ചീകി, പിന്നിക്കൊടുത്തു. അവളെ പൊട്ട് തൊടുവിച്ചു. അവൾക്ക് കഥകൾ പറഞ്ഞുകൊടുത്തു. അവളുടെ ഒപ്പം കിടന്നുറങ്ങി. നാണിയമ്മ ഇടയ്ക്കിടെ പിറുപിറുത്തു.

''എന്തിനാ അതിനെ തലേക്കേറ്റി വെക്കുന്നത്? അറിയാറായ കുട്ടിയല്ലേ? തന്നത്താനാ കുളിക്കാറ്. ഞാൻ കുളിപ്പിച്ചുകൊടുക്കാനൊന്നും പോകാറില്ല. ഓരോ വേണ്ടാത്ത ശീലം പഠിപ്പിച്ചുകൊടുക്കേണ്ട.''

''സാരമില്ല. ഞാൻ വന്നതു പിന്നെന്തിനാണ്? കൊച്ചുകുട്ടിയല്ലേ. അമ്മയുടെ ചൂടുപറ്റി കഴിയേണ്ട പ്രായം. എനിക്കിത്രയേ കഴിയുന്നുള്ളൂവല്ലോ എന്ന് സങ്കടം തോന്നുന്നു. മരിച്ചുപോയ അവരുടെ അമ്മ ഇപ്പോ ഉണ്ടായിരുന്നെങ്കിലോ?''

നാണിയമ്മ മൂക്കിൽ വിരൽ വെച്ച് നിന്നു. അവരുടെ കണ്ണുകളിൽ അത്ഭുതത്തിന്റെ അനേകായിരം ഇതളുകൾ വിരിയുന്നു. രണ്ടാനമ്മ

എന്ന സങ്കല്പത്തിന് പരുക്കേല്ക്കുന്നു. നാരായണൻനായർ നിർവൃതിയോടെ നോക്കിയിരുന്നു. ഇപ്പോൾ ഉഷയെക്കണ്ടാൽ സീതയുടെ മകളാണെന്നേ തോന്നൂ. ഉഷയ്ക്ക് എന്തിനും സീത വേണം. കുളിക്കാൻ, പൊട്ടുകുത്താൻ, ഊണുകഴിക്കാൻ, ഉറങ്ങാൻ. പഴയ ഐശ്വര്യം, പഴയ വെളിച്ചം മടങ്ങിവരുന്നതുപോലെ അയാൾക്ക് തോന്നി.

സൗദാമിനിച്ചേച്ചി മാത്രം പറഞ്ഞു: ''പുത്തനച്ചി പുരപ്പുറം തൂക്കും. ഞാനിതൊന്നും കണ്ടാൽ വിശ്വസിക്കുകയില്ല. എത്രപേരെ ഇതുപോലെ കണ്ടതാ. രണ്ടാനമ്മയുടെ ഒരു സ്നേഹം. അവള് പിള്ളാരെ രണ്ടിനേം അടിച്ചെറക്കുന്നതെന്നാണെന്ന് നോക്കിക്കൊണ്ടാമതി.''

അവർ പറഞ്ഞത് സീത കേട്ടില്ല. സീതയുടെ മുന്നിൽ അവർ ഒന്നും ഭാവിച്ചുമില്ല.

സീതയ്ക്ക് സന്തോഷം തോന്നി. ഇവിടം തനിക്കന്യമായിത്തീരുമെന്നാണ് തോന്നിയത്. മെല്ലെ മെല്ലെ, പുതിയ മണ്ണിൽ വേരുകളോടിത്തുടങ്ങിയിരിക്കുന്നു. ഈ മണ്ണ്, അന്തരീക്ഷം ഒക്കെ സ്വന്തമാണെന്ന തോന്നൽ. പക്ഷേ... ഒരിടത്തുമാത്രം തോൽക്കുന്നു. രവി, അവന്റെ കൊച്ചുമനസ്സിനുള്ളിൽ നിറയെ പകയാണ്. സീതയുടെ അരികിൽ അവൻ വന്നില്ല. സീതയോട് ഒറ്റവാക്കുപോലും സംസാരിച്ചില്ല. ഒരു ശത്രുവിനെയെന്നവണ്ണം അവൻ അവളെ തുറിച്ചുനോക്കിനിന്ന് എന്തൊക്കെയോ പിറുപിറുത്തു.

നാരായണൻനായർ മകനെ ഉപദേശിച്ചു. സ്നേഹപൂർവ്വം. പിന്നെ താക്കീതിന്റെ ഭാഷയിൽ. മണിക്കൂറുകളോളം എല്ലാം കേട്ടുകൊണ്ട് അവൻ തലതാഴ്ത്തിനിന്നു. ഒറ്റയക്ഷരം മറുപടി പറഞ്ഞില്ല.

നാരായണൻനായർക്ക് സഹിക്കാൻ കഴഞ്ഞില്ല. പത്തുപന്ത്രണ്ട് വയസ്സായ കുട്ടിക്ക് ഇത്ര ധിക്കാരം പാടില്ല. അയാൾ അതേപ്പറ്റി സൗദാമിനിച്ചേച്ചിയോട് പറഞ്ഞു. രവിയെ ഒന്നുപദേശിക്കാൻ. അവർ ഉടനെ മറുപടി കൊടുത്തു. ''നീ പറഞ്ഞാൽ കേൾക്കാത്ത കുട്ട്യാ, ഞാൻ പറഞ്ഞാൽ കേൾക്കുക. അവന് തീരെ അനുസരണയില്ല. ഞാൻ പറയില്ല.''

തിരിച്ച് വീട്ടിലേക്ക് പോകുംവഴി അടുക്കളയിലെത്തി അവർ സീത കേൾക്കാതെ നാണിയമ്മയോട് രഹസ്യം പറഞ്ഞു: ''നാരായണന് ഇപ്പോ കല്യാണം കഴിക്കേണ്ട ഒരുകാര്യോം ഇല്ലായിരുന്നു. കുട്ടികള് തീയിലും വെള്ളത്തിലും വീഴുന്ന പ്രായം കഴിഞ്ഞപ്പോൾ ഒരു പൂതി. രവി തിരിച്ചറിവായ കുട്ടിയാ. അവനോട് ഞാനെങ്ങനെയാ പറയുക, അച്ഛൻ കല്യാണം കഴിച്ചുകൊണ്ടുവന്ന സ്ത്രീയോട് സ്നേഹായിട്ട് പെരുമാറണമെന്ന് ഞാൻ പറയില്ല.''

അവർ തിരക്കിട്ട് വീട്ടിലേക്ക് പോവുകയും ചെയ്തു.

നാരായണൻനായർക്ക് രാത്രി ഉറക്കം വന്നില്ല. അയാൾ പല മാർഗ്ഗങ്ങൾ ആലോചിച്ചു. സീതയും രവിയും തമ്മിൽ അകൽച്ച കൂടിക്കൂടി

വരികയാണ്. ഇനിയും അത് കൂടുകയേയുള്ളൂ. അവൻ തന്നോടുപോലും സംസാരിക്കാറില്ല. എല്ലാപേരോടും അവന് പകയും വൈരാഗ്യവും ആണ്. അനുസരണ തീരെ ഇല്ലാതായിരിക്കുന്നു. പല ദിവസവും സ്കൂളിൽ പോകാറില്ലെന്നും വീട്ടിൽ വലിയ ശല്യമാണെന്നും നാണിയമ്മ പറയുന്നു. കാരണം തനിക്കറിയാം. പക്ഷേ...

അച്ഛൻ രണ്ടാമത് വിവാഹം ചെയ്തത് അവന് ഇഷ്ടപ്പെട്ടിട്ടില്ല. താൻ അതറിഞ്ഞില്ല. രവി ഇന്നും കൊച്ചുകുട്ടിയാണെന്നേ കരുതിയുള്ളൂ. സ്വന്തമായി ചിന്തിക്കാൻ, തീരുമാനമെടുക്കാൻ പന്ത്രണ്ട് വയസ്സായ കുട്ടിക്ക് കഴിയുമെന്ന് ഓർത്തില്ല. അതാണ് സംഭവിച്ചത്. അവൻ പറഞ്ഞു വത്രേ: ''അച്ഛൻ കൊണ്ടുവന്ന ആ സ്ത്രീയെ എനിക്ക് കാണണ്ട. അവരെ എനിക്ക് ഇഷ്ടമല്ല. ഞാൻ അവരുടെയൊപ്പം താമസിക്കില്ല.''

നാരായണൻനായർക്കിപ്പോൾ കുറ്റബോധം തോന്നി. ഇത്രകാലം പിടിച്ചുനിൽക്കാൻ കഴിഞ്ഞ താൻ, ഈ നാല്പത്തിരണ്ടാം വയസ്സിൽ വീണ്ടും വിവാഹം ചെയ്യാൻ തീരുമാനിച്ച നിമിഷം. ആ നിമിഷത്തെ അയാൾ ശപിച്ചു. അല്പം കൂടി ദീർഘവീക്ഷണം വേണ്ടിയിരുന്നു.

ഉടൻ അയാൾ സ്വയം ന്യായീകരണം കണ്ടെത്താൻ ശ്രമിച്ചു. ഇത് വൈകി, ഒരു രണ്ടാംവിവാഹം നടത്തിയത് മറ്റൊന്നിനും വേണ്ടിയല്ല. ജീവിതം സുഖിക്കാനോ ആസ്വദിക്കാനോ ഉള്ള മോഹം കൊണ്ടല്ല സീതയെ കൊണ്ടുവന്നത്. തന്റെ കുട്ടികൾക്ക് ഒരാശ്രയം. അച്ഛന്റെ അഭാവത്തിൽ, അവരുടെ ജീവിതം സുരക്ഷിതമായിരിക്കണം എന്ന തോന്നൽ. അച്ഛന് പെട്ടെന്നെന്തെങ്കിലും സംഭവിച്ചാൽ... എന്തോ, ഈയിടെയായി അങ്ങനെ ഒരു ചിന്ത. അച്ഛനും അമ്മയുമില്ലാത്ത അനാഥ രായ കുട്ടികൾ. അങ്ങനെ സംഭവിക്കാതിരിക്കാൻ വേണ്ടി മാത്രമാണ് സീതയെ വിവാഹം ചെയ്തത്. സീത നല്ല പെൺകുട്ടിയാണ്. അവ ളോട് എല്ലാം തുറന്നുപറയാൻ കഴിഞ്ഞു എന്നതിൽ അയാൾക്ക് ചാരി താർത്ഥ്യം തോന്നി. എല്ലാം കേട്ടിട്ടും എല്ലാം അറിഞ്ഞിട്ടും ഒരു പുഞ്ചിരി യോടെ ഇരിക്കുക മാത്രം ചെയ്ത സീത. അവളെപ്പോലൊരു പെൺ കുട്ടിയെ ലഭിച്ചത് തന്റേയും കുട്ടികളുടെയും ഭാഗ്യം. പക്ഷേ, രവി... അവനൊന്നും മനസ്സിലാക്കുന്നില്ല. എത്ര പറഞ്ഞാലും മനസ്സിലാക്കാൻ അവൻ കൂട്ടാക്കുന്നില്ല.

അയാൾ എഴുന്നേറ്റിരുന്നു. പിന്നെ വിളക്കു തെളിയിച്ചു. ഇരട്ടക്കട്ടി ലിന്റെ മറുവശത്ത് ഉഷയോടൊപ്പം കിടന്നുറങ്ങുന്ന സീത. അവൾ വലംകൈകൊണ്ട് ഉഷയെ ചുറ്റിപ്പിടിച്ചിരിക്കുന്നു.

മനസ്സിനുള്ളിൽ വർദ്ധിച്ചുവരുന്ന കുറ്റബോധം. പശ്ചാത്താപം. സീതയോട് താൻ തെറ്റുചെയ്തു. അവൾ ദുഃഖിക്കുന്നുണ്ടാവില്ലേ? അവൾക്ക് മോഹങ്ങളുണ്ടാവില്ലേ? മറ്റൊരാളാണ് അവളെ വിവാഹം ചെയ്തിരുന്ന തെങ്കിൽ!

രവിയുടെ ക്രൂരമായ പെരുമാറ്റം. എന്നിട്ടും സ്നേഹപൂർവ്വം അവന്റെ കാര്യങ്ങൾ ശ്രദ്ധിക്കുന്ന സീത. അവസാനം അയാൾ ഒരു വഴി കണ്ടെത്തി.

രവിയെ ബോർഡിങ്ങിലാക്കുക. കർക്കശമായ, ചിട്ടയുള്ള രീതികൾ കൊണ്ട് അവനെ പാകപ്പെടുത്തിയെടുക്കാനൊക്കൂ. വീട്, അച്ഛൻ, അമ്മ, ബന്ധങ്ങൾ – എല്ലാറ്റിൽനിന്നും കുറച്ചുകാലം അവൻ അകന്നുതന്നെ നില്ക്കട്ടെ. അവന്റെ ഭാവിക്ക് അതാണ് നന്നായിരിക്കുക.

രാവിലെ ഉറക്കമുണർന്നയുടൻ അയാൾ സീതയോട് പറഞ്ഞു: ‘‘ഞാൻ രവിയെ ബോർഡിങ്ങിലാക്കാൻ തീരുമാനിച്ചു.’’

സീത നടുങ്ങി. താൻ കാരണം, താൻ കാരണമാണ് രവിയെ ബോർഡിങ്ങിലാക്കുന്നത്. ഇന്നലെവരെ, താൻ വരുന്നതിന് മുൻപുവരെ, രവി അച്ഛനോടൊപ്പം ഈ വീട്ടിലാണ് കഴിഞ്ഞത്. അവന് ഒരു ബുദ്ധിമുട്ടും ഉണ്ടായിരുന്നില്ല. പക്ഷേ, ഇപ്പോൾ തന്റെയൊപ്പം കഴിയാൻ വയ്യെന്ന് അവൻ അച്ഛനോട് പറഞ്ഞുവത്രെ.

അവൾ പെട്ടെന്ന് പറഞ്ഞു: ‘‘അയ്യോ, അതു വേണ്ട.’’

‘‘ങും?’’ അയാൾ പുരികങ്ങളുയർത്തി. ശാന്തമായ കണ്ണുകളിൽ പരിചിതമല്ലാത്ത ഭാവം.

‘‘അവനെങ്ങനെ അവിടെ കഴിയും? കൊച്ചുകുട്ടിയല്ലേ രവി? വീട്ടിൽ നിന്നകന്ന് നില്ക്കാൻ രവിക്കാവില്ല.’’

‘‘ഒരു കുഴപ്പവുമില്ല. അവനെപ്പോലെ എത്ര കുട്ടികൾ! പിന്നെ, അവന്റെ സ്വഭാവത്തിന് ഒരു മാറ്റം വരണമെങ്കിൽ...’’

സീത പറയാൻ ശ്രമിച്ചു: ബോർഡിങ്ങുകളെപ്പറ്റി കേട്ടിട്ടുള്ളതൊന്നും നന്നല്ല. ആഹാരം നന്നല്ല. കർക്കശമായ നിയമങ്ങൾ. വളരെ ക്രൂരമായാണ് പെരുമാറ്റം. കുട്ടികളോട് വളരെ മൃഗീയമായിട്ടാണ്...

നാരായണൻനായർ സീത പറഞ്ഞ വാദഗതികളൊന്നും ചെവിക്കൊണ്ടില്ല. അയാൾ തന്റെ തീരുമാനത്തിൽ ഉറച്ചുനിന്നു. കുറച്ച് കഴിഞ്ഞപ്പോൾ സൗദാമിനിച്ചേച്ചി ഓടിവന്നു. ഏതോ വലിയ അപകടം സംഭവിച്ചുകഴിഞ്ഞിരിക്കുന്നു എന്ന ഭാവം കണ്ണുകളിലും, അതേപ്പറ്റി അന്വേഷിക്കാനുള്ള വ്യഗ്രത ചുണ്ടുകളിലും സ്പഷ്ടമായി.

‘‘എങ്കിലും സീതേ, കടുപ്പമായിപ്പോയി. ഇത്ര കൊച്ചുകുട്ടിയെ ബോർഡിങ്ങിലാക്കണമെന്ന് നാരായണന് തോന്നിയല്ലോ. അവന് അമ്മ മാത്രേ ഇല്ലാതായൊള്ളൂ. ബാക്കി എല്ലാരുമുണ്ട്. നിങ്ങൾക്കവനെ കൂടെ താമസിപ്പിക്കാൻ വിഷമമൊണ്ടെങ്കിൽ, ഞാൻ കൊണ്ടുപൊയ്ക്കൊള്ളാം എന്റെ കുട്ടിയെ. എന്നാലും സമ്മതിച്ചുതന്നിരിക്കുന്നു. വന്നിട്ട് രണ്ടാഴ്ച തികയും മുൻപ് സീത ഇത്രയും സാധിച്ചെടുത്തല്ലോ.’’

സീത വിളറി. വാക്കുകൾ വഴങ്ങുന്നില്ല. എന്താണ് പറയുക? അവൾക്ക് വല്ലാത്ത പരിഭ്രമം: ‘‘ചേച്ചീ... ഞാൻ...

‘‘എനിക്കൊന്നും കേൾക്കേണ്ട. പണ്ടുള്ളോര് പറഞ്ഞത് സത്യം! പത്തമ്മ ചമഞ്ഞാലും പെറ്റമ്മയാവില്ലാന്ന്. നാരായണൻ ഇങ്ങനെ മാറിയതാണെനിക്കത്ഭുതം.’’

സീത പറയാൻ ശ്രമിച്ചു: ‘‘ഞാനാവുന്നത്ര എതിർത്തു നോക്കി. അദ്ദേഹത്തിന്റെ തീരുമാനമാണ്. ചേച്ചി എന്നെ തെറ്റിദ്ധരിക്കരുത്.’’

നാരായണൻനായർ മുറിക്കുള്ളിലുണ്ടായിരുന്നു. അയാൾ പുറത്തു വന്നു. അതുവരെ കാണാത്ത മുഖം. മാൻകുട്ടിയുടേതുപോലെ ശാന്തമായ കണ്ണുകളിൽ എന്തൊരു രൗദ്രഭാവം!

‘‘ചേച്ചീ, ഞാനാണ് തീരുമാനിച്ചത്. തീരുമാനിച്ചത് എന്റെ മകന്റെ കാര്യം. ചേച്ചി ഇതിലിടപെടണമെന്നില്ല.’’

സൗദാമിനിച്ചേച്ചി വേഗം പോയി.

സീതയ്ക്ക് കരച്ചിൽ വന്നു. അവൾ സ്വയം ശപിച്ചു. താൻ കാരണമാണ് എല്ലാം. താൻ ശപിക്കപ്പെട്ടവളാണ്, താൻ എത്തിച്ചേരുന്നിടത്തൊക്കെ പ്രശ്നങ്ങൾ. അസ്വസ്ഥതകൾ, ഇവിടെയും.

തന്നെ അച്ഛൻ ബോർഡിങ്ങിൽ ചേർക്കാൻ തീരുമാനിച്ച വിവരം അറിഞ്ഞ് രവി ഒന്നും മിണ്ടിയില്ല. അച്ഛനോടൊപ്പം കാറിൽ കയറിപ്പോകുമ്പോൾ അവന്റെ മുഖം ക്രൂരമായിരുന്നു. അവൻ കരഞ്ഞില്ല. ആരോടും യാത്ര പറഞ്ഞില്ല. അച്ഛനും ചേട്ടനും കാറിൽ കയറുന്നതു കണ്ട് ഉഷ കരഞ്ഞു. സീത പുറത്തു വന്നതേയില്ല. മുറിക്കുള്ളിൽ കട്ടിലിൽക്കിടന്ന് അവൾ വിതുമ്പി. എല്ലാറ്റിനും കാരണക്കാരി താനാണെന്ന തോന്നലായിരുന്നു സീതയ്ക്ക്. രവിയുടെ മനസ്സിലെ ദുഃഖം, കണ്ണുകളിലെ ശോകച്ഛായ, ഒന്നും തുടച്ചുമാറ്റാൻ തനിക്കായില്ല. ഇന്നോളം തനിക്കൊന്നിനും കഴിഞ്ഞിട്ടില്ല. അവൾ ലക്ഷ്മിയമ്മായിയെ ഓർത്തു, രമേശൻനായരുടെ അമ്മയെ ഓർത്തു, അച്ഛനെ ഓർത്തു, ചേട്ടത്തിയമ്മയെ ഓർത്തു. എല്ലാവർക്കും ദുഃഖം പകർന്നുകൊടുക്കാനല്ലാതെ, ആരുടേയും ദുഃഖം ശമിപ്പിക്കാൻ സീതയ്ക്ക് കഴിഞ്ഞിട്ടില്ല. അവസാനം, ഇതാ ഇവിടെയെത്തി മറ്റൊരു ദുഃഖത്തിന് കാരണക്കാരിയായിരിക്കുന്നു. ഈ ജന്മം എത്ര വ്യർത്ഥമാണ്! ഈ ജന്മംകൊണ്ടെന്ത് നേടാൻ കഴിഞ്ഞു? ഒന്നും നേടാൻ കഴിയാത്ത നിരർത്ഥകമായ മനുഷ്യജീവിതം അനാവശ്യമാണ്. പക്ഷേ, എന്നിട്ടും ജീവിക്കുന്നു. ജീവിക്കാനുള്ള അഭിലാഷം മുന്നോട്ട് നടത്തുന്നു.

അച്ഛനും മകനും പോയി കുറെ കഴിഞ്ഞപ്പോൾ സൗദാമിനിച്ചേച്ചി വന്നു. ലീലച്ചേച്ചി വന്നു. മറ്റാരൊക്കെയോ വന്നു. നാണിയമ്മ അടുക്കളയിൽ കുത്തിയിരുന്നു. രവി പോയതിൽ അവർക്ക് ദുഃഖമുണ്ടായിരുന്നു. പറഞ്ഞാൽ അനുസരണയില്ലാത്ത കുട്ടിയാണെങ്കിലും, ആ കുട്ടി ഈ വീട്ടിലില്ലെങ്കിൽ ഒച്ചേമില്ല, അനക്കോമില്ല. അതായിരുന്നു നാണിയമ്മയുടെ പ്രതികരണം. സൗദാമിനിച്ചേച്ചിയും മറ്റും അടുക്കളയിൽ ഇരുന്ന് നാണിയമ്മയോട് അടക്കം പറയുന്നത് സീത അറിഞ്ഞു. എപ്പോഴൊക്കെയോ സംസാരത്തിന്റെ ചെറിയ ചെറിയ ചീളുകൾ കാറ്റിൽ പറന്നെത്തി.

സീത ഒരേ കിടപ്പ് കിടന്നു. കുളിച്ചില്ല. ഊണുകഴിച്ചില്ല. എഴുന്നേറ്റില്ല.

അവൾക്കൊന്നിനും കഴിയുമായിരുന്നില്ല. സൗദാമിനിച്ചേച്ചി അവളെ കാണാൻ മുറിയിലേക്ക് വരാതെ തിരിച്ചുപോയി.

സന്ധ്യയ്ക്ക് ഇരുട്ട് നന്നായി പരന്നുകഴിഞ്ഞപ്പോൾ നാരായണൻ നായർ തിരിച്ചെത്തി. അയാൾ തനിച്ചായിരുന്നു. അയാൾ വല്ലാതെ ക്ഷീണിച്ചിരിക്കുന്നുവെന്ന് സീതയ്ക്ക് തോന്നി. നാരായണൻനായർ പരവശനായിരുന്നു. മുഖം വിളറിയിരുന്നു. വീടാകെ നിറഞ്ഞുനില്ക്കുന്ന ഇരുട്ട്. ഉഷ ഉറങ്ങിക്കഴിഞ്ഞിരുന്നു. സീത വരാന്തയിലെ അരമതിലിൽ, ഇരുട്ടിൽ കുത്തിയിരുന്നു. രവിയുടെ വിശേഷം അവൾ തിരക്കിയില്ല. രവിയുടെ വിശേഷം അയാൾ പറഞ്ഞുമില്ല.

അയാൾ മെല്ലെ ചോദിച്ചു: ''വിളക്ക് കത്തിക്കാത്തതെന്താണ്?''

അപ്പോഴാണോർത്തത്. നിലവിളക്കുപോലും കൊളുത്തിയിട്ടില്ല.

നാണിയമ്മ വിളക്ക് കത്തിച്ചുകൊണ്ടുവന്ന് വെച്ചു. നാരായണൻ നായർ വരാന്തയിലെ സ്വിച്ചിൽ വിരലമർത്തി. ഇരുട്ട് വിസമ്മതം കൂടാതെ പിൻവാങ്ങി. നാരായണൻനായർ കസേരയിൽ സീതയ്ക്ക് എതിരിൽ ഇരുന്നു. സീത അയാളെ നോക്കിയിരിക്കുക മാത്രം ചെയ്തു. അനേകം ചോദ്യങ്ങൾ, സംശയങ്ങൾ, നെഞ്ചിൽ തിങ്ങിനിന്ന് ഞെരുങ്ങുന്നുണ്ടായിരുന്നു. എന്നിട്ടും ഒന്നും ചോദിക്കാൻ കഴിയാതെ, നിസ്സഹായയായി സീത അയാളെ നോക്കി.

കുറച്ച് കഴിഞ്ഞ് നാരായണൻനായർ എഴുന്നേറ്റുപോയി, കാലും മുഖവും കഴുകി തിരിച്ചുവന്നു. ഊണ് വിളമ്പിയെന്ന് നാണിയമ്മ വന്നു പറഞ്ഞപ്പോൾ അയാൾ അവർക്ക് പിറകെ നടന്നു. അല്പം നടന്ന് പിന്നെ തിരിഞ്ഞുനിന്നു വിളിച്ചു. ''വരൂ.''

ഊണുമേശയ്ക്ക് അപ്പുറവും ഇപ്പുറവും അവർ ഇരുന്നു. നാരായണൻനായരും സീതയും. അപരിചിതരെപ്പോലെ. അന്യരെപ്പോലെ. പരസ്പരം ഒന്നും ചോദിക്കാനും പറയാനും ഇല്ലാത്തവരെപ്പോലെ. നാരായണൻനായർ രണ്ടുരുള ഉരുട്ടി വിഴുങ്ങി. പിന്നെ എഴുന്നേറ്റ് കൈ കഴുകി മിണ്ടാതെ പുറത്തേക്കിറങ്ങിപ്പോയി. നാണിയമ്മ എന്തൊക്കെയോ പറഞ്ഞുകൊണ്ടിരുന്നു. അവർ ആ ദിവസം മുഴുവനും ഇങ്ങനെതന്നെ പറഞ്ഞുകൊണ്ടിരിക്കുകയായിരുന്നുവെന്ന് സീത ഓർത്തു.

സീത മുറിയിൽ കിടക്ക വിരിച്ചു. ഉറങ്ങുന്ന ഉഷയെ നന്നായി പുതപ്പിച്ചു. നാരായണൻനായർ മുറിയിൽ അങ്ങോട്ടുമിങ്ങോട്ടും ഉലാത്തിക്കൊണ്ടിരുന്നു. അയാളുടെ മനസ്സ് വിക്ഷുബ്ധമാണെന്നു സീതയ്ക്ക് മനസ്സിലായിരുന്നു.

അവസാനം അയാൾതന്നെ പറഞ്ഞു: ''അവന് അവിടെ താമസിക്കുന്നത് ഇഷ്ടമല്ലെന്ന് തോന്നുന്നു.''

അവൾക്കൊരു കച്ചിത്തുരുമ്പ് കിട്ടി. ഇത്രനേരം ഒരാരംഭം കിട്ടാതെ അവൾ വലയുകയായിരുന്നു.

''അവൻ അങ്ങനെ പറഞ്ഞുവോ? എന്നിട്ടും രവിയെ അവിടെ നിർത്തിയിട്ട്...''

അവളെ മുഴുമിപ്പിക്കാൻ അനുവദിക്കാതെ അയാൾ തുടർന്നു: ''അവൻ ഒന്നും പറഞ്ഞില്ല. ഒന്നും പറയാത്തതാണെനിക്ക് ദേഷ്യം. അവനെല്ലാവരോടും ദേഷ്യമാണ്. വെറുപ്പാണ്. എന്നോടുപോലും.''

അത് പറഞ്ഞപ്പോൾ നാരായണൻ നായരുടെ ശബ്ദം ഇടറി.

സീതയ്ക്ക് ഹൃദയം പൊട്ടിപ്പോകുമെന്ന് തോന്നി. പക്ഷേ, എന്തെങ്കിലും പറയാതിരുന്നാൽ ശ്വാസംമുട്ടി ചത്തുപോകും.

''ഞാനാണെല്ലാറ്റിനും കാരണക്കാരി. ഞാൻ കാരണമാണ് രവിക്ക് അച്ഛനെവിട്ട് പോകേണ്ടിവന്നത്. രവിക്ക് അച്ഛനോട് ദേഷ്യം തോന്നുന്നത്.''

''അങ്ങനെ പറയാതിരിക്കൂ സീതേ. സീത ഒന്നിനും കാരണക്കാരിയല്ല. സീത കാരണമല്ല ഇതൊന്നും... പക്ഷേ...'' അയാളുടെ ശബ്ദം ഇടറി. അത് പുറത്തറിയാതിരിക്കാൻ ആവുന്നത്ര ശ്രമിച്ച്, അയാൾ തുടർന്നു: ''പക്ഷേ, എന്റെ മകൻ, അവൻ നന്നാവണമെന്നേ എനിക്കുള്ളൂ. ഇവിടെ നിന്നാൽ അവൻ ഇനിയും വഷളാവും. ആരെയും അനുസരിക്കാതാവും. അതിനാണ്, ഞാനങ്ങനെ ചെയ്തത്. ഞാനൊന്ന് കിടക്കട്ടെ. സീത ലൈറ്റണച്ചേക്കൂ.''

അവൾ ലൈറ്റ് കെടുത്തി. അയാൾ ഉറങ്ങാതെ കിടക്കുകയാണെന്ന് അവൾക്ക് മനസ്സിലായി. അവൾക്കയാളോട് സഹതാപം തോന്നി. മകനോട് അതിരറ്റ സ്നേഹം; വാത്സല്യവും. ഭാര്യയോടുള്ള കടമ, രണ്ടിനും മദ്ധ്യേ കിടന്ന് പിടയുന്ന സാധുമനുഷ്യൻ. ഇവിടെ എന്താണ് തനിക്ക് ചെയ്യാൻ കഴിയുക? ഈ സാധുമനുഷ്യനെ രക്ഷിക്കാൻ സീതയ്ക്കെന്ത് ചെയ്യാനാവും?

ഒരാഴ്ച സീത പിടയുകയായിരുന്നു. വീടാകെ നിറഞ്ഞുനിൽക്കുന്ന മൂകത, ശൂന്യത, ആരും ആരോടും സംസാരിക്കാതെ സ്വന്തം പ്രവൃത്തികളിൽ മാത്രം മുഴുകി കഴിയുക. എപ്പോഴും പിറുപിറുത്തുകൊണ്ടു മാത്രം കാണാറുള്ള നാണിയമ്മപോലും ഒന്നും മിണ്ടാതായി. നാരായണൻനായർ എന്നും പ്രഭാതത്തിൽ സ്കൂളിൽ പോയി. വൈകുന്നേരം പരവശനായി തിരിച്ചെത്തി മിണ്ടാതെ ഊണുകഴിച്ച്, ഉറങ്ങാൻ കിടന്നു. ഉഷ, വരാന്തയിൽ, അരമതിലിൽ ചാരി റോഡിലേക്ക് നോക്കി ആരെയോ പ്രിതീക്ഷിച്ചെന്നപോലെ സദാ നിന്നു.

സീതയ്ക്ക് രാത്രികളിൽ ഉറങ്ങാൻ കഴിഞ്ഞില്ല. തുടുത്ത കവിളുകളും വളഞ്ഞ പുരികങ്ങളും അനുസരണയില്ലാത്ത തലമുടിയും. രവിയുടെ മുഖം ഓർമ്മിക്കും. കണ്ണുകളിലെ അജ്ഞാതശക്തി. പക. എല്ലാറ്റിനും അടിയിലായി, അവ്യക്തമായി പടർന്നുകിടക്കുന്ന ശോകച്ഛായ, മയക്കത്തിൽ, അവൾ രവിയെ സ്വപ്നം കണ്ടു. ഉറക്കം വരാതെ കിടക്കയിൽ, പേടിച്ചരണ്ട് ചുരുണ്ടുകൂടി കിടക്കുന്ന രവി. അവന്റെ ചുണ്ടുകൾ

വിതുമ്പുന്നു. ഞാൻ അമ്മയില്ലാത്ത കുട്ടിയായതുകൊണ്ടല്ലേ, എനിക്കാരുമില്ലാത്തത് കൊണ്ടല്ലേ... ആർക്കും എന്നോട് സ്നേഹമില്ലാത്തത് - അതോടെ സീതയുടെ ഉറക്കം നഷ്ടപ്പെടും. അവൾ അസ്വസ്ഥയാകും.

രാവിലെ നാരായണൻനായർ സ്കൂളിലേക്ക് പൊയ്ക്കഴിഞ്ഞപ്പോൾ സീത വേഷം മാറി പുറപ്പെട്ടു. സൗദാമിനിച്ചേച്ചിയുടെ വീട്ടിൽ ചെന്ന്, രവിയുടെ ബോർഡിങ് സ്കൂളിലേക്ക് വഴി ചോദിച്ചു മനസ്സിലാക്കി.

''എന്തിനാ സീതേ?''

''വെറുതേ.''

''അതൊരുപാട് ദൂരത്താ. സീതയ്ക്ക് പോകാനാ?'

''ങും...''

''തനിച്ചുപോകാൻ പറ്റില്ല. നാരായണൻ വരട്ടെ, അല്ലെങ്കിൽ സോമനെ കൂട്ടിക്കോളൂ.''

''വേണ്ട.''

അവൾ വേഗം തിരിച്ചുപോന്നു.

നാണിയമ്മയോടു വിവരം പറഞ്ഞു: ''രവിയെ ഒന്നു കണ്ടു വരാം.''

നാണിയമ്മ അത്ഭുതപ്പെട്ടു. സീത വന്നിട്ട് ആഴ്ചകളേ ആയിട്ടുള്ളൂ. ഈ നാട്, സീതയ്ക്കപരിചിതമാണ്. ഇതുവരെ പടിക്കുപുറത്ത് ഇറങ്ങിയിട്ടുമില്ല. അവർ നോക്കിനിന്നു. സീത പടികടന്ന് വേഗം നടന്നു.

ഇരുപത്തിയെട്ട്

വഴിയറിയില്ലായിരുന്നു. പുതിയ സ്ഥലം. സീത ഇതിനുമുൻപ് തനിച്ചെങ്ങും പോയിട്ടില്ല. എവിടെ പ്പോകാൻ? എന്നും വീട്ടിനുള്ളിൽ തളച്ചിട്ടിരിക്കുകയായിരുന്നില്ലേ? ക്ഷേത്രംവരെ. കോളേജുവരെ. മറ്റൊരിടത്തും തനിച്ചു പോയിട്ടില്ല. അച്ഛനോടൊത്ത് ഏതൊക്കെയോ ബന്ധുവീട്ടിൽ പോയിട്ടുണ്ട്. അത് കുട്ടിയായിരുന്നപ്പോഴത്തെ കഥ. സീതയ്ക്ക് അതൊന്നും ഓർമ്മയില്ല. രമേശൻനായരുടെ ഭാര്യയായശേഷവും എവിടെയൊക്കെയോ പോയി. പക്ഷേ, മനസ്സ് മറ്റെവിടെയൊക്കെയൊ ആയിരുന്നു. ഒന്നും ഓർമ്മിക്കാൻ കഴിയുന്നില്ല.

സൗദാമിനിച്ചേച്ചിയുടെ മകൻ കുറിച്ചുകൊടുത്ത അഡ്രസ്സ് നോക്കി വഴി കണ്ടുപിടിക്കാൻ ശ്രമിച്ചു. രണ്ട് ബസ് കയറണം. ടൗൺ വരെ ഒന്ന്, അവിടെനിന്ന് സ്കൂൾ വഴി പോകുന്ന മറ്റൊന്ന്. പരിചിതമല്ലാത്ത മുഖങ്ങൾ, വഴികൾ, സ്ഥലങ്ങൾ, സീത വഴിയരികിൽ കാത്തുനിന്നു. ബസ്സുകളുടെ ബോർഡുകൾ വായിക്കുവാൻ ശ്രമിച്ചു. കടന്നുപോയ ആരൊക്കെയോ ചോദിച്ചു; എവിടേക്കാ?, ആരാ?, എവിടുത്തെയാ?

ചോദ്യകർത്താക്കളുടെ മുഖത്ത് ആകാംക്ഷ. ഉൽക്കണ്ഠ. സീതയെ

ആരും അറിയില്ല. അറിയേണ്ട ആവശ്യമില്ല. എന്നിട്ടും തിരിഞ്ഞുനിന്ന് വിവരങ്ങളറിയാൻ അവരെല്ലാം വ്യാകുലപ്പെട്ടു.

അവസാനം സീതയ്ക്കുള്ള ബസ് വന്നു. കടലാസുകഷണത്തിൽ നോക്കി ബസ്സിന്റെ പേര് ഉറപ്പുവരുത്തി. കൈകാട്ടി നിറുത്തി. മീശമുള യ്ക്കാത്ത പയ്യനായ കണ്ടക്ടർ മര്യാദക്കാരനാണെന്ന് തോന്നുന്നു. അയാളോട് തിരക്കി: 'ടൗണിൽ ചെന്നാലുടനെ ബസ് കിട്ടുമോ? സെന്റ് ജോൺസ് കോൺവെന്റു വഴി പോകുന്ന ബസ്?''

''ഈ ബസ് ആ വഴിക്കാണ്. കുറച്ച് ദിവസത്തേക്കുമാത്രം.''

ആശ്വാസം തോന്നി. അടുത്ത ബസ്സിനുവേണ്ടി അലയാതെ കഴി ഞ്ഞല്ലോ.

''എനിക്ക് സ്കൂളിന്റെ മുമ്പിലിറങ്ങണം.''

പുറത്തേക്ക് നോക്കിയിരുന്നു. ബസ്സിനുള്ളിൽ വല്ലാത്ത പുഴുക്കം, ആവി. ആളുകൾ തിങ്ങിനിറഞ്ഞുനിന്നിട്ടാണ്. അല്പം കാറ്റുകിട്ടാൻ പുറത്തേക്ക് മുഖം കാട്ടുകയാണ് ഭേദം. അലറിപ്പായുന്ന ലോറികളും കാറുകളും അനേകം ബസ്സുകളും തിരക്കേറിയ കവലകളും കടകളും നിറഞ്ഞ ടൗണിലെത്തി. കുറെയേറെ ആളുകൾ ഇറങ്ങിപ്പോയി. ഇറ ങ്ങിയവരേക്കാൾ കൂടുതൽ പേർ തള്ളിക്കയറി. സീത പുറത്തേക്ക് നോക്കിയിരിക്കുകയായിരുന്നു. അടുത്ത് വന്നിരുന്ന സ്ത്രീയെ കണ്ടില്ല. അവർ അവളുടെ പുറത്ത് തോണ്ടി എന്തോ ചോദിച്ചു. സീത കേട്ടില്ല. അവർ എന്തോ പിറുപിറുത്തു. സീത ഒന്നും അറിഞ്ഞില്ല. അവളുടെ മനസ്സ് അവൾക്ക് മുൻപേ യാത്രയാരംഭിച്ച് കഴിഞ്ഞിരുന്നു.

ബസ് പുറപ്പെട്ടു. വേഗം എത്തിയെന്ന് തോന്നി. ആകാശത്തേക്കു യർന്ന് നില്ക്കുന്ന കുരിശ്. അതിനു കീഴിൽ ക്രൂശിക്കപ്പെട്ട രൂപം. മഞ്ഞച്ചായമടിച്ച വിശാലമായ സ്കൂൾ കെട്ടിടത്തിന്റെ ഭിത്തികൾ, ഭിത്തിയിൽ കറുത്ത അക്ഷരങ്ങളിൽ സ്കൂളിന്റെ പേര്.

ബസ് നിന്നു. ടാറിട്ട, ഉച്ചവെയിലിൽ ഉരുകിത്തിളയ്ക്കുന്ന വീതി യേറിയ റോഡ് മുറിച്ചു കടന്നു. കുടയെടുത്തിരുന്നില്ല. എന്നിട്ടും ദേഹം പൊള്ളുന്നതറിഞ്ഞില്ല. മനസ്സുനിറയെ ഭീതി. ഉൽകണ്ഠ. സ്കൂളധി കാരികളുടെ മുന്നിൽ വെച്ച് അപരിചിതത്വം കാട്ടുമോ? ദേഷ്യപ്പെടുമോ?

നിങ്ങളെന്റെ ആരാണ്? നിങ്ങളെന്തിനുവന്നു? നിങ്ങൾക്കെന്താണി വിടെ കാര്യം? സുഖാന്വേഷണത്തിനോ? എന്റെ സുഖവും ദുഃഖവും അന്വേഷിക്കാൻ നിങ്ങൾക്കെന്തവകാശം?

അത്ഭുതം തുളുമ്പുന്ന കണ്ണുകളോടെ നില്ക്കുന്ന സ്കൂളധികാരി കളെ നോക്കി വീണ്ടും പറയുന്നു: ഇവരെന്റെ ആരുമല്ല. ഇവരുമായി എനിക്കൊരു ബന്ധവുമില്ല. ഇവരെ ഞാനറിയില്ല.

പരിഹാസത്തിന്റെ അനേകം കണ്ണുകൾ അപ്പോൾ സീതയുടെ നേർക്ക്. സീത എന്താണ് പറയുക? അങ്ങനെയൊരു സന്ദർഭമുണ്ടാ യാൽ സീത എന്താണപ്പോൾ കാട്ടുക?

ഭീതിയും പരിഭ്രമവും നിറഞ്ഞ മനസ്സോടെ അവൾ സ്കൂളിന്റെ ഗേറ്റ് കടന്നു. സുന്ദരമായ പൂന്തോട്ടം. വെയിലിൽ ചിരിക്കുന്ന പൂക്കൾ. ചിരി മാഞ്ഞുതുടങ്ങിയ, വാടിയ ഇതളുകൾ കൊഴിഞ്ഞുവീണ പൂത്തടങ്ങൾ. ഇടതുവശത്ത്, നീല ട്രൗസറും വെള്ളഷർട്ടും ധരിച്ച് കൊച്ചുമിടുക്കന്മാർ ഓടിക്കളിക്കുന്ന വിശാലമായ പ്ലേ ഗ്രൗണ്ട്. അവിടെ രവിയുണ്ടോ?

രവിയുടെ മുഖച്ഛായ കണ്ടുപിടിക്കാൻ മനസ്സുഴറവേ സ്വയം ചോദിച്ചു:

ആരാണ് രവി? ആരെക്കാണാനാണിപ്പോൾ ഓടിക്കിതച്ച് വന്നത്?

അപ്പോൾ ഉത്തരവും സ്വയം പറഞ്ഞു: രവിയെക്കാണാൻ. എന്റെ മകനെ കാണാൻ.

ഉള്ളിലിരുന്ന് ആരോ ഉറക്കെ പരിഹസിച്ച്. പൊട്ടിച്ചിരിക്കുന്നു. സീതയ്ക്ക് മകനോ? രവി, നാരായണൻനായരുടെ മകനാണ്. രവി സീതയുടെ മകനല്ല. രവിക്കു സീതയുമായി ഒരു ബന്ധവുമില്ല.

മനസ്സ് മറ്റൊരു ന്യായം കണ്ടെത്തുന്നു; രവിയെ ഒന്നു കാണാൻ വന്നതാണ്. ഒന്ന് കാണാൻ മാത്രം. അവൻ വല്ലാത്ത വാശിക്കാരനാണ്. നിർബ്ബന്ധബുദ്ധിക്കാരനാണ്. എല്ലാവരും അങ്ങനെ പറയുന്നു. അവന് പുതിയ അന്തരീക്ഷം പിടിക്കുന്നുണ്ടാവില്ല. ഈ പുതിയ അന്തരീക്ഷത്തിലെ ചിട്ടകളും നിയമങ്ങളും ഒക്കെ അവന് ബുദ്ധിമുട്ടുണ്ടാക്കുന്നവയാണ്. നിങ്ങൾക്കറിയാമോ? രവി പാവമാണ്. ഈ പുതിയ സ്ഥലത്ത് വന്ന് അവന്റെ കുരുന്നു മനസ്സ് വീർപ്പുമുട്ടുകയാവും. അവനെ ആശ്വസിപ്പിക്കാൻ. ഒന്നുകാണാൻ മാത്രം വന്നതാണ്. മറ്റൊരാളിന്റെ മകനായാലും ഒന്നു കാണാൻ അവകാശമില്ലേ?

പെട്ടെന്ന് ബെല്ലടിച്ചു. കുട്ടികൾ പല വഴിക്ക് ഓടി, ക്ലാസ്സ്മുറികളിൽ കയറി, നിമിഷങ്ങൾക്കകം അപ്രത്യക്ഷരായി. മൈതാനം ശൂന്യം. സീത സ്കൂൾ മുറ്റത്ത് വെയിലിൽ നിന്നു.

അവളെ കണ്ട് അകലെനിന്ന്, വൃദ്ധനായ പ്യൂൺ അടുത്തുവന്നു. ‘‘എന്ത് വേണം?’’

അവൾ പറഞ്ഞു: ‘‘രവിയുടെ ക്ലാസ്സ്. രവി, ഒരാഴ്ച മുൻപ് ഈ സ്കൂളിൽ ഹോസ്റ്റലിൽ ചേർന്നത്... രവിയെ കാണണം.’’

‘‘വരൂ.’’ അയാൾ സ്കൂൾ കോമ്പൗണ്ടിലൂടെ നടന്നു. പിന്നെ കോമ്പൗണ്ട് വിട്ടു നടത്ത തുടർന്നു. അവൾ അനുഗമിച്ചു.

ഹോസ്റ്റലിന്റെ പേരെഴുതിക്കണ്ടു. അവിടെ യാത്ര അവസാനിച്ചു.

വിസിറ്റേഴ്സ് റൂം. ഭിത്തിയോടു ചേർത്തിട്ട ചൂരൽക്കസേരകളിലൊന്നിൽ സീത ഇരുന്നു. മുറിയുടെ നടുവിൽ ടീപ്പോയിയിൽ ഇംഗ്ലീഷ് പത്രങ്ങൾ, വാരികകൾ, കൈയെത്തിച്ച് ഒന്നെടുത്ത്. വെറുതെ പേജുകൾ മറിച്ച് നോക്കി. വായിക്കാനാവുന്നില്ല. മനസ്സ് പതറിപ്പോകുന്നു. രവി എവിടെ?

''ഇവിടെ ഇരുന്നോളൂ. ഞാൻ അകത്ത് പോയി വിവരം പറയാം.''

വൃദ്ധനായ പ്യൂൺ പോയി. രവി സ്കൂളിൽ ഉണ്ടാവില്ലേ? പിന്നെ ന്തിനാണ് തന്നെ ഹോസ്റ്റലിലേക്ക് കൂട്ടിക്കൊണ്ടുവന്നത്? അയാളോടു ചോദിക്കാമായിരുന്നു. അപ്പോഴൊന്നും തോന്നിയില്ല. നിമിഷങ്ങൾക്ക് ഭാരം. മനസ്സിനു പതർച്ച. രവി വരുന്നുണ്ടാവും. അവന്റെ കൂർത്ത നോട്ടവും വളഞ്ഞ പുരികങ്ങളും മനസ്സിനെ ഭീതിപ്പെടുത്തുന്നു. തന്നെ കാണുമ്പോൾ എന്താവും അവന്റെ വികാരം?

വല്ലാത്ത ഉഷ്ണം! സീത വിയർത്തു.

വൃദ്ധൻ തിരിച്ചെത്തി. ഒപ്പം വെളുത്ത ളോഹയണിഞ്ഞ്, താടി വളർന്നിറങ്ങിയ വൈദികനും. അവൾ എഴുന്നേറ്റു. വൈദികന്റെ കണ്ണുകളിലെ പ്രശാന്തതയിലേക്കുറ്റുനോക്കി ചോദിക്കാനാഞ്ഞു.

രവി?

''വീട്ടിലേക്ക് ടെലഗ്രാം ചെയ്യാൻ തുടങ്ങുകയായിരുന്നു. ആ കുട്ടിക്ക് തീരെ സുഖമില്ല. രണ്ട് ദിവസമായി. ഇന്നലെ ടെമ്പറേച്ചർ വല്ലാതെ കൂടി. രാത്രി തീരെ ഉറങ്ങിയില്ല. പിച്ചും പേയും പറച്ചിലും ഞെട്ടിയുണർന്ന് കരച്ചിലും.''

''രവിയെവിടെ? അവനെവിടെയാണ് കിടക്കുന്നത്? ഒന്ന് കാട്ടിത്തരൂ.'' അവൾ പരിഭ്രമിച്ചു.

''നിങ്ങൾ രവിയുടെ അമ്മയാണോ?''

''അതേ.''

അവൾ വിവശയായി, അറിയാതൊരു ഭയം അവളെ പിടികൂടി. രവിക്കെന്തുപറ്റി? അവളുടെ മുഖത്തെ പാരവശ്യം കണ്ടിട്ടാവും അയാൾ പറഞ്ഞു: ''പരിഭ്രമിക്കാതിരിക്കൂ. ഇന്നു രാവിലെ ഞങ്ങൾ അവനെ ഹോസ്പിറ്റലിലാക്കി. ഇപ്പോൾ അവന് കുറവുണ്ട്. വരൂ, നമുക്കങ്ങോട്ട് പോകാം.''

വൈദികന് പുറകെ സ്കൂൾ കോമ്പൗണ്ട് കടന്ന്, ഗേറ്റ് കടന്ന്, റോഡ് വീണ്ടും മുറിച്ചുകടന്ന് അവൾ പോയി. സ്കൂളിന്റെ എതിർവശത്ത് തന്നെയായിരുന്നു ഹോസ്പിറ്റൽ. അല്പം മുൻപ് ഇവിടെ ബസ്സിറങ്ങുമ്പോൾ ഇത് കണ്ടിരുന്നില്ല.

''ആ കുട്ടി വല്ലാതെ ഭയന്നിരിക്കുന്നുവെന്നു തോന്നുന്നു. അവന്റെ മനസ്സ് തീരെ സ്വസ്ഥമല്ല. ഇവിടെ വന്നതിനുശേഷം അവൻ ചിരിച്ചിട്ടില്ല. ആഹാരം കഴിച്ചിട്ടില്ല. സംസാരിച്ചിട്ടുകൂടിയില്ല. ആദ്യദിവസം തന്നെ ഞാനവനെ ശ്രദ്ധിച്ചു.''

ആശുപത്രിയുടെ ഗേറ്റ് കടക്കുമ്പോൾ, ളോഹയുടെ രണ്ടു പോക്കറ്റുകളിലും കൈ തിരുകി, അയാൾ അങ്ങനെ പറഞ്ഞപ്പോൾ സീതയ്ക്ക് കരച്ചിൽ വന്നു. ഹൃദയം വിണ്ടുകീറുന്നതുപോലെ.

''ഒരുപക്ഷേ, അവന്, ഈ അന്തരീക്ഷം പിടിച്ചിട്ടുണ്ടാവില്ല.''

മുറിക്കുള്ളിൽ ആരുമുണ്ടായിരുന്നില്ല. രവി കഴുത്തുവരെ മുടിപ്പുതച്ചു കിടന്നുറങ്ങുന്നു. പാതിയടഞ്ഞ കണ്ണുകൾ, കരിഞ്ഞുണങ്ങിയ ചുണ്ടുകൾ, പാറിപ്പറന്ന തലമുടി. എനിക്കാരുമില്ല. ഞാനനാഥനാണ് എന്ന ഭാവം മുഖത്ത്. സീതയുടെ മനസ്സു തുടിച്ചു. കണ്ണുകൾ നിറഞ്ഞു കവിഞ്ഞു. നിയന്ത്രിക്കാനാവുന്നില്ല. ഈ കിടക്കുന്നത്... അനാഥനായി, ആരുമാരും ആശ്രയമില്ലാതെ, അറിയാത്തൊരിടത്ത്, ആരുടേയോ കാരുണ്യത്തിൽ കിടക്കുന്ന ഈ കുട്ടി തന്റെ മകനാണ്. രവി, തന്റെ മകൻ തന്നെയാണ്. ഇവനെയുപേക്ഷിച്ച് താനിനി എങ്ങും പോവില്ല, ആരെതിർത്താലും...

''രവീ... മോനേ...''

സീത വിളിച്ചു. അവളുടെ തൊണ്ടയിടറി. വാക്കുകൾ ചിതറിവീണു. സ്വയം നിയന്ത്രിക്കാൻ അവൾ പാടുപെട്ടു. കിടക്കക്കരികിലിരുന്ന് അവൾ അവന്റെ നെറ്റിയിൽ കൈവെച്ചു. തീപോലത്തെ ചൂട്.

അവളെ നോക്കി, നിർവ്വികാരനായി നില്ക്കുന്ന വൈദികൻ പറഞ്ഞു: ''ഭയപ്പെടാനൊന്നുമില്ല. നൗ ഹി ഈസ് ഓൾ റൈറ്റ്. ഡോക്ടർ അല്പം മുൻപ് വന്നിരുന്നു.''

അവൾ അപേക്ഷിക്കുന്നമട്ടിൽ പറഞ്ഞു: ''ഞാൻ മോനെ കൊണ്ടു പോവുകയാണ്. വീട്ടിൽ കൊണ്ടുപോയി ചികിത്സിച്ചോളാം.''

വൈദികൻ ചിരിച്ചു: ''ദാറ്റീസ് ഗുഡ്! അതാണ് നല്ലതും. വീട്ടിലെത്തുമ്പോൾത്തന്നെ അവന് സുഖമാകും. അവന്റെ മനസ്സ് ശാന്തമാകും. സാരമില്ല. ചില കുട്ടികൾ ഇങ്ങനെയാണ്. പെട്ടെന്ന് വീടുവിട്ട് നില്ക്കേണ്ടി വരുമ്പോൾ അവർക്ക് അതൊരു ഷോക്കാണ്.''

ടാക്സിയിൽ വീട്ടിലെത്തുംവരെയും രവി മയക്കമായിരുന്നു. സീത ആശ്വസിച്ചു. തനിക്കിപ്പോൾ അവിടെ ചെല്ലാൻ തോന്നിയത്, രവിയെ ഒപ്പം കൊണ്ടുപോരാൻ കഴിഞ്ഞത്, ഒക്കെ തന്റെ ഭാഗ്യം. അവൾ കുനിഞ്ഞ് മടിയിൽ കിടന്നു മയങ്ങുന്ന രവിയെ നോക്കി. അവന്റെ മുഖം പേടിച്ചരണ്ടതുപോലെയാണ്. മുഖത്ത് ഇപ്പോഴും ഏതോ ദുഃഖ സ്മൃതികളുടെ കറുത്ത നിഴൽ. അഗാധമായ ദുഃഖംകൊണ്ടു തളർന്ന്, പരിക്ഷീണമായ കണ്ണുകൾ.

അവന്റെ ദുഃഖം, ഭയം, എല്ലാറ്റിനും കാരണക്കാരി സീതയാണ്, സൗദാമിനിച്ചേച്ചി അങ്ങനെ പറയുന്നു. അവന് ഈ പക, രോഷം, വെറുപ്പ് ഒക്കെ സീത വന്നതിനുശേഷമാണ്. അച്ഛൻ രണ്ടാമത് വിവാഹം ചെയ്തത്, രണ്ടാംഭാര്യയായി സീത വന്നുകയറിയത് ഒന്നും അവനിഷ്ടമായിട്ടില്ല. സീത നെടുവീർപ്പിട്ടു. താനധികപ്പറ്റാവുകയാണോ? രവിയുടെ വെറുപ്പും വിദ്വേഷവും ഇനിയും വർദ്ധിച്ചാൽ... സീതയ്ക്കെന്താണ് സംഭവിക്കുക? സീത വീണ്ടും പുറത്താക്കപ്പെടുകയില്ലേ? മകനെ ജീവനെപ്പോലെ സ്നേഹിക്കുന്ന അച്ഛൻ മകന്റെ ദുഃഖത്തിന് കാരണക്കാരി ആയതുകൊണ്ട്, മകന് സ്വസ്ഥത ലഭിക്കുന്നതിനുവേണ്ടി, സീതേ...

നീ ഇവിടം വിട്ട് പോകണമെന്ന് പറഞ്ഞാൽ... നാരായണൻനായർ ചിലപ്പോൾ അങ്ങനെ പറയാൻ ഇടയുണ്ട് എന്ന് സീതയ്ക്ക് തോന്നി.

നാരായണൻനായർ സ്കൂൾ വിട്ട് വീട്ടിലെത്തുന്നതിനു മുൻപു തന്നെ അറിഞ്ഞു. അയാൾ പരിഭ്രമിച്ചാണ് വന്നത്. പിന്നീട് അയാൾക്ക് സംതൃപ്തി തോന്നി. സീതയോട് നന്ദി തോന്നി. അയാൾ മകന്റെ നെറ്റിയിൽ കൈ വെച്ചുനോക്കി. പനി കുറവുണ്ട്. അസുഖം കുറഞ്ഞിരിക്കുന്നു. മകന്റെ കിടക്കയ്ക്കരികിൽ തലതാഴ്ത്തിയിരിക്കുന്ന സീത. അയാൾക്കൊന്നും പറയാൻ കഴിഞ്ഞില്ല. അവൾ ഇല്ലായിരുന്നുവെങ്കിൽ... തന്റെ മകൻ...

സീത തലയുയർത്തി അയാളെ നോക്കി. അവളുടെ കണ്ണുകൾ നിറഞ്ഞൊഴുകി. നിങ്ങളുടെ മകന് ഒന്നും സംഭവിച്ചില്ല. അവന് സുഖമായി. സമയത്ത് അവന്റെയരികിൽ ഞാനെത്തി. അവളുടെ ചുണ്ടുകൾ പറയാൻ കൊതിച്ചു.

അയാൾ വിളിച്ചു: ''സീതേ, എന്തിനാണ് വിഷമിക്കുന്നത്? അവനു കുറവായി.''

ശരിയാണ്. അവനിപ്പോൾ പനിയില്ല. പിച്ചും പേയും പറയുന്നില്ല. രണ്ടു ദിവസത്തിനകം അവന് എഴുന്നേറ്റ് പഴയതുപോലെ നടക്കാൻ കഴിയും. പക്ഷേ... അവൻ എന്റെ മുഖം കാണുമ്പോൾ എന്താവും പറയുക? അതോർത്തിട്ട് എനിക്ക് ഭയം തോന്നുന്നു. പുതിയ അമ്മയെ എനിക്ക് വേണ്ട, അവരെ പറഞ്ഞയയ്ക്കൂ എന്ന് അവൻ ആവശ്യപ്പെട്ടാൽ... സീതയ്ക്ക് ഒരവസരംകൂടി തരാൻ നിങ്ങൾ തയ്യാറാവുമോ? അതോ, സീതയെ ഇറക്കിവിടുമോ?

നാരായണൻനായരോട് അങ്ങനെ എന്തൊക്കെയോ പറയാൻ, ചോദിക്കാൻ, അപേക്ഷിക്കാൻ സീത മോഹിച്ചു. പക്ഷേ, നാവ് ആരോ പിടിച്ചുകെട്ടിയിട്ടിരിക്കുന്നു. അനായാസമായി വാക്കുകൾ പുറത്തേക്കു വരാൻ കൂട്ടാക്കുന്നില്ല.

രവി അപ്പോഴും ഉറങ്ങുകയായിരുന്നു. ഉറങ്ങുന്ന രവിയുടെ അരികിൽ അവന്റെ മുഖത്തേക്കുനോക്കി നിസ്സഹായയായി അവൾ ഇരുന്നു.

ഇരുപത്തിയൊൻപത്

രവി വല്ലാതെ ക്ഷീണിച്ചുപോയി. കുഴിഞ്ഞ കണ്ണുകളും വലിയ തലയും മാത്രം. സൗദാമിനിച്ചേച്ചി സഹതാപം തുളുമ്പുന്ന സ്വരത്തിൽ പറഞ്ഞു: ''ഈ കുട്ടീടെ ഒരു രൂപം കണ്ടിട്ട് എനിക്ക് സഹിക്കാൻ വയ്യ.''

സീത കിടക്കയ്ക്കരികിൽ തല കുനിച്ചിരുന്നു. അവൾ രഹസ്യമായി രവിയെ നോക്കി. അവന്റെ കണ്ണുകൾ നിറയുന്നുണ്ടോ? അവിടെ ഇപ്പോൾ പഴയ രൂക്ഷതയുണ്ടോ?

ദിവസങ്ങൾ വേണ്ടിവന്നു അവൻ പഴയ രവിയാകാൻ. സീത രാപ കൽ അവന്റെ അരികിലായിരുന്നു; സമയം തെറ്റാതെ മരുന്ന് കൊടു ക്കാൻ, ആഹാരം കൊടുക്കാൻ.

ആദ്യമൊക്കെ അവൾക്ക് ഭയമായിരുന്നു. ആട്ടിപ്പായിക്കുമോ? ദേഷ്യം കാട്ടുമോ? നിങ്ങൾ എന്റെ അമ്മയല്ല. ആരുമല്ല. എന്റെയടുത്ത് നിങ്ങൾ എന്തിനാണ് വരുന്നത്? ഓരോ നിമിഷവും അങ്ങനെയുള്ള ചോദ്യ ങ്ങൾ പ്രതീക്ഷിച്ചാണ് ഉൾക്കിടിലത്തോടെ ഇരുന്നിരുന്നത്. രവി ഒന്നും പറഞ്ഞില്ല. ഒന്നും ഭാവിച്ചില്ല. അവൻ മുകളിലേക്ക്, മച്ചിലേക്ക് കണ്ണും നട്ട് കിടക്കും. അപ്പോൾ കണ്ണുകളിൽ തുടിക്കുന്ന ദീനത, ശോകം ഒക്കെ സീത കണ്ടു. ചിലപ്പോൾ ആ കണ്ണുകൾ നിറഞ്ഞൊഴുകി. പാവം കുട്ടി! അവൻ അമ്മയെ ഓർക്കുന്നുണ്ടാവും.

സീത സാരിത്തുമ്പുകൊണ്ട് കണ്ണുനീർ ഒപ്പിയെടുക്കും. പതുക്കെ ചോദിക്കും: ''മോനെന്തിനാണ് കരയുന്നത്?''

''മോനെന്ത് വേണം?''

അവൻ ഒന്നും പറയില്ല. അവളെ നോക്കുകപോലുമില്ല.

''മരുന്ന് കുടിക്കാൻ സമയമായി. മോൻ വായൊന്നു തുറന്ന് തരൂ.''

മിണ്ടാതെ വായ തുറന്നു കാട്ടും. മരുന്നുകുടിച്ച്, തിരിഞ്ഞുകിടക്കും. ആദ്യമൊക്കെ ഒന്നും പറയാൻ കൂട്ടാക്കിയിരുന്നില്ല. എന്തൊക്കെ ചോദി ച്ചാലും മൗനം. അല്ലെങ്കിൽ ഒരു മൂളൽ, തൊണ്ട വരണ്ടാലും ഒരേ കിടപ്പ്.

സീത അവന്റെ അരികിൽത്തന്നെ ഇരുന്നു. അടുക്കളയിൽ നാണി യമ്മയുണ്ട്.

സൗദാമിനിച്ചേച്ചി നാണിയമ്മയോട് രഹസ്യമായി പലതവണ പറഞ്ഞു:

''പുത്തനച്ചി പുരപ്പുറം തൂക്കുകയാണ്. നമുക്കാർക്കും ഇല്ലാത്ത സ്നേഹമല്ലേ കാട്ടുന്നത്. രണ്ടാനമ്മേടെ സ്നേഹം കാണാത്തോരും അറിയാത്തോരുമാ നമ്മള് ? ഇതൊക്കെ അഭിനയമാണ്. പാവം നാരാ യണനെ പറ്റിക്കാൻ പറ്റും.''

നാണിയമ്മ മറുപടി പറയില്ല. അവർക്കാശ്വാസമായിരുന്നു സീത വന്നത്. നന്നായി. സീതയെപ്പോലൊരു കുട്ടി വന്നതു നന്നായി, എന്ന തോന്നലായിരുന്നു.

രവിക്ക് അസുഖം കുറവായി. ക്ഷീണം മാത്രം.

സീത ഇടയ്ക്കിടെ ചോദിക്കും: ''മോനിപ്പോ ദാഹിക്കുന്നുണ്ടോ?''

''ബാർലി വെള്ളം തരട്ടെ? എന്നാലേ ക്ഷീണം മാറുള്ളൂ.''

രവി ആദ്യമൊന്നും തീരെ മറുപടി പറഞ്ഞിരുന്നില്ല. പിന്നെ മെല്ലെ മെല്ലെ അവളുടെ ചോദ്യങ്ങൾക്ക് തലകുലുക്കാനും മറുപടി പറയുവാനും തുടങ്ങി. അവൾ അവനെ മെല്ലെ എഴുന്നേല്പിച്ച്, സ്വന്തം ദേഹത്തേക്ക്

ചാരിയിരുത്തും. ഓരോ കവിളായി ബാർലി വെള്ളമോ, പാലോ, വായിലേക്ക് ഒഴിച്ചുകൊടുക്കും.

''ഇന്ന് മോന് അല്പം പൊടിയരിക്കഞ്ഞി തരട്ടേ?''

''വേണ്ട.''

''അയ്യോ! അതു പറ്റില്ല. ക്ഷീണം മാറണ്ടേ? എങ്കിലല്ലേ സ്കൂളിൽ പോകാൻ പറ്റൂ.''

പെട്ടെന്ന് അവൻ പറഞ്ഞു: ''ഞാൻ സ്കൂളിൽ പോവില്ല. എനിക്ക് ഇനി പഠിക്കേണ്ട.''

സീത നടുങ്ങി. അവന്റെ ശബ്ദത്തിൽ പഴയ പക, രൂക്ഷത.

അവൾ ആവുന്നത്ര താണമട്ടിൽ, ദയനീയമായി പറഞ്ഞു: ''അങ്ങനെ പറയരുത്. മോന് പഠിച്ചുപഠിച്ച് വലിയ ആളാവേണ്ടേ? മോൻ...''

''ആ സ്കൂളിൽ ഞാനിനി പോവില്ല. ആര് പറഞ്ഞാലും. ആ സ്കൂളെ നിക്കിഷ്ടമല്ല. അച്ഛനെന്നെ തല്ലിക്കോട്ടെ, തല്ലിക്കൊന്നോട്ടെ.''

രവി കിതച്ചു. ഒറ്റശ്വാസത്തിൽ പറഞ്ഞുതീർക്കുമ്പോഴേക്കും അവന്റെ സ്വരം വല്ലാതെ ഇടറി.

സീതയ്ക്ക് സങ്കടം വന്നു. അവന്റെ കുരുന്ന് മനസ്സിലെ ഭയം, തളർച്ച, നിസ്സഹായത - ഒക്കെ അവളറിഞ്ഞു. അവൾ അവന്റെ പുറം തടവി ആശ്വസിപ്പിച്ചു.

''മോനിനി ഒരിക്കലും ആ സ്കൂളിൽ പോവണ്ട. മോനെ അവിടെ അയയ്ക്കില്ല. അയയ്ക്കാൻ ഞാൻ സമ്മതിക്കില്ല.''

രവിയുടെ കണ്ണുകൾ തിളങ്ങി. അവൻ അവളുടെ കണ്ണുകളിലേക്ക് അവിശ്വാസത്തോടെ വീണ്ടും വീണ്ടും നോക്കി.

''സത്യമാണ് പറയുന്നത്. മോനെന്നെ വിശ്വാസമില്ലേ?''

രവി വിളിച്ചു. ''അമ്മേ... തീർച്ച?''

സീതയുടെ ഹൃദയം തുടിച്ചു. അവൾ കാതു വിടർത്തി ആ വിളി കേട്ടു. അമ്പരപ്പ്, അത്ഭുതം. അവൾക്കെന്തൊക്കെ വികാരങ്ങളായിരുന്നു.

രവി വീണ്ടും ചോദിച്ചു: ''അമ്മേ, സത്യമാണോ നിങ്ങൾ പറയുന്നത്?''

''അതേ, സത്യം. എന്റെ മോനിഷ്ടമില്ലാത്തതൊന്നും അമ്മ ചെയ്യില്ല.''

അവൾ കുനിഞ്ഞ് അവന്റെ നിറുകയിൽ ചുംബിച്ചു. അപ്പോൾ മനസ്സ് മന്ത്രിച്ചു. -എന്റെ മകൻ... എന്റെ പൊന്നു മകൻ...

എന്തൊരാനന്ദം! എന്തൊരാത്മനിർവൃതി.

അവൾക്ക് ലോകമാകെ ഓടിനടന്ന് വിളിച്ച് പറയണമെന്ന് തോന്നി. ഞാൻ ജയിച്ചിരിക്കുന്നു. നഷ്ടപ്പെട്ടതെല്ലാം നേടിയിരിക്കുന്നു. എന്റെ ജന്മം സഫലമായിരിക്കുന്നു.

ഉഷ പരിഭവിച്ചു: ''അമ്മ എന്റെയാ; ചേട്ടന്റെയല്ല.''

സീത ചിരിച്ചു. അവൾ ഉഷയെ മാറോടുചേർത്തു.

''അമ്മ രണ്ടുപേരുടേയും അമ്മയാണ്. ചേട്ടന്റേയും അനിയത്തിയുടേയും.'' അവൾ അഭിമാനത്തോടെ മക്കളെ മാറിമാറി നോക്കി.

രവിയുടെ അസുഖം മാറി. അവൻ എഴുന്നേറ്റ് നടക്കാൻ തുടങ്ങി. പൊടിയരിക്കഞ്ഞി കുടിച്ചു. സീത പറഞ്ഞതൊക്കെ അനുസരിച്ചു. അവന് പഴയ ഉത്സാഹവും പ്രസരിപ്പും ഉണ്ടായി. അവൻ പഴയ രവിയായി. അമ്മയില്ലാതെ, സീതയില്ലാതെ, അവന് ഒന്നും വയ്യ. ഒന്നും വേണ്ട. കുളിക്കാൻ, ആഹാരം കഴിക്കാൻ, ഉറങ്ങാൻ....

നാണിയമ്മ മൂക്കത്ത് വിരൽ വെച്ചു.

സൗദാമിനിച്ചേച്ചി പറഞ്ഞു: ''സീത അധികം ലാളന കാട്ടണ്ട. ചെക്കൻ വഷളാവും. ഇത്രേം വലുതായ കുട്ട്യേ കുളിപ്പിക്കാനും ഊട്ടാനും ഒറക്കാനും ഒന്നും നിക്കണ്ട. അവസാനം അവൻ അനുസരിക്കാണ്ടാവും.''

സീത നിറഞ്ഞ ഹൃദയത്തോടെ പറഞ്ഞു: ''സാരമില്ല ചേച്ചീ, അവൻ അമ്മയില്ലാത്ത കുട്ടിയല്ലേ?''

''എന്നുവെച്ചിട്ടോ? അമ്മയുള്ള കുട്ട്യോളെ എല്ലാരും തലേൽ കേറ്റി വെച്ചിരിക്ക്വാ? എന്റെ രമേം, സോമനേം നോക്കൂ. ഞാനെപ്പഴും അവരുടെ കൂടിരിക്ക്യാ? കുട്ടികളെ, അവരുടെ പാട്ടിന് വിടുകയാവും ഭേദം.''

സീത അതുകേട്ടഭാവം നടിച്ചില്ല. സീത നല്ല ഒരമ്മയായി - പ്രസവിക്കാതെ തന്നെ. അവൾക്കതിൽ അഭിമാനം തോന്നി. അവൾക്കൊന്നിനും സമയം തികയാതെയായി. ഉണർന്നാൽ, ഉറങ്ങുന്ന സമയംവരെ വിശ്രമമില്ലാതായി.

ഒരു ദിവസം നാരായണൻനായർ പറഞ്ഞു: ''സീതയ്ക്കെന്റെ കാര്യം ശ്രദ്ധിക്കാൻ നേരം കിട്ടാതായി.''

സീത ചിരിച്ചു. പിന്നെ ലജ്ജ തോന്നി. അദ്ദേഹം എന്താണങ്ങനെ പറഞ്ഞത്?

അയാൾ തുടർന്ന് പറഞ്ഞു: ''എനിക്ക് സന്തോഷമേയുള്ളൂ. എന്റെ മക്കൾക്ക് അമ്മയെ കിട്ടിയിരിക്കുന്നു. നല്ല ഒരമ്മയെ.''

ഒരു രാത്രി കുട്ടികൾ ഉറങ്ങിക്കഴിഞ്ഞപ്പോൾ നാരായണൻനായർ പറഞ്ഞു:

''നാളെമുതൽ രവിയെ സ്കൂളിൽ വിടാമെന്ന് തോന്നുന്നു.''

''കുറച്ചുകൂടി ക്ഷീണം മാറിയിട്ട് പോരേ?''

അയാൾ ചിരിച്ചു. ''അവന്റെ ക്ഷീണമൊക്കെ മാറി. ഇനിയും വിടാതിരുന്നാൽ അവന് മടിപിടിക്കും.''

സീത മിണ്ടിയില്ല.

''നാളെത്തന്നെ കൊണ്ടുപോയാക്കാം. എന്തുപറയുന്നു?''

സീത ഉൽകണ്ഠയോടെ ചോദിച്ചു: ''എവിടെ? ഇനിയും ആ ബോർഡിങ് സ്കൂളിൽത്തന്നെയോ?''

''പിന്നല്ലാതെ? അവിടെന്താ കുഴപ്പം?''

''വേണ്ട. രവിയെ അവിടെ അയയ്ക്കണ്ട.''

''ഉം?'' അയാളുടെ ചോദ്യത്തിൽ അസ്വസ്ഥത.

''അത്... അത്... രവിക്ക് ആ സ്കൂൾ ഇഷ്ടമല്ല.''

നാരായണൻ നായർ ചിരിച്ചു.

''അത് നല്ല സ്കൂളാണ് സീതേ. നല്ല കോച്ചിങ്. ഒന്നാന്തരം ഡിസിപ്ലിൻ. ഇക്കാര്യത്തിൽ, കുട്ടികളുടെ ഇഷ്ടം നോക്കേണ്ട കാര്യമില്ല.''

സീത അസ്വസ്ഥയായി. ഇനിയും രവിയെ നിർബ്ബന്ധിച്ചയച്ചാൽ, അവന്റെ മനസ്സ്...

അവൾ യാചിക്കും മട്ടിൽ പറഞ്ഞു: ''രവിക്ക് ആ സ്കൂളെന്നു കേട്ടാൽ ഭയമാണ്. അവന് തീരെ ഇഷ്ടമല്ല അവിടെ പോകുന്നത്. നമുക്കവനെ പഴയ സ്കൂളിൽത്തന്നെ...''

''ഛെ, ഛെ.... സീത എന്തൊരു വിഡ്ഢിത്തമാണ് പറയുന്നത്. തല്ക്കാലത്തെ ഇഷ്ടക്കേടുനോക്കി അവന്റെ ഭാവിതന്നെ നശിപ്പിക്കാനോ? രവിയെ സീതയ്ക്കറിയില്ല. കുറച്ചൊക്കെ ഭയം നല്ലതാണ്. നല്ല അച്ചടക്കമുള്ള, നിയന്ത്രണമുള്ള ഒരന്തരീക്ഷത്തിൽ വളർന്നാലേ അവൻ നന്നായി വരൂ. ഇവിടെ നിർത്തിയാൽ, അവൻ വഷളാകും സീതേ.''

''ഇല്ല അവനെ ഇനിയും വേദനിപ്പിക്കാൻ ഞാൻ സമ്മതിക്കില്ല. അവനിനിയും ആകെ തകരും. നിങ്ങളെന്നെ വിശ്വസിക്കൂ. രവിയെ എന്നെ ഏല്പിക്കൂ. ഞാൻ അവനെ നല്ല കുട്ടിയായി വളർത്താം. അവന്റെ വാശിയും മടിയുമൊക്കെ ഞാൻ മാറ്റിയെടുക്കാം. അവൻ എത്രനല്ല കുട്ടിയായിരിക്കുമെന്ന് നിങ്ങൾ കണ്ടോളൂ.''

നാരായണൻനായർക്ക് മിണ്ടാനായില്ല. അയാൾ അവളെ നോക്കിയിരുന്നു. അയാളുടെ കണ്ണുകളിലെ അവിശ്വാസം, സംശയം. സീത അധീരയായി.

''എനിക്ക് അവനെ പിരിയാൻ വയ്യാതായിരിക്കുന്നു. രവിയും ഉഷയും ഞാൻ പ്രസവിച്ച കുട്ടികളല്ല. അവരെന്റെ മക്കളല്ല. ആവുകയുമില്ല. പക്ഷേ... പക്ഷേ...'' സീത വിതുമ്പിപ്പോയി. ''പക്ഷേ... എനിക്കൊരവസരം തരൂ... അവരുടെ അമ്മയാവാൻ.''

നാരായണൻനായർ മൂകനായി. അയാൾ ഗാഢമായി ആലോചിക്കുകയായിരുന്നു.

അല്പം കഴിഞ്ഞ് സീത പെട്ടെന്ന് പറഞ്ഞു: ''അല്ലെങ്കിൽ വേണ്ട. ഞാൻ പറയുന്നത് വിശ്വസിക്കാൻ കഴിയുന്നില്ലെങ്കിൽ അവനെ എവിടെ വേണമെങ്കിലും അയച്ചോളൂ. ആവശ്യപ്പെടാനും ആഗ്രഹിക്കാനും എനിക്ക് അവകാശമില്ലല്ലോ.''

നാരായണൻ നായർ വിളിച്ചുപോയി. ''സീതേ!'' അയാളുടെ സ്വരത്തിൽ വേദനയും നനവുമുണ്ടായിരുന്നു.

''സീതേ, എനിക്ക് നിന്നെ വിശ്വാസമാണ്. ഞാൻ എന്റെ രവിയെ നിന്നെ ഏല്പിക്കുകയാണ്. എനിക്ക് സന്തോഷം തോന്നുന്നു. അടക്കാനാവാത്ത സന്തോഷം. ഞാനില്ലാതായാലും എന്റെ കുട്ടികൾ അനാഥരാവില്ല. അവർക്കമ്മയുണ്ട്. അമ്മ...''

നാരായണൻനായരുടെ ശബ്ദം ഇടറി. അയാൾ കൺപോളകൾ തെരുതെരെ അടയ്ക്കുകയും തുറക്കുകയും ചെയ്തു.

സീത, അയാളുടെ വാ പൊത്തിക്കളഞ്ഞു. അവൾക്കും കരച്ചിൽ നിയന്ത്രിക്കാനാവുമായിരുന്നില്ല. അവൾ പറയാനാശിച്ചു: അശുഭം പറയാതിരിക്കൂ. നിങ്ങളില്ലാതായാൽ, അനാഥയാകുന്നത് സീതയായിരിക്കും. സീതയ്ക്ക് ഈ ലോകത്തിൽ ആരുമില്ല. അനാഥയായ സീത. അവളുടെ നെറ്റിയിലെ കുങ്കുമം മായിച്ചുകളയാതിരിക്കൂ. ഒരിക്കൽകൂടി വിധവയുടെ വേഷം അണിയാൻ സീതയ്ക്ക് ശക്തിയില്ല.

അവളുടെ കണ്ണുകൾ നിറഞ്ഞൊഴുകി.

നാരായണൻനായർ സ്വപ്നത്തിലെന്നതുപോലെ പറയാൻ തുടങ്ങി.

''ശാരദ മരിച്ചപ്പോൾ, എന്റെ കുഞ്ഞുങ്ങൾ അനാഥരായി എന്ന് ഞാൻ വിചാരിച്ചു. മറ്റൊരു സ്ത്രീക്കും എന്റെ കുട്ടികളെ സ്നേഹിക്കാനാവുമെന്ന്, ഞാൻ കരുതിയിരുന്നില്ല. ഒരു രണ്ടാംവിവാഹം ചെയ്യാൻ ഞാൻ ഭയപ്പെട്ടിരുന്നു സീതേ. പക്ഷേ... ഇപ്പോൾ എനിക്ക് തോന്നുന്നു, ഞാൻ രണ്ടാംവിവാഹം ചെയ്തിട്ടേയില്ലെന്ന്.''

സീത പുഞ്ചിരിക്കാൻ ശ്രമിച്ചു. ഹൃദയം സന്തോഷംകൊണ്ട് പൊട്ടിപ്പിളരുന്നുവെന്ന് തോന്നി. അവൾ നാരായണൻനായരെ നോക്കിയിരുന്നു. എത്ര സ്നേഹസമ്പന്നനാണ് ഈ മനുഷ്യൻ. പകുതിയിലധികം കഷണ്ടികയറിയ, നരച്ചു തുടങ്ങിയ, പ്രായത്തിലേറെ വാർദ്ധക്യം തോന്നിക്കുന്ന ഈ മനുഷ്യന്റെ മുഖം ഒട്ടും ആകർഷകമല്ല. എന്നിട്ടും സീതയ്ക്ക് ഈ മനുഷ്യനോട് സ്നേഹം തോന്നുന്നു.

ചേട്ടത്തിയമ്മയുടെ വാക്കുകൾ: ''സീതേ, സീത അയാളെ കണ്ടോ? അയാൾ സീതയ്ക്ക് ചേരില്ല. ഒരു കിളവന്റെ മട്ട്. പ്രായവും അധികം. കാണാനും കൊള്ളില്ല.''

ഉറക്കെ വിളിച്ചു പറയണമെന്നുതോന്നുന്നു. ഇപ്പോൾ ചേട്ടത്തിയമ്മയെ കണ്ടിരുന്നെങ്കിൽ സീത ഉറക്കെ വിളിച്ചുപറഞ്ഞേനേ: ''ചേട്ടത്തിയമ്മേ, സൗന്ദര്യം ശരീരത്തിനല്ല, മനസ്സിനാണ്. പ്രായം ശരീരത്തിനല്ല; മനസ്സിനാണ്. നാരായണൻനായരെപ്പോലെ സുന്ദരനായ, ചെറുപ്പക്കാരനായ ഒരാളെ ഇതുവരെ ഞാൻ കണ്ടിട്ടില്ല.''

നാരായണൻനായർ പറഞ്ഞു: ''നേരം വളരെയായി. നമുക്കുറങ്ങാം. നീ പറയുന്നതുപോലെ, നീ പറയുന്നതുപോലെ മാത്രം ഞാൻ ചെയ്യാം.''

അത്രയും നേരം വീർപ്പുമുട്ടി നിന്ന മൗനം ഭജ്ഞിക്കപ്പെട്ടു. പെട്ടെന്ന് തുറന്ന അന്തരീക്ഷത്തിലെത്തി ശുദ്ധവായു ശ്വസിക്കാൻ കഴിഞ്ഞ ആശ്വാസം. സീത ഈശ്വരന് നന്ദി പറഞ്ഞ് വിളക്കണച്ചു. കിടന്നു. പക്ഷേ, അവൾക്കത്രവേഗം ഉറങ്ങാൻ കഴിഞ്ഞില്ല. നാരായണൻനായർ കൂർക്കം വലിക്കാൻ തുടങ്ങി.

മുപ്പത്

സീതയ്ക്കു തോന്നി ലക്ഷ്യത്തിലെത്തിയിരിക്കുന്നു. സ്നേഹമുള്ള ഭർത്താവ്, സ്നേഹമുള്ള കുട്ടികൾ, ഐശ്വര്യവും സമൃദ്ധിയുമുള്ള കുടുംബം. അച്ഛന്റേയും ശേഖരേട്ടന്റേയും ചേട്ടത്തിയമ്മയുടേയും ആരുടേയും സ്നേഹം, സഹായം, സഹതാപം സീതയ്ക്കിനി ആവശ്യമില്ല. സീത എല്ലാവരെയും തോല്പിച്ചിരിക്കുന്നു.

അന്ധകാരം നിറഞ്ഞ ഭൂതകാലം വിസ്മരിക്കാൻ അവൾ കൊതിച്ചു. ഒരാളെ സ്നേഹിക്കുക. മറ്റൊരാളെ വിവാഹം കഴിക്കുക. വിവാഹം കഴിഞ്ഞ് ഏതാനും മാസങ്ങൾ കഴിയും മുൻപ് വിധവയാവുക, എന്തൊരു കടുത്ത വിധിയാണത്. സീത അതേറ്റുവാങ്ങി. പിന്നീടുള്ള ജീവിതം മുഴുവനും ശവക്കുഴിയിലേക്കെടുക്കുന്ന അവസാനനിമിഷം വരെയും, ലോകത്തിന്റെ മുഴുവൻ സഹതാപത്തിന് പാത്രമായി ജീവിക്കാൻ തയ്യാറായി. ഭർത്താവ് മരിച്ചതിലായിരുന്നില്ല അപ്പോഴൊക്കെയും ദുഃഖം. അച്ഛന്റേയും ശേഖരേട്ടന്റേയും തടവുകാരിയായി കഴിയേണ്ടിവരുന്നതിലായിരുന്നു സങ്കടം, പക. അതുകൊണ്ട് വെളിച്ചത്തിൽ നിന്നകന്ന് വാതിലുകളും ജനലുകളും ബന്ധിച്ച്, സ്വയം തടവറതീർത്ത് ശിക്ഷിക്കപ്പെട്ട് കഴിയാനാശിച്ചു. ഇനിയൊരിക്കലും, സൂര്യപ്രകാശത്തിൽ വിടരുന്നൊരു താമരയായിത്തീരുമെന്ന് കരുതിയില്ല. പക്ഷേ... തമസ്സ് പിൻവാങ്ങിയിരിക്കുന്നു, വീണ്ടും പ്രഭാതം തന്നെ തേടിയെത്തിയിരിക്കുന്നു. സീത സന്തോഷിച്ചു.

രവിയും ഉഷയും മത്സരമാണ്. രണ്ടുപേർക്കും എന്തിനും അമ്മ വേണം. അമ്മയുടെ കഥകൾ കേട്ട്, അമ്മയുടെ ഒപ്പം കിടന്നുറങ്ങണം.

നാരായണൻനായർ, കണ്ണട കൈയിലെടുത്ത് അമർത്തിത്തുടച്ചുകൊണ്ട് ഗൗരവത്തിൽ പറഞ്ഞു: ‘‘രവീ, നീ അച്ഛന്റെയൊപ്പം കിടന്നാൽ മതി.’’

രവി പിണങ്ങി. അവന് ദേഷ്യം വന്നു. അവന്റെ കണ്ണുകൾ നിറഞ്ഞു: ‘‘അപ്പോൾ അനിയത്തിയോ?’’

‘‘ഉഷ നിന്നേക്കാൾ ചെറിയ കുട്ടിയാണ്. അവൾ കിടക്കട്ടെ സീതയുടെ കൂടെ. രണ്ടാളുംകൂടി അവളെ ബുദ്ധിമുട്ടിക്കണ്ട.’’

‘‘ഞാനാരുടേയും കൂടെ കെടക്കുന്നില്ല. ഞാൻ നാണിയമ്മേടെ മുറീൽ കെടന്നോളാം. അല്ലെങ്കിൽ എവിടെങ്കിലും.’’

സീതയ്ക്ക് തമാശ തോന്നി. രവിക്കിപ്പോൾ സീതയുടെ ഒപ്പം കിടക്കണം. അതിനാണ് ഈ പിണക്കം. ഈ രവിയാണോ, താൻ വന്നപ്പോൾ തന്നോട് വാശി കാട്ടിയിരുന്നത്? പിണങ്ങിനടന്നിരുന്നത്? നിങ്ങളെന്റെ ആരാണ്? എന്നു ചോദിച്ചിരുന്നത്? സ്വയം, വലിയ കുട്ടിയാണെന്ന് അന്ന് ഭാവിച്ചിരുന്നത്. കഷ്ടം! രവി എത്ര ചെറിയ കുട്ടിയാണ് പാവമാണ്. എത്ര ലോലമാണ് അവന്റെ മനസ്സ്.

നാരായണൻനായർ സ്നേഹമുള്ള അച്ഛനാണ്. അപൂർവ്വമായി മാത്രമേ ദേഷ്യം വരാറുള്ളൂ. അയാൾ വിളിച്ചു: ''രവി ഇന്നച്ഛന്റെ കൂടെ കിടന്നാൽ മതി.''

''ഇല്ല. ഞാൻ കിടക്കില്ല.''

സീത പറഞ്ഞു: ''മോനിവിടെ കിടന്നോളൂ. ഇതാ, ഈ കട്ടിലിൽ സ്ഥലമുണ്ട്.''

''വേണ്ട.'' രവി വാശി കാട്ടി.

''ശരി. പോയ്ക്കോളൂ. എവിടെ വേണമെങ്കിലും പോയി കിടന്നോളൂ. നിന്റെ ഒരു വാശി.''

അച്ഛന്റെ ദേഷ്യംപുരണ്ട വാക്കുകൾ. രവി ഇറങ്ങിപ്പോയി. നാരായണൻനായർ എഴുന്നേറ്റു വാതിലടച്ചു. ലൈറ്റണച്ചു. സീതയ്ക്ക് പേടിയായി. ഉറക്കം വരുന്നില്ല. ഇന്ന് രാത്രി ഉറങ്ങാനേ കഴിയില്ല.

നാരായണൻനായർ ഉറങ്ങി. സീത തുറന്നുകിടന്ന ജനലിലൂടെ പുറത്തേക്കു നോക്കി കിടന്നു. വാഴത്തോട്ടത്തിൽ തളം കെട്ടിയ നിലാവ്. വാഴത്തോട്ടത്തിലൂടെ ഊളിയിട്ടു പോകുന്ന നേർത്ത കാറ്റ്.

രവി എവിടെ? അവനെന്തുചെയ്യുകയാവും? അവന് പേടിയാവില്ലേ? അമ്മയില്ലാത്ത കുട്ടി! തനിച്ച്, ഇരുട്ടിൽ.

അവൾ എഴുന്നേറ്റു. ശബ്ദമുണ്ടാക്കാതെ വാതിൽ തുറന്നു. ടോർച്ച് തെളിച്ചു നടന്നു. നാണിയമ്മ കിടക്കുന്ന മുറിയിൽ എത്തി. നാണിയമ്മ തറയിൽ കാൽ നീട്ടിയിരുന്നു മുറുക്കുന്നുണ്ടായിരുന്നു. അവിടെ രവിയെ കണ്ടില്ല.

''നാണിയമ്മേ, രവിയെവിടെ?''

''രവിയോ?'' നാണിയമ്മ പരിഭ്രമിച്ചു. ''ഇവിടെ വന്നില്ലല്ലോ. എവിടെപ്പോയി?''

''അച്ഛനുമായി പിണങ്ങി. ഞാൻ പറഞ്ഞിട്ട് കേട്ടില്ല. നാണിയമ്മേടെ മുറീൽ കെടക്കാനാണെന്നു പറഞ്ഞിട്ടാ പോന്നത്.''

''ഇങ്ങനെയൊരു കുട്ടി. ഒരു മനുഷ്യനെ വകവെക്കില്ല.'' നാണിയമ്മ പിറുപിറുത്തു.

സീത അടുത്ത മുറികളിലൊക്കെ ലൈറ്റിട്ടു. തിരഞ്ഞു. അവസാനം കണ്ടെത്തി. ഉമ്മറത്തേക്കുള്ള വാതിൽ തുറന്നു കിടന്നു. അരമതിലിൽ, ഉമ്മറത്ത് കമിഴ്ന്നു കിടക്കുന്നു.

നാണിയമ്മയ്ക്ക് ദേഷ്യം വന്നു.

''കുട്ടിക്ക് ധിക്കാരം കുറച്ചു കൂടുന്നുണ്ട്.''

''നാണിയമ്മ മിണ്ടാതിരിക്കൂ.''

സീത തടഞ്ഞു. അവൾ രവിയുടെ പുറം തടവി.

''മോനേ...''

''വേണ്ട. എന്നെ വിളിക്കണ്ട, സ്നേഹം കാട്ടണ്ട. ആർക്കും എന്നോട് സ്നേഹമില്ല.''

''എന്നാര് പറഞ്ഞു? എങ്കിൽ, മോനേ തിരക്കി വരണോ ഇപ്പോൾ?''

''വേണ്ട. ഞാൻ വിശ്വസിക്കില്ല. എന്നോടൊന്നും പറയണ്ട.''

അവൻ എഴുന്നേറ്റില്ല.

''അമ്മയ്ക്ക് ഈ ലോകത്തിൽ ഏറ്റവും അധികം സ്നേഹം രവിയോടാണ്.''

രവി ചാടിയെഴുന്നേറ്റു.

''അതാവും എന്നെ അവിടെ കിടക്കാൻ സമ്മതിക്കാഞ്ഞത്?''

അവന്റെ കണ്ണുകളിൽ അവിശ്വാസത്തിന്റെ രേഖകൾ.

അവൾ ചിരിച്ചു: ''രവി വരുന്നില്ലെങ്കിൽ, ഞാനും ഇന്നീ ഉമ്മറത്ത് രവീടെ അടുത്ത് കിടക്കാൻ പോവ്വാ, നാണിയമ്മേ, വാതിലടച്ചോളൂ.''

''ഞാൻ അമ്മേടെ കൂടെ കിടക്കട്ടേ?''

''കിടന്നോളൂ മോനേ. മോനെ വിളിക്കാനല്ലേ അമ്മ ഇപ്പോ വന്നത്.''

''സത്യം?''

''സത്യം.''

അവന്റെ മുഖം തെളിഞ്ഞു. കാർമേഘങ്ങളൊഴിഞ്ഞ ആകാശം പോലെ, രവിയുടെ പിണക്കം മാറി. അവൻ ഒപ്പം വന്നു.

നാണിയമ്മ വാതിലുകൾ അടച്ചു. ലൈറ്റുകൾ കെടുത്തി.

രാത്രി ഏറെയായിരുന്നു. ലോകം മുഴുവൻ ഉറങ്ങിക്കഴിഞ്ഞിരുന്നു.

''അമ്മ ഒരു കഥ പറയൂ.''

''എന്ത് കഥ പറയാൻ? മോനുറങ്ങൂ.''

''കഥ പറഞ്ഞാലേ എനിക്കുറക്കം വരൂ. പണ്ടൊക്കെ അമ്മ എനിക്ക് കഥ പറഞ്ഞുതന്നിരുന്നു. നല്ല കഥകൾ.''

പെട്ടെന്ന് അന്തരീക്ഷത്തിന് കനം വെച്ചു. കെട്ടഴിഞ്ഞുവീണ മൗനം. രവി മൂകനായി. സീതയും. ഓർമ്മകൾ. അതെത്ര ദുസ്സഹമാണ്. ഒരിക്കലും അവയിൽനിന്ന് മോചനമില്ല.

അല്പം കഴിഞ്ഞ് രവി വിളിച്ചു: ''അമ്മേ...''

സീത വിളികേട്ടു.

''കഥ പറയൂ, അമ്മേ!''

സീത പറയാനാശിച്ചു. ഈ അമ്മയുടെ കഥ പറയട്ടേ? അമ്മയുടെ ജീവിതം ഒരു കഥയാണ്. പക്ഷേ, നിനക്ക് മനസ്സിലാവില്ല. മനസ്സിലായാലും ഇഷ്ടപ്പെടില്ല. കണ്ണീരിന്റെ നനവിൽ ചെതുക്കിച്ചുപോയ, ഒരു പഴങ്കഥ. അതു നിനക്ക് രസിക്കില്ല മോനേ.

''പറയൂ അമ്മേ...'' രവി വാശിപിടിച്ചു.

''പറയാം, അമ്മ പറയാം. ഒരിടത്തൊരിടത്ത്...'''

സീത പറയാൻ തുടങ്ങി.

കഥ കേട്ട് രവി ഉറങ്ങി. അവൻ രണ്ടുകാലുകളും സീതയുടെ വയറ്റത്തുകയറ്റി വെച്ചാണ് കിടന്നിരുന്നത്. സീത അവന്റെ കവിളിൽ ഉമ്മ വെച്ചു. അഭിമാനത്തോടെ, പുളകത്തോടെ ഓർത്തു. പത്തുമാസം ചുമക്കാതെയും പ്രസവവേദന അറിയാതെയും അമ്മയാവുക. മുലയൂട്ടാതെ തന്നെ അമ്മയുടെ ആനന്ദവും ആത്മനിർവൃതിയും അനുഭവിക്കുക. എന്തൊരത്ഭുതമാണ്! സീത അത്ഭുതം കാട്ടിയിരിക്കുന്നു.

ജനലിലൂടെ കടന്ന് വരുന്ന നേർത്ത കുളിരുള്ള കാറ്റ് മനസ്സും ശരീരവും ഒരുപോലെ തണുപ്പിക്കുന്ന കാറ്റ്. നല്ല സുഖം തോന്നി. സീത കണ്ണടച്ച് കിടന്നു.

* * *

രവി വാശിപിടിച്ചു.

''ഞാനും വരും. അമ്മയുടെ വീട്ടിൽ ഞാനും വരും.''

അവൾക്ക് ഇഷ്ടമായിരുന്നു. ആഗ്രഹിച്ചതുമാണ്. പക്ഷേ, നാരായണൻനായർ സമ്മതിച്ചില്ല. എന്തിനാണത്? ആവശ്യമില്ലാത്ത ഏർപ്പാടാണത്. ഇത്രയും ദൂരം അവരെന്തിനാണ് വരുന്നത്? തിരിച്ച് വരുന്നതുവരെ അവരെ സൗദാമിനിച്ചേച്ചിയുടെ വീട്ടിൽ നിർത്താം.

നാണിയമ്മയും അങ്ങനെതന്നെ പറഞ്ഞു. സീതയ്ക്ക് ശബ്ദമില്ലാതെയായി. കുട്ടികളുടെ അച്ഛനാണ് പറയുന്നത്. കുട്ടികൾ സീതയുടെ വീട്ടിൽ പോകേണ്ട ആവശ്യമില്ലെന്ന് തീരുമാനിക്കുന്നത്. വേണമെന്നും വേണ്ടെന്നും പറയാൻ സീതയ്ക്ക് അവകാശമില്ല.

രവി, സീതയുടെ സാരിത്തുമ്പിൽ തൂങ്ങി: ''ഞാനും വരും. എന്നെ കൊണ്ടുപോയില്ലെങ്കിൽ, ഞാനമ്മയോട് ഒരിക്കലും മിണ്ടില്ല. ഞാനിവിടെ വഴക്കുണ്ടാക്കും, നാണിയമ്മയോടും അപ്പച്ചിയോടും ഒക്കെ.''

ഉഷയും കരയാൻ തുടങ്ങി. സീത ധർമ്മസങ്കടത്തിലായി. സീത വീണ്ടും ഭർത്താവിനോടപേക്ഷിച്ചു: ''നമുക്ക് കുട്ടികളെക്കൂടി കൊണ്ടുപോകാം''

''വേണ്ട സീതേ, അതൊക്കെ നിനക്ക് ബുദ്ധിമുട്ടാണ്.''

സീതയ്ക്ക് ധൈര്യം കിട്ടി. പറയാനവസരം കിട്ടി.

''ഒരു ബുദ്ധിമുട്ടുമില്ല. ഞാൻ പ്രസവിച്ച കുട്ടികളായിരുന്നെങ്കിലോ? അവർ എന്റെ കുട്ടികളല്ലാഞ്ഞിട്ടല്ലേ?''

സീതയുടെ തൊണ്ടയിടറി. കണ്ണുകൾ നിറഞ്ഞു.

''ശരി. നിന്റെ ഇഷ്ടം.''

രവിയും ഉഷയും ഉത്സാഹത്തോടെ ഒരുങ്ങി. സീത ഉഷയുടെ തല മുടിയിൽ റിബ്ബൺ കെട്ടി. നെറ്റിയിൽ ചുവന്ന പൊട്ടിട്ടുകൊടുത്തു.

''അമ്മേ, ഈ ഷർട്ടിന്റെ കോളർ ഒന്ന് ശരിയാക്കിത്തരൂ.'' രവി പറഞ്ഞു.

നാരായണൻനായർ തിരക്കുകൂട്ടി: ''വേഗമാകട്ടെ. ബസ്സ് കിട്ടില്ല.''

അയാൾ മുന്നിൽ. സീതയും കുട്ടികളും പിന്നിൽ.

* * *

നാരായണൻനായരുടെ മക്കളുടെ കൈപിടിച്ച് സീത പടിപ്പുര കടന്നു വരുന്നത് ചേട്ടത്തിയമ്മയാണ് ആദ്യം കണ്ടത്. അച്ഛൻ രാവിലത്തെ കാപ്പികുടി കഴിഞ്ഞ് ഉമ്മറത്തെ ചാരുകസേരയിൽ മയങ്ങുകയായിരുന്നു. ചേട്ടത്തിയമ്മ അത്ഭുതപ്പെട്ടു. അവരുടെ കണ്ണുകൾ മിഴിഞ്ഞുപോയി.

സീത പടിപ്പുരയിൽനിന്നുതന്നെ ചേട്ടത്തിയമ്മയെ കണ്ടു. അവൾ വിളിച്ചു: ''ചേട്ടത്തിയമ്മേ...''

സീതയുടെ സ്വരത്തിലെ ആഹ്ലാദം, മുഖത്തെ പ്രസന്നത, ഒക്കെ ചേട്ടത്തിയമ്മയെ സന്തുഷ്ടയാക്കി. സീത തടിച്ചിരിക്കുന്നു. കുറച്ചുകൂടി വെളുത്തിരിക്കുന്നു. മുഖത്ത് നല്ല രക്തപ്രസാദം. പ്രൗഢയായ ഒരു വീട്ടമ്മയുടെ മട്ട്.

രവി ചോദിച്ചു: ''ഇതാ അമ്മയുടെ വീട്?''

''അതെ മോനേ.''

''അതാരാ കസേരേൽ കിടക്കുന്നത്?''

''അമ്മയുടെ അച്ഛൻ. മോന്റെ മുത്തച്ഛൻ.''

ഉമ്മറത്ത് അച്ഛനുണ്ടായിരുന്നു. അവളുടെ ശബ്ദം കേട്ട് അച്ഛൻ ഉണർന്ന് കണ്ണുകൾ തിരുമ്മിത്തുറന്നു നോക്കി.

നാരായണൻനായരെ അച്ഛന്റെ അരികിലാക്കി കുട്ടികളെയും കൂട്ടി അവൾ അകത്തേക്ക് കടന്നു. കുട്ടികൾ അമ്പരപ്പുകാട്ടി നിന്നു.

സീത ചോദിച്ചു: ''ചേട്ടത്തിയമ്മേ, ഇവിടെ എന്താ ഉള്ളത് കഴിക്കാൻ? രവിക്കും ഉഷയ്ക്കും വിശക്കുന്നുണ്ടാവും. പോരാനുള്ള ധൃതിക്ക് അവരൊന്നും ശരിക്ക് കഴിച്ചിട്ടില്ല.''

ചേട്ടത്തിയമ്മ വേഗം ചായയുണ്ടാക്കി. നേന്ത്രപ്പഴം പുഴുങ്ങി.

‘‘ഇതാ സീതേ, ചായ. ഉമ്മറത്ത് കൊണ്ടുപോയി കൊടുക്കൂ.’’ ചേട്ടത്തിയമ്മ പറഞ്ഞു.

സീത പുഴുങ്ങിയ നേന്ത്രപ്പഴം ചെറിയ കഷണങ്ങളാക്കി ചൂടാറ്റി രവിക്കും ഉഷയ്ക്കും കൊടുക്കുകയായിരുന്നു.

‘‘ചേട്ടത്തിയമ്മതന്നെ ഒന്നങ്ങോട്ട് കൊടുത്തേക്കൂ. ഞാനും കൂടി ഇവിടിരുന്നില്ലെങ്കിൽ ഇവരൊന്നും കഴിക്കില്ല.’’

അവൾ കുടിക്കാൻ പാകത്തിൽ ചായ ആറ്റിത്തണുപ്പിച്ചു. ചേട്ടത്തിയമ്മ അത്ഭുതപ്പെട്ടു. പഴയ സീതയാണോ ഇത്? വന്നവേഷം കൂടി മാറ്റാതെ കാലും മുഖവും കഴുകാൻ കൂടി നില്ക്കാതെ, ഒരിറക്കുവെള്ളം കൂടി കുടിക്കാതെ, ആരോ പ്രസവിച്ച കുട്ടികളെ സ്വന്തം മക്കളെപ്പോലെ കരുതി ഒരമ്മയെപ്പോലെ...

‘‘ചേട്ടത്തിയമ്മേ, മുരളി എവിടെ?’’

വന്നുകയറിയിട്ട് ഇത്രയും നേരം കഴിഞ്ഞിട്ടേ മുരളിയെക്കുറിച്ച് ഓർത്തുള്ളു. ചേട്ടത്തിയമ്മയ്ക്ക് ചെറിയ പരിഭവം തോന്നി. അവർ വിളിച്ചു: ‘‘മോനേ, മുരളീ... ഇതാ സീതച്ചിറ്റ വന്നു.’’

മുരളി അകലെ വന്നുനിന്നു. സീത ഒന്നുരണ്ടുതവണ വിളിച്ചിട്ടേ അവൻ അടുത്തേക്കു വന്നുള്ളൂ. ബിസ്കറ്റിന്റെ പൊതി അവന്റെ കൈയിൽ കൊടുത്ത് അവൾ ചോദിച്ചു: ‘‘മോൻ സീതച്ചിറ്റയെ മറന്നോ?’’

‘‘മറന്നത് അവനല്ല, നീയാണ്. ഇത്രകാലമായിട്ടും നീ അവനെ ഒന്നോർത്തില്ലല്ലോ. ഇവിടെ വന്നുകയറിയിട്ടുതന്നെ നേരമിപ്പോ എത്രയായി?’’

ചേട്ടത്തിയമ്മയുടെ പരിഭവം, ദുഃഖം സീത അറിഞ്ഞു. ശരിയാണ് ചേട്ടത്തിയമ്മേ, മുരളി എന്റെ ജീവനായിരുന്നു. ഇവിടം വിട്ട് പോകും മുൻപ് അവനായിരുന്നു എന്റെ എല്ലാം. പക്ഷേ, അവനെ ഇത്രകാലവും എങ്ങനെ മറക്കാൻ കഴിഞ്ഞു എന്ന് എനിക്കറിയില്ല. അവനെ ഞാനോർത്തതേയില്ല. ഓർക്കാൻ നേരം കിട്ടാഞ്ഞിട്ടാവും. ചേട്ടത്തിയമ്മ എന്നോട് പിണങ്ങരുത്. എനിക്കുതന്നെ അത്ഭുതം തോന്നുന്നു. കഴിഞ്ഞതെല്ലാം ഞാൻ മറന്നിരിക്കുന്നു.

ചേട്ടത്തിയമ്മയുടെ വാക്കുകൾ കേൾക്കാത്തതുപോലെ അവൾ മുരളിയോട് വീണ്ടും ചോദിച്ചു: ‘‘ഈ ചേട്ടനേയും ചേച്ചിയേയും മോനറിയുമോ? രവിച്ചേട്ടനും ഉഷച്ചേച്ചിയും?’’

മുരളി മിണ്ടിയില്ല. അവൻ ആശ്ചര്യത്തോടെ, അപരിചിതത്വത്തോടെ സീതച്ചിറ്റയെ കാണുകയായിരുന്നു.

കുട്ടികളുടെ കൈ കഴുകിച്ചുകൊടുത്ത് അവൾ പറഞ്ഞു: ‘‘മൂന്നാളും കൂടി അപ്പുറത്തെ മുറ്റത്തുപോയി കളിച്ചോളൂ.’’

കുട്ടികൾ കുറച്ചുനേരം അപരിചിതരായി നിന്നു. പിന്നെ സുഹൃത്തുക്കളായി. കളിക്കാൻ പുറപ്പെട്ടു.

ചേട്ടത്തിയമ്മ പറഞ്ഞു: ''വേഷം മാറ്റൂ സീതേ, ഊണ് കഴിക്കണ്ടേ? നാരായണൻനായർക്ക് വിശക്കുന്നുണ്ടാവും.''

അവൾ സാരി മാറ്റുന്നതിനിടയിൽ തിരക്കി: ''ഏട്ടനെവിടെ?''

''ഇന്ന് ആപ്പീസുണ്ട്. അത് മറന്നോ നീയ്? ചിലപ്പോ ഇന്ന് നേരത്തേ വരും.''

''ഏട്ടൻ വന്നിട്ടാവാം ഊണ്.''

''വേണ്ട, സീതേ. ചിലപ്പോ താമസിച്ചാലോ? ഒന്നും പറയാൻ പറ്റില്ല. അവർക്ക് ഊണു കൊടുക്കാം.''

തളത്തിൽ ഭർത്താവിനും അച്ഛനും സീത ഇലയിട്ടു. ചോറു വിളമ്പി. ആരും ഒന്നും സംസാരിച്ചില്ല. എന്ത് സംസാരിക്കാൻ? ഊണുകഴിഞ്ഞ്, അച്ഛൻ വീണ്ടും ഉമ്മറത്തെ ചാരുകസേരയിലേക്ക് പോയി.

കാറ്റും വെളിച്ചവും ധാരാളമായെത്തുന്ന തെക്കേമുറിയിൽ കിടക്ക വിരിച്ചു സീത നാരായണൻനായരോട് പറഞ്ഞു: ''അല്പം കിടന്നോളൂ. ഏട്ടൻ വന്നയുടനെ നമുക്ക് തിരിച്ചുപോകാം.''

ചേട്ടത്തിയമ്മയാണ് സീതയ്ക്ക് വിളമ്പിയത്. അപ്പോൾ അവൾ പഴയ സീതയായി. ചേട്ടത്തിയമ്മയോടൊത്ത് ഊണ് കഴിച്ച്, ഇവിടെ കഴിഞ്ഞിരുന്ന പഴയ നാളുകളെ ഓർത്ത് അവൾ ഊണുകഴിക്കാൻ തുടങ്ങി.

ചേട്ടത്തിയമ്മ പരിഭവിച്ചു: ''എന്നാലും, സീത ഇത്രനാളായിട്ട് ഇങ്ങോട്ടൊന്നും വന്നില്ലല്ലോ? അച്ഛൻ എത്രതവണ പറഞ്ഞെന്നോ! പലതവണ ഏട്ടനും വരാൻ ഭാവിച്ചതാ.''

പിന്നെന്താണ് വാരാഞ്ഞത് എന്നു ചോദിക്കാൻ തോന്നിപ്പോയി. അപ്പോഴേക്കും ചേട്ടത്തിയമ്മ വീണ്ടും പറഞ്ഞു: ''നീ വരുമെന്ന് കരുതി ഓരോ ദിവസവും കാത്തിരുന്നു. വിളിക്കാൻ വരരുത് എന്ന് നീ പ്രത്യേകം പറഞ്ഞിരുന്നതുകൊണ്ടാണ് ആരും വരാഞ്ഞത്. ചടങ്ങിനുപോലും നീ വന്നില്ല. വരാനും സമ്മതിച്ചില്ല.''

''എന്ത് ചടങ്ങ്?'' അവൾ പരിഹാസത്തോടെ പറഞ്ഞു. ''രണ്ടാം കല്യാണത്തിനും മൂന്നാം കല്യാണത്തിനും ചടങ്ങും വിരുന്നുമൊക്ക യായാൽ ആളുകൾ പരിഹസിക്കും. അതിലൊന്നും ഒരർത്ഥവുമില്ല. പിന്നെ, ചേട്ടത്തിയമ്മ എനിക്ക് വേണ്ടി പ്രാർത്ഥിച്ചോളൂ ഒരു കാര്യം - സീത ഒരിക്കലും ഇങ്ങോട്ട് തിരിച്ചുവരാതിരിക്കണേ എന്ന്.''

''സീതേ...'' ചേട്ടത്തിയമ്മയുടെ ശബ്ദമുയർന്നു. ''എന്താണ് നിനക്ക്, കിറുക്കോ?''

സീത ചിരിച്ചു.

''ഞാൻ ആത്മാർത്ഥമായി പറയുകയാണ്. എന്റെ പ്രാർത്ഥന അത് മാത്രമാണ്. ഞാൻ ഇനിയാർക്കും ഒരിക്കലും ശല്യമായിത്തീരരുതേ എന്ന്.''

സീത എഴുന്നേറ്റ് കൈകഴുകി തിരിച്ചുവന്ന് വീണ്ടും പറയാൻ തുടങ്ങി. ''ചേട്ടത്തിയമ്മ പറഞ്ഞില്ലേ. ആ മനുഷ്യൻ എനിക്ക് ചേരില്ലെന്ന്. പക്ഷേ, ഇത്ര സ്നേഹമുള്ള ഒരു ഭർത്താവ്... അതുപോലെ രവിയും ഉഷയും... ഇത്ര സ്നേഹമുള്ള കുട്ടികൾ വേറെ കാണില്ല. ഈ ഭാഗ്യം നിലനില്ക്കണേ എന്ന് മാത്രമേ എനിക്കാഗ്രഹമുള്ളൂ. മറ്റൊന്നും എനിക്കിനി വേണ്ട, ഒന്നും.''

ചേട്ടത്തിയമ്മ പറഞ്ഞു: ''നിന്നേം ആ കുട്ടികളേം കണ്ടാൽ നീ പ്രസവിച്ച കുട്ടികളാണെന്നേ തോന്നൂ.''

സീത അഭിമാനത്തോടെ നിന്നു. അവളുടെ മുഖം ചുവന്നുതുടുത്തു. അവൾക്ക് ഉറക്കെ പറയാൻ തോന്നി: ''തോന്നലല്ല, സത്യമാണ്. അവരെന്റെ മക്കളാണ്, അല്ലെങ്കിൽ അവരോട് ചോദിച്ചു നോക്കൂ, അവരുടെ അമ്മയാരാണെന്ന്.''

ഉച്ചതിരിഞ്ഞപ്പോൾ സീത പോകാനൊരുങ്ങി. ഏട്ടൻ ഓഫീസിൽ നിന്ന് വരുന്നില്ല.

ചേട്ടത്തിയമ്മ പറഞ്ഞു: ''നാളെ രാവിലെ പോകാം സീതേ. ഏട്ടനെ കാണണ്ടേ നിനക്ക്?''

''കാണണമെന്നുണ്ട്. പക്ഷേ, അദ്ദേഹത്തിനും കുട്ടികൾക്കും നാളെ സ്കൂളിൽ പോവണ്ടേ? ഇന്നുതന്നെ ലീവെടുത്തിട്ടാണ് വന്നത്. ഏട്ടനെ ഇനിയൊരിക്കൽ കാണാം.''

ചേട്ടത്തിയമ്മ ആശ്ചര്യത്തോടെ നോക്കിനിന്നു. അവർക്ക് വിശ്വസിക്കാൻ കഴിഞ്ഞില്ല. സീതയാണോ ഇത്? തന്നോടൊപ്പം ഈ നാലുകെട്ടിൽ കഴിഞ്ഞിരുന്ന പഴയ സീത...

നാരായണൻനായർ ഒന്നും പറഞ്ഞില്ല. സീതയ്ക്കായിരുന്നു തിടുക്കം. ഏട്ടനെ കാത്തുനില്ക്കാതെ ഭർത്താവുമൊത്ത് അവൾ പടികടന്നു. രവിയും ഉഷയും അവളുടെ രണ്ടു കൈയിലും പിടിച്ചിരുന്നു.

മുപ്പത്തിയൊന്ന്

ഉഷ സ്കൂളിൽനിന്ന് വന്നുകയറിയ ഉടൻ പറഞ്ഞു: ''ഏട്ടനെ ഇന്ന് സുധാകരൻമാസ്റ്റർ ക്ലാസീന്ന് പുറത്താക്കി.''

അവളുടെ സ്വരത്തിൽ സങ്കടവും പരിഭ്രമവും കലർന്നിരുന്നു.

''എന്തിന്?'' സീത പരിഭ്രമിച്ചു. ''രവി എന്ത് തെറ്റുചെയ്തു?''

''ഏട്ടനെവിടെ മോളേ?''

''എനിക്കറിയില്ല. ഏട്ടന്റെ ക്ലാസ്സിലെ കുട്ടികളാണ് പറഞ്ഞത്. കണക്കിന് ടെസ്റ്റ്പേപ്പർ ഉണ്ടായിരുന്നത്രെ കഴിഞ്ഞ ദിവസം. ഏട്ടനും വേറെ രണ്ടു കുട്ടികളും എഴുതിയില്ല. അതിനാ മാസ്റ്റർ പുറത്താക്കിയത്.''

സീത പുകഞ്ഞു. എന്താണ് രവി ഇങ്ങനെ? സ്കൂളിൽ പോകാനും പഠിക്കാനും ഒക്കെ മടികാണിക്കുന്നുണ്ട്. ഇക്കൊല്ലം പത്തിലാണവൻ. ബുദ്ധിയുള്ള കുട്ടി. എന്തു കാര്യവും ഒറ്റത്തവണ പറഞ്ഞാൽ മതി. ഒരിക്കലും മറക്കില്ല. അത്ര ഓർമ്മശക്തി, പക്ഷേ, ഈ അശ്രദ്ധ, മടി, മകനെക്കുറിച്ച് നാരായണൻനായരുടെ മനസ്സിലെ മോഹങ്ങളും പ്രതീക്ഷ കളും സീതയ്ക്കറിയാം. അദ്ദേഹത്തിന്റെ സ്വപ്നമാണവൻ. പക്ഷേ, രവിയുടെ പോക്ക് ദിവസങ്ങൾ കഴിയുംതോറും മോശമായി വരുന്നു. അച്ഛന്റെ മോഹങ്ങളെ തെല്ലും മാനിക്കുന്ന മട്ടില്ല. മകൻ പഠിക്കാൻ മടികാണിക്കുന്നു എന്നറിഞ്ഞാൽ, അദ്ദേഹത്തിന് സഹിക്കാനാവില്ല.

കഴിഞ്ഞ ദിവസം രവി സ്കൂളിൽ പോകാൻ മടിച്ചിരുന്നതോർത്തു. പലവട്ടം ചോദിച്ചപ്പോഴാണ് പറഞ്ഞത്. ചോദ്യങ്ങളുടെ ഉത്തരം എഴുതി ക്കൊണ്ടുപോകാനുണ്ട്. അതൊന്നും എഴുതിയിട്ടില്ല. അതുകൊണ്ട് പോകുന്നില്ല. നിർബ്ബന്ധിച്ചാണ് അന്നയച്ചത്. അദ്ദേഹം അറിഞ്ഞില്ല. അറിയിച്ചുമില്ല. അറിഞ്ഞിരുന്നെങ്കിൽ... അപൂർവ്വമായേ ദേഷ്യം വരാ റുള്ളൂ. പക്ഷേ, ദേഷ്യം വന്നാൽ നിയന്ത്രിക്കാനാവില്ല. ഒന്നുരണ്ടുവട്ടം അതു കണ്ടതാണ്. രവിയെ ക്ലാസ്സിൽനിന്ന് പുറത്തിറക്കിയ വിവരം അദ്ദേഹമറിഞ്ഞാൽ... സുധാകരൻമാസ്റ്റർ അദ്ദേഹത്തിന്റെ സുഹൃത്താവും. മകനെക്കുറിച്ച് തീർച്ചയായും പറയാതിരിക്കില്ല. പറഞ്ഞാൽ...

രവി വഷളാകുന്നു എന്നത് ശരിയാണ്. അദ്ദേഹം തീർച്ചയായും കുറ്റപ്പെടുത്തുക സീതയെയായിരിക്കും. അദ്ദേഹം മാത്രമല്ല, മറ്റെല്ലാ വരും. അന്ന് വീണ്ടും ബോർഡിങ്ങ് സ്കൂളിൽ അയച്ചിരുന്നുവെങ്കിൽ, ഇങ്ങനെയാകുമായിരുന്നില്ലെന്ന് അദ്ദേഹത്തിന് തോന്നിയേക്കാം. രവിക്ക് വേണ്ടി അന്ന് വാദിച്ചത് സീതയാണ്. അവനെ ബോർഡിങ്ങിൽനിന്ന് തിരിച്ചു കൊണ്ടുപോന്നത് സീത പറഞ്ഞിട്ടാണ്. രവിയുടെ ഭാവി സുര ക്ഷിതമാക്കിക്കൊള്ളാമെന്ന് സീത ഏറ്റതാണ്. അവന്റെ എല്ലാ കാര്യ ങ്ങളും ഉത്തരവാദിത്വത്തോടെ ഏറ്റെടുത്തതാണ്. എന്നിട്ടിപ്പോൾ...

പക്ഷേ, രവിയുടെ മുന്നിൽ താൻ അധീരയായിപ്പോകും. താൻ രവിയുടെ അമ്മയല്ല. ആ സത്യം അവനറിയാം. അവനെ ഉപദേശി ക്കാൻ, ശാസിക്കാൻ സീതയ്ക്കധികാരമില്ല. സീതയ്ക്കെന്ത് ചെയ്യാൻ കഴിയും? രവിക്ക് സീതയോട് ഇപ്പോൾ വിരോധമില്ല. പകയില്ല. സ്നേഹ മുണ്ടുതാനും. ഉഷയെപ്പോലെ അവൻ അമ്മേ എന്നുതന്നെയാണ് വിളി ക്കുന്നത്. അവൻ പഴയ രവിയല്ല. അവനിങ്ങനെ മാറുമെന്ന് കരുതിയി രുന്നില്ല. അവന് സീതയെ അമ്മയായി കാണാൻ കഴിയുമെന്ന്, സ്നേഹി ക്കാൻ കഴിയുമെന്ന് ഓർത്തിരുന്നില്ല. ഇന്ന് അവൻ സീതയെ അമ്മയായി അംഗീകരിച്ചിരിക്കുന്നു. എന്ത് കാര്യത്തിനും അമ്മ കൂടിയേ തീരൂ. അച്ഛനോടൊന്നും നേരിട്ട് പറയാറില്ല. എല്ലാം സീതയോടാണ് പറയുക.

പക്ഷേ... പക്ഷേ, സീത, സീതയാണ്. സ്വയം മറക്കാൻ അവൾക്കാ വില്ല. അതിരുകടന്നാൽ, അതിരുകടന്നുപദേശിച്ചാൽ, ശാസിച്ചാൽ, അനുസരിക്കാനും നിയന്ത്രിക്കാനും ശ്രമിച്ചാൽ... രവിയുടെ പഴയമുഖം...

രവിയുടെ പരുഷമായ ചോദ്യം, പെരുമാറ്റം, ഓർമ്മയിലുണ്ട്. ഒരിക്കലും അത് മറക്കാൻ കഴിയില്ല. ഒരുപക്ഷേ, ഇനിയും ചോദിച്ചേക്കാം - നിങ്ങളെന്റെ ആരാണ്? നിങ്ങളെന്തിനിവിടെ വന്നു, നിങ്ങൾക്കെന്താണിവിടെ കാര്യം? അങ്ങനെ ചോദിച്ചാൽ സീത ആരുമല്ലാതാകും. ഭൂമി പിളർന്ന് അന്തർദ്ധാനം ചെയ്ത ജാനകിയെപ്പോലെ സീതയ്ക്ക് സ്വയം അപ്രത്യക്ഷയാവേണ്ടിവരും. സ്വയം നഷ്ടപ്പെടേണ്ടിവരും. അനുനിമിഷം അലിഞ്ഞലിഞ്ഞു നഷ്ടപ്പെട്ടേക്കാവുന്ന ഒരു തുരുത്തിലാണ് തന്റെ അസ്തിത്വം എന്ന ബോധം നഷ്ടപ്പെട്ടുകൂടാ.

അതുകൊണ്ട്, രവി എന്ത് കാട്ടിയാലും വളരെ ശ്രദ്ധിച്ചേ അവനോട് സംസാരിക്കാറുള്ളൂ. അത്ഭുതം മറ്റൊന്നായിരുന്നു. സീതയെ ധർമ്മസങ്കടത്തിലാക്കുന്ന മട്ടിൽ രവി അധികമൊന്നും കാട്ടിയിരുന്നില്ല. അല്പം കുസൃതിത്തരം കൂടുതലുണ്ടെന്ന് മാത്രം. ഉഷയോടെപ്പോഴും വഴക്കുണ്ടാക്കുക, നാണിയമ്മയെ ശല്യപ്പെടുത്തുക, ആവശ്യമില്ലാതെ വാശി പിടിക്കുക. സീത സഹിക്കും. സാധിച്ചുകൊടുക്കാവുന്ന കാര്യങ്ങളൊക്കെ അച്ഛനറിയാതെതന്നെ സാധിച്ചുകൊടുക്കും. രവിയുടെ മുഖം വാടുന്നത്, ചുവക്കുന്നത് കാണാൻ സീതയ്ക്കാവില്ല. അവന്റെ മനസ്സ് തളരുന്നവിധം എന്തെങ്കിലും പറയാൻ അവൾക്ക് ശക്തിയില്ല. അവന്റെ ചില്ലറ മോഹങ്ങൾക്കൊന്നും അവൾ എതിരു പറയാറില്ല. എതിരു പറഞ്ഞാൽ, അവന്റെ മനസ്സ് വേദനിക്കില്ലേ? തനിക്ക് അമ്മയില്ലാഞ്ഞിട്ടാണ് എന്ന തോന്നൽ അവനെ നോവിക്കില്ലേ? അതൊക്കെയായിരുന്നു സീതയുടെ ഭയം. സൗദാമിനിച്ചേച്ചി ഇടയ്ക്കിടെ പറയും: ''സീത അവനെ ലാളിച്ച് ലാളിച്ച് വഷളാക്കും. അവനെ അധികം കൊഞ്ചിക്കേണ്ട.''

രവി സീതയെ ചാരിനിന്ന്, സൗദാമിനിച്ചേച്ചിയെ പരിഹസിച്ചു പറയും: ''സൗദാമിനിയപ്പച്ചിക്ക് നഷ്ടമൊന്നുമില്ലല്ലോ. എന്നെ അമ്മയല്ലേ കൊഞ്ചിക്കുന്നത്?''

സൗദാമിനിച്ചേച്ചിക്ക് ദേഷ്യം വരും: ''പോ ചെക്കാ. നീ അധികം വിളയണ്ട. നിന്റെ കാര്യങ്ങളൊക്കെ ഞാനറിയുന്നുണ്ട്. സ്കൂളിൽ പോയാൽ പറങ്കിമാവിന്റെ ചോട്ടിലിരുന്ന് ചീട്ടുകളിക്കലല്ലേ നിന്റെ പണി? ഞാനെല്ലാം അറിയുന്നുണ്ട്. നാരായണനോട് എല്ലാ കാര്യവും ഞാനൊരിക്കൽ പറയുന്നുണ്ട്.''

രവിയുടെ മുഖം ചുവക്കും. അവന് ദേഷ്യം വരും.

''ആരാ ഈ നുണ പറഞ്ഞത്? പറഞ്ഞവരെ ഞാൻ...'' അവൻ വിറയ്ക്കാൻ തുടങ്ങും.

സീത ഇടയിൽ കയറും. ''എന്റെ ചേച്ചീ, ഒന്നു വെറുതെയിരിക്കൂ, ആരെങ്കിലും നുണ പറഞ്ഞതാവും ചേച്ചിയോട്. രവിക്ക് അത്തരം ദുഃസ്വഭാവമൊന്നുമില്ല.'' അവൾ രവിയോടും പറയും: ''മോൻ പോയി പഠിച്ചോളൂ. സൗദാമിനിയപ്പച്ചി നിന്റെ ദേഷ്യം കാണാൻ വെറുതെ പറഞ്ഞതാണ്.''

രവി പോയ്ക്കഴിയുമ്പോൾ സൗദാമിനിച്ചേച്ചി സീതയെ ഉപദേശിക്കും: ''സീതേ, മുഷിച്ചിലൊന്നും തോന്നണ്ട. ഇങ്ങനെയായാൽ പറ്റില്ല. ആൺകുട്ടികളാണ്. ഇപ്പഴേ നിയന്ത്രിച്ചില്ലെങ്കിൽ പിടിവിട്ട് പോവും. അവന്റെ രീതികൾ വഷളായിട്ടുണ്ട്.''

''രവി കൊച്ചുകുട്ടിയല്ലേ ചേച്ചീ? ഇപ്പോ അവനോടൊന്നും ഞാൻ പറയില്ല. അവന് വിഷമം തോന്നും. കുറച്ചുകൂടി കഴിയട്ടെ. അവന് പറഞ്ഞാൽ മനസ്സിലാവുന്ന പ്രായമാകട്ടെ.''

''ഇനി എപ്പഴാ പ്രായമാവുന്നത്? പത്തിൽ പഠിക്കുന്ന കുട്ടി കൊച്ചുകുട്ടിയാ? കാര്യങ്ങള് മനസ്സിലാക്കാൻ അവന് പ്രായമായില്ലേ? ഓരോന്നിനും അവൻ കാട്ടുന്ന വാശി... ഒക്കെ സീതയായിട്ടാണ്. നാരായണൻ ഇതൊന്നും അറിയുന്നില്ല. അറിഞ്ഞാൽ അവൻ സമ്മതിക്കില്ല.''

''സാരമില്ല ചേച്ചീ. ഇപ്പോ അവന്റെ വാശിയും ആഗ്രഹവും ഒക്കെ സാധിച്ചുകൊടുക്കാൻ മറ്റാരുണ്ട്? അമ്മയില്ലാത്ത കുട്ടിയല്ലേ അവൻ?''

രവിയെക്കുറിച്ചോർക്കുമ്പോഴൊക്കെ സീതയുടെ വിചാരം അതായിരുന്നു. ഹൃദയത്തിൽ ആരോ ഈർച്ചവാളിട്ട് വലിക്കുന്ന വിങ്ങൽ. അമ്മയില്ലാത്ത കുട്ടി. അവന്റെ ചെറിയ ചെറിയ മോഹങ്ങൾ പറയാൻ സാധിച്ചുകൊടുക്കാൻ മറ്റാരുണ്ട്. അമ്മയുടെ സ്ഥാനത്ത് വന്നവളാണ് സീത. സീതയല്ലാതെ മറ്റാരാണ് ചെയ്യുക?

''അപ്പോൾ ഉഷയോ? അവളും രവിയെപ്പോലെ തന്നെയല്ലേ?'' സൗദാമിനിച്ചേച്ചി ചോദിക്കും.

ഉഷ. എത്ര നല്ല കുട്ടിയാണ് ഉഷ. അച്ഛന്റെ അതേ ശാന്തമായ, പക്വതയാർന്ന, സ്വഭാവം. അവൾക്ക് വാശിയില്ല, വഴക്കില്ല. രവിയുടെ സ്വഭാവത്തിന് വിരുദ്ധമായ സ്വഭാവം.

സീത ഓർത്തു: ഇവിടെ വന്നുകയറുമ്പോൾ എത്ര ചെറിയ കുട്ടിയായിരുന്നു. ഫ്രോക്കിട്ട് കുഞ്ഞിക്കണ്ണുകൾ വിടർത്തി തന്നെ നോക്കി നിന്നിരുന്ന കൊച്ചുകുട്ടി. അവൾ വളർന്നിരിക്കുന്നു. ഒരു വീട്ടമ്മയുടെ പക്വത അവൾക്കുണ്ടായിക്കഴിഞ്ഞിരിക്കുന്നു. സീതയോട് അവൾക്കെന്തൊരടുപ്പവും സ്നേഹവുമാണ്. സീതയ്ക്ക് ഇടയ്ക്കിടെ കാലിന് വേദന, ഉഷ പറയും: ''അമ്മ എന്തിനാണ് ഈ ജോലിയൊക്കെ ചെയ്യുന്നത്? അമ്മ പോയി കിടന്നോളൂ. ഞാൻ കാലിൽ കുഴമ്പു പുരട്ടിത്തരാം.''

അവൾ സീതയുടെ കാലുകളിൽ കുഴമ്പ് പുരട്ടി അമർത്തിത്തിരുമ്മാൻ തുടങ്ങും. നാണിയമ്മ വെള്ളം ചൂടാക്കിക്കൊണ്ടുവരും. ഉഷ തുണി ചൂടുവെള്ളത്തിൽ മുക്കിപ്പിഴിഞ്ഞ് സീതയുടെ കാലിൽ ചൂടു പിടിപ്പിക്കും.

നാണിയമ്മ പറയും: ''കുട്ടി ഇങ്ങോട്ട് മാറൂ. കുട്ടിയുടെ കൈ പൊള്ളും. ഞാൻ ചൂടുവെക്കാം.''

''വേണ്ടാ, നാണിയമ്മ. അമ്മയുടെ കാലില് ഞാനാ ചൂടുവെയ്ക്കുന്നത്. എന്റെ കൈ പൊള്ളാൻ ഞാനത്ര കൊച്ചുകുട്ടിയൊന്നുമല്ല.''

സീതയ്ക്ക് ഹൃദയം നിറഞ്ഞുതുളുമ്പും. വെണ്ണയുടെ മാർദ്ദവമുള്ള കൈകൾ കാലിലൂടെ അരിച്ചുനീങ്ങുമ്പോൾ അഭിമാനവും സന്തോഷവും തോന്നും. മേലാകെ കോരിത്തരിക്കും. ഭാഗ്യവതിയാണ് എന്ന തോന്നൽ. ഇതുപോലെ സൗഭാഗ്യവതിയായ എത്ര സ്ത്രീകളുണ്ടാവും ഈ ലോകത്ത് എന്ന അതിർകവിഞ്ഞ ആഹ്ലാദവും ഉൾപ്പുളകവും. സീത കിടക്കുന്നത് കണ്ടാൽ രവിക്കും പരിഭ്രമമാണ്. അവൾക്ക് ചിരി വരും.

''അമ്മേ എന്താണ്? എന്തു പറ്റി? കാലിന് വേദന അധികമുണ്ടോ?''

അവൾ പറയും: ''ഒന്നുമില്ല രവീ, ഇപ്പോ കുറയും. ഒരു ചെറിയ വേദന.''

പാവം രവി! എത്ര ലോലമാണ് അവന്റെ മനസ്സ്. ഈ രവി വഷളനാവും, കുഴപ്പക്കാരനാവും എന്നൊക്കെ സൗദാമിനിച്ചേച്ചി പറയുന്നു. തനിക്കറിയാം, രവിയുടെ മനസ്സ്. പെട്ടെന്ന് ദേഷ്യം വരും. വാശിപിടിക്കും. കുസൃതി അല്പം കൂടുതലാണ്. പക്ഷേ, ചേട്ടത്തിയമ്മ പറയാറുണ്ട്, ചെറുപ്പത്തിൽ കുസൃതികളും കുറുമ്പരുമായ കുട്ടികളാണ് പില്ക്കാലത്ത് വലിയ ആളുകളായിത്തീരുക. മഹാന്മാരായിത്തീരുക. സീതയ്ക്ക് സംശയമില്ല. തന്റെ രവി വലിയൊരാളാകും.

* * *

ഉഷയുടെ വാക്കുകൾ സീത വീണ്ടും കേട്ടു: ''ഏട്ടനിപ്പോ സ്കൂളിൽ വന്നാലും ക്ലാസ്സിലൊന്നും കയറുന്നില്ലത്രെ. ഏട്ടന്റെ ക്ലാസ്സിൽ പഠിക്കുന്ന സുനന്ദേം ഗീതേം പറഞ്ഞു. സൗദാമിനിയപ്പച്ചി പറയുന്നത് ശരിയാണ്. ഏട്ടൻ ഭയങ്കര ചീട്ടുകളിയാണ്. അമ്മ അച്ഛനോട് പറയാഞ്ഞിട്ടാണ് ഏട്ടനിങ്ങനെയാവുന്നത്.''

ഉഷയുടെ വാക്കുകളിൽ കുറ്റപ്പെടുത്തലിന്റെ ധ്വനി. എന്താണവളോട് പറയുക?

''അമ്മ പറയില്ലെങ്കിൽ ഞാനിന്ന് പറയും അച്ഛനോട്.''

സീത പെട്ടെന്ന് പറഞ്ഞു: ''വേണ്ട മോളേ. അച്ഛന് ദേഷ്യം വരും. അച്ഛനിത് സഹിക്കാനാവില്ല. അമ്മ ചേട്ടനോട് ചോദിക്കട്ടെ. അമ്മ പറഞ്ഞു ശരിയാക്കാം.''

സീത കാത്തിരുന്നു. രവി വരാൻ വൈകി. അവൾ പ്രാർത്ഥിക്കുകയായിരുന്നു. അച്ഛൻ വന്നെത്തും മുൻപ് മകൻ വന്നിരുന്നെങ്കിൽ...

രവി സന്ധ്യയ്ക്കുമുൻപ് വന്നു. ക്ഷീണിച്ചുതളർന്ന്. വേഷമാകെ മുഷിഞ്ഞു നാറിയിരിക്കുന്നു. പുസ്തകങ്ങൾ മേശപ്പുറത്തേക്ക് വലിച്ചെറിഞ്ഞ് അവൻ പറഞ്ഞു: ''വല്ലാതെ ദാഹിക്കുന്നു. എനിക്കെന്തെങ്കിലും കുടിക്കാൻ തരൂ.''

സീത അത്യധികം സ്നേഹത്തോടെയാണ് അതിന് മറുപടി പറഞ്ഞത്: ‘‘മോൻ പോയി കാലും മുഖവും കഴുകി വരൂ. അമ്മ കാപ്പി എടുത്ത് വെയ്ക്കാം.’’

സീത അവന്റെ പുസ്തകങ്ങൾ പെറുക്കിയെടുത്ത് അകത്തെ മുറിയിൽ കൊണ്ടുപോയി വച്ചു. അവന് മാറി ധരിക്കാൻ വേറെ വസ്ത്രങ്ങൾ എടുത്തുകൊണ്ടുവന്നു. കാപ്പി പകർന്നുവച്ച് അവൾ അവന്റെ അരികിൽത്തന്നെ ഇരുന്നു. കുനിഞ്ഞിരുന്ന് ആർത്തിയോടെ ചായ കഴിക്കുന്ന രവിയോട് സീത പതുക്കെ ചോദിച്ചു: ‘‘മോനിന്ന് സ്കൂളിൽ പോയില്ലേ?’’

‘‘പോയി.’’

‘‘ഇത്രനേരം സ്കൂൾ വിട്ടിട്ട് കളിക്കുകയായിരുന്നോ?’’

‘‘അത്... അത്... ഞാനൊരു കൂട്ടുകാരന്റെ വീട്ടിൽ പോയി.’’

സീത വാക്കുകൾക്ക് പരതി. എങ്ങനെയാണു ചോദിക്കേണ്ടത്? അവസാനം എങ്ങനെയോ തുടങ്ങിവച്ചു: ‘‘മോനെ ഇന്ന് ക്ലാസ്സിൽനിന്ന് പുറത്താക്കിയോ?’’

രവിയുടെ മുഖം വിളറി. വല്ലാതെ ഇരുളുകയും ചെയ്തു. ഒരു നിമിഷം അവൻ മിണ്ടിയില്ല. പിന്നെ പെട്ടെന്ന് അലറുന്നതുപോലെ ചോദിച്ചു: ‘‘ഇതാരാ ഇവിടെ വന്ന് പറഞ്ഞ് തന്നത്? എടി ഉഷേ...’’

അവൻ കാപ്പികുടി നിർത്തി എഴുന്നേറ്റു. സീത അവന്റെ കൈപിടിച്ചിരുത്തി

‘‘മോനെന്തിനാണ് ഉഷയോട് ദേഷ്യപ്പെടുന്നത്? പാവം! അവളൊന്നും പറഞ്ഞില്ല.’’

‘‘പിന്നെ, സൗദാമിനിയപ്പച്ചിയാവും.’’

‘‘ആരെങ്കിലുമാവട്ടെ. സത്യമാണോ?’’

രവി തലതാഴ്ത്തി. കള്ളം കണ്ടുപിടിക്കപ്പെട്ട പരുങ്ങലും പരിഭ്രമവും മുഖത്ത്. പിന്നെ മന്ത്രിക്കുംപോലെ പറഞ്ഞു: ‘‘സത്യമാണ്.’’ ഉടനെ ശബ്ദമുയർത്തി പറയാൻ തുടങ്ങി. സ്വന്തം ഭാഗം ന്യായീകരിക്കുന്ന മട്ടിൽ: ‘‘ടെസ്റ്റ് പേപ്പറെഴുതിയില്ല. എനിക്ക് തലവേദനയായിരുന്നു അപ്പോൾ. തല വെട്ടിപ്പൊളിക്കുന്നതുപോലെ. അതുകൊണ്ട് ഞാനെഴുതിയില്ല. അതിനയാളെന്നെ ഇറക്കിവിട്ടു. ങും! അയാളെ ഞാൻ...’’ അവൻ പല്ലുകൾ അമർത്തി ഞെരിച്ചു.

രവിയുടെ വെല്ലുവിളി സീതയെ പരിഭ്രമിപ്പിച്ചു. അവൾ സാന്ത്വനിപ്പിക്കാൻ ഒരു ശ്രമം നടത്തി.

‘‘തലവേദനയുടെ വിവരം മോൻ പറഞ്ഞില്ലല്ലോ. അമ്മയോടും പറഞ്ഞില്ല. ശരിയല്ലേ?’’

‘‘ഞാൻ മറന്നുപോയി.’’ അവൻ എങ്ങോ നോക്കി പറഞ്ഞു.

അവന്റെ സ്വരത്തിലെ നിർവ്വികാരത, കൂസലില്ലായ്മ, സീത ശ്രദ്ധിച്ചു.

''മോനേ...'' സീത സ്വരം ആവുന്നത്ര മയപ്പെടുത്തി.

''ങ്ും?'' രവി തലതിരിച്ചു നോക്കി.

''എന്റെ മോൻ ടീച്ചേഴ്സിനെ അനുസരിക്കാതിരിക്കരുത്. അച്ഛനറിഞ്ഞാൽ, അച്ഛൻ സഹിക്കില്ല.''

''അറിഞ്ഞാലെന്താ? അച്ഛൻ എന്നെ അടിച്ചോട്ടെ.''

''രവീ... മോനേ... നിനക്ക് അച്ഛനോട് സ്നേഹമില്ലേ? മരിച്ചുപോയ നിന്റെ അമ്മയോട് സ്നേഹമില്ലേ?'' സീതയുടെ സ്വരം വല്ലാതെ ഇടറിപ്പോയി. ''അവരെയോർത്ത്, എന്റെ കുട്ടി ഇങ്ങനെയൊന്നും ആവരുത്. അമ്മ നിന്നോട് യാചിക്കുകയാണ്.''

സീത പെട്ടെന്ന് അത്രയും പറഞ്ഞ് അവിടെനിന്ന് പോകാൻ ഒരുങ്ങി.

രവി അവളുടെ കൈപിടിച്ചു പറഞ്ഞു: ''അമ്മ വിഷമിക്കണ്ട. ഞാൻ ഇനിയൊരിക്കലും അമ്മയെയും അച്ഛനേയും വിഷമിപ്പിക്കില്ല.''

അവൻ തിരിഞ്ഞുനടന്നു. അവന്റെ കണ്ണുകൾ നിറഞ്ഞിരുന്നു. ശബ്ദം പതറിയിരുന്നു. സീതയുടെ മനസ്സ് തണുത്തു. ഈശ്വരൻ എന്റെ പ്രാർത്ഥന കേട്ടു. അവളുടെ മനസ്സ് മന്ത്രിച്ചു.

മുപ്പത്തിരണ്ട്

നാരായണൻനായർ പറഞ്ഞു: ''എന്റെ ഭാഗ്യം കൊണ്ടാണ് സീതയെ എനിക്ക് ലഭിച്ചത്. ശരിയല്ലേ?''

സീത മറുപടി പറഞ്ഞില്ല.

''എന്റെ വീട്ടുകാരും സുഹൃത്തുക്കളുംകൂടി എനിക്കെത്ര വിവാഹാലോചനകൾ നടത്തിയതാണ്. ശാരദയുടെ അനിയത്തിയുടെ കാര്യം പറഞ്ഞ് അവരുടെ വീട്ടുകാർ പലതവണ വന്നു. സൗദാമിനിച്ചേച്ചി നിർബ്ബന്ധിച്ചതാണ്. പക്ഷേ, ഞാൻ സമ്മതിച്ചില്ല. രണ്ടാമതൊരു വിവാഹം – എനിക്ക് ഭയമായിരുന്നു സീതേ, അതേപ്പറ്റി ചിന്തിക്കാൻ പോലും.''

ഞാനും എന്ന് പറയാൻ സീത ആഗ്രഹിച്ചു. അച്ഛനും ചേട്ടനും എന്നേയും ഒരു രണ്ടാംവിവാഹത്തിന് പലവട്ടം നിർബ്ബന്ധിച്ചതാണ്. അവരുടെ ഭാരം ഒഴിവാക്കാൻ വേണ്ടിയായിരുന്നു അത്. ചേട്ടത്തിയമ്മ എന്റെ ഭാവിയോർത്ത് ദുഃഖിച്ചിരുന്നു. അവർക്ക് എന്റെ വിധിയിൽ സത്യത്തിൽ ദുഃഖമുണ്ട്. പക്ഷേ, ഒരാളെ മനസ്സിൽ വച്ചാരാധിക്കുക, മറ്റൊരാളെ സ്വീകരിക്കേണ്ടിവരിക, പിന്നീട് വിധവയായിത്തീരുക. എത്ര കഷ്ടമാണത്. എന്തൊരു വിധിയാണത്! വീണ്ടും മറ്റൊരാളിന്റെ മുന്നിൽ മണവാട്ടിയുടെ വേഷം കെട്ടാൻ ആവില്ലെന്ന് തോന്നി. അതുകൊണ്ട്

വാശിപിടിച്ച് നിന്നു. അച്ഛനും ശേഖരേട്ടനും പറഞ്ഞതൊന്നും അനുസരിക്കാൻ തോന്നിയില്ല. പിന്നെ, അവസാനം വിചാരിച്ചു: എന്തിനാണ് വാശി? ഈ വാശികൊണ്ടെന്ത് പ്രയോജനം? എന്തിനാണ് മറ്റുള്ളവരെ ഉപദ്രവിക്കുന്നത്? ഞാൻ കാരണം ആരുടെയും സ്വസ്തതയ്ക്ക് ഭംഗം വരാൻ പാടില്ല. അങ്ങനെയാണ് ഞാനിവിടെ വന്നെത്തിയത്.

‘‘സീത എന്താണൊന്നും പറയാത്തത്? നിനക്ക് പശ്ചാത്താപം തോന്നുന്നുണ്ടോ? മറ്റൊരാളുടെ കുട്ടികളുടെ അമ്മയായി, അവരെ വളർത്താനായി മാത്രം ഭാര്യയാകേണ്ടി വന്നതിൽ ദുഃഖം തോന്നുന്നുണ്ടോ?’’

സീതയ്ക്ക് തമാശ തോന്നി. വിവാഹം കഴിഞ്ഞിട്ട്, ഈ വീട്ടിൽ വന്നുകയറിയിട്ട് അഞ്ച് വർഷങ്ങൾ കഴിഞ്ഞിരിക്കുന്നു. രവി പത്തിൽ പരീക്ഷയ്ക്കിരിക്കാൻ പോകുന്നു. ഉഷ വലിയ കുട്ടിയായിരിക്കുന്നു. അവളും ഹൈസ്കൂൾ ക്ലാസ്സിലെത്തിയിരിക്കുന്നു. പാവാടയും ബ്ലൗസുമിട്ട് വലിയ പെണ്ണിന്റെ ഭാവത്തിൽ നടക്കാൻ തുടങ്ങിയിരിക്കുന്നു. താൻ അവരുടെ അമ്മയും, അവർ തന്റെ മക്കളുമായിക്കഴിഞ്ഞിരിക്കുന്നു. ഈ വീട്ടിലെ ഓരോ മണൽത്തരിയുമായി സീത ഇഴുകിച്ചേർന്നുകഴിഞ്ഞിരിക്കുന്നു. എന്നിട്ടും ഇപ്പോഴും സംശയം. വന്നുകയറിയ അന്നു ചോദിച്ച ചോദ്യം തന്നെ വീണ്ടും. വർഷങ്ങൾക്കുശേഷവും. സീത രണ്ടാംഭാര്യയും രണ്ടാനമ്മയും മാത്രമാണോ?

സീതയ്ക്ക് കരച്ചിൽ വന്നു. ഹൃദയം നിറഞ്ഞു വിങ്ങുന്നതുപോലെ. ഈ ചോദ്യത്തിന് മറുപടി പറയാനാവില്ല. തനിക്കൊരിക്കലും നാരായണൻനായരുടെ ആദ്യഭാര്യയാവാൻ കഴിയില്ലല്ലോ? ആദ്യഭാര്യയുമൊത്ത് കഴിഞ്ഞിരുന്ന മുറിയിൽ ഇന്നും സീതയ്ക്ക് പ്രവേശനം അനുവദിച്ചിട്ടില്ലല്ലോ. സീത കുനിഞ്ഞിരുന്നു. ചേട്ടത്തിയമ്മ മുൻപൊരിക്കൽ പറഞ്ഞ വാക്കുകളുടെ അർത്ഥം ഇപ്പോൾ മനസ്സിലാവുന്നു.

മുരളിയുടെ പിറന്നാളായിരുന്നു. തീർച്ചയായും ചെല്ലണമെന്ന് ചേട്ടത്തിയമ്മ അപേക്ഷയുടെ സ്വരത്തിൽ അറിയിച്ചതുകൊണ്ടാണ് പോയത്. രവിയും ഉഷയും ഒപ്പം പോന്നു. അദ്ദേഹത്തിന് കൂടെ വരാൻ കഴിയാത്തതിൽ തീരെ വിഷമം തോന്നിയില്ല. തന്റെ മക്കളൊപ്പമുണ്ട്. അവരാണ് തന്റെയെല്ലാം. ഊണ് കഴിഞ്ഞ് കുട്ടികൾ കളിക്കാൻ പോയി. അച്ഛൻ പതിവുപോലെ ഉമ്മറത്തെ ചാരുകസേരയിൽ. അച്ഛന് വയസ്സായിരിക്കുന്നു. വല്ലാത്ത ക്ഷീണം മുഖത്ത്. എപ്പോഴും കിടപ്പുതന്നെ. അധികം സംസാരിക്കാറില്ല. ആഹാരം ഒന്നും കഴിക്കാറില്ല. ഏട്ടനും അപ്പുറത്തെങ്ങോ. ചേട്ടത്തിയമ്മയും സീതയും മാത്രം തളത്തിൽ. ചേട്ടത്തിയമ്മ സീതയെ വീടിന് പുറകിലേക്ക്, മുളങ്കൂട്ടത്തിനരികിലേക്ക് കൂട്ടിക്കൊണ്ടുപോയി. ചേട്ടത്തിയമ്മയ്ക്ക് സീതയോടെന്തോ ചോദിക്കാനുണ്ടെന്ന് തോന്നി.

അവിടെ നിന്നാൽ, കാസിം മുതലാളിയുടെ വീട് കാണാം. സീത ലക്ഷ്മിയമ്മായിയെ ഓർത്തു. അറിയാതെ വിഷ്ണുവേട്ടനേയും.

''വർഷം നാലഞ്ചായില്ലേ സിതേ, ഇതുവരെ വിശേഷമൊന്നും....''

ശബ്ദം താഴ്ത്തിയാണ് ചേട്ടത്തിയമ്മ ചോദിച്ചത്. സീത ഉണർന്നു.

''എന്ത് വിശേഷം?''

അറിയാത്ത ഭാവം കാട്ടി നിന്നു. ചേട്ടത്തിയമ്മയ്ക്ക് സീതയുടെ നേരമ്പോക്ക് ഇഷ്ടപ്പെട്ടില്ല.

''സീതേ, അവനോൻ നട്ട് വെള്ളം കോരിയാലേ അവനോന് ഫലം കിട്ടുകയുള്ളൂ. അത് മറക്കേണ്ട.''

സീതയ്ക്ക് അത് കേട്ട് പരിഹാസമാണ് തോന്നിയത്. ചോദിക്കണ മെന്നുണ്ടായിരുന്നു. നിങ്ങൾക്കൊക്കെ മനസ്സിനെപ്പറ്റി എന്തറിയാം? മനസ്സ് ഒരു സമുദ്രം പോലെയാണ്. ആഴവും അഗാധതയും പുറമേ നിന്നാൽ അറിയില്ല. ആഴത്തിലേക്കിറങ്ങിയാൽ മുത്തുകളും രത്നങ്ങളു മാണ് കിട്ടുക. സീത ആഴത്തിലേക്കിറങ്ങി. സ്വയം നഷ്ടപ്പെടാൻ ഒരുങ്ങി ക്കൊണ്ട്. പക്ഷേ, സീതയ്ക്ക് ലഭിച്ചത് മുത്തുകളും പവിഴങ്ങളും ആയിരുന്നു. സ്നേഹമെന്ന അമൂല്യമായ രത്നം. പവിഴം. എന്റേതും അന്യന്റേതും എന്ന ചിന്ത എപ്പോഴാണെന്നോ ഉദിക്കുന്നത്? സ്നേഹം നഷ്ടപ്പെടുമ്പോൾ. സീതയ്ക്ക് അത്തരം ചിന്തകളില്ല. സീതക്ക് ഇപ്പോൾ എല്ലാം സ്വന്തം. അവൾക്ക് രണ്ടുകുട്ടികളുടെ അമ്മയാവാൻ കഴിഞ്ഞത് അതുകൊണ്ടാണ്.

ചേട്ടത്തിയമ്മ വിണ്ടും പറഞ്ഞു: ''നിനക്ക് വയസ്സേറുകയാണ്, കാലം കാത്ത് നിൽക്കില്ല. നിനക്കൊരു കുട്ടി സ്വന്തമായി വേണം. രവിയും ഉഷയും എന്തൊക്കെയായാലും പ്രസവിച്ച കുട്ടികളല്ലല്ലോ. അതവർക്കും അറിയില്ലേ കുട്ടീ?''

സീത ഒരുനിമിഷം സ്തംഭിച്ചുനിന്നു. ചേട്ടത്തിയമ്മയുടെ വാക്കുകൾ അവളുടെ ഹൃദയത്തിൽ പോറലുണ്ടാക്കി. അവളുടെ ഹൃദയം വിങ്ങാൻ തുടങ്ങി. അവൾ പറയാൻ കൊതിച്ചു.

''ചേട്ടത്തിയമ്മേ... പറയുന്നത് എനിക്ക് മനസ്സിലാവുന്നുണ്ട്. പക്ഷേ, സ്വന്തമായി വേണമെന്ന് ഇതുവരെ തോന്നിയിരുന്നില്ല. ഒരിക്കലും തോന്നിയിട്ടില്ല എന്ന് പറഞ്ഞാൽ അതും ശരിയായിരിക്കില്ല. പിന്നെ... വേണമെന്ന് ഞാൻ മാത്രം വിചാരിച്ചാൽ മതിയോ? എന്തോ എനിക്കറി യില്ല. അദ്ദേഹത്തിന്റെ മനസ്സിലെന്താണെന്ന്. അദ്ദേഹത്തിനെന്നോട് സ്നേഹമാണ്. അതിരറ്റസ്നേഹം. എനിക്കൊരു ജലദോഷം വന്നാൽ പ്പോലും ഭയവും പരിഭ്രമവും. ഞാൻ എന്താഗ്രഹിച്ചാലും സാധിച്ചു തരാൻ താൽപര്യമാണ്. പക്ഷേ... പക്ഷേ... ചേട്ടത്തിയമ്മ സൂചിപ്പി ച്ചില്ലേ, അദ്ദേഹം ഒരു താൽപര്യവും കാട്ടാറില്ല. ഞാനെന്താണ് ചെയ്യുക? ഞാനെങ്ങനെയാണ് പറയുക?''

ചേട്ടത്തിയമ്മയുടെ വാക്കുകൾ വീണ്ടും ഉയർന്നപ്പോൾ സീതയുടെ ചിന്ത പതറി.

''ഞാൻ പറയുന്നത് നിനക്കിപ്പോൾ മനസ്സിലാവില്ല. രവിക്കും ഉഷയ്ക്കും നിന്നോട് സ്നേഹംതന്നെയാണ്. സമ്മതിച്ചു. പക്ഷേ... അവർ എന്നും നിന്നെ ഇതുപോലെ സ്നേഹിക്കുമെന്ന് എന്താണുറപ്പ്? സ്വന്തം മക്കൾ പോലും മാറുന്നു.''

സീത മൗനം ഭഞ്ജിച്ചു മെല്ലെപ്പറഞ്ഞു: ''ചേട്ടത്തിയമ്മ പറയുന്നത് ശരിയാണ്. പക്ഷേ... പക്ഷേ, ഞാനെന്താണ് ചെയ്യുക?''

ചേട്ടത്തിയമ്മ തുറന്നുതന്നെ ചോദിച്ചു: ''നിങ്ങളൊന്നിച്ചല്ലേ കിടക്കുന്നത്? അതോ, ഇപ്പോഴും നീ കുട്ടികളുടെയൊപ്പമാണോ?''

സീത മറുപടി പറഞ്ഞില്ല. തലതാഴ്ത്തി നിന്നു.

പിന്നീടൊരിക്കൽ ചേട്ടത്തിയമ്മ പറഞ്ഞു: ''എനിക്ക് നിന്റെ കാര്യമോർത്തു വല്ലാത്ത വിഷമം തോന്നുന്നു.''

സീത ഒരു കുട്ടിയുടെ നിഷ്കളങ്കതയോടെ ചോദിച്ചു: ''എന്തിനാണ് ചേട്ടത്തിയമ്മേ, നിങ്ങൾ ദുഃഖിക്കുന്നത്? എനിക്ക് യാതൊരു ദുഃഖവുമില്ല. ഞാൻ പ്രസവിക്കാത്തതിൽ ചേട്ടത്തിയമ്മ എന്തിനാണിത്രയേറെ വിഷമിക്കുന്നത്? രവിയും ഉഷയും സ്വന്തം അമ്മയോടുള്ളതിലേറെ സ്നേഹമാണ് എന്നോട് കാട്ടുന്നത്. അദ്ദേഹത്തിനും മുൻപുണ്ടായിരുന്നതിനേക്കാൾ സ്നേഹമാണിപ്പോൾ.''

സീതയുടെ സ്വരത്തിൽ ആത്മനിർവൃതിയുടെ, സംതൃപ്തിയുടെ പുളകങ്ങൾ.

ചേട്ടത്തിയമ്മ പിന്നെയും പറഞ്ഞു: ''ഒക്കെ ശരിതന്നെ. പക്ഷേ, നിന്റെ അച്ഛനും ചേട്ടനും വലിയ വിഷമമുണ്ട്.''

''എന്തിനാണെല്ലാവരും വിഷമിക്കുന്നത്? ഞാനെന്താ പട്ടിണികിടക്കുകയാണോ, അതോ മഹാരോഗം പിടിപെട്ടുകിടപ്പാണോ?''

സീതയ്ക്ക് ദേഷ്യം വന്നു.

''നിനക്കറിയില്ല. അത് നിനക്കറിയില്ല സീതേ.''

സീത അതൊക്കെ ഓർത്തിരുന്നു. ചേട്ടത്തിയമ്മയുടെ വാക്കുകൾ. ആ വാക്കുകളുടെ അർത്ഥം. ആ വാക്കുകളിൽ തുടിച്ചുനിന്ന ദുഃഖം.

നാരായണൻനായർ വീണ്ടും ചോദിച്ചു: ''എനിക്കെപ്പോഴും ഭയമാണ്. രവിയും ഉഷയും വളരുകയല്ലേ? അവർ നിന്നോടിപ്പോൾ കാട്ടുന്ന സ്നേഹം ഇല്ലാതാവുമോ എന്ന്.''

സീതയ്ക്ക് ചിരി വന്നു. വിളറിയ ചിരിയായിരുന്നു അത്. അവളോർത്തു, നാരായണൻനായർ എപ്പോഴും അന്വേഷിക്കാറുള്ള കാര്യം. സീതയോട് രവിയും ഉഷയും മര്യാദകേടായി പെരുമാറിയോ, സംസാരിച്ചോ? സീതയ്ക്കെന്തെങ്കിലും ബുദ്ധിമുട്ടുണ്ടോ? ആ അന്വേഷണത്തിന്റെ പിറകിലെ ഭാവം സീതയ്ക്കു മനസ്സിലാവും. സീത അന്യയാണ്. അവൾ രവിയുടേയും ഉഷയുടേയും അമ്മയല്ല.

സീതയ്ക്ക് തമാശയാണ് തോന്നുക. അവൾ ചോദിക്കും: ‘‘എന്തി നാണ് എനിക്ക് ബുദ്ധിമുട്ട് തോന്നുന്നത്? രവിയും ഉഷയും എന്റെ മക്കളല്ലേ? അഥവാ അവർ എന്നെ വേദനിപ്പിച്ചാൽത്തന്നെ...’’

‘‘എന്നാലും, സ്വന്തം മക്കൾ പോലും...’’ നാരായണൻനായർ തുടർ ന്നില്ല. ചേട്ടത്തിയമ്മയുടെ അതേ വാക്കുകൾ...

ചേട്ടത്തിയമ്മ പറഞ്ഞത് ശരിയാണ്. സീത ഇപ്പോഴും രണ്ടാനമ്മ മാത്രമാണ്. നാരായണൻനായരുടെ രണ്ടാംഭാര്യ മാത്രം. രവിയും ഉഷയും സീതയുടെ മക്കളല്ല. സീതയ്ക്ക് അവരുടെ അമ്മയാവാൻ കഴിയില്ല. ആയാൽത്തന്നെയും ആരുമത് അംഗീകരിച്ചുതരില്ല. നാരായണൻനായർ പോലും. സീതയ്ക്ക് ഹൃദയം നിറഞ്ഞുകവിയുന്നതായി തോന്നും. വാക്കുകൾ തൊണ്ടയ്ക്കപ്പുറമെങ്ങോ വന്നുനില്ക്കുന്നു. വല്ലാത്ത അസ്വ സ്ഥത...

നാരായണൻനായർ സീതയുടെ മുഖത്തേക്ക് നോക്കി പറഞ്ഞു: ‘‘പക്ഷേ, രവിയുടെ മാറ്റം എനിക്കുപോലും വിശ്വസിക്കാൻ കഴിയു ന്നില്ല. അവനിപ്പോൾ സീതയോട് എന്തൊരു സ്നേഹമാണ്. അവനി ങ്ങനെ മാറുമെന്ന് ഞാൻ വിചാരിച്ചില്ല.’’

സീത പെട്ടെന്ന് പറഞ്ഞു: ‘‘വിചാരിക്കാത്ത കാര്യങ്ങളല്ലേ പലപ്പോഴും നടക്കുക.’’

‘‘ശരിയാണ്. ഞാൻ രണ്ടാമതും വിവാഹം ചെയ്യുമെന്ന് തീരെ കരുതിയില്ല; അതും സീതയെപ്പോലൊരു പെൺകുട്ടിയെ. എന്റെ കുട്ടി കളെ വളർത്താനായി മാത്രം എന്റെ ഭാര്യയായി സീത വരാൻ തയ്യാറാ വുമെന്ന് ഞാൻ ഒരിക്കലും വിചാരിച്ചിരുന്നില്ല.’’

സീത പെട്ടെന്ന് തലയുയർത്തി. അവളുടെ കണ്ണുകൾ തിളങ്ങി. ആ കണ്ണുകളിൽ അതുവരെ കാണാത്തൊരു ഭാവം നാരായണൻനായർ കണ്ടു. അവളുടെ ശബ്ദത്തിനും അതുവരെയില്ലാത്തൊരു ശക്തിയുണ്ടാ യിരുന്നു.

‘‘ദയവായി ഇത്തരം വാക്കുകൾ ഇനി പറയരുത്. ഞാനിപ്പോഴും നിങ്ങളുടെ കുട്ടികളുടെ വളർത്തമ്മ മാത്രമാണോ? പറയൂ. അതിൽ ക്കവിഞ്ഞ് എനിക്കൊരു പദവിയുമില്ലേ? അല്ലാതെ നിങ്ങൾക്കെന്നെ ഒരിക്കലും കാണാൻ കഴിയില്ലേ? എനിക്കിത് സഹിക്കാനാവില്ല. തരൂ... ഒരിക്കൽ മാത്രം അമ്മയാവാൻ ഒരവസരം എനിക്ക് ദയവായി തരൂ... എനിക്കും ഒരമ്മയാവണം. ഒരമ്മയായി എനിക്ക് മരിക്കണം. മരിക്കുന്ന തിനുമുൻപ് എന്റെ മോഹം പൂവണിയാൻ നിങ്ങൾ സഹായിക്കില്ലേ? പറയൂ...’’‘

സീത ഒരു ഭ്രാന്തിയെപ്പോലെ പുലമ്പി. പിന്നെ, നിയന്ത്രണംവിട്ട് മുഖം പൊത്തിക്കരഞ്ഞു. നാരായണൻനായർ സ്തംഭിച്ചുപോയി. എന്തെ ങ്കിലും ശബ്ദിക്കാനോ, ചലിക്കാനോ ശക്തിയറ്റവനെപ്പോലെ അയാൾ നിമിഷങ്ങളോളം ഇരുന്നു. സീതയുടെ ശബ്ദവും കരച്ചിലും കേട്ട്

അടുത്ത മുറികളിൽ ഉറങ്ങുന്ന രവിയും ഉഷയും ഉണർന്നേക്കുമോ എന്ന് ഭയം തോന്നി. സീതയുടെ ശബ്ദം, വാക്കുകൾ, കണ്ണുനീർ ഒക്കെ അയാളെ ഭയപ്പെടുത്തിയിരുന്നു. ഇതുവരെ കാണാത്ത ഭാവം. കേൾക്കാത്ത സ്വരം.

അയാൾ ദയനീയമായി വിളിച്ചു: ''സീതേ...''

അവൾ വീണ്ടും പറഞ്ഞു: ''നിങ്ങൾ ഭയപ്പെടേണ്ട. രവിയും ഉഷയും എന്റെ മക്കൾതന്നെയായിരിക്കും. അവരോട് ഒരു രണ്ടാനമ്മയായി ഞാനൊരിക്കലും പെരുമാറില്ല. ലോകത്തിന്റെ മുന്നിൽ ഒരമ്മയായി മരിക്കാനുള്ള എന്റെ മോഹം നിങ്ങൾ തല്ലിക്കൊഴിക്കരുത്. എനിക്ക് അമ്മയാവണം. ദയവായി എന്നെ സഹായിക്കൂ. അമ്മയാവാനുള്ള എന്റെ അവകാശം ദയവായി നിഷേധിക്കാതിരിക്കൂ.''

അത്രയും പറഞ്ഞുതീർത്ത് സീത വല്ലാതെ കിതച്ചു. ഒരു മലവെള്ളപ്പാച്ചിൽപോലെയായിരുന്നു അവളുടെ സംസാരം. പിന്നീട് സീത തല കുനിച്ചിരുന്നു. അവൾക്ക് ഹൃദയം നുറുങ്ങിപ്പോകുന്നതുപോലെ തോന്നി. നാരായണൻനായരുടെ മുഖത്തേക്ക് നോക്കാനാവാതെ അവൾ തേങ്ങി. നാരായണൻനായർ നടുങ്ങിയിരുന്നു. അയാൾക്ക് വാക്കുകൾ നഷ്ടപ്പെട്ടു. സീതയുടെ പരുഷമായ വാക്കുകൾ കാതിൽ വന്ന് അലയ്ക്കുന്നുണ്ടിപ്പോഴും.

സീത പറഞ്ഞത് ശരിയാണ്. സത്യമാണ്. അവളുടെ ആവശ്യം ന്യായമാണ്. ഏതൊരു സ്ത്രീയും ആഗ്രഹിക്കുന്നതിനപ്പുറം സീത ഒന്നും ആഗ്രഹിക്കുകയോ ആവശ്യപ്പെടുകയോ ചെയ്തിട്ടില്ല, പക്ഷേ... എല്ലാം കേട്ടിട്ടും, എല്ലാം അറിഞ്ഞിട്ടും ബധിരനെപ്പോലെ, മൂകനെപ്പോലെ ഇരിക്കാനേ കഴിയുന്നുള്ളൂ. അതിനേ തനിക്കാവൂ. തന്റെ കുഞ്ഞുങ്ങൾ... ഉഷയും രവിയും... അവരുടെ മരിച്ചുപോയ അമ്മ... തന്റെ ശാരദ...

നാരായണൻനായർക്ക് ശ്വാസം മുട്ടി. അയാൾ മെല്ലെ എഴുന്നേറ്റ് വാതിൽ തുറന്ന് പുറത്തിറങ്ങി.

സീത അത് കണ്ടു. എവിടെപ്പോകുന്നു എന്ന് ചോദിച്ചില്ല.

നാരായണൻ നായർ ഉമ്മറത്തെ ഇരുട്ടിൽ ഉലാത്താൻ തുടങ്ങി. എന്താണ് വേണ്ടത്? എന്താണ് ചെയ്യേണ്ടത്? മാർഗ്ഗം തെളിഞ്ഞുകിട്ടാതെ അയാൾ ഉഴറി. കറുത്ത വാവായിരുന്നു. പ്രപഞ്ചമാകെ തിങ്ങിനില്ക്കുന്ന അന്ധകാരം. ആ അന്ധകാരം മെല്ലെ മെല്ല തന്റെ മനസ്സിനുള്ളിലേക്ക് വ്യാപിക്കുന്നത് അയാളറിഞ്ഞു. ജീവിതമാകെ പടർന്നു പിടിച്ചേക്കാവുന്ന ഭീകരമായ ഈ ഇരുട്ടിൽനിന്ന് തനിക്കൊരിക്കലും മോചനമില്ലേ? ഒരിക്കലും?

മൂകമായ നിമിഷങ്ങൾ. നിശ്ചലമായ നിമിഷങ്ങൾ. മരവിച്ച പ്രകൃതി. ഇരുട്ടിൽ ചത്തുകിടക്കുന്ന ചലനരഹിതയായ ഭൂമി. സീത വളരെനേരം

ആ ഇരുപ്പിരുന്നു. അവൾ ജനലിലൂടെ പുറത്തേക്ക് നോക്കി. ഒരു തുള്ളി കാറ്റ്, ഒരു തുള്ളി വെളിച്ചം, എല്ലാം അസ്തമിച്ചുപോയിരിക്കുന്നോ?

പെട്ടെന്ന് അവൾ ഓർത്തു, നാരായണൻനായർ എവിടെ? തനിക്ക് കാറ്റും വെളിച്ചവും നൽകിയ കൈകളുടെ ഉടമസ്ഥൻ. സീതയ്ക്ക് ഇപ്പോൾ കുറ്റബോധം തോന്നി. എന്തൊക്കെയാണ് പുലമ്പിയത്, ബോധം നശിച്ചവളെപ്പോലെ, ചിത്തഭ്രമം ബാധിച്ചവളെപ്പോലെ? ഒരു നിമിഷം കൊണ്ട് ഭൂമി കീഴ്മേൽ മറിഞ്ഞുവോ? കയ്ക്കുന്ന ഭൂതകാലം മറന്നു പോയോ? അവൾ സ്വയം കുറ്റപ്പെടുത്താൻ തുടങ്ങി. മുങ്ങിമരിക്കാൻ പോകുന്നവന് ഒരു തരുന്നതുപോലെ ഭീതിപ്പെടുത്തുന്ന, കയ്ക്കുന്ന ഭൂതകാലത്തിന്റെ പിടിയിൽനിന്ന് ഭക്ഷിക്കാനായി ഒരു ജീവിതം ഹൃദയ പൂർവ്വം വിളിച്ചു നല്കിയ മനുഷ്യനോടാണോ ഇത്രയൊക്കെ പറഞ്ഞത്? കഷ്ടം! ഒരു പൂവിതൾപോലെ ലോലമാണ് ആ മനസ്സ് എന്നറിഞ്ഞിട്ടും കുത്തിമുറിവേൽപ്പിക്കാൻ തയ്യാറായി.

സീത ക്രൂരയാണ്. ചേട്ടത്തിയമ്മ പറയുന്നത് പോലെ സീത മറ്റുള്ള വരുടെ വേദന അറിയാത്തവളാണ്.

സീതയ്ക്ക് വിളിച്ചുപറയാൻ തോന്നി. അല്ല, അല്ല ചേട്ടത്തിയമ്മേ... സീതയ്ക്ക് ആരേയും വേദനിപ്പിക്കാൻ വയ്യ. മുഴുവൻ വേദനയും ഏറ്റു വാങ്ങാൻ സീത എന്നും തയ്യാറായിരുന്നു. പ്രപഞ്ചവേദനയാകുന്ന കുരിശ് ഈ തോളുകളിൽ എന്നും ചുമക്കാൻ തയ്യാറായിട്ടാണ് സീത ഇവിടെ കാൽകുത്തിയത്. എന്നിട്ടും... എന്നിട്ടും, ഒരു നിമിഷം എല്ലാം മറന്നുപോയി. തീരെ നിയന്ത്രിക്കാനായില്ല. മനസ്സ്, കടിഞ്ഞാണില്ലാത്ത കുതിരയായിപ്പോയി ഒരു നിമിഷം. എന്നോട് ക്ഷമിക്കൂ... സീത പാവ മാണ്.

അവളുടെ കണ്ണുകൾ നിറഞ്ഞൊഴുകി. അവൾ എഴുന്നേറ്റ് ഉമ്മറ ത്തെത്തി. വരാന്തയിൽ അരമതിലിനരികിൽ ചലനമറ്റ നിഴൽ. അവള ടുത്തെത്തി. നാരായണൻനായരുടെ തോളിൽ മുഖമർപ്പിച്ച് ഒരു കൊച്ചു കുട്ടിയെപ്പോലെ വിതുമ്പി: ''എന്നോട് ക്ഷമിക്കൂ. ഞനെന്തൊക്കെയോ പറഞ്ഞു. മനഃപൂർവ്വമല്ല മറന്നുകളയൂ. ഒക്കെ മറന്നുകളയൂ. സീത പാവമാണ്. സീതയ്ക്കൊന്നും വേണ്ട. സീത ഒന്നും ആവശ്യപ്പെട്ടില്ല. ഒന്നും...''

സീതയുടെ തണുത്തവിരലുകൾ അയാളുടെ പുറം തഴുകി. അയാൾ അവളെ മാറോട് ചേർത്തു മന്ത്രിച്ചു. ''സീതേ... എന്റെ സീതേ... നീ തനിത്തങ്കമാണ്. തങ്കം... നിന്നെ ഞാൻ വേദനിപ്പിച്ചു. നശിപ്പിച്ചു...''

അവൾ അയാളുടെ വാപൊത്തിക്കളഞ്ഞു. ''അരുത്. അങ്ങനെ പറയരുത്. ഞാൻ അനുഭവിക്കുന്ന ആത്മനിർവൃതിയും ആനന്ദവും... അതുപറയാൻ എനിക്ക് വാക്കുകളില്ല. ഞാൻ ഭാഗ്യവതിയാണ്. ഒരപേക്ഷ മാത്രം. ഞാൻ രവിയുടേയും ഉഷയുടേയും അമ്മയാണ്. അല്ലെന്ന് നിങ്ങളെങ്കിലും പറയരുത്. അത്രയെങ്കിലും എനിക്ക് നിഷേധിക്കരുത്. ഞാൻ തകർന്നുപോവും.''

അവളുടെ നിയന്ത്രണം വിട്ടു. ദേഹം തളർന്നു. നാരായണൻനായർ സീതയെ താങ്ങി. അവളുടെ ചൂടുള്ള കണ്ണുനീർ അയാളുടെ നെഞ്ചിൽ വീണു പടർന്നു. അയാൾ ആശ്വസിപ്പിച്ചു: ''ഇല്ല. ഒരിക്കലും പറയില്ല. ഒരിക്കലും.''

മുപ്പത്തിമൂന്ന്

രാവിലെ ഉണരുമ്പോൾ തെളിഞ്ഞ പ്രഭാതംപോലെ, സ്വച്ഛമായ ആകാശം പോലെ മനസ്സ്. നേർത്ത, കുളിരുള്ള കാറ്റ്. സീതയ്ക്ക് നല്ല ഉന്മേഷം തോന്നി. അവൾ സന്തുഷ്ടമായ മനസ്സോടെ എഴുന്നേറ്റു. ശാന്തനായി ഉറങ്ങുന്ന ഭർത്താവിനെ നോക്കി നിമിഷങ്ങളോളം നിന്നു. അയാളോടുള്ള സ്നേഹത്താൽ ഹൃദയം തിങ്ങിനിറയുന്നതു പോലെ. മുൻപെന്നത്തേക്കാളുപരി ഈ മനുഷ്യൻ തനിക്ക് പ്രിയങ്കരനായിത്തീർന്നുവെന്ന് ഓർത്തു. പിന്നെ അയാളുടെ കാലടികളിൽ തൊട്ട് നമിച്ച് ഹൃദയപൂർവ്വം പ്രാർത്ഥിച്ചു: ''ദൈവമേ... ഞങ്ങളെ രക്ഷിക്കണേ...''

വാതിൽ തുറന്ന് പുറത്തിറങ്ങും മുൻപ് ഒരു നിമിഷം അവൾ ഓർത്ത് ചിരിച്ചു.

സീത എന്നു മുതൽക്കാണ് ദൈവത്തിൽ വിശ്വസിക്കാൻ തുടങ്ങിയത്? ലക്ഷ്മിയമ്മായിയുടെ വീട്ടിൽനിന്ന് ഇറങ്ങിപ്പോന്ന ആ ദിവസം സീത ദൈവത്തെ വെറുത്തതാണ്. പിന്നീടൊരിക്കലും ക്ഷേത്രത്തിൽ പോകണമെന്ന് തോന്നിയിട്ടില്ല. അന്ന് തന്റെ മനസ്സിലെ ഈശ്വരൻ മരിച്ചതാണ്. രമേശൻനായരുടെ അമ്മ എന്നും ക്ഷേത്രത്തിൽ പോയിരുന്നു. സീതയെ ഒപ്പം കൂട്ടിക്കൊണ്ടുപോകാൻ വളരെ ശ്രമിച്ചിരുന്നു. ഒന്നുരണ്ടുവട്ടം അവർക്കുവേണ്ടി പോവുകയും ചെയ്തു എന്നോർമ്മിക്കുന്നു. എല്ലാതരം വ്രതങ്ങളും സീത അനുഷ്ഠിക്കണമെന്ന് അവർക്ക് ആഗ്രഹമുണ്ടായിരുന്നു. സീത തികഞ്ഞ നിരീശ്വരവാദിയായി, ഈശ്വരവിരോധിയായി. ഒന്നിനും വഴങ്ങിയില്ല. രമേശൻനായർ അവൾക്കുവേണ്ടി വാദിക്കുകയും ചെയ്തു

''എന്തിനാണമ്മേ ഈ വ്രതവും തപസ്സും? അമ്മയുടെ കുറെ പഴഞ്ചൻ ആചാരങ്ങൾ. അമ്മയ്ക്ക് വേണമെങ്കിൽ ആയിക്കൊള്ളൂ. സീത പട്ടിണിയിരുന്ന് ഒരു വ്രതവും നോക്കണ്ട.''

പാവം മനുഷ്യൻ! സീതയുടെ ഏതഭിപ്രായവും മാനിച്ചിരുന്ന, സീതയ്ക്ക് സ്നേഹം മാത്രം നല്കിയിരുന്ന, സീതയുടെ സന്തോഷം മാത്രം കാംക്ഷിച്ചിരുന്ന നല്ലവനായ മനുഷ്യൻ. പക്ഷേ, സീത... സീത എന്താണ് അയാൾക്ക് പകരം നൽകിയത്? സീത നെടുവീർപ്പിട്ടു.

കുളിച്ചുവരുമ്പോൾതന്നെ കേട്ടു. ഊണുമുറിയിൽ രവിയുടെ ഉറക്കെയുള്ള സംസാരം: ''അമ്മേ...'' അവന്റെ സ്വരത്തിൽ കടുത്ത ദേഷ്യം.

സീത വിളി കേട്ടു. ഈറൻ മാറാതെതന്നെ അരികിലെത്തി. രവി മുഖം വീർപ്പിച്ചിരിക്കുന്നു. അവൻ മുൻപിലിരുന്ന പാത്രങ്ങൾ തള്ളി നീക്കി പറഞ്ഞു: ''അമ്മ കണ്ടോ, നാണിയമ്മ എന്താണുണ്ടാക്കിവെച്ചിരിക്കുന്നതെന്ന്.''

സീതയ്ക്ക് ചിരിവന്നു. വിളി കേട്ടപ്പോൾ മറ്റെന്തോ ആവും എന്ന് കരുതി.

''എനിക്ക് ഇഡ്ഡലിയുടെ കൂടെ ഈ കറിവേണ്ട. എത്ര തവണ പറഞ്ഞിരിക്കുന്നു. ഞാനിത് അവരുടെ മുഖത്തേക്ക് വലിച്ചെറിയും.''

''രവീ, മോനേ... അരുത്.'' അവൾ ഉറക്കെ പറഞ്ഞുപോയി.

രവി എന്നും നാണിയമ്മയുമായി ബഹളമാണ്. അവരെന്ത് ചെയ്താലും പറഞ്ഞാലും രവി എതിർപ്പുകാട്ടും. കഴിഞ്ഞൊരു ദിവസം നാണിയമ്മ കരയുകയും ആവലാതി പറയുകയും ചെയ്തു.

സീത അവനെ സമാധാനിപ്പിക്കാൻ ശ്രമിച്ചു.

''മോനെന്ത് വേണം? പറയൂ. അമ്മ ഉണ്ടാക്കിത്തരാം. പാവം നാണിയമ്മയോട് ദേഷ്യപ്പെടാതിരിക്കൂ.''

''ദേഷ്യപ്പെടും. അമ്മയ്ക്കറിയില്ല, നാണിയമ്മയ്ക്ക് അഹങ്കാരം കൂടുന്നുണ്ട്.''

''മോനേ, അരുത് മോനേ. ഇങ്ങനെയൊന്നും പറയരുത്. നാണിയമ്മ മോന്റെ അമ്മൂമ്മയല്ലേ?''

''പിന്നേ... അമ്മൂമ്മ! ആര് പറഞ്ഞു അമ്മൂമ്മയാണെന്ന്? അവരെന്റെ ആരുമല്ല.''

സീത ഒരു നിമിഷം വിളറിപ്പോയി. അവൾ വിചാരിക്കുകയായിരുന്നു, നാളെ രവി തന്നോടും ഇതുതന്നെ പറയില്ലേ, സീത അവന്റെ അമ്മയല്ലെന്ന്? അവൾ നെടുവീർപ്പിട്ടു.

നാരായണൻനായർ വരുന്നുണ്ടായിരുന്നു. അവൾ അയാളെ കണ്ടില്ല. നാരായണൻനായർ വിളിച്ചു: ''രവീ...''

രവി മിണ്ടിയില്ല.

''എന്താണ് ഇവിടൊരു ബഹളം?''

സീത ഇടയിൽ കയറി: ''ഒന്നുമില്ല. രവി ഒരു ബഹളവും ഉണ്ടാക്കിയില്ല. ഞാനീറൻമാറ്റി ഇപ്പോൾ വരാം.''

അവൾ തിടുക്കത്തിൽ പോയി വേഷം മാറ്റി വന്നു. രവി എഴുന്നേറ്റു പോയിരുന്നു. അവന്റെ പ്ലെയിറ്റിൽ പറന്നുകളിക്കുന്ന ഈച്ചകൾ.

''ഉഷേ... ഏട്ടനെവിടെ?''

''ഏട്ടന് കാപ്പി വേണ്ടാന്ന്.''

സീതയുടെ മനസ്സിടിഞ്ഞു. നല്ലൊരു പ്രഭാതം. നല്ലൊരു ദിവസത്തിന്റെ തുടക്കം നഷ്ടപ്പെടുകയാണോ?

അവൾ രവിയുടെ മുറിയിലെത്തി. രവി സ്കൂളിൽ പോകാൻ ഒരുങ്ങുകയാണ്. തിടുക്കത്തിൽ പുസ്തകങ്ങളടുക്കുകയും ഷർട്ടിന്റെ ബട്ടണിടുകയും എന്തൊക്കെയോ തിരയുകയും ചെയ്തു.

''മോനെന്താണ് കാപ്പി കുടിക്കാഞ്ഞത്?''

''എനിക്ക് വേണ്ടാഞ്ഞിട്ട്.''

''വിശക്കില്ലേ?''

''വിശക്കട്ടെ. ആർക്കാ നഷ്ടം?''

സീത അവന്റെ കൈ പിടിച്ചുവലിച്ചുകൊണ്ട് പറഞ്ഞു: ''എനിക്ക്. രവി വിശന്നിരിക്കാൻ പാടില്ല. ഞാനിവിടെയുള്ളപ്പോൾ അതിന് സമ്മതിക്കില്ല. വരൂ...''

അവൾ അവനെ നിർബ്ബന്ധിച്ച് ഊണുമുറിയിലേക്ക് കൂട്ടിക്കൊണ്ട് വന്നു. അവന് ഇഷ്ടപ്പെട്ട ചമ്മന്തിപ്പൊടിയുടെ തരികൾ പ്ലെയിറ്റിൽ വിളമ്പി പറഞ്ഞു: ''ഇനി കഴിക്ക്. നല്ല കുട്ടിയല്ലേ...''

നാരായണൻ നായർ അത്ഭുതത്തോടെ അത് കാണുകയായിരുന്നു. മകന്റെ വാശി. അത് തീർക്കാൻ സീത കാട്ടുന്ന പാരവശ്യം. രവി തല കുനിച്ചിരുന്ന് ഇഡ്ഡലികൾ മുറിച്ചു മുറിച്ചു തിന്നു. സീത നിർവൃതിയോടെ അത് നോക്കി നിന്ന് മന്ദഹസിച്ചു.

നാരായണൻനായർക്ക് വല്ലാത്ത കുറ്റബോധം തോന്നി. പാവം സീത! അവളെ, തന്നെപ്പോലൊരാൾ ഒരിക്കലും വിവാഹം ചെയ്യാൻ പാടില്ലായിരുന്നു. എത്ര ചെറുപ്പമാണവൾ. അവൾക്ക് മോഹങ്ങൾ കാണില്ലേ? പ്രതീക്ഷകൾ കാണില്ലേ? ഒരിക്കൽ പൂവണിയുമെന്ന് കരുതി താലോലിച്ച് സൂക്ഷിച്ചിരുന്ന അഭിലാഷങ്ങൾ ഒക്കെ താൻ മൂലം നഷ്ടപ്പെടുകയാണ്. നശിക്കുകയാണ്. താൻ മൂലം, ജീവിതം അവൾക്കൊരിക്കലും പച്ചപിടിക്കാത്ത ഒരു മരുഭൂമിയായിത്തീരുകയാണ്. പക്ഷേ... ഇനിയെന്താണ് മാർഗ്ഗം! സീത അരികിൽ വന്നുനിന്നതറിഞ്ഞില്ല.

''എന്താണാലോചിക്കുന്നത്?''

''ഒന്നുമില്ല. കുട്ടികൾ എവിടെ?''

''രണ്ടുപേരും ഭക്ഷണം കഴിച്ചെഴുന്നേറ്റുപോയി.''

വീണ്ടും വാചാലമാകുന്ന മൗനം. രണ്ടുപേരുടേയും മനസ്സ് തിങ്ങി നിറഞ്ഞു നില്ക്കുകയാണ്. രണ്ടുപേർക്കും അതറിയാം.

നിമിഷങ്ങൾ കഴിഞ്ഞ് സീത പറഞ്ഞു: ''എന്താ കാപ്പി കഴിക്കാത്തത്? എല്ലാം തണുത്താറി.''

''നമ്മുടെ ജീവിതം പോലെ, അല്ലേ?'' നാരായണൻ നായർ ദയനീയമായി ചിരിച്ചു.

''സീത അവിടെ ഇരിക്കൂ.''

അവൾ അയാൾക്കഭിമുഖമായി ഇരുന്നു. അയാൾ അവളുടെ കണ്ണുകളിലേക്ക് നോക്കി. സുന്ദരമായ കണ്ണുകൾ. നീണ്ടു വിടർന്ന, വാചാലമായ

കണ്ണുകൾ, അവ എപ്പോഴും നിറഞ്ഞുനില്ക്കുന്നതുപോലെ. നാരായണൻനായർ ആദ്യമായി കാണുന്നതുപോലെ അവളെ നോക്കിയിരുന്നു.

സീത തലതാഴ്ത്തി. അദ്ദേഹത്തിന്റെ ഹൃദയത്തിനേറ്റ മുറിവിന്റെ ആഴം. തന്റെ വാക്കുകൾ ഏല്പിച്ച മുറിവ്. അതിന്റെ ആഴം കണ്ണുകളിൽ സ്പഷ്ടമാണ്.

''കുട്ടികൾ സ്കൂളിൽ പോയോ?''

''പോയി. ഇപ്പോഴാണ് പോയത്. നിങ്ങൾക്കിന്ന് പോകണ്ടേ? സമയം കുറെയായി.''

''ഞാൻ പോയാൽ സീത തനിച്ചാവില്ലേ?''

അയാളുടെ വാക്കുകൾ നടുക്കത്തോടെയാണ് സീത കേട്ടത്, ആ വാക്കുകൾക്ക് സാധാരണയിൽ കവിഞ്ഞ ആഴവും അർത്ഥവും ഉണ്ടോ?

അയാൾ വീണ്ടും പറഞ്ഞു: ''എനിക്ക് ഭയം തോന്നുന്നു. ഇന്ന് ഞാൻ പോകുന്നില്ല.''

അവൾ വെറുതെ കേട്ടിരുന്നു. മറുപടി പറഞ്ഞില്ല. അന്തരീക്ഷത്തിന് പെട്ടെന്ന് കനം വെച്ചതുപോലെ. വാക്കുകൾക്ക് ആഴവും പരപ്പും വർദ്ധിച്ചതുപോലെ.

''സീതയെന്താ ഒന്നും മിണ്ടാത്തത്?''

അവൾ പെട്ടെന്ന് ചോദിച്ചു: ''ഞാൻ തനിച്ചാകുമെന്ന് കരുതിയാണോ പോകാത്തത്? അങ്ങനെ ഭയപ്പെടേണ്ട.''

''ശരിയാണ് സീത പറഞ്ഞത്. ഈ ലോകത്ത് ആർക്കാണ് മറ്റൊരാൾക്ക് കൂട്ടിരിക്കാൻ കഴിയുക? ഒരർത്ഥത്തിൽ എല്ലാവരും തനിച്ചല്ലേ? തനിച്ച് വരുന്നു. തനിച്ച് മടങ്ങിപ്പോകുന്നു.''

വേദാന്തിയുടെ മട്ടിൽ, തികച്ചും നിർവികാരനായും ശാന്തനായും അയാൾ സംസാരിക്കുന്നത് കേട്ട് അവൾ വെറുതെയിരുന്നു.

''എനിക്കിന്നൊരു സുഖം തോന്നുന്നില്ല. മനസ്സിനും ശരീരത്തിനും. ഇന്നത്തേക്ക് ലീവ് എടുക്കാമെന്ന് വിചാരിച്ചു. അല്പനേരത്തേക്കെങ്കിലും സീതയ്ക്ക് കൂട്ടിരിക്കാമല്ലോ എന്നും കരുതി.''

അയാളുടെ സംസാരം കേട്ട് അവൾ പുഞ്ചിരിച്ചു.

''ഇനി കാപ്പി കഴിക്കൂ.''

അയാൾ അവൾ പറഞ്ഞതനുസരിച്ചു.

മുറ്റത്ത് സൈക്കിളിന്റെ മണിയടി. രവി സ്കൂളിൽ പോയി. വല്ലപ്പോഴും സൗദാമിനിച്ചേച്ചിയുടെ മകൻ മാത്രമേ സൈക്കിളിൽ വരാറുള്ളൂ. സീത വരാന്തയിലേക്ക് വന്നു.

തപാൽ ശിപായി അവളെക്കണ്ട് പറഞ്ഞു: ''ഒരു ടെലഗ്രാമുണ്ട്. ഒന്ന് ഒപ്പിട്ട് തന്നേക്കൂ.''

സീതയുടെ മനസ്സ് വിറച്ചു.

നാരായണൻനായർ പുറത്തെത്തുമ്പോഴേക്കും സീത കമ്പി ഒപ്പിട്ട് വാങ്ങിയിരുന്നു. അവൾ നിശ്ചലയായി, നിർവികാരയായി ആ കടലാസ്സു കഷണം കൈയിൽ പിടിച്ച് നിന്നു.

''അച്ഛന് സീരിയസ്സാണ്. ഉടൻ പുറപ്പെടുക.'' വായിച്ച് സീത നടുങ്ങിയില്ല. കരഞ്ഞില്ല.

അവൾ ഓർക്കുകയായിരുന്നു. ഒരാഴ്ച മുൻപ് വന്ന ചേട്ടത്തിയമ്മയുടെ കത്ത്: ''അച്ഛന് തീരെ സുഖമില്ല. വല്ലാതെ ക്ഷീണിച്ചുപോയി. നീ അച്ഛന്റെയൊപ്പം രണ്ട് ദിവസമെങ്കിലും വന്ന് താമസിക്കണമെന്ന് അച്ഛന് വലിയ മോഹം. നീ ഒന്ന് വന്നുപോരൂ.''

നാരായണൻനായർ വിളിച്ചു. ''സീതേ, വേഗം തയ്യാറാവൂ. നമുക്ക് പോവണ്ടേ?''

അവൾ അയാളുടെ മുഖത്തേക്ക് നോക്കിനിന്നതേയുള്ളു. അവസാനം അത് സംഭവിക്കാൻ പോകുന്നു. മേൽപ്പുര താങ്ങിനില്ക്കുന്ന വലിയ തൂണുകൾ, ദ്രവിച്ച് ചെതുക്കിച്ചുതുടങ്ങിയ തറവാടിന്റെ അന്തസ്സ്. തകർച്ച പൂർത്തിയാകാൻ പോകുന്നു.

അയാൾ വീണ്ടും അവളെ തൊട്ടുണർത്തി. ''ഇപ്പോൾ ഒരു ബസ്സുണ്ട്. ഉടനെ പുറപ്പെട്ടാൽ കിട്ടിയേക്കും.''

അവൾ മെല്ലെപ്പറഞ്ഞു: ''സുഖമില്ലെന്നു പറഞ്ഞിട്ട്, യാത്ര ചെയ്യേണ്ട. ഞാൻ തനിച്ച് പോവാം.''

''എനിക്ക് അസുഖമൊന്നുമില്ല. സീത തനിച്ച് പോകാനോ, ഞാനുള്ളപ്പോൾ. വരൂ, നമുക്കുടനെ പോകാം.''

സീത ഒട്ടും തിടുക്കം കാട്ടിയില്ല. മനസ്സ് മരവിച്ചിരിക്കുന്നു. മരിച്ചിരിക്കുന്നു. എന്ത് സംഭവിച്ചിരിക്കും എന്ന് ഇപ്പോഴേ അറിയാം. ചേട്ടത്തിയമ്മ കുറ്റപ്പെടുത്തിയേക്കാം. രണ്ടുദിവസമെങ്കിലും അച്ഛനോടൊത്ത് കഴിയാൻ തയ്യാറാകാഞ്ഞതിൽ; ഇപ്പോഴും പക സൂക്ഷിക്കുന്നതിൽ.

സീത എത്തുമ്പോൾ അച്ഛൻ മരിച്ചുകഴിഞ്ഞിരിക്കുന്നു. ഒരു സാധാരണ മരണംപോലെയേ തോന്നിയുള്ളൂ. തന്റെ ജീവിതത്തിൽ അപ്രധാനമായ ഒരു സംഭവമായി മാത്രമേ ആ മരണം അവൾക്ക് അനുഭവപ്പെട്ടുള്ളൂ. അവൾക്കുവേണ്ടി, അവൾ വരാൻവേണ്ടി മാത്രം മൃതദേഹം കാത്തുവെച്ചിരിക്കുകയായിരുന്നുവത്രെ. മറ്റെല്ലാവരും വന്നു കഴിഞ്ഞിരിക്കുന്നു.

സീത കണ്ടു. പടിപ്പുര മുതൽ മുറ്റംവരെ പന്തൽ. ബന്ധുക്കളും മിത്രങ്ങളും ആശ്രിതരുമായി നല്ലൊരു ജനക്കൂട്ടം മുറ്റത്ത്. അവസാന ചടങ്ങുകൾക്കുവേണ്ടിയുള്ള മടുപ്പിക്കുന്ന കാത്തുനിൽപ്പ്. മരിച്ച ആൾ സാധാരണക്കാരനല്ല. വലിയ ആളാണ്. നാട്ടിലെ ജന്മി. തറവാടി. വലിയ വീട്ടിലെ കേശവകുറുപ്പ്.

സീതയെ നോക്കി ചിലർ കണ്ണ് തുടച്ചു. ചിലർ വിതുമ്പി. ചിലർ മന്ത്രിച്ചു. ചിലർ പിറുപിറുത്തു: ''ഒരേയൊരു മകളാണ്. ഇപ്പോ വരുന്നതേയുള്ളൂ. അദ്ദേഹം ഈ മകൾ കാരണം ചില്ലറ വേദനയല്ല അനുഭവിച്ചത്.''

സീതയ്ക്ക് അവരുടെ വാക്കുകൾ വീണുകിട്ടുന്നതുപോലെ അവ്യക്തമായി കേൾക്കാം.

കോടിത്തുണിയിൽ പൊതിഞ്ഞ അച്ഛന്റെ ശരീരം. അവസാനയാത്രയ്ക്ക് ഒരുങ്ങിയുള്ള കിടപ്പ്. അന്തരീക്ഷത്തിൽ പരക്കുന്ന സാമ്പ്രാണിത്തിരികളുടെ അസുഖകരമായ കടുത്ത ഗന്ധം. സീത തലകുനിച്ച് അച്ഛനെ നോക്കി നിന്നു. അച്ഛന്റെ മുഖത്ത് പകയില്ല. വിദ്വേഷമില്ല. കോപമില്ല. ശാന്തമായ ഉറക്കം.

നാരായണൻനായർ അവളെ താങ്ങാൻ ശ്രമിച്ചു. സ്വയം നിയന്ത്രിക്കാനാവാതെ, ദുഃഖം സഹിക്കാനാവാതെ ഒരുപക്ഷേ, സീത ബോധം കെട്ടേക്കാം, താഴെ തറയിൽ വീണ് പോയേക്കാം എന്ന ഭയംകൊണ്ടാണ് അയാൾ അങ്ങനെ ചെയ്തത്. പക്ഷേ, ഒന്നുമുണ്ടായില്ല. സീതയ്ക്കൊന്നും സംഭവിച്ചില്ല. അവൾ പ്രതിമപോലെ നിന്നു. അല്പം കഴിഞ്ഞപ്പോൾ ഏട്ടൻ അടുത്ത് വന്നുനിന്നു.

''സീതേ, ഇങ്ങോട്ട് പോര്.''

ശേഖരേട്ടൻ അവളുടെ കൈ പിടിച്ച് അകത്തേക്ക് കൊണ്ടുപോയി. കാല് നീട്ടി ചുമർ ചാരിയിരുന്നു ദുഃഖഭാരം താങ്ങാൻ ശ്രമിക്കുന്ന സ്ത്രീകൾക്കരികിൽ അവൾ ചേട്ടത്തിയമ്മയെ കണ്ടു.

ചേട്ടത്തിയമ്മ. കരഞ്ഞ് കലങ്ങിയ കണ്ണുകൾ. വിളറിയ മുഖം. പാറിപ്പറന്ന തലമുടി.

''സീതേ...'' അവർ സീതയെക്കണ്ട് ഉറക്കെ നിലവിളിച്ചു.

അവൾ അവരുടെ അരികിലിരുന്നു. ചേട്ടത്തിയമ്മ അവളെ കെട്ടിപ്പിടിച്ച് കരഞ്ഞ് പറഞ്ഞു: ''എന്റെ കുട്ടീ, നീ വരും മുൻപ് എല്ലാം കഴിഞ്ഞു.''

ചേട്ടത്തിയമ്മേ, നിങ്ങൾക്കറിഞ്ഞുകൂടേ, സീത ഭാഗ്യഹീനയാണെന്ന്. എത്ര തവണ നിങ്ങളത് അറിഞ്ഞിരിക്കുന്നു.

ചേട്ടത്തിയമ്മ ദുഃഖം സഹിക്കാനാവാതെ തേങ്ങിക്കരഞ്ഞുകൊണ്ടിരുന്നു. ഇത്ര നേരവും കെട്ടിനിർത്തിയിരുന്ന ചിറ തകർന്നുപോയതുപോലെ. സീതയ്ക്കത് കണ്ട് ഒന്ന് രണ്ടുവട്ടം ചോദിക്കണമെന്ന് തോന്നിപ്പോയി: ''പറയൂ ചേട്ടത്തിയമ്മേ, നിങ്ങളെന്തിനാണ് ഇത്രയേറെ ദുഃഖിക്കുന്നത്? മരിച്ച മനുഷ്യനുമായി അത്രവലിയ ബന്ധമുണ്ടോ നിങ്ങൾക്ക്? ആ മനുഷ്യൻ കെട്ടിയുണ്ടാക്കിയ ഈ നാലുകെട്ടിലെ മുള്ളുവേലിക്കകത്ത് സീതയെപ്പോലെ നിങ്ങളും ഞെരുങ്ങുകയായിരുന്നില്ലേ. ഞെളിപിരികൊള്ളുകയായിരുന്നില്ലേ? സ്നേഹത്തിനും സ്വാതന്ത്ര്യത്തിനും വേണ്ടി, ശുദ്ധവായുവിനുവേണ്ടി ദാഹിക്കുകയായിരുന്നില്ലേ?

പക്ഷേ... സീത സ്വയം തിരുത്തി. തനിക്ക് തെറ്റിപ്പോയി. നിങ്ങൾക്ക് ആ ബന്ധനം ഇഷ്ടമായിരുന്നല്ലോ. സ്വീകാര്യവുമായിരുന്നല്ലോ. അത് മറന്നു. പെണ്ണുങ്ങളുടെ ലോകം അടുക്കളയും നാലുകെട്ടുമാണെന്ന് ആവർത്തിച്ചുപറഞ്ഞ് എന്നെ നിങ്ങൾ ആശ്വസിപ്പിച്ചിരുന്നല്ലോ. ഒക്കെ മറന്നു.

''സീതേ, നീ എന്താണ് വരാൻ വൈകിയത്?'' കരച്ചിൽ നിർത്തി ചേട്ടത്തിയമ്മ ചോദിച്ചു:

''വൈകിയില്ല. വിവരമറിഞ്ഞ ഉടനെ പോന്നു.''

''അതല്ല കുട്ടീ, അച്ഛന് സുഖമില്ലെന്നും രണ്ടുദിവസമെങ്കിലും നീ അച്ഛനെ ശുശ്രൂഷിക്കാനായി വരണമെന്നും എഴുതിയിട്ട്...''

ചേട്ടത്തിയമ്മ നിർത്തിക്കളഞ്ഞു. അല്പം കഴിഞ്ഞ് ദീർഘനിശ്വാസത്തോടെ പറഞ്ഞു: ''അച്ഛന് വലിയ മോഹമായിരുന്നു. ബോധം നഷ്ടപ്പെടുന്നതുവരെ പറയുകയായിരുന്നു. നീ വന്നില്ലല്ലോ എന്ന്. നിന്റെ കൈകൊണ്ട് ഒരു പ്ലാവില കഞ്ഞികുടിച്ചിട്ട് ചാകാൻ വിധിയില്ലല്ലോ എന്ന്.''

അവൾക്കത്ഭുതം തോന്നി, കരിമ്പാറ അലിയുകയോ? ആകാശം ഭൂമിയിലേക്കിറങ്ങി വരികയോ? ആരുടെ മുൻപിലും അലിയാൻ കൂട്ടാക്കാത്ത, പാറപോലെ ഉറച്ച അച്ഛന്റെ മനസ്സ്. അവിടെ സ്നേഹത്തിന്റെ നീരുറവ പൊടിച്ചുവെന്നോ?

ആരോ വന്ന് സീതയെ കൂട്ടിക്കൊണ്ടുപോയി. ക്രിയകൾ ചെയ്യാൻ സമയമായിരിക്കുന്നു. ബന്ധുജനങ്ങൾ വരിയൊപ്പിച്ചുനിന്ന് ചടങ്ങുകൾ ചെയ്തുതീർത്തു. സീതയുടെ ഊഴം കഴിഞ്ഞപ്പോൾ അവൾ അകത്തു പോയി കിടന്നു. ആളുകൾ അത്ഭുതപ്പെട്ടിരിക്കും. കാഴ്ചകൾ കാണാൻ കാത്തുനിന്നവർക്ക് നിരാശ തോന്നിയിട്ടുണ്ടാവണം. അച്ഛന്റെ മൃതദേഹത്തിൽ തലയിട്ടുരുട്ടി കരയുന്ന മകൾ. സീത കരഞ്ഞില്ല. സീതയ്ക്ക് കരയാൻ കഴിഞ്ഞില്ല. മൃതദേഹം ചിതയിലേക്കെടുത്തപ്പോഴും, ചിതയ്ക്ക് തീ കൊളുത്തിയപ്പോഴും എല്ലാം ഒരുതരം മരവിപ്പോടെ ഇരിക്കുക മാത്രം ചെയ്തു.

ചേട്ടത്തിയമ്മ പറഞ്ഞു: ''സീതേ, എന്റെ മോളേ! നിനക്കെന്തുപറ്റി? നീ ഒന്ന് കരയൂ. ഇങ്ങനെ അടക്കിപ്പിടിച്ചിരിക്കാതെ.''

അനിയന്ത്രിതദുഃഖം അടക്കിപ്പിടിച്ചിരിക്കുന്നതുമൂലം തന്റെ ഹൃദയം പൊട്ടിപ്പിളർന്നേക്കുമെന്ന് ചേട്ടത്തിയമ്മ ഭയപ്പെടുന്നു. അതുകൊണ്ടാണ് പലതും പറഞ്ഞും ഓർമ്മിപ്പിച്ചും അവർ സീതയെ കരയിക്കാൻ ശ്രമിക്കുന്നത്.

പക്ഷേ, ചേട്ടത്തിയമ്മേ! നിങ്ങൾക്കറിയില്ല. സീതയുടെ മനസ്സിപ്പോൾ കരിങ്കല്ലാണ്. കടുത്തവെയിലും മഴയുമേറ്റ്, ഉറച്ചുപോയി. കാഠിന്യം വർദ്ധിച്ചുപോയി. എന്തുചെയ്യാം. സീതയ്ക്ക് കരയണമെന്നുണ്ട്. ആത്മാർത്ഥമായ മോഹമുണ്ട്. മറ്റുള്ളവരെ കാണിക്കാനായെങ്കിലും കരയാൻ

ശ്രമിക്കായ്കയല്ല. പക്ഷേ, സീതയുടെ കണ്ണുനീർ വറ്റിപ്പോയി. ഇവിടെ ഈ നാലുകെട്ടിൽ വച്ച്, സീതയുടെ മനസ്സ് വറ്റിവരണ്ടുപോയി. അവിടെ ഇപ്പോൾ കണ്ണുനീരില്ല. വേദനയില്ല. ദുഃഖങ്ങളില്ല. നിർവ്വികാരത മാത്രം. അത് നിങ്ങൾക്കറിയില്ല.

മുപ്പത്തിനാല്

വളപ്പിന്റെ അതിർത്തിയിലെ മുളങ്കൂട്ടം, ഊളിയിട്ട് ഒച്ചവെച്ചുപോകുന്ന കാറ്റ്. കാറ്റിൽ ഓർമ്മയുടെ നേർത്ത അലകൾ. സീത അടുക്കളയുമ്മ റത്ത് അകലേക്ക് നോക്കിയിരുന്നു. കാസിം മുതലാളിയുടെ വീട് നില് ക്കുന്ന സ്ഥലത്ത് പണ്ട് മറ്റൊരു വീടായിരുന്നു. ആ വീട്ടിൽ പണ്ട്... ആരുമറിയാതെ ലക്ഷ്മിയമ്മായി, ആ മുളങ്കൂട്ടത്തിനരികിൽ പോയി നിന്നിരുന്നു.

മുരളി അടുത്തുവന്നിരുന്നത് അറിഞ്ഞില്ല. അവൻ മെല്ലെ തോളിൽ തൊട്ട് വിളിച്ചു: ''സീതച്ചിറ്റേ...''

അവൾ തലതിരിച്ചു നോക്കി. മുരളിക്ക് ചേട്ടത്തിയമ്മയുടെ ഛായ യാണധികം. വെളുത്ത് തുടുത്ത ദേഹം. ശേഖരേട്ടന്റെ നിറം മാത്രം മുരളിക്ക് കിട്ടിയിട്ടുണ്ട്. ചേട്ടത്തിയമ്മ ഏട്ടനോളം വെളുത്തതല്ല. പക്ഷേ, ഈ സൗമ്യമായ കണ്ണുകളും നോട്ടവും ചുണ്ടും മൂക്കും ഒക്കെ ചേട്ടത്തി യമ്മയുടേതാണ്. മുരളിയുടെ കണ്ണുകൾ ചുവന്നുകലങ്ങിയിരുന്നു. അവൻ നന്നായി കരഞ്ഞിരിക്കുന്നു. മുത്തച്ഛന്റെ വേർപാട് അവന്റെ കൊച്ചുമനസ്സിനെ വല്ലാതെ ഉലച്ചിരിക്കുന്നു. അവൻ ആദ്യമായി കാണു ന്നത് മുത്തച്ഛന്റെ മരണമാണ്.

പാവം കുട്ടി! അവൾ അവന്റെ ഈറൻ തലമുടിയിൽ വിരലുകളോ ടിച്ചു. മുരളി മൂകനായിരുന്നു.

സീത ചോദിച്ചു: ''മോനിപ്പോൾ ഏതു ക്ലാസ്സിലാണ്?''

ചേട്ടത്തിയമ്മ അത് കേട്ടു. അവർ പരിഭവിച്ചു: ''നീ അവനെ മറന്നു പോയില്ലേ? അവൻ പഠിക്കുന്ന ക്ലാസ്സുകൂടി നിനക്കറിയില്ല.''

സീതയ്ക്ക് മുറിവേറ്റു. ഇവിടെ കഴിഞ്ഞിരുന്ന നാളുകളിൽ സീത യുടെ ഏക ആശ്വാസം മുരളിയായിരുന്നു. ഇവനെ കെട്ടിപ്പിടിച്ച് കിട ന്നാലേ സീതയ്ക്ക് ഉറക്കം വന്നിരുന്നുള്ളൂ. ഇവനരികിലുള്ളപ്പോഴേ വേട്ടയാടുന്ന ഭൂതകാലത്തിൽനിന്ന് മോചനം ലഭിച്ചിരുന്നുള്ളൂ. ഇവന്റെ കൊഞ്ചലും, ചൊരിമണലിലെ പിച്ചവെയ്പ്പും കണ്ടിരിക്കുമ്പോൾ മാത്ര മാണ് സീതയ്ക്ക് ഓർമ്മകളിൽനിന്ന് രക്ഷപ്പെടാൻ കഴിഞ്ഞിരുന്നത്. പക്ഷേ...

ചേട്ടത്തിയമ്മ വീണ്ടും പറഞ്ഞു: ''ഇവിടെ നിന്ന് പോയപ്പോൾ നീ

എല്ലാപേരെയും മറന്നുകളഞ്ഞു. മുരളിയെപ്പോലും. നിനക്ക് രവിയും ഉഷയും ആണിപ്പോൾ മക്കൾ. അവരാണെല്ലാം.''

സീതയുടെ ഹൃദയം വിതുമ്പി. അവളുടെ കണ്ണുകൾ നിറഞ്ഞു.

ചേട്ടത്തിയമ്മേ, നിങ്ങളെങ്കിലും... നിങ്ങളെങ്കിലും എന്നെ മനസ്സിലാക്കുമെന്ന് കരുതിയിരുന്നു. സീതയ്ക്ക് ജീവിക്കാൻ ഒരു കച്ചിത്തുരുമ്പെങ്കിലും വേണ്ടേ? അതും നിഷേധിക്കുകയാണോ? അതുകൂടി നഷ്ടപ്പെട്ടാൽ സീതയ്ക്ക് പിന്നെയെന്താണ് രക്ഷാമാർഗ്ഗം? നിങ്ങൾക്കെങ്കിലും അറിയില്ലേ, സീത ആരുമില്ലാത്തവളാണെന്ന്. എല്ലാം നഷ്ടപ്പെട്ടവളാണെന്ന്. നോക്കൂ, എങ്ങനെയെങ്കിലും ഒരു ജീവിതം സൃഷ്ടിച്ചെടുക്കാൻ ശ്രമിക്കയാണ്. മക്കൾ, ഭർത്താവ്, സംതൃപ്തമായ കുടുംബം. അങ്ങനെയൊന്ന് കടം വാങ്ങി സ്വന്തമാക്കാനുള്ള ശ്രമത്തിലാണ് സീത, എല്ലാ പെൺകുട്ടികളെയും പോലെ സീതയ്ക്കും മോഹങ്ങളും പ്രതീക്ഷകളുമില്ലേ? ഭാഗികമായിട്ടെങ്കിലും ആ മോഹങ്ങളും പ്രതീക്ഷകളും സാധിച്ചെടുക്കാനുള്ള യത്നത്തിൽ സീത എല്ലാവരെയും മറന്നുപോയി. മുരളിയെ, ചേട്ടത്തിയമ്മയെ, ശേഖരേട്ടനെ, അച്ഛനെ, ലക്ഷ്മിയമ്മായിയെ, വിഷ്ണുവേട്ടനെ എല്ലാപേരെയും. സീത മനഃപൂർവ്വമാണിവിടെ വരാത്തത്. ഇവിടെയെത്തിയാൽ വീണ്ടും പഴയ സീതയായിത്തീർന്നെങ്കിലോ എന്ന ഭയം കൊണ്ട്. എല്ലാമറിയാവുന്ന ചേട്ടത്തിയമ്മ, സീതയെ നന്നായി അറിഞ്ഞ ചേട്ടത്തിയമ്മ...

സീതയുടെ കണ്ണുകൾ നിറഞ്ഞൊഴുകി. ഇത്രനേരവും കരയാതിരുന്ന സീത ഇപ്പോൾ നിയന്ത്രണംവിട്ട് കരയാൻ തുടങ്ങി. ചേട്ടത്തിയമ്മ പരിഭ്രമിച്ചു. അവർക്ക് പേടിയായി. അവർ അവളെ ആശ്വസിപ്പിക്കാൻ ശ്രമിച്ചു: ''ഞാനെന്തോ പറഞ്ഞു. സീതയെ വേദനിപ്പിക്കാനല്ല. മറന്നുകളയൂ കുട്ടീ. സാരമില്ല... സാരമില്ല.''

അവർ അവളുടെ പുറം തഴുകി. സീത അപ്പോൾ കൊച്ചുകുട്ടിയായി. ചേട്ടത്തിയമ്മയുടെ മാറിൽ ശിരസ്സുചേർത്ത് കൂടുതൽ കരഞ്ഞു.

അവൾ പിറുപിറുത്തു: ''ഞാൻ മറന്നതല്ല, മറന്നതല്ല. ആരെയും മറക്കാൻ എനിക്കാവുകയുമില്ല.''

മുരളി സീതച്ചിറ്റയുടെ കരച്ചിൽ കണ്ട് അമ്പരന്നിരുന്നു.

ചേട്ടത്തിയമ്മ പറഞ്ഞു: ''അച്ഛൻ ലക്ഷ്മിയമ്മായിയെക്കുറിച്ച് അന്വേഷിച്ചു. മരിക്കുന്നതിനുമുൻപ് അവരെ കാണാൻ അച്ഛന് മോഹമുണ്ടായിരുന്നെന്നു തോന്നുന്നു. ഏട്ടനും ലക്ഷ്മിയമ്മായിയോട് ഇപ്പോൾ പഴയ ദേഷ്യവും വെറുപ്പുമില്ല. സീതേ. സഹതാപമാണ്.''

ചേട്ടത്തിയമ്മയുടെ വാക്കുകളിൽ സന്തോഷവും ആശ്വാസവും നിറഞ്ഞിരുന്നു. സീത ദീർഘമായി നിശ്വസിച്ചു. ചോദിക്കണമെന്നുണ്ടായിരുന്നു. അന്വേഷിച്ചത് കാണാനുള്ള മോഹംകൊണ്ടോ, അതോ എവിടെയുണ്ടെന്ന് കൃത്യമായി അറിഞ്ഞിട്ട് അവരെ ഈ ഭൂമുഖത്തുനിന്നുതന്നെ നിഷ്കാസനം ചെയ്യണമെന്ന വിചാരം കൊണ്ടോ? പിന്നെ,

സീത വേണ്ടെന്നുവെച്ചു. അവളോർത്തു: പഴകിത്തുരുമ്പിച്ച കത്തിയുടെ വായ്ത്തല പോലെ, അച്ഛന്റെയുള്ളിലെ പ്രതികാരവും വെറുപ്പും തുരുമ്പിച്ചിരിക്കാം. അവയുടെ മൂർച്ച കുറഞ്ഞുതുടങ്ങിയിരുന്നിരിക്കാം. അച്ഛന്റെ മനസ്സ് ലക്ഷ്മിയമ്മായിക്കനുകൂലമായി ചിന്തിക്കാൻ തുടങ്ങിയിരുന്നിരിക്കാം.

ലക്ഷ്മിയമ്മായി! അവർ ഇപ്പോൾ എവിടെയാണുണ്ടാവുക? ഒട്ടിയ കവിൾത്തടങ്ങളും മെലിഞ്ഞ കൈത്തണ്ടകളും കുണ്ടിൽ താണ കണ്ണുകളുമുള്ള ലക്ഷ്മിയമ്മായി. ക്ഷീണിച്ച, ദുർബ്ബലമായ, ശക്തിയറ്റ ശരീരവും പേറി, മകനുവേണ്ടി മാത്രം ജീവിതം വലിച്ചുനീട്ടിക്കഴിയുന്ന ലക്ഷ്മിയമ്മായി. എന്തൊക്കെ മോഹങ്ങൾ! എന്തൊക്കെ അഭിലാഷങ്ങൾ! ഈ ലോകത്ത് താൻ ഏറ്റവുധികം സ്നേഹിച്ചിരുന്ന തന്റെ ലക്ഷ്മിയമ്മായി! കാണാതെതന്നെ, കാണുന്നതിന് മുൻപുതന്നെ, തന്റെ മനസ്സിൽ കയറി സ്ഥാനംപിടിച്ച, സ്ഥാനം പിടിച്ചുകഴിഞ്ഞപ്പോൾ പിന്നീടൊരിക്കലും ഇളക്കിമാറ്റാൻ വയ്യാത്തവിധം ആത്മാവിന്റെ തന്നെ ഭാഗമായിത്തീർന്ന ലക്ഷ്മിയമ്മായി! എന്തൊക്കെ ദുഃഖങ്ങൾ, യാതനകൾ, എത്രയേറെ കഷ്ടപ്പാടുകൾ അവർ സഹിച്ചു. ജാതിയുടെ, അന്തസ്സിന്റെ തറവാടിത്തത്തിന്റെ ഒക്കെ പേരിൽ പാവം ലക്ഷ്മിയമ്മായിയെ എല്ലാവരും ചേർന്ന് നശിപ്പിക്കുകയായിരുന്നു. തറവാടിന്റെ മാനം അവർ കാരണം നഷ്ടപ്പെട്ടത്രെ.

സീത പല്ലുകടിച്ചു. ഇപ്പോൾ എല്ലാവരും ദുഃഖിക്കുന്നു. അന്വേഷിക്കുന്നു. അവരെവിടെ? എല്ലാവർക്കും മോഹം, കാണാൻ. പ്രതികാരദാഹം ഐസുകട്ടപോലെ ഉരുകിയൊലിച്ചുപോയത്രെ. അവരോട് ഏട്ടന് സഹതാപമാണത്രെ. ആർക്കുവേണം ഇവരുടെയൊക്കെ സഹതാപം? വിഷ്ണുവേട്ടൻ പറയുന്നതുപോലെ, ജന്മിമാരുടെ സഹതാപം, ദുഃഖം, സ്നേഹം ഒക്കെ വ്യാജമാണ്. കള്ളച്ചരക്കാണ്. വിഷ്ണുവേട്ടൻ കേട്ടിരുന്നുവെങ്കിൽ കാർക്കിച്ചുതുപ്പുമായിരുന്നു.

ലക്ഷ്മിയമ്മായി - വലിയ സത്രീയാണ് തന്റെ ലക്ഷ്മിയമ്മായി. ത്യാഗമയിയായ, മഹതിയായ സ്ത്രീ. അവരുടെയൊപ്പം കഴിയാൻ ലഭിച്ച നിമിഷങ്ങൾ ധന്യമാണ്.

''സീതേ, എന്താണ് നീ ഒന്നും പറയാത്തത്? നീ എന്താണാലോചിക്കുന്നത്?''

''എന്താലോചിക്കാൻ? എനിക്ക് ചിരി വരുന്നു, ചേട്ടത്തിയമ്മേ. മരിക്കുന്നതുവരെ ശത്രുവിനെപ്പോലെ കരുതുക. ചാട്ടവാറുകൊണ്ട് പ്രഹരിക്കുക. ഒരു തുള്ളി വെള്ളംകൂടി നല്കാതെ പട്ടിണിക്കിടുക, ദ്രോഹിക്കുക. എന്നിട്ട് മരിച്ചുകഴിയുമ്പോൾ ആദരാഞ്ജലികൾ അർപ്പിക്കാൻ ഓടിയെത്തുകയും കൂറ്റൻ സ്മാരകം പണിയുകയും ചെയ്യുക. അതുപോലെയേ എനിക്ക് തോന്നുന്നുള്ളൂ.''

ചേട്ടത്തിയമ്മ ശബ്ദം താഴ്ത്തി രഹസ്യം ചോദിക്കുന്നതുപോലെ

ചോദിച്ചു: ''ആട്ടെ, നിനക്കറിയാമോ? ലക്ഷ്മിയമ്മായിയും മകനും ഇപ്പോൾ എവിടെയുണ്ട്?''

''അറിയാമെങ്കിൽ..'' സീത ചിരിച്ചു. പരിഹാസവും പുച്ഛരസവും നിറഞ്ഞ ചിരി. ''വീണ്ടും ചെന്ന് ദ്രോഹിക്കാനാണോ?''

''സീതേ...'' ചേട്ടത്തിയമ്മയുടെ വിളിക്ക് മൂർച്ചയുണ്ടായിരുന്നു. ഇതുവരെ ഇല്ലാത്ത ശക്തി. ഉറപ്പ്.

''സീത ഇപ്പോഴും ഞങ്ങളെ ശത്രുക്കളായിട്ടാണോ കരുതുന്നത്? ഞാൻ, ഞാൻ നിന്റെ ലക്ഷ്മിയമ്മായിയുടെ ശത്രുവാണോ? പറയൂ സീതേ...''

അവരുടെ കണ്ണുകളിൽ ജലം പെരുകി. കണ്ണുകൾ തിളങ്ങി. സീതയ്ക്ക് വാക്കുകൾ കിട്ടിയില്ല. അവളുടെ തൊണ്ട ഞെരുങ്ങി.

''ഒരിക്കലുമല്ല. നിങ്ങളെക്കുറിച്ചങ്ങനെ ചിന്തിക്കാൻകൂടി എനിക്ക് കഴിയില്ല. പക്ഷേ, ഞാൻ ഭയപ്പെടുന്നു. എന്റെ അച്ഛൻ, ശേഖരേട്ടൻ. ചേട്ടത്തിയമ്മ ഓർക്കുന്നുണ്ടോ, അന്നത്തെ അട്ടഹാസങ്ങൾ അലർച്ചകൾ? ലക്ഷ്മിയമ്മായി വന്നു എന്നറിഞ്ഞ നിമിഷം അച്ഛനും ശേഖരേട്ടനും കലിതുള്ളിയത്. തറവാടിന്റെ മേല്പുര കിടുങ്ങത്തക്കവിധം ഗർജ്ജിച്ചത്? ഞാൻ ലക്ഷ്മിയമ്മായിയെ കാണാൻ പോയെന്നറിഞ്ഞപ്പോൾ എന്തായിരുന്നു ഈ നാലുകെട്ടിനുള്ളിൽ നടന്നത്? ചേട്ടത്തിയമ്മയ്ക്കോർമ്മയില്ലേ? തറവാടിന്റെ മാനം ഇടിഞ്ഞുവീഴുമെന്നുറക്കെ വിളംബരം ചെയ്തത് ഓർമ്മയില്ലേ? സീതയ്ക്കതൊന്നും മറക്കാനാവുന്നില്ല.''

''നിന്റെ ഏട്ടന്, അച്ഛന്റെ അവസാനത്തെ ആശ നിറവേറ്റണമെന്നുണ്ട്. നിന്നോട് ചോദിക്കാൻ മടിച്ചിട്ടാണ് ഏട്ടൻ...''

സീത പെട്ടെന്ന് പറഞ്ഞു: ''എനിക്കറിയില്ല ചേട്ടത്തിയമ്മേ, അന്ന് ലക്ഷ്മിയമ്മായിയുടെ മുന്നിൽനിന്ന് ഇറങ്ങിപ്പോന്നതിനുശേഷം എനിക്കൊന്നുമറിയില്ല. അറിയുകയും വേണ്ട. ഞാൻ അവരെ മറക്കാൻ ശ്രമിക്കയാണ്.''

''സീതേ...'' ചേട്ടത്തിയമ്മ വിളിച്ചു.

''അതേ ചേട്ടത്തിയമ്മേ... ഇനിയും ഞാൻ അവരെ കണ്ടാൽ, ഞാൻ ഞാനല്ലാതായിപ്പോകും.'

സീത എഴുന്നേറ്റ് തിരിച്ചുപോകാനുള്ള ഒരുക്കങ്ങൾ തുടങ്ങി.

''സഞ്ചയനം കഴിയും മുൻപ് പോകണമെന്നു തന്നെയാണോ നിനക്ക്? നാരായണൻ നായർ പറഞ്ഞിട്ട് പോയത് നീ കുറച്ചുദിവസം കഴിഞ്ഞു ചെന്നാൽ മതിയെന്നാണ്,''

''പോകണം ചേട്ടത്തിയമ്മേ. സത്യം പറയട്ടെ, ഞാൻ ഈ കഴിഞ്ഞ രാത്രികളിൽ തീരെ ഉറങ്ങിയിട്ടില്ല. അദ്ദേഹത്തിന്റേയും കുട്ടികളുടേയും കാര്യങ്ങൾ. ഞാനില്ലെങ്കിൽ ഒന്നും ശരിയാവില്ല. അച്ഛനും മക്കളും ആഹാരംകൂടി ശരിക്ക് കഴിക്കില്ല.''

ചേട്ടത്തിയമ്മയ്ക്ക് ദേഷ്യം വന്നു. ''നീ ചെല്ലുന്നതിനുമുൻപ് എങ്ങനെയായിരുന്നു?''

''അതെനിക്കറിയില്ല. അന്ന് അവർ എനിക്കാരുമല്ലായിരുന്നു. പക്ഷേ, ഇന്ന് എന്റെ ജീവിതം അവരാണ്. എന്നെ ജീവിപ്പിക്കുന്നത് അവരാണ്. എന്റെ നിമിഷങ്ങളിൽ അവർ നിറഞ്ഞുനില്ക്കുന്നു. അവരില്ലാതെ ഒരു ജീവിതം എനിക്കോർക്കാൻകൂടി വയ്യ.''

സീത കിതച്ചു. ചേട്ടത്തിയമ്മയുടെ കണ്ണുകൾ മിഴിഞ്ഞു.

''എനിക്കത്ഭുതം തോന്നുന്നു. സീതേ.''

''എനിക്കും ചേട്ടത്തിയമ്മേ. ആർക്കും വിശ്വസിക്കാനാവില്ല. പെറ്റമ്മയോട് കാട്ടുന്നതിലേറെ സ്നേഹം രവിയും ഉഷയും എന്നോട് കാട്ടുന്നുണ്ടെന്നെല്ലാവരും പറയുന്നു. എനിക്കും തോന്നുന്നുണ്ട്.''

അല്പം കഴിഞ്ഞ് സീത പറഞ്ഞു: ''എന്നെ തടയരുത്. എന്റെ മക്കളുടെയും ഭർത്താവിന്റെയും അടുത്തെത്തിയാലേ എനിക്ക് സമാധാനമാകൂ. ഞാൻ പോവട്ടെ, ചേട്ടത്തിയമ്മേ.''

ചേട്ടത്തിയമ്മ തടഞ്ഞില്ല. അവരുടെ കണ്ണുകൾ സന്തോഷംകൊണ്ട് തിളങ്ങി. അവർ സീതയുടെ മൂർദ്ധാവിൽ ഒരമ്മയുടെ വാത്സല്യത്തോടെ ചുംബിച്ചു.

''എനിക്ക് തൃപ്തിയായി, സീതേ, നിന്നെ ഇങ്ങനെ കാണാൻ കഴിയുമെന്ന് ഞാൻ ഓർത്തിരുന്നില്ല. നിന്റെ സന്തോഷം - അതാണ് എന്റെ സന്തോഷം. നീ ഭാഗ്യവതിയാണ്. നിന്നെ ദൈവം അനുഗ്രഹിക്കട്ടെ.''

സീത പുറപ്പെട്ടപ്പോൾ ഏട്ടൻ ദേഷ്യപ്പെട്ടു. വീണ്ടും വീണ്ടും നിർബ്ബന്ധിച്ച് പറഞ്ഞു: ''അച്ഛനോട് അത്രയ്ക്കുള്ള ബന്ധവും കടപ്പാടുമേയുള്ളോ നിനക്ക്? മരിക്കുംമുൻപ് വന്നില്ല. ഒരു ദിവസമെങ്കിലും അച്ഛനെ വന്നൊന്ന് ശുശ്രൂഷിക്കാൻ നിനക്ക് സമയമുണ്ടായില്ല. അവസാനത്തെ കർമ്മങ്ങളെങ്കിലും ചെയ്തിട്ട് പൊയ്ക്കൂടേ? മരിച്ച മനുഷ്യനോട് അത്രയെങ്കിലും ബഹുമാനവും സ്നേഹവും കാണിച്ചുകൂടെ നിനക്ക്?''

''എനിക്ക് പോകണം. പോയേ പറ്റൂ. പോയിട്ട് സഞ്ചയനദിവസം വരാം.''

''ഓ, നീ വന്നു! നിനക്കയാളും മക്കളുമാണിപ്പോൾ വലുത്. ജന്മം നല്കിയ അച്ഛനെക്കാൾ അവരോടാണ് കടപ്പാടും കൂറും.''

സീത പറയാൻ ഒരുങ്ങിയതാണ്. പക്ഷേ, സ്വയം നിയന്ത്രിച്ചു. നിങ്ങൾക്കൊക്കെ ജീവിക്കുന്ന മനുഷ്യരോടുള്ളതിനെക്കാൾ കടപ്പാട് മരിച്ചുപോയവരോടാണ്. മരിച്ചതിനുശേഷമാണ് നിങ്ങളുടെയൊക്കെ സ്നേഹം പുറത്തുവരിക. അടി പറ്റുംവരെ, തകർന്ന് മണ്ണോട് ചേരുന്നതുവരെ പകയും പ്രതികാരവും പ്രതിഷേധവും കാട്ടുക. മണ്ണായിക്കഴിയുമ്പോൾ സ്നേഹപ്രവാഹം ഒഴുക്കുക. അതാണ് നിങ്ങളുടെ പതിവ്. പക്ഷേ, എനിക്ക് മരിച്ചുപോയവരേക്കാൾ ജീവിച്ചിരിക്കുന്നവരാണ് വലുത്. അവരോടാണ് കടപ്പാടും സ്നേഹവും.

അവൾ യാത്രപോലും പറയാതെ ഇറങ്ങിനടന്നു. ശേഖരേട്ടൻ ആ പോക്ക് നോക്കിനിന്ന് പല്ലുകടിച്ചു. അയാൾ പിറുപിറുത്തു: ''അവൾ വാശിതീർക്കുകയാണ്.''

ബസ് കയറുന്നിടംവരെ മുരളി കൂട്ടിന് വന്നു. സീതച്ചിറ്റ പോകുന്നതിൽ അവൻ ദുഃഖിച്ചു. അവന്റെ മുഖം വാടിയിരുന്നു.

''മോനേ, ചിറ്റ പോട്ടെ?''

''ചിറ്റ ഇനി എന്നാ വരിക?''

''അറിയില്ല. മുരളീ, എന്നെങ്കിലും, ഇനി എന്നെങ്കിലും വരേണ്ട കാര്യങ്ങൾ ഉണ്ടാകുമ്പോൾ.''

അവൾ പറഞ്ഞതിന്റെ അർത്ഥം മുരളിക്ക് മനസ്സിലായില്ല. അവൻ സീതച്ചിറ്റയെ നോക്കി പുഞ്ചിരിക്കാൻ ശ്രമിച്ചു. പാവം മുരളി! കളങ്കമറിയാത്ത കുട്ടി. ബസ്സിൽ കയറിയിരുന്നപ്പോൾ മുരളി കൈവീശി. അവന്റെ കണ്ണുകൾ നിറഞ്ഞിരുന്നു. ബസ് കണ്ണിൽനിന്ന് മറയുവോളം അവൻ നോക്കി നിന്നു. സീത ദീർഘമായി നിശ്വസിച്ചു. പിന്നെ കുനിഞ്ഞിരുന്ന്, നിറഞ്ഞുകവിയുന്ന കണ്ണുനീരൊപ്പി.

മുപ്പത്തിയഞ്ച്

സീതയെക്കണ്ട് സൗദാമിനിച്ചേച്ചി റോഡിലേക്ക് ഇറങ്ങിവന്നു.

''വരുന്ന വഴിയാ?''

''അതെ, വീട്ടിലെന്തുണ്ട് വിശേഷം ചേച്ചീ?'' സീത ഉത്കണ്ഠയോടെ തിരക്കി.

''വിശേഷം പറയാൻ തന്നെയാ ഞാനോടിവന്നത്. എന്തൊരു കഷ്ടകാലം എന്നോർക്കുകയായിരുന്നു ഞാനും.''

''എന്താ ചേച്ചി പറയൂ...'' അവളുടെ മനസ്സ് പിടയ്ക്കാൻ തുടങ്ങി.

''നാരായണന് പെട്ടെന്ന് സുഖമില്ലാണ്ടായി. അവിടെ നിന്ന് തിരിച്ചു വരുന്ന വഴിക്കുതന്നെ തൊടങ്ങിയത്രെ. ഒരുവിധം ഇവിടെയെത്തി. ഡോക്ടറെ വരുത്തി. ഇപ്പോൾ...''

സീത ഓടുകയായിരുന്നു. ബാക്കി കേൾക്കാൻ നിന്നില്ല. അദ്ദേഹത്തിന് എന്താണ്? എന്തുപറ്റി? ദൈവമേ...

ഉമ്മറത്തു കയറും മുൻപുതന്നെ രവി പറഞ്ഞു. അവൻ അവളെ കാത്ത് നിൽക്കുകയായിരുന്നുവെന്ന് തോന്നി.

''ഞാനിന്നങ്ങോട്ട് വരാൻ തുടങ്ങുകയായിരുന്നു.''

''മോനേ, അച്ഛനെന്തുപറ്റി?'' ചോദ്യം തൊണ്ടയിൽ കുരുങ്ങി. ശബ്ദം പതറിപ്പോയി. അവൾ ഭർത്താവിന്റെ അടുത്തേക്കോടിയെത്തി.

നാരായണൻനായർ കണ്ണുതുറന്ന് കിടക്കുകയായിരുന്നു. രണ്ടു ദിവസം മുൻപ് കണ്ട രൂപമല്ല. ക്ഷീണിച്ച് വിളറി വെളുത്ത മുഖം. കുണ്ടിൽത്താണ കണ്ണുകൾ. സീതയ്ക്ക് സങ്കടം നിയന്ത്രിക്കാനായില്ല. കണ്ണുകൾ നിറഞ്ഞൊഴുകി.

അയാൾ തളർന്ന ശബ്ദത്തിൽ വിളിച്ചു: ''സീതേ... കരയരുത്. എനിക്കൊന്നുമില്ല.''

രവി വാതില്ക്കൽ വന്നുനിന്നു. അവൻ പറഞ്ഞു: ''സാരമില്ലെന്ന് ഡോക്ടർ പറഞ്ഞു. കുറച്ച് റെസ്റ്റെടുക്കേണ്ടി വരുമത്രെ.''

സീത പ്രതിമപോലെ ഭർത്താവിന്റെ മുഖത്തേക്ക് നോക്കിനിന്നു. അയാൾ പറഞ്ഞു: ''ഇവിടെയിരിക്കൂ.''

അവൾ അയാൾക്കരികിൽ കട്ടിലിൽ ഇരുന്നു.

''നീ വരുന്നവഴിയല്ലേ? എന്തെങ്കിലും കഴിച്ചോ?'' വാതില്ക്കലേക്ക് നോക്കി അയാൾ രവിയോടു പറഞ്ഞു: ''മോനേ, നാണിയമ്മയോട് പറയൂ, സീതയ്ക്ക് ഭക്ഷണം കൊണ്ടുവരാൻ.''

''വേണ്ട. എനിക്കൊന്നും വേണ്ട.'' അവൾ കരയുന്ന സ്വരത്തിൽ ചോദിച്ചു: ''എന്തുപറ്റി? അവിടെനിന്ന് പോരുമ്പോൾ ഒന്നുമുണ്ടായിരുന്നില്ലല്ലോ. എങ്കിൽ ഞാനൊപ്പം വരുമായിരുന്നല്ലോ.''

നാരായണൻനായർ മന്ദഹസിച്ചു. തളർന്ന ചിരി.

''എനിക്കൊന്നുമില്ല സീതേ. കുട്ടികൾ വെറുതെ ബഹളം കൂട്ടിയതാണ്. ബസ്സിറങ്ങിയപ്പോൾ ക്ഷീണം തോന്നി. നടക്കാൻ ബുദ്ധിമുട്ടു തോന്നിയതുകൊണ്ട്, ടാക്സി പിടിച്ച് പോന്നു.''

''സംസാരിക്കാതെ കിടക്കൂ. ഞാനെല്ലാം രവിയോട് ചോദിച്ചറിഞ്ഞോളാം.''

''അതിന് എനിക്ക് അസുഖമൊന്നുമില്ല. ഒക്കെ മാറി.''

നാരായണൻനായർ എഴുന്നേൽക്കാൻ ഭാവിച്ചു.

''എഴുന്നേല്ക്കേണ്ട. കിടന്നോളൂ. വിശ്രമിക്കണമെന്ന് ഡോക്ടർ പറഞ്ഞിട്ടില്ലേ?''

''ഓ പിന്നേ ഡോക്ടർമാർ അങ്ങനെയൊക്കെ പറയും. സീത എന്തിനാണിന്ന് വന്നത്? സഞ്ചയനം കഴിഞ്ഞിട്ടില്ലല്ലോ.''

''എനിക്ക് പോരണമെന്ന് തോന്നി. എന്തോ മനസ്സിന് വല്ലാത്ത ആശങ്കയായിരുന്നു. അതിപ്പോൾ സത്യമായില്ലേ?''

''എനിക്കും ഇന്ന് പെട്ടെന്ന് സീതയെ കാണണമെന്ന് തോന്നി. ഞാൻ രവിയെ പറഞ്ഞയയ്ക്കാൻ തുടങ്ങുകയായിരുന്നു.''

''അപ്പോഴേക്കും ഞാൻ വന്നു, ഇല്ലേ?''

''അതാണ് നമ്മുടെ മനസ്സിന്റെ പൊരുത്തം.'' അയാൾ അവളുടെ മുഖത്തേക്ക് കണ്ണിമയ്ക്കാതെ നോക്കിക്കിടന്നു.

അല്പം കഴിഞ്ഞ് സീത പറഞ്ഞു: ''ഞാനിപ്പോൾ വരാം. ഈ വേഷമൊക്കെ മാറ്റി ഒന്ന് കാലും മുഖവും കഴുകിയിട്ട്.''

''എന്തെങ്കിലും ആഹാരം കൂടി കഴിച്ചിട്ട് വന്നാൽ മതി കേട്ടോ.''

ഒരു കൊച്ചുകുട്ടിയോടെന്നതുപോലെയാണ് അയാൾ പറഞ്ഞത്.

ഊണുമുറിയിലിരുന്ന് അച്ഛന്റെ അസുഖത്തെപ്പറ്റി രവി പറഞ്ഞു. ചുരുങ്ങിയ വാക്കുകളിൽ, പക്വതയാർന്ന ഒരു വലിയ മനുഷ്യന്റെ ഭാവത്തിൽ. ചെറിയൊരു ഹൃദ്രോഗത്തിന്റെ ആരംഭമായിരുന്നു. ഇപ്പോൾ ഭയപ്പെടാനില്ല. പക്ഷേ, വിശ്രമം. ചിട്ടയുള്ള ഭക്ഷണം. കംപ്ലീറ്റ് റസ്റ്റ് കുറച്ച് ദിവസത്തേക്ക്.

സീത നടുങ്ങിപ്പോയി. വിധി എത്ര ക്രൂരമായി തന്നെ പിൻതുടരുന്നു. ഒരിക്കലും രക്ഷപ്പെടരുത് എന്ന പ്രതികാരഭാവത്തോടെ, ഒന്നിന് പിറകെ ഒന്നായി വീണ്ടും വീണ്ടും പരീക്ഷണങ്ങൾ.

ഉഷ പറഞ്ഞു: ''അച്ഛൻ അമ്മയോട് വെറുതെ പറഞ്ഞതാണ്. അസുഖമൊന്നു മുണ്ടായിരുന്നില്ലെന്ന്. ഇവിടെ വരുമ്പോൾ സഹിക്കാൻ വയ്യാത്ത നെഞ്ചുവേദനയുണ്ടായിരുന്നു. കുളിച്ചതുപോലെ വിയർത്തിരുന്നു. വല്ലാതെ കിതച്ചിരുന്നു. നല്ല തളർച്ചയുണ്ടായിരുന്നു. ഭാഗ്യം, ചേട്ടന് കോളേജില്ലായിരുന്നു. സമരം കാരണം നേരത്തേ വന്നു. ഉടനെ ഡോക്ടറെ കൊണ്ടുവരാൻ പറ്റി.''

സീത എല്ലാം കേട്ട് തരിച്ചിരുന്നു. പിന്നെ ഉദ്വേഗത്തോടെ ചോദിച്ചു: ''ഉടനെ എന്നെ അറിയിക്കാമായിരുന്നില്ലേ മക്കളേ? ഞാൻ... കഷ്ടം!''

''അച്ഛൻ വേണ്ടെന്ന് പറഞ്ഞു. അമ്മയെ വിഷമിപ്പിക്കരുതെന്ന് പ്രത്യേകം പറഞ്ഞിട്ടാണ്.''

അവൾ ദുഃഖം അടക്കാൻ പാടുപെട്ടു. മനസ്സ് മന്ത്രിച്ചു. അരുതേ... ഇനിയും അരുതേ. ഇനിയും പാവം സീതയെ പരീക്ഷിക്കരുതേ. തളർന്നിരിക്കുന്നു. ഇനി സഹിക്കാൻ സീതയ്ക്ക് കരുത്തില്ല.

അവൾ ഉഷയുടെ മുഖത്തേക്ക് നോക്കി. ഉൽക്കണ്ഠ പടർന്ന മുഖം. കുളിച്ചിട്ടില്ല. വേഷം മാറിയിട്ടില്ല. അവൾ അച്ഛന്റെ അരികിൽനിന്ന് മാറിയിരിക്കില്ല. ചുണ്ടുകളിൽ പുറത്തുവരാൻ മടിച്ചുനില്ക്കുന്ന ചോദ്യം. അച്ഛനെന്താണ്? അച്ഛന്റെ രോഗം അപകടം പിടിച്ചതാണോ? എഴുന്നേറ്റു. തളർന്നുകൂടാ. താൻ തളർന്നാൽ കുട്ടികൾക്ക് പിന്നെ ആരുണ്ട്?

അല്പം കഴിഞ്ഞപ്പോൾ സൗദാമിനിച്ചേച്ചി വന്നു. സീത ഭർത്താവിനുള്ള പൊടിയരിക്കഞ്ഞി ചൂടാറ്റുകയായിരുന്നു.

''എന്റെ സീതേ. എന്തൊരു കാലക്കേടാണിത്! എനിക്കിതുതന്നെ വിചാരം, നിന്റച്ഛൻ മരിച്ചു. പെട്ടെന്ന്. പ്രത്യേകിച്ചസുഖമൊന്നുമില്ലാതെ, ആരെങ്കിലും വിചാരിച്ചുവോ? അതന്വേഷിക്കാൻ പോയി വന്നപ്പളയ്ക്കും ദാ, അവനും കിടപ്പായി.''

സൗദാമിനിച്ചേച്ചി കണ്ണുനിറച്ച് സങ്കടം പ്രകടിപ്പിച്ചു. വീണ്ടും പറയാൻ തുടങ്ങിയപ്പോൾ സീതയ്ക്ക് അസഹ്യത തോന്നി.

''ഇക്കണ്ട കാലത്തിനിടയ്ക്ക് നാരായണൻ രോഗംവന്ന് കിടക്കുന്നത് ഞാൻ കണ്ടിട്ടില്ല. ഉവ്വോ, നാണിയമ്മേ, നിങ്ങള് കണ്ടിട്ടുണ്ടോ?''

''മനുഷ്യർക്ക് രോഗം വരാൻ അത്രയേറെ സമയോ മറ്റോ വേണോ?'' നാണിയമ്മ സീതയോട് പറഞ്ഞു.

''നാരായണൻനായർക്ക് കഞ്ഞി കൊടുത്തിട്ട് വരൂ. എന്നിട്ട് ഈ പെങ്കുട്ട്യേം കൂടെ എന്തെങ്കിലും ഒന്നു കഴിപ്പിക്കാൻ പറ്റ്വോന്ന് നോക്കൂ. അച്ഛൻ കെടന്നതിൽപ്പിന്നെ ഇക്കുട്ടി ഒരുവക നേരെ കഴിച്ചിട്ടില്ല.''

''അത് പിന്നങ്ങനല്ലേ വരൂ. ചോരേടെ മഹത്വം. ഉഷയ്ക്ക് അവളുടെ അച്ഛനോടുള്ള സ്നേഹം ഒന്ന് പ്രത്യേകം തന്നെയാ.''

സൗദാമിനിച്ചേച്ചി മുകളിലേക്കു നോക്കി കണ്ണടച്ച് തുടർന്നു: ''ഭഗവതീ, അമ്മയില്ലാത്ത കുട്ടികൾ. അച്ഛനെങ്കിലും ആപത്ത് വരുത്തരുതേ...''

അവസാനത്തെ വാചകം തന്നെ മനഃപൂർവ്വം കുത്തിനോവിക്കാനാണ്. സീത അത് മനസ്സിലാകാത്തമട്ടിൽ പറഞ്ഞു. ''ചേച്ചീ, ഞാനീ കഞ്ഞി കൊണ്ടുപോയിക്കൊടുക്കട്ടെ.''

''ഞാനും പോകുന്നു സീതേ. അവിടെ രമ മാത്രമേയുള്ളൂ. സോമൻ പൊറത്തേക്ക് പോയി. ആട്ടെ, നാരായണനിന്നെങ്ങനെയുണ്ട്?''

''കുറവുണ്ട്.''

അവൾ അങ്ങനെ പറഞ്ഞ്, മരവിച്ച മനസ്സോടെ കഞ്ഞിയുമെടുത്ത് നാരായണൻനായരുടെ മുറിയിലേക്കു പോയി.

ഒരാഴ്ച.

നാരായണൻനായർക്ക് സുഖമായി. പഴയ ഉന്മേഷം, പ്രസരിപ്പ്. അയാൾ ഷേവ് ചെയ്തു. കുളിച്ചു. നല്ലവണ്ണം ആഹാരം കഴിച്ചു. സീതയോട് കൂടുതൽ അടുപ്പവും സ്നേഹവും കാട്ടുന്നുവെന്നുതോന്നി. വീട്ടിൽ സന്തോഷവും സമാധാനവും മടങ്ങിയെത്തി. രവിയും ഉഷയും സന്തുഷ്ടരായി, കോളേജിലും സ്കൂളിലും പോയി.

സീത നാരായണൻനായരുടെ കട്ടിലിൽ അയാൾക്കരികിൽ ഇരുന്നു. അയാൾ പ്രസന്നമായ മുഖത്തോടെ അവളെ നോക്കിക്കിടന്നു. അവളുടെ സ്വർണ്ണവളയണിഞ്ഞ കൈ സ്വന്തം കൈയിലെടുത്തു തലോടി.

''സീത ഭയപ്പെട്ടോ, ഞാൻ മരിച്ചുപോകുമെന്ന്?''

''എന്തൊക്കെയോ വേണ്ടാത്ത ചിന്തകളായിരുന്നു എനിക്ക്. ഏട്ടൻ നിർബ്ബന്ധിച്ചതാണ്. സഞ്ചയനം കഴിഞ്ഞിട്ട് പോന്നാൽ മതിയെന്ന് പറഞ്ഞിട്ട് കേൾക്കാതെ പോന്നതിൽ പരിഭവമുണ്ട്. പക്ഷേ, ഒരു നിമിഷം മുൻപ് ഇവിടെയെത്താൻ മനസ്സ് തിടുക്കം കൂട്ടുകയായിരുന്നു.''

''അതാണ് മനസ്സിന്റെ അടുപ്പം, ബന്ധം.'' നാരായണൻനായർ ഉറക്കെ ചിരിച്ചു.

സീത കൈയുയർത്തി വിലക്കി. ''അരുത്. അത് ഉറക്കെ ചിരിക്കരുത്. അധികം സംസാരിക്കയും വേണ്ട.''

''ഡോക്ടറേക്കാൾ കർശനമായ നിയന്ത്രണമാണല്ലോ സീത എനിക്ക് തരുന്നത്.''

സീത മന്ദഹസിച്ചു.

''എനിക്ക് ഭയമാണ്. സത്യത്തിൽ ഞാൻ വല്ലാതെ ഭയന്നുപോയി. ഇനി അസുഖം ഉണ്ടാകാൻ ഞാൻ സമ്മതിക്കില്ല. നോക്കിക്കോളൂ.''

നാരായണൻനായർ അപ്പോഴും ഉറക്കെ ചിരിച്ചു. പിന്നെ, പെട്ടെന്ന് മൂകനായി, ചിന്താധീനനായി വെറുതെ കിടന്നു.

''ഉഷ പത്തിലാണ്, അല്ലേ?''

''അതെ. എന്താ, മറന്നുപോയോ?''

''ഇല്ല, ഓർക്കുകയായിരുന്നു. അവൾ പത്താംക്ലാസ് ജയിച്ചാൽ എന്തുവേണം എന്നാലോചിക്കുകയായിരുന്നു. സീതയ്ക്കെന്താണഭി പ്രായം?''

''ഒക്കെ അച്ഛൻ തീരുമാനിച്ചാൽ മതി. ഏത് തീരുമാനവും സീത യ്ക്ക് സമ്മതമാണ്.''

നാരായണൻനായർ തെളിഞ്ഞ ആകാശത്തേക്ക് കണ്ണയച്ച് അല്പ നേരം ആലോചിച്ചു കിടന്നു. പിന്നെ പറഞ്ഞു: ''കോളേജിൽ ചേർ ക്കണം അവളെ. അവൾക്ക് ഇഷ്ടമുള്ളിടത്തോളം പഠിക്കട്ടെ. പിന്നെ മതി വിവാഹം. എന്ത് പറയുന്നു.''

സീത ഒന്നും പറഞ്ഞില്ല. എന്ത് പറയാൻ?

''രവിയെ ഡോക്ടറാക്കണമെന്നായിരുന്നു എന്റെ മോഹം. ശാരദ യ്ക്കും അതായിരുന്നു ആഗ്രഹം. അവളെത്രവട്ടം അതൊക്കെ പറഞ്ഞി ട്ടുണ്ടെന്നോ. പക്ഷേ, അതു നടന്നില്ല. സാരമില്ല. ഓരോരുത്തർക്കും താൽപര്യമുള്ള ലൈനിൽ തിരിയട്ടെ. അതാണ് നല്ലത്. ഒരു വർഷം കൂടി കഴിഞ്ഞാൽ... രവിക്കിനി എത്ര വർഷം വേണം ബി.എ.ക്കാരനാകാൻ?''

സീതയ്ക്ക് ഭയം തോന്നി. എന്തിനാണീവക കാര്യങ്ങളൊക്കെ ഇപ്പോൾ പറയുന്നത്?

അവളുടെ ഭയം നാരായണൻനായർക്കു മനസ്സിലായി. അയാൾ ചിരിച്ചു.

''സീത ഭയപ്പെടേണ്ട. ഉണ്ണുമ്പോഴും ഉറങ്ങുമ്പോഴും എല്ലായ്പ്പോഴും ഞാനിതൊക്കെ തന്നെയാണ് ചിന്തിക്കാറ്. എന്തോ, ഈയിടെയായി, കുട്ടികളെപ്പറ്റിയും നിന്നെപ്പറ്റിയും കൂടുതലായി ചിന്തിച്ചുപോകുന്നു. അഥവാ എനിക്കെന്തെങ്കിലും സംഭവിച്ചുപോയാൽ...''

സീത മുഴുവനാക്കാൻ സമ്മതിക്കാതെ അയാളുടെ വായപൊത്തി.

''ദയവുചെയ്ത് ഈ സംസാരം നിർത്തൂ. നമുക്ക് മറ്റെന്തെങ്കിലും പറയാം.''

''സീത എന്തിനാണിങ്ങനെ വിഷമിക്കുന്നത്? മനുഷ്യന്റെ കാര്യമല്ലേ.

നമ്മൾ എല്ലാം ആലോചിച്ചിരിക്കണം. എന്തുവന്നാലും നേരിടാൻ തയ്യാറായിരിക്കണം.''

''നിങ്ങൾക്കിപ്പോൾ ഒരസുഖവുമില്ല. അസുഖമൊക്കെ മാറി. വെറുതെ എന്തിനാണ് അതുമിതും പറഞ്ഞ് വിഷമിക്കുന്നത്?''

''എനിക്കൊരു വിഷമവുമില്ല. അഥവാ എന്തെങ്കിലും സംഭവിച്ചാലും എനിക്കു ഭയമില്ല. നോക്കൂ സീതേ, ഞാൻ സത്യം പറയുകയാണ്. പരിപൂർണസംതൃപ്തനാണ് ഞാനിപ്പോൾ. എന്റെ മക്കൾക്ക് നല്ല ഒരമ്മയുണ്ട്. അവർ സുരക്ഷിതരായിരിക്കും എന്ന് എനിക്കറിയാം.''

സീത പിന്നെയൊന്നും പറഞ്ഞില്ല, അവൾ അയാളുടെ സംസാരം കേട്ടുകൊണ്ട് തലകുനിച്ചിരുന്നു. സാരിത്തുമ്പിലെ നൂലിഴകൾ പരസ്പരം പിരിക്കാൻ തുടങ്ങി.

നാരായണൻനായർ അവളുടെ മുഖത്തേക്കു സൂക്ഷിച്ചുനോക്കി വീണ്ടും പറഞ്ഞു: 'സീതയ്ക്കുവേണ്ടി ഞാനൊന്നും ചെയ്തില്ല. ഒരാഗ്രഹവും സാധിച്ചുതന്നില്ല. സീതയുടെ ജീവിതം ഞാൻ നശിപ്പിക്കുകയായിരുന്നു. അക്കാര്യത്തിൽ എനിക്ക് വലിയ സുഖമുണ്ട്. നോക്കൂ സീതേ.... തലയുയർത്തി ഇങ്ങോട്ടൊന്നു നോക്കൂ.''

സീത തലയുയർത്തി, കണ്ണുകൾ നിറയുന്നത് അയാൾ കാണാതിരിക്കാൻ ആവുന്നത്ര ശ്രമിച്ച് അവൾ അയാൾക്കുനേരെ മുഖം തിരിച്ചു.

''നോക്കൂ സീതേ... സീതയെ എനിക്കിഷ്ടമാണ്. ശാരദ മരിച്ചതിനു ശേഷം, മറ്റൊരു പെണ്ണിനെക്കുറിച്ച് ഓർക്കാൻപോലും ഞാൻ തയ്യാറല്ലായിരുന്നു. പക്ഷേ, സീതയെ കണ്ട് കഴിഞ്ഞപ്പോൾ, എന്റെ തീരുമാനം മാറി. സീതയെ എനിക്കിഷ്ടമാണ്. എന്റെ ശാരദയെപ്പോലെ. പക്ഷേ...''

നാരായണൻനായർ വല്ലാതെ കിതയ്ക്കാൻ തുടങ്ങി. അയാൾ വിയർത്ത് കുളിച്ചതുപോലയായി. സീത ഭയപ്പെട്ടു. അവൾ അയാളോട് ചേർന്നിരുന്ന് നെഞ്ചുതിരുമ്മിക്കൊടുത്തു.

''ഞാൻ ഡോക്ടറെ വിളിപ്പിക്കട്ടെ?''

''വേണ്ട. എനിക്കൊന്നുമില്ല. ഒരു ക്ഷീണം, രവി എവിടെ?'

''കോളേജിൽ പോയി. രവിയെ വിളിപ്പിക്കണോ?''

''വേണ്ട.''

അവൾ കണ്ടു. നാരായണൻനായരുടെ നിറഞ്ഞ കണ്ണുകൾ. സാരിയുടെ തുമ്പുകൊണ്ട്, ആ കണ്ണുനീർ ഒപ്പിയെടുത്ത്, ഒരമ്മയുടെ വാത്സല്യത്തോടെ അവൾ ദേഷ്യം കാട്ടി: ''ഇങ്ങനെ വേണ്ടാത്തതൊക്കെ ആലോചിച്ചിട്ടും പറഞ്ഞിട്ടുമാണ്. അല്പനേരം വെറുതെ കിടക്കൂ. എന്നോടല്പമെങ്കിലും സ്നേഹമുണ്ടെങ്കിൽ, ഇനി ഒന്നും പറയണ്ട.''

''ശരി.'' നാരായണൻനായർ കണ്ണടച്ച് കിടന്നു. അയാൾ അവളുടെ കൈകളിൽ മുറുകെ പിടിച്ചിരുന്നു.

അയാളുടെ കഷണ്ടി ബാധിച്ച ശിരസ്സിന്, ഒട്ടിത്തുടങ്ങിയ കവിളിന്, ക്ഷീണിച്ച് മെലിഞ്ഞ ശരീരത്തിന്, ഒക്കെ സൗന്ദര്യം വർദ്ധിക്കുന്നതായി സീതയ്ക്ക് തോന്നി. അവൾ വീണ്ടും വീണ്ടും സ്വയം പറഞ്ഞു: സൗന്ദര്യം ശരീരത്തിനല്ല. മനസ്സിനാണ്.

ഇപ്പോൾ വീണ്ടും ചേട്ടത്തിയമ്മയുടെ വാക്കുകൾ അറിയാതെ ഓർത്തു. അപ്പോൾ പുച്ഛം ഏറി.

-സീതയ്ക്ക് അയാൾ ചേരില്ല. എങ്ങനെയാണ് ചേരുക? കഷണ്ടിത്തലയും ഒട്ടിയ കവിളുകളും മെലിഞ്ഞൊരു ശരീരവും. പ്രായവും എത്ര കൂടുതൽ. പോരാത്തതിന് രണ്ടു കുട്ടികളും. സീതേ, അച്ഛനോടും ഏട്ടനോടും വാശിതീർക്കാനായി മാത്രം നീ ഇതിന് തയ്യാറാവരുത്.

ഇപ്പോൾ ചേട്ടത്തിയമ്മയെ കണ്ടിരുന്നെങ്കിൽ ചോദിക്കാമായിരുന്നു; പറയാമായിരുന്നു: ''ഞങ്ങൾ തമ്മിലെന്താണ് ചേർച്ചക്കുറവ്? ചേർച്ച മനസ്സിനാണ്. പൊരുത്തം മനസ്സിനാണ്.''

സീതയുടെ മനസ്സ് മൂകമായി പ്രാർത്ഥിച്ചുകൊണ്ടിരുന്നു.

''എന്നെ അനാഥയാക്കരുതേ... ഉപേക്ഷിച്ച് പോവരുതേ... സീതയ്ക്കാരുമില്ല.''

മുപ്പത്തിയാറ്

നാരായണൻനായർ രണ്ടുമാസത്തെ അവധിയെടുത്തു. സീത നിർബ്ബന്ധിച്ചിട്ടാണ്. രോഗം ഭേദമായി. എന്നാലും സ്കൂളിലേക്കുള്ള ബസ് യാത്ര. കുട്ടികളോടുള്ള വായലപ്പ്. പൂർണ്ണവിശ്രമം വേണം. ശമ്പളമില്ലാത്ത ലീവായാലും വേണ്ടില്ല.

നാരായണൻനായർക്ക് സംതൃപ്തി തോന്നി. തന്റെ കാര്യങ്ങളിൽ സീതയ്ക്കെന്തൊരു ശ്രദ്ധയാണ്. ഒരു കൊച്ചുകുട്ടിയെ എന്നപോലെയാണ് അവൾ തന്നെ കരുതുന്നത്. ഒരു കൊച്ചുകുട്ടിയോടെന്നപോലെയാണ് അവൾ പെരുമാറുന്നത്. ആഹാരം തരുന്നതിലും മരുന്നുകൾ കൃത്യമായി കഴിപ്പിക്കുന്നതിലും ഒക്കെ എന്തൊരു ശുഷ്കാന്തിയാണ്. താൻ ഭാഗ്യവാനാണ്. തന്റെ മക്കളും. രവിയുടെ മാറ്റം! അവനെ ഇങ്ങനെ മാറ്റിയെടുത്തത് സീത ഒരുത്തിയാണ്. രവി യുവാവായിരിക്കുന്നു. പഴയ കുട്ടിത്തം മാറിയിരിക്കുന്നു. തിരിച്ചറിവോടെ, വിവേകത്തോടെ അച്ഛന്റെ വിവരങ്ങൾ അന്വേഷിക്കുകയും അതനുസരിച്ച് പെരുമാറുകയും ചെയ്യാൻ തുടങ്ങിയിരിക്കുന്നു.

ഉഷ, അവളും വലിയ പെണ്ണായിരിക്കുന്നു. സീത ഇവിടെ വന്നു കയറുന്ന കാലത്ത്, കുട്ടിയുടുപ്പിട്ട്, കുഞ്ഞിക്കണ്ണുകളിൽ സംഭ്രമം നിറച്ച് അകലെ നിന്ന് നോക്കിയിരുന്ന തന്റെ മകൾ. സീതയെ വിവാഹം കഴിച്ചുകൊണ്ടുവന്നതിന്റെ രണ്ടുദിവസം മുൻപ് രവി ചോദിച്ച ചോദ്യം:

“പുതിയ അമ്മ, എന്നേം അനിയത്തിയും തല്ലുമോ അച്ഛാ? പുതിയ അമ്മയ്ക്ക് ഞങ്ങളോട് ഇഷ്ടമായിരിക്കുമോ? സൗദാമിനിയപ്പച്ചി പറയുന്നു...”

അയാൾ മറക്കാൻ ശ്രമിച്ചു. ഒക്കെ സൗദാമിനിച്ചേച്ചി പറഞ്ഞുകൊടുത്തതാണ് രവിയോടും ഉഷയോടും. അവരുടെ വാക്കുകളുടെ പ്രതിഫലനമാണ് രവി ആദ്യനാളുകളിൽ കാട്ടിയതും. താൻ രണ്ടാം വിവാഹം നടത്തിയത് സൗദാമിനിച്ചേച്ചിക്കും ബന്ധുക്കൾക്കാർക്കും ഇഷ്ടപ്പെട്ടിട്ടില്ല. പക്ഷേ, അവരുടെ ഇഷ്ടം പ്രശ്നമല്ല. തന്റെ ജീവന്റെ ജീവനായ മക്കൾ. അവരുടെ ഭാവി. അവരുടെ സുരക്ഷിതത്വം. അതുമാത്രമാണ് തനിക്ക് പ്രധാനം. നാരായണൻനായർ ആശ്വസിച്ചു.

ഉഷ ഈ വർഷം പാസ്സാകും. സൗദാമിനിച്ചേച്ചി പറയുന്നത്, കഴിയുന്നത്ര വേഗം അവളുടെ വിവാഹം നടത്തണമെന്നാണ്. പക്ഷേ, ഇത്ര പെട്ടെന്ന്, ഇത്ര ചെറുപ്പത്തിൽത്തന്നെ, ഉഷയുടെ ചുമലിൽ ഭാരം ഏറ്റിവയ്ക്കുന്നതിനോട് തനിക്കെതിർപ്പാണ്. സൗദാമിനിച്ചേച്ചിയുടെ മകൻ സോമൻ, നല്ല പയ്യൻ. അവന്റെ കാര്യം മനസ്സിൽ വെച്ചാണ് ചേച്ചി നിർബന്ധിക്കുന്നത്. നല്ല ബന്ധമായിരിക്കും. തനിക്കും വിരോധമൊന്നുമില്ല. പക്ഷേ, തിരക്കു കൂട്ടേണ്ട ഒരു കാര്യവുമില്ല. ഉഷ പഠിക്കട്ടെ. ബി.എ. വരെയെങ്കിലും. എന്നിട്ട് മതി വിവാഹം.

സീത ഓടിനടന്നു. വീട്ടുകാര്യങ്ങളൊക്കെയും ശ്രദ്ധിച്ചു. വീട്ടുചെലവ്, കൃഷിച്ചെലവ്, കുട്ടികളുടെ ഫീസ്, ഭർത്താവിന്റെ മരുന്ന്...

പരിചയമില്ലാത്ത മേഖലയായിരുന്നു. ആദ്യമൊക്കെ ബുദ്ധിമുട്ടു തോന്നി. കിടപ്പായപ്പോഴാണ് മനസ്സിലായത്. ഓരോന്നും നോക്കിനടത്തുന്നതിന്റെ വിഷമം.

നാരായണൻ നായർ പറഞ്ഞു: “ഇതാ, അലമാരിയുടെ താക്കോൽ. ഇത്രനാളും ഇതേൽപ്പിക്കാതിരുന്നത് സീതയെ ബുദ്ധിമുട്ടിക്കേണ്ട എന്ന് കരുതിയിട്ടാണ്. ഇനിയിപ്പോൾ, സീത കൂടി ശീലിച്ചോളൂ. അഥവാ, ഞാനില്ലെങ്കിലും നോക്കി നടത്തേണ്ടത് നീയല്ലേ?”

ഉൾക്കിടിലത്തോടെയാണ് കേട്ടത്. എന്തുപറഞ്ഞാലും എപ്പോൾ പറഞ്ഞാലും അറംവെച്ച വാക്കുകൾ. നടുക്കടലിൽ തള്ളിവിടാനാണോ? വയ്യ. തനിക്കൊന്നും വയ്യ. ഒന്നും ശീലിക്കേണ്ട.

“ഉം, ഇത് വാങ്ങൂ. ഒക്കെ നീ നോക്കിയാൽ മതി. ഞാനിവിടെ കിടക്കാം.”

സീത താക്കോൽ വാങ്ങി. അലമാരി തുറന്ന് ഓരോ തവണ പണമെടുക്കുമ്പോഴും ചെലവാക്കുമ്പോഴും, കൃത്യമായി കണക്കെഴുതി വച്ചു. വിശ്രമം കഴിയുമ്പോൾ, പൂർണ്ണ ആരോഗ്യത്തോടെ എഴുന്നേറ്റു കഴിയുമ്പോൾ, തിരിച്ചേല്പിക്കേണ്ടതാണ്.

എപ്പോഴോ ഒരിക്കൽ നാരായണൻനായർ പറഞ്ഞു. സീത അയാൾക്കുള്ള മരുന്നുകൾ എടുക്കുകയായിരുന്നു.

''എന്റെ മക്കളുടെ, വിശേഷിച്ച് രവിയുടെ, മുഴുവൻ മാറ്റത്തിനും ഉള്ള ക്രെഡിറ്റ് സീതയ്ക്കാണ്. അവന്റെ വാശിയും വഴക്കും മാറ്റിയെടുക്കാനാകുമെന്ന് ഞാൻ വിചാരിച്ചതേയില്ല.''

''അതിന് ഈശ്വരനോടാണ് നന്ദി പറയേണ്ടത്. ഈശ്വരൻ സഹായിച്ചിരുന്നില്ലെങ്കിൽ രവി എന്നെ ഇഷ്ടപ്പെടുമായിരുന്നില്ല.''

''ഇല്ലെങ്കിലും രവി സീതയെ ഇഷ്ടപ്പെട്ടേനെ. ആർക്കാണ് സീതയെ ഇഷ്ടപ്പെടാതിരിക്കാൻ കഴിയുക?''

''എന്നാലും ഞാൻ എന്നുമെന്നും രവിയുടെ രണ്ടാനമ്മ മാത്രമല്ലേ? രവി അത് ഓർത്തുകൊണ്ടാവില്ലേ എന്നോട് കരുണ കാട്ടുന്നത്?''

നാരായണൻനായർ പെട്ടെന്ന് മൂകനായി. അയാളുടെ മുഖത്തെ പ്രസന്നത മാഞ്ഞു. സീതയ്ക്ക് പിന്നീടൊന്നും പറയാൻ കഴിഞ്ഞില്ല. വാചാലമായ നിമിഷങ്ങൾ. കനംവെച്ചുതുടങ്ങിയ അന്തരീക്ഷം. അതു ലാഘവപ്പെടുത്താനായി സീത പറഞ്ഞു: ''സാരമില്ല. അതൊന്നും ഓർക്കാതിരിക്കൂ. ഈ മരുന്ന് കഴിച്ച് സ്വസ്ഥമായി കിടക്കൂ.''

* * *

ഉഷ ഒരു ദിവസം സ്കൂളിൽനിന്ന് വന്നപ്പോൾ പറഞ്ഞു: ''അമ്മേ, പത്താം ക്ലാസ്സുകാരെ കന്യാകുമാരിക്ക് കൊണ്ടുപോകുന്നു. എനിക്കും പോകണം. ഞാനും പോട്ടേ?''

സീതയ്ക്ക് എന്ത് പറയണമെന്നറിയില്ലായിരുന്നു. ഉഷയുടെ മുഖത്തെ പ്രസരിപ്പ്, കണ്ണുകളിലെ തിളക്കം സീത കണ്ടു.

ഉഷ ആകാംക്ഷയോടെ മറുപടി കാത്തു: ''പറയൂ, പറയൂ അമ്മേ...''

''അച്ഛനോട് ചോദിക്കാം.''

''അച്ഛൻ സമ്മതിക്കില്ല. അമ്മ സമ്മതിക്കുമോ? എങ്കിൽ...''

അവൾ ഉഷയെ സൂക്ഷിച്ചു നോക്കി. ഇന്നലത്തെ കൊച്ചുകുട്ടിയല്ല. വളർന്നിരിക്കുന്നു. വലിയ പെണ്ണായിരിക്കുന്നു. പാവാടയും ബ്ലൗസും ദാവണിയും ഉടുത്താണ് ഇപ്പോൾ സ്കൂളിൽ പോകുന്നത്. പ്രായത്തിൽ കവിഞ്ഞ വളർച്ചയുണ്ടെന്ന് തോന്നാറുണ്ട്.

''അമ്മ എന്താണൊന്നും പറയാത്തത്?''

''വരൂ, മോളേ. അച്ഛനോട് ചോദിക്കാം.''

ഉഷ മടിച്ചുമടിച്ചാണ് അച്ഛന്റെ അടുത്തുവന്നത്. നാരായണൻനായർ സമ്മതിച്ചില്ല. കേട്ട ഉടൻ പറഞ്ഞു: ''വേണ്ട.''

ഉഷയുടെ കണ്ണുകൾ നിറയുന്നതു കണ്ടു. അവൾ തലതാഴ്ത്തി തറയിൽ കാൽവിരൽകൊണ്ട് വരഞ്ഞുനിന്നു.

സീത വർഷങ്ങൾക്കുപുറകിലെ സന്ധ്യ ഓർത്തു. ഉമ്മറത്തെ ചാരുകസേരയിൽ അച്ഛൻ. അച്ഛനോട് എന്തോ സംസാരിച്ചുനിൽക്കുന്ന

ശേഖരേട്ടൻ. തൂണിന്റെ മറവുപറ്റി സീത നിന്നു. പറയാൻതന്നെ ഭയമായിരുന്നു. എന്നിട്ടും അടക്കാൻ വയ്യാത്ത മോഹത്തിന്റെ ആവേശത്തിൽ പറഞ്ഞൊപ്പിച്ചു; "കോളേജിൽ നിന്ന്, ബി.എയ്ക്കു പഠിക്കുന്ന വിദ്യാർത്ഥികൾ ടൂർ പോകുന്നു. മൈസൂർ, ഊട്ടി. എവിടെയൊക്കെയോ."

"എന്താ, നിനക്കും പോകണോ?" ഇടിമുഴക്കംപോലെ അച്ഛൻ ചോദിച്ചു.

സീത നാവിറങ്ങി നിന്നു.

"പറയെടീ. അച്ഛൻ ചോദിച്ചത് കേട്ടില്ലേ?"

ശേഖരേട്ടന്റെ ശബ്ദത്തിനും തീരെ മയമില്ല.

"എന്നാൽ പോകണ്ട. തറവാട്ടിൽ പിറന്ന പെൺകുട്ടികൾക്ക് പറ്റിയ ഏർപ്പാടല്ല അതൊന്നും. മനസ്സിലായോ? ഉം അകത്ത് പൊക്കോ."

തലയണ കെട്ടിപ്പിടിച്ച് രാത്രി മുഴുവൻ കരഞ്ഞു. ഉറങ്ങാതെ കിടന്നു. അന്ന് അമ്മയില്ലാത്ത ദുഃഖം ശരിക്കനുഭവപ്പെട്ടു. അമ്മയുണ്ടായിരുന്നെങ്കിൽ, തനിക്ക് ചുറ്റും കെട്ടിയുണ്ടാക്കിയ മുള്ളുവേലി അല്പമൊന്നയച്ചു കിട്ടുമായിരുന്നു എന്ന് പലപ്പോഴും തോന്നി. കൂട്ടുകാരികൾ തിരിച്ചെത്തി പോയവർത്തമാനങ്ങൾ ആഹ്ലാദഭരിതരായി വിവരിച്ചപ്പോഴൊക്കെ ഉള്ളിലെ മുറിവ് ഉണങ്ങാതെ കിടന്നു. പിന്നീടെത്രകാലം വേണ്ടിവന്നു. പൂർണ്ണമായും ആ വേദനയിൽനിന്നു മുക്തി ലഭിക്കാൻ.

സീത ഉഷയുടെ കുനിഞ്ഞ മുഖത്തേക്ക് നോക്കി. താഴേക്ക് വീഴാൻ പാകത്തിൽ കണ്ണുകളിൽ ഉരുണ്ട് കൂടുന്ന വലിയ വലിയ മുത്തുമണികൾ. അവൾ വിചാരിക്കുന്നുണ്ടാവില്ലേ അമ്മയുണ്ടായിരുന്നെങ്കിൽ എന്ന്? തന്റെ അമ്മ മരിക്കാതിരുന്നെങ്കിൽ എന്ന്? സീത ആത്മവിശ്വാസം നേടാൻ ശ്രമിച്ചു. താൻ ഉഷയുടെ അമ്മയാണ്. അമ്മയുടെ സ്ഥാനത്ത് വന്നവളാണ്. ആരുമത് അംഗീകരിച്ചുതന്നില്ലെങ്കിൽത്തന്നെ അമ്മയുടെ കടമ നിറവേറ്റിയേ മതിയാകൂ. മക്കളുടെ ചെറിയ ചെറിയ മോഹങ്ങൾ പോലും കൊഴിയാതെ സൂക്ഷിക്കേണ്ടത് അമ്മയാണ്.

ഉഷ പുറത്തേക്ക് പോയിക്കഴിഞ്ഞപ്പോൾ സീത നാരായണൻ നായരോട് പറഞ്ഞു: "ഞാനൊരു കാര്യം പറയട്ടെ?"

"പറഞ്ഞോളൂ."

"ഉഷയുടെ കൂട്ടുകാരികളൊക്കെ പോകുന്നുണ്ടെന്ന് പറഞ്ഞു. അവൾക്കു മാത്രം പോകാൻ സാധിക്കാഞ്ഞാൽ ദുഃഖം തോന്നും."

"അതു സാരമില്ല. അവളെങ്ങും പോകണ്ട."

"പക്ഷേ..." സീത നിർത്തി.

"എന്താണു നീ പറയുന്നത്? ഉഷയെ വിടണമെന്നാണോ?"

"അതെ. അവളുടെ ആഗ്രഹമല്ലേ?"

"എന്നാലും..."

"അവളുടെ ടീച്ചേഴ്സാണ് കൊണ്ടുപോകുന്നത്. ഒന്നും ഭയപ്പെടാനില്ല. അവൾ മാത്രമല്ലല്ലോ, അവളെപ്പോലെ എത്രയോ കുട്ടികൾ!

പിന്നെ, അവളുടെ മോഹങ്ങൾ നമ്മളല്ലേ സാധിച്ചുകൊടുക്കേണ്ടത്? അവൾ മറ്റാരോട് പറയും? പാവം കുട്ടി. അവളുടെ മുഖം കണ്ടോ?''

നാരായണൻനായർക്ക് ഒന്നും പറയാനില്ലാതായി. അയാൾ അത്ഭുതത്തോടെ സീതയെ നോക്കി. മരിച്ചുപോയ ശാരദയാണ് മുന്നിൽ നില്ക്കുന്നതെന്ന് തോന്നി. അവളിപ്പോൾ ജീവിച്ചിരുന്നെങ്കിൽ, ഇതുപോലെ പറയുമായിരുന്നില്ലേ, വാദിക്കുമായിരുന്നില്ലേ?

അയാൾ പറഞ്ഞു: ''എങ്കിൽ സീതയുടെ ഇഷ്ടം.''

''ഉഷേ...''അയാൾ വിളിച്ചു.

ഉഷ വന്നു. നന്നായി കരഞ്ഞിട്ടുണ്ട്. മുഖം തുടുത്തു ചുവന്നിരിക്കുന്നു.

''മോളിങ്ങു വരൂ. നീ കരഞ്ഞോ?''

ഉഷ മിണ്ടിയില്ല.

''അച്ഛൻ സമ്മതിച്ചിരിക്കുന്നു. പൊയ്ക്കോളൂ. നിന്റെ അമ്മ പറഞ്ഞിട്ടാണ്. സീത.''

ഉഷ കൃതജ്ഞതയോടെ സീതയെ നോക്കി. അവളുടെ കൊച്ചു മനസ്സിൽ പൊട്ടിവിരിയുന്ന ആഹ്ലാദത്തിന്റെ ആയിരം പൂത്തിരികൾ ആ മുഖത്ത് സീത കണ്ടു. ഇതുതന്നെയാണ് വേണ്ടിയിരുന്നത്. ഉഷയുടെ സന്തോഷം. ചിരിച്ച മുഖം. അതിന് വേണ്ടിയാണ് സീത അമ്മ ചമഞ്ഞിവിടെ വന്നത്.

സീതതന്നെ ഉഷയുടെ വസ്ത്രങ്ങൾ ഇസ്തിരിയിട്ട് മടക്കി സൂട്ട്കേസിൽ അടുക്കിവച്ചു. യാത്രയ്ക്കിടയിൽ കഴിക്കാൻ പലഹാരങ്ങൾ ഉണ്ടാക്കി പായ്ക്കുചെയ്തു. ഉഷയെ പലവട്ടം ഉപദേശിച്ചു. ടീച്ചേഴ്സിന്റെ ഒപ്പം നിന്നോളണം. അല്പംപോലും അശ്രദ്ധ കാട്ടരുത്. ഉറങ്ങിപ്പോകരുത്.

നാരായണൻനായർ നിർവൃതിയോടെ എല്ലാം നോക്കിക്കിടന്നു.

രാവിലെ ഉഷ പോയി. സീതയും രവിയുംകൂടി അവളെ സ്കൂൾ വരെ കൊണ്ടാക്കി തിരിച്ചുവന്നു.

ഭർത്താവിന്റെ അടുത്തുവന്ന് സീത പറഞ്ഞു: ''ഇന്ദിരടീച്ചറും സുനന്ദ ടീച്ചറും ഒക്കെയുണ്ട്. ഞാൻ രണ്ടുപേരോടും ഉഷയുടെ കാര്യം പ്രത്യേകം പറഞ്ഞേല്പിച്ചു. ഇരുപത് പെൺകുട്ടികളുണ്ട്. നമുക്കല്ലേ ഉഷയെ അയയ്ക്കാൻ പേടി? ആ കുട്ടികളൊക്കെ സ്കൂൾവരെ തനിച്ചാണ് വന്നത്. കൊണ്ടാക്കാനുംകൂടി ആരും വന്നില്ല.''

നാരായണൻനായർ മറുപടി പറഞ്ഞില്ല. അല്പം കഴിഞ്ഞു സീത ചോദിച്ചു: ''എന്താണൊന്നും പറയാത്തത്? അവളെ വിട്ടില്ലായിരുന്നെങ്കിൽ കഷ്ടമായിപ്പോയേനെ.''

അയാൾ അവളെ കണ്ണിമയ്ക്കാതെ നോക്കിക്കിടക്കുക മാത്രം ചെയ്തു.

''അവളെ അയയ്ക്കണ്ടായിരുന്നു എന്നിപ്പോൾ തോന്നുന്നുണ്ടോ? കുട്ടികളുടെ കുരുന്നുമോഹങ്ങൾ. എല്ലാം കാണാനും കേൾക്കാനും അറിയാനും ഉള്ള അഭിലാഷങ്ങൾ, അവ നടക്കാതെവരുമ്പോൾ അമ്മ യോടും അച്ഛനോടും തോന്നുന്ന അമർഷവും ദേഷ്യവും സങ്കടവും. എനിക്കനുഭവമുണ്ട്. നമ്മളെക്കൊണ്ടാവുന്നതൊക്കെ സാധിച്ചുകൊടുക്കാം. എന്താ?''

നാരായണൻനായർ ഇപ്പോൾ ചിരിച്ചു.

''ഞാനെന്തുപറയാൻ? നീ ഇത്രയൊക്കെ സംസാരിക്കുന്നല്ലോ എന്നോർത്തു സന്തോഷിക്കുകയായിരുന്നു. സിതേ നീ പറഞ്ഞ് ശരി യാണ്. ഞാൻ ഒക്കെ സമ്മതിച്ചു.''

''എങ്കിൽ, ഞാൻ മരുന്നെടുത്തു തരാം. ഇതുവരെ കഴിച്ചില്ലല്ലോ.''

രാവിലത്തെ മരുന്ന് സീത എടുത്ത് കൊടുത്തിരുന്നില്ല. അതുകൊണ്ട് അയാൾ കഴിച്ചിരുന്നുമില്ല. സംതൃപ്തനായി, അവൾ മരുന്ന് കൊണ്ടു വരുന്നതുകാത്ത് അയാളിരുന്നു.

''നാരായണാ, നിനക്ക് നിന്റെ കുട്ടികളെ നശിപ്പിക്കണമെന്നുതന്നെയാ വിചാരം?''

സീത നടുങ്ങിനിന്നു. സൗദാമിനിച്ചേച്ചി എന്താണീ പറയുന്നത്?

നാരായണൻനായർ ക്ഷീണിച്ച് കണ്ണുകൾ തുറന്നു ചേച്ചിയെ നോക്കി.

''ഉഷ പ്രായമായൊരു പെൺകുട്ടിയാണ്. അവളെ നീയല്ലാതെ മറ്റാ രെങ്കിലും ഇങ്ങനെ വിടുമോ? ആൺപിള്ളേരുടേയും ആൺസാറന്മാ രുടേം കൂടെ? ഞാനറിഞ്ഞെങ്കിൽ, സമ്മതിക്കില്ലായിരുന്നു.''

''ചേച്ചീ, അവളുടെ ക്ലാസ്സിലെ പെൺകുട്ടികളൊക്കെയുണ്ട്. രണ്ടു ലേഡി ടീച്ചേഴ്സും.'' സീത വിശദീകരിക്കാൻ ശ്രമിച്ചു.

''ഉണ്ടായ്ക്കോട്ടെ. പക്ഷേ, അവരെപ്പോലെയാണോ നമ്മുടെ കുട്ടി? തറവാടിന്റെ അന്തസ്സ് നീയോർത്തില്ലല്ലോ നാരായണാ? നിനക്കറിയില്ലേ, ഇതുവരെ പെണ്ണുങ്ങളെ ഇങ്ങനെ നാടുചുറ്റാൻ വിട്ടിട്ടുണ്ടോ നമ്മുടെ തറാവാട്ടീന്ന്?'

സീതയുടെ നാവടഞ്ഞുപോയി. തന്റെ വാദമുഖങ്ങൾക്ക് നിലയില്ലാ തായിരിക്കുന്നു. ഇവിടെയും തറവാട്, അന്തസ്സ്. അവൾ നാരായണൻ നായരുടെ മുഖത്തേക്ക് നോക്കി. അദ്ദേഹം എന്താവും പറയുക? തറവാടും അന്തസ്സും അർത്ഥമില്ലാത്ത കാര്യങ്ങളാണെന്ന് പറഞ്ഞിരുന്നെങ്കിൽ...

നാരായണൻനായർ കട്ടിലിൽ എഴുന്നേറ്റിരുന്നു. പിന്നെ ചിന്താധീന നായി പറഞ്ഞു:

''എനിക്കും വലിയ തൃപ്തിയില്ലായിരുന്നു. ഉഷയ്ക്ക് വല്ലാത്ത മോഹം. പോവണ്ടാ എന്നു പറഞ്ഞപ്പോൾ കരച്ചിൽ. കുട്ടിയല്ലേ, അവ ളുടെ മോഹം നമ്മളല്ലാതെ ആരാ സാധിച്ചു കൊടുക്കുക? പിന്നെ, സീതയ്ക്കും അതുതന്നെയായിരുന്നു അഭിപ്രായം.''

''അതാണ് ഞാൻ ഇന്നാളൊരിക്കൽ പറഞ്ഞത്, നിന്റെ നട്ടെല്ല് വളഞ്ഞുപോയി എന്ന്. സീത ആരാ? ഇന്നലെ വന്നവൾ. അവൾക്കി വിടത്തെ വല്ലകാര്യോം അറിയാമോ? നമ്മുടെ കുടുംബത്തിന്റെ ചരിത്രം സീതയ്ക്കറിയാമോ? അതവളുടെ കുറ്റമല്ല. പക്ഷേ, നീയാ അതോർ ക്കേണ്ടവൻ. നിന്റെ കുട്ടികളുടെ കാര്യത്തിൽ നീയാണ് തീരുമാനമെടു ക്കേണ്ടവൻ.''

സീതയ്ക്ക് ഭൂമി പിളരുന്നുവെന്ന് തോന്നി. വീണ്ടും ഇതാ സീത പുറത്താക്കപ്പെടുന്നു. സീത അന്യയാവുന്നു. എന്തെങ്കിലും പറഞ്ഞേ തീരൂ. സീത അന്യയല്ല എന്ന് ഉറക്കെ വിളിച്ചുപറയണം. അവൾ പറ യാൻ തുടങ്ങി. ഒരപേക്ഷയുടെ സ്വരത്തിൽ. യാചിക്കുന്ന സ്വരത്തിൽ:

''അങ്ങനെ പറയരുത് ചേച്ചീ. ഞാനിവിടെ ആരുമല്ലായിരിക്കാം. ഇന്നലെ വന്നവളായിരിക്കാം. പക്ഷേ, ഇന്ന് ഇവിടെയുള്ളതിനെയെല്ലാം ഞാൻ സ്നേഹിക്കുന്നു. ഇവിടുത്തെ മണൽത്തരിപോലും എന്റേതാ ണെന്ന തോന്നൽ. ഉഷയുടെ ഭാവിയിൽ എനിക്കും ഉത്കണ്ഠയില്ലേ? പ്രതീക്ഷയില്ലേ? ചേച്ചി ഇങ്ങനെ...''

''സീതേ, നീ വിഷമിക്കാൻ പറഞ്ഞതല്ല. ഞാൻ നിന്നോട് പറഞ്ഞതു മല്ല. നീ എന്തൊക്കെ പറഞ്ഞാലും എങ്ങനെയൊക്കെ ആയാലും രവീം ഉഷേം നിന്റെ കുഞ്ഞുങ്ങളല്ല. എന്തെങ്കിലും ഒന്ന് വന്നാൽ നാരായണ നെയല്ലേ കുറ്റം പറയൂ? ഇപ്പോഴത്തെ കാലം. എന്തൊക്കെ അപകട ങ്ങളാണ് നിത്യോം കേൾക്കുന്നത്. അതൊക്കെ ഓർത്തപ്പോൾ എനിക്ക് പേടിയായി. അതാ ഞാനോടി വന്നത്. ഞാൻ പറഞ്ഞതാർക്കും ഇഷ്ട പ്പെട്ടില്ലെങ്കിൽ ഞാൻ ഇതാ പോകുന്നു.''

സൗദാമിനിച്ചേച്ചി വന്ന വേഗത്തിൽ തിരിച്ചുപോയി.

നാരായണൻനായർ അകലേക്ക് നോക്കിയിരുന്നു. സീത ആകാംക്ഷാ ഭരിതമായ കണ്ണുകളോടെ അയാളെ നോക്കി. അയാൾ എന്തെങ്കിലും ഒരു വാക്ക് പറഞ്ഞിരുന്നുവെങ്കിൽ.., അവൾക്കാശ്വാസം നല്കിയിരു ന്നെങ്കിൽ! സാരമില്ല. ചേച്ചി പറഞ്ഞതു മറന്നേക്കു... അവർ പറഞ്ഞ തൊന്നും കാര്യമാക്കണ്ട അങ്ങനെ എന്തെങ്കിലും...

അയാളൊന്നും പറഞ്ഞില്ല. സീതയ്ക്ക് കരച്ചിൽ വന്നു. ഒന്നുറക്കെ കരയണം. ഹൃദയം വല്ലാതെ വിങ്ങിപ്പൊട്ടുന്നു. അവൾ പുറത്തേക്കി റങ്ങി.

മുപ്പത്തിയേഴ്

അന്ന് പകൽ മുഴുവൻ നാരായണൻനായർ അസ്വസ്ഥനായിരുന്നു. ആരോടും അധികം സംസാരിച്ചില്ല. ആഹാരം തീരെ കുറച്ചുമാത്രം കഴിച്ചു. ചോദിച്ചപ്പോൾ വിശപ്പില്ലെന്ന് പറഞ്ഞു. കിടക്കയിൽ തിരിഞ്ഞും

മറിഞ്ഞും കിടന്നു. ഉറങ്ങാൻ ശ്രമിച്ചുനോക്കി. ഉറങ്ങിയില്ല. സീതയ്ക്ക് ഭയം തോന്നി.

അവൾ പലതവണ ചോദിച്ചു: ''നമുക്കൊന്നു ഡോക്ടറെ കാണാം?''

''വേണ്ട, എനിക്കൊന്നുമില്ല. എന്റെ ശരീരത്തിനൊന്നുമില്ല. മനസ്സിനെന്തോ ഒരു വിഷമം.''

ഉഷ പോയതുകൊണ്ടാവും. ഇതുവരെ അവൾ തനിച്ചെങ്ങും പോയിട്ടില്ല.

ഇടയ്ക്കെപ്പോഴോ അയാൾ ചോദിച്ചു: ''ഉഷ എപ്പോഴാണ് മടങ്ങിവരിക?''

സീതയുടെ സംശയം ബലപ്പെട്ടു. ഈ അസ്വസ്ഥതയും മനോവിഷമവും ഉഷ പോയതുകൊണ്ടുതന്നെയാണ്. ഉഷയെ പറഞ്ഞയയ്ക്കേണ്ടിയിരുന്നില്ല എന്ന് അവൾക്കും തോന്നി.

സീത പറഞ്ഞു: ''അവൾ നാളെ വരും.''

കുറെക്കഴിഞ്ഞ് അയാൾ പറഞ്ഞു: ''ഉം, സീത അവളുടെ കാര്യം പ്രത്യേകം ശ്രദ്ധിച്ചുകൊള്ളണം. പെൺകുട്ടിയാണ്. അവൾ വളർന്നുവരികയാണ്. അമ്മയില്ലാത്ത കുട്ടിയല്ലേ?''

സീത മറുപടി പറഞ്ഞില്ല. എന്തിനാണീ പാരവശ്യം? ഭയം? എന്താണ് മനസ്സിന്റെയുള്ളിൽ? സീത സ്നേഹം നടിക്കുകയാണെന്നാവുമോ വിചാരം?

''സീത എന്താണ് മറുപടി പറയാത്തത്? അല്ലെങ്കിൽ വേണ്ട. വെറുതെ ചോദിച്ചതാണ്. ഒരു സാമാധാനത്തിനുവേണ്ടി. എനിക്ക് സീതയെ വിശ്വാസമാണ്.''

എന്നിട്ടും ഈ സംശയം! ഈ ചോദ്യം! വ്യർത്ഥമായ ഭംഗിവാക്കുകൾ. സാരമില്ല. എനിക്കത്ഭുതം തോന്നുന്നില്ല. നിങ്ങൾക്കല്ല, ലോകത്താർക്കും സീതയെ മനസ്സിലാക്കാനാവില്ല. വിശ്വസിക്കാനും. സീത അമ്മയല്ല. പ്രസവവേദന അനുഭവിച്ചിട്ടില്ല. സീതയെ അറിയാൻ ചേട്ടത്തിയമ്മയ്ക്കുപോലും കഴിഞ്ഞിട്ടില്ലല്ലോ. അവരും ചോദിക്കുന്നു നാരായണൻനായരുടെ കുട്ടികളോട് സീത കാട്ടുന്ന സ്നേഹം - അത് യഥാർത്ഥമാണോ എന്ന്. അതെത്രനാൾ നിലനിൽക്കുമെന്ന്. ശാശ്വതമാണോ എന്ന്.

സീത ഉമ്മറത്തുവന്ന് നിന്നു. ശൂന്യമായ റോഡ്. എപ്പോഴെങ്കിലും ഒരു ലോറിയോ കാറോ കടന്നുപോകും. അത് കടന്നുപോയിക്കഴിയുമ്പോൾ പറന്നുയരുന്ന ചുവന്ന പൊടിമണ്ണ്. പിന്നെ കുറേനേരത്തോളം വായുവിൽ തങ്ങിനില്ക്കുന്ന പൊടിമറ.

അടുക്കളയിൽ നാണിയമ്മയുണ്ട്. എല്ലാ ജോലികളും കൃത്യമായി ചെയ്തുകൊള്ളും. എത്ര വയ്യാ എങ്കിലും, ക്ഷീണമുണ്ടെങ്കിലും, സീതയെ ഒന്നിനും ബുദ്ധിമുട്ടിക്കില്ല. പലനാളായി കാത്തുസൂക്ഷിച്ച സ്ഥാനം

സീത ഏറ്റെടുത്ത്, അവരെ പുറത്താക്കിയേക്കുമോ എന്നു ഭയന്നിട്ടോ അതോ സീതയോടുള്ള സ്നേഹം കൊണ്ടോ? അറിയില്ല.

അവൾ ഉഷയെക്കുറിച്ചോർത്തു. അയച്ചുകഴിഞ്ഞപ്പോൾ വേണ്ടായിരുന്നു എന്ന തോന്നൽ. ഇതുവരെ വീടുവിട്ട് പുറത്തെങ്ങും പോയിട്ടില്ലാത്ത കുട്ടി. അപരിചിതമായ സ്ഥലം. ചുറ്റുപാടുകൾ. അന്യആളുകളുമൊത്ത്. എന്തൊക്കെയാണ് സംഭവിക്കുക? നാണിയമ്മയുടെ സ്വരത്തിലും കുറ്റപ്പെടുത്തലിന്റെ ധ്വനി ഉണ്ടായിരുന്നു.

''ശാരദ മരിച്ചതിൽപ്പിന്നെ നാരായണൻനായരുടെയൊപ്പം മാത്രമേ ഈ കുട്ടികൾ രണ്ടാളും പടിക്ക് പൊറത്തിറങ്ങിട്ടുള്ളൂ. പൊറത്തേക്ക് വിടാൻ ശാരദയ്ക്ക് പേടിയായിരുന്നു. അച്ഛന്റൊപ്പം പോയാലും തിരിച്ചുവരുംവരെ എന്തൊരു പരിഭ്രമമായിരുന്നു. നാരായണൻനായർക്കും അങ്ങനെതന്നെ, ഇന്നിപ്പോ സ്കൂൾകുട്ടികളോടൊപ്പം ഉഷ പോകുന്നൂന്നു കേട്ടപ്പോൾ എനിക്ക് അത്ഭുതം തോന്നുന്നു.''

രവി വൈകിയാണ് വന്നത്. അവൻ വല്ലാതെ വിയർത്തു ക്ഷീണിച്ചിരുന്നു. കോളേജ് വിട്ടിട്ട് എവിടെപ്പോയിരുന്നു ആവോ? ചോദിച്ചപ്പോൾ കൂസലില്ലാതെ പറഞ്ഞു: ''ഫുട്ബോൾ മാച്ച് കാണാൻ പോയി.''

എവിടെ പോകണമെങ്കിലും പറഞ്ഞിട്ടേ പോകാറ് പതിവുള്ളൂ. വരാൻ വൈകുമെന്നുണ്ടെങ്കിൽ, പറഞ്ഞേല്പിച്ചിട്ടാണ് പോവുക.

''മോൻ പറയാതെ പോയതുകൊണ്ട് വിഷമിച്ച് നില്ക്കുകയായിരുന്നു.''

''എന്തിനാണ് വിഷമിക്കുന്നത്? ഞാനെന്താ കൊച്ചുകുട്ടിയാണോ?''

വളർച്ചയുടെ പക്വതയുടെ, സ്വന്തം കാലിൽ നില്ക്കാറായി എന്നതിന്റെ സ്വരം. അമ്മ ഇനിമേലിൽ തന്റെ കാര്യങ്ങളിൽ ഇടപെടരുത് എന്നതിന്റെ സൂചന.

നാരായണൻനായർ പലതവണ ചോദിച്ചിരുന്നു.

''രവി എന്താണിന്ന് വൈകുന്നത്? വിളക്ക് വെക്കാറായല്ലോ. കോളേജ് വിട്ടിട്ട് അവൻ എവിടെയാണ് കറങ്ങിനടക്കുന്നത്?''

''ബസ് കിട്ടാൻ വൈകുന്നുണ്ടാവും.''

''എന്നും കിട്ടാറുള്ള ബസ് ഇന്നും കാണില്ലേ? പിന്നെന്താ ഇന്ന് വിശേഷിച്ച്?''

നാരായണൻനായരുടെ ചോദ്യത്തിന് ഉത്തരമില്ല. മകന്റെ പോക്ക് ശരിയാണോ എന്നദ്ദേഹത്തിന് എപ്പോഴും ഉൽകണ്ഠയാണ്. അവന്റെ സ്വഭാവത്തിൽ എന്തെങ്കിലും പരിവർത്തനം ഉണ്ടാകുന്നുണ്ടോ എന്നറിയാനുള്ള ആകാംക്ഷ. സീതയ്ക്ക് പറയണമെന്നുണ്ട്: രവി ആൺകുട്ടിയാണ്. ബി.എയ്ക്കെത്തിയിരിക്കുന്നു. അധികം നിയന്ത്രണം ആപത്താണ്. വകവെക്കില്ല. കുറെയൊക്കെ ഇഷ്ടത്തിന് വിടുന്നതാവും നല്ലത്, മടിക്കുത്തിൽവെച്ച് സൂക്ഷിക്കാവുന്ന പാകം കഴിഞ്ഞിരിക്കുന്നു.

പക്ഷേ, സീതയ്ക്ക് തുറന്നുപറയാനാവില്ല. സീത രവിയുടെ അമ്മയല്ല. രവിയെ പ്രസവിച്ച അമ്മ താനായിരുന്നുവെങ്കിൽ അധികാരത്തോടെ, തുറന്നുതന്നെ പറയാമായിരുന്നു. അതുകൊണ്ട് പറയാനുള്ള മറുപടി വിഴുങ്ങാനേ കഴിയൂ.

സീത പറഞ്ഞു: ''അച്ഛൻ ചോദിച്ചിട്ടാണ്. ഇത്രനേരവും അച്ഛൻ തിരക്കുകയായിരുന്നു.''

''അച്ഛന് വേറെ ജോലിയില്ലാഞ്ഞിട്ടാണ്. ഈ കൊല്ലം ഞാൻ ബി.എ പാസ്സാവും. പാസ്സായാൽ, അച്ഛനെന്നെ പൊറത്തേക്ക് വിടില്ലേ?''

സീത പിന്നീടൊന്നും പറഞ്ഞില്ല.

രവി ഒരു മൂളിപ്പാട്ടുമായി അകത്തേക്ക് പോയി. അവൻ പോയ്ക്കഴിഞ്ഞപ്പോൾ സീത ഓർത്തു. രവി അച്ഛന്റെ വിവരങ്ങളൊന്നും തിരക്കിയില്ല. മറന്നതാവും. അതോ, ദേഷ്യം വന്നിട്ടോ?

രാത്രി. നാരായണൻ നായർ ഊണുകഴിച്ചില്ല. വിശപ്പില്ലെന്ന് പറഞ്ഞു. കഞ്ഞിയായിട്ട് അല്പം കഴിക്കാൻ നിർബ്ബന്ധിച്ചിട്ടും വേണ്ടെന്ന് പറഞ്ഞു. രാത്രി അദ്ദേഹത്തിന് തീരെ ഉറങ്ങാൻ കഴിയില്ലെന്ന് തോന്നി. കണ്ണുകളിലെ അഗാധമായ ചിന്തയും മനസ്സിന്റെ അസ്വസ്ഥതയും അതിന്റെ തെളിവാണ്.

സീത രവിക്ക് ഊണ് കൊടുത്ത് കിടക്കാനെത്തി. നാരായണൻ നായർക്ക് പതിവ് മരുന്നുകൾ നല്കി.

നാരായണൻനായർ പറഞ്ഞു: ''എനിക്ക് ഇന്നുറക്കം വരുന്നില്ല സീതേ. ഉറങ്ങാനുള്ള ഗുളിക കഴിക്കേണ്ടിവരും.''

അവൾ അത്ഭുതപ്പെട്ടു. ഇംഗ്ലീഷ് മരുന്നുകൾ, വിശേഷിച്ച് ഉറക്കഗുളികകൾ കഴിച്ച് ഉറങ്ങുന്നത് തീരെ ഇഷ്ടപ്പെടാത്തയാൾ, ഉറക്കം വന്നില്ലെങ്കിലെന്താ, ഉറങ്ങാതെ കിടക്കും എന്ന് മറുപടി പറയുന്നയാൾ ഇന്ന് ഇങ്ങോട്ടാവശ്യപ്പെടുന്നു.

''അസുഖം എന്തെങ്കിലും തോന്നുന്നുണ്ടെങ്കിൽ ഡോക്ടറെ വിളിപ്പിക്കാം.''

''എയ്, എനിക്കൊരസുഖവും ഇല്ല. എന്റെ മോൾ ഇന്നിവിടെ ഇല്ലാത്തതുകൊണ്ട്, ഉറക്കം വരില്ലെന്നൊരു തോന്നൽ.''

അത് പറഞ്ഞപ്പോൾ, നാരായണൻനായരുടെ സ്വരം പതറി എന്ന് സീതയ്ക്ക് തോന്നി.

''സീത ഇവിടെ വന്നിരിക്കൂ; എന്റെയടുത്ത്.''

അയാൾ കട്ടിലിൽ അവൾക്കിരിക്കാൻ വേണ്ടി അല്പം നീങ്ങിക്കിടന്ന് ഇടമുണ്ടാക്കി. സീത അവളുടെ കട്ടിലിൽ കിടക്ക വിരിക്കുകയായിരുന്നു. കുറെ ദിവസങ്ങളായിട്ട് അങ്ങനെയാണ് പതിവ്. കട്ടിലുകൾ അകറ്റിയിട്ടിരിക്കുകയാണ്. അദ്ദേഹത്തിന് രോഗം ആരംഭിക്കുന്നതിന് മുൻപുതന്നെ. ഒന്നിൽ സീത, മറ്റൊന്നിൽ നാരായണൻനായർ. അകന്ന്

കിടന്നു എന്നുവെച്ച് ഭാര്യാഭർത്താക്കന്മാർ അല്ലാതെയാവുന്നില്ല. അടുത്ത് കിടന്നതുകൊണ്ട് ആവണമെന്നുമില്ലല്ലോ. മനസ്സിന്റെ അടുപ്പമല്ലേ പ്രധാനം?

നാരായണൻനായർ വീണ്ടും പറഞ്ഞു: ''ഇന്ന് സീത ഇവിടെ കിടക്കൂ. എന്റെയൊപ്പം. എന്താ കിടക്കില്ലേ?''

അവൾക്കാശ്ചര്യം തോന്നി. ഈ വീട്ടിൽ വധുവായി വന്നിട്ട് എത്ര വർഷങ്ങൾ എന്തെല്ലാം പരിവർത്തനങ്ങൾ! എത്ര ഋതുഭേദങ്ങൾ! രവിയും ഉഷയും വളർന്നു സ്വന്തം കാലിൽ നില്ക്കാൻ കഴിവുള്ളവരായിത്തീർന്നിരിക്കുന്നു. സീത എവിടെക്കിടന്നാലും എവിടെക്കിടന്നുറങ്ങിയാലും വിരോധമില്ല എന്നമട്ടായിരുന്നു. ഒരിക്കലും ഒന്നിനും താൽപര്യം പ്രകടിപ്പിച്ചിട്ടില്ല. ചേട്ടത്തിയമ്മ വീണ്ടും വീണ്ടും അക്കാര്യം കുത്തിക്കുത്തി ച്ചോദിച്ചപ്പോൾ ദുഃഖം തോന്നി. ശരിക്കൊരു മറുപടി പറയാനില്ലാതായിപ്പോയി. മനസ്സിലെ ദാഹം ശരീരത്തിലേക്ക് പടർന്നുപിടിച്ച ചില നിമിഷങ്ങൾ, ദിവസങ്ങൾ. അന്നൊന്നും തീരെ താൽപര്യം കാട്ടിയിരുന്നില്ല. അന്നൊക്കെ തികഞ്ഞ ബധിരനെപ്പോലെയായിരുന്നല്ലോ.

അവളുടെ മൗനം കണ്ടിട്ടാവും, അയാൾ വീണ്ടും ചോദിച്ചു.

''സീതയ്ക്ക് വിഷമമുണ്ടോ?''

സീത കിടക്ക മടക്കിവച്ചു. പിന്നെ ഭർത്താവിന്റെ അരികിലെത്തി. അയാളോട് ചേർന്നിരുന്നു.

''സീതയ്ക്കു ബുദ്ധിമുട്ടുണ്ടോ? വല്ലാതെ വിയർപ്പ്. ഞാൻ കുളിച്ചിട്ട് ഒന്നുരണ്ടു ദിവസമായില്ലേ?''

''ദൈവത്തെയോർത്ത് ഇങ്ങനെ സംസാരിക്കരുത്. സീതയെ ഇനിയും മനസ്സിലാക്കാൻ കഴിഞ്ഞിട്ടില്ലന്നാണോ?'' സീത വിതുമ്പിപ്പോയി. ശബ്ദം വല്ലാതെ ഇടറി.

നാരായണൻ നായർ ഇടംകൈകൊണ്ട് അവളെ ചുറ്റിപ്പിടിച്ച് തന്നിലേക്കടിപ്പിച്ചു. അവളുടെ തലമുടി കെട്ടഴിഞ്ഞു ചിതറിവീണു. വലംകൈ കൊണ്ട് അവളുടെ മുടി ഒതുക്കിക്കൊണ്ട് അയാൾ പറഞ്ഞു:

''സീതേ... നിന്നോട് നന്ദിപറയാൻ എനിക്ക് വാക്കുകളില്ല. നീ എത്ര വലിയ ത്യാഗമാണ് എനിക്കുവേണ്ടി ചെയ്യുന്നത്.''

സീത അയാളുടെ ക്ഷീണിച്ച മാറിൽ ചാരിക്കിടന്ന് മന്ത്രിച്ചു: ''അരുത്. ഇങ്ങനെയൊന്നും സീതയോടു പറയരുത്. നമുക്കുറങ്ങാം.''

''സീതയോട് ഞാൻ വലിയ തെറ്റ് ചെയ്തു എന്ന കുറ്റബോധം- അതെന്നെ വല്ലാതെ വേട്ടയാടുന്നു. നിറയെ പൂത്ത ചെടിയായി സീത എന്റെ മുന്നിൽ നിന്നിട്ടും... എനിക്കിന്നുറക്കം വരില്ല. സീതേ.''

നാരായണൻനായർ ഇടയ്ക്ക് നിർത്തിക്കളഞ്ഞു. സീത ആശ്വസിപ്പിക്കാൻ ശ്രമിച്ചു.

''ആവശ്യമില്ലാത്തതൊന്നും ഓർക്കരുത്. എല്ലാം വിധിയാണ്.''

''അല്ല സീതേ, വിധിയല്ല. ഞാൻ സമ്മതിക്കയില്ല. അറിഞ്ഞുകൊണ്ട് തെറ്റ് ചെയ്തിട്ട്, അത് വിധിയാണെന്ന് സമാധാനിക്കാൻ പറ്റില്ല. ഞാന റിഞ്ഞുകൊണ്ട് നിന്നോട് തെറ്റ് ചെയ്യുകയായിരുന്നു. സീതയ്ക്കറി യാമോ, ശാരദ മരിക്കും മുൻപ് രണ്ടുകാര്യങ്ങളാണെന്നോട് ആവശ്യ പ്പെട്ടത്. സീത കേൾക്കുന്നുണ്ടോ?''

അയാൾ അവളെ തൊട്ടുണർത്തി.

''ഉം...''

''മരിക്കുമെന്നുറപ്പായിക്കഴിഞ്ഞപ്പോൾ... മരിക്കാൻ അവൾക്ക് സങ്കട മായിരുന്നു. എന്റെ രണ്ടു കൈയിലും അമർത്തിപ്പിടിച്ച് അവൾ പറഞ്ഞു: ഞാൻ രണ്ടാമത് വിവാഹം ചെയ്താലും രവിക്കും ഉഷയ്ക്കും ഒരനി യനോ, അനിയത്തിയോ ഉണ്ടാകരുതേ എന്ന്. രവിയേയും ഉഷയേയും മറന്ന് മറ്റൊരു സ്ത്രീയേയും സ്നേഹിക്കരുതേ എന്ന്. രണ്ട് കാര്യങ്ങളും അന്നു ഞാൻ ഏറ്റതാണ്. എന്നിട്ടും ഞാൻ സീതയെ വിവാഹം ചെയ്തു. അറിഞ്ഞുകൊണ്ട് നിന്നോട് തെറ്റ് ചെയ്തു.''

നാരായണൻനായരുടെ തൊണ്ട ഇടറി. ഗദ്ഗദം കൊണ്ടു വാക്കു കൾ പുറത്തു വരാൻ വിഷമിച്ചു.

സീത നടുങ്ങിയില്ല. ഒരുതരം മരവിപ്പ്, ഞരമ്പുകളിൽ വ്യാപിക്കുന്ന തണുപ്പ്. അത്രമാത്രം. മരിച്ചയാളിന് മരണമില്ല. മരവിച്ച മനസ്സിന് വേദന യറിയില്ല.

''സീതേ, പറയൂ. എന്നോട് വെറുപ്പില്ലേ? രവിയെപ്പോലെ, ഉഷയെ പ്പോലെ, ഒര് കുട്ടി വേണമെന്ന് മോഹം തോന്നി എന്നോടാവശ്യപ്പെ ട്ടില്ലേ? എന്നിട്ടും...''

നാരായണൻനായർ വല്ലാതെ വിയർത്ത് കിതയ്ക്കാൻ തുടങ്ങി. സീത ഫാൻ ഓൺ ചെയ്തു.

അവൾ പറഞ്ഞു: ''ആ ഗുളിക കഴിച്ച് ഉറങ്ങാൻ ശ്രമിക്കൂ. ഉറങ്ങി യാൽ എല്ലാം ശരിയാകും.''

''ഇല്ല. ഞാൻ ഗുളിക കഴിച്ചാൽ ഉറങ്ങിപ്പോകും. ചത്തതുപോലെ ഉറങ്ങിക്കിടക്കും. പിന്നെ സീതയോട് പറയാനുള്ളതൊക്കെ പറയാൻ കഴിയാതെയാകും. സീതയോട് ചെയ്ത തെറ്റ് തിരുത്താനാവാതെ യാകും.''

അവൾക്ക് ഭയമായി. എന്താണിത്? എന്തൊക്കെയാണ് പറയുകയും കാട്ടുകയും ചെയ്യുന്നത്?

''സീതയ്ക്ക് ദുഃഖമുണ്ടോ? ഞാനില്ലാതെയായാലും എന്നും രവി യേയും ഉഷയേയും സ്നേഹിക്കുമോ?''

സീതയ്ക്ക് കരച്ചിൽ വന്നു. ദേഷ്യം വന്നു.

''എന്നെ വിശ്വസമാവുന്നില്ല. അല്ലേ? എത്ര തവണ ഞാൻ പറഞ്ഞു. അവരെ കൂടാതെ ഒരു ജീവിതം എനിക്കില്ല. അവരില്ലെങ്കിൽ ഞാനുമില്ല.

എന്നിട്ടും... നോക്കൂ. എനിക്കൊന്നും വേണ്ട. ഞാനൊന്നും ആവശ്യപ്പെടില്ല. മരണംവരെ, എന്നെ ഇവിടെനിന്ന് ആട്ടിയിറക്കാതിരുന്നാൽ മാത്രം മതി.''

''സീതേ...'' നാരായണൻനായർ ഉറക്കെ വിളിച്ചുപോയി.

''സീതേ... എനിക്കു മാപ്പുതരൂ, സീതേ. ഇനി ഒരിക്കലും... ഒരിക്കലും... ഞാൻ...''

അയാൾ ആവേശത്തോടെ അവളെ കെട്ടിപ്പിടിച്ചു. സകലശക്തിയുമെടുത്ത് തന്നിലേക്കടുപ്പിക്കാൻ ശ്രമിച്ചു. അവളുടെ കവിളുകളിൽ, നെറ്റിയിൽ മാറിമാറി ചുംബിച്ചു.

സീത കുതറാൻ ശ്രമിച്ചു. അവൾ അപേക്ഷിച്ചു: ''അരുത്. അരുത്... അയ്യോ... അരുത്...''

കുറെക്കഴിഞ്ഞ്, ശക്തി നശിച്ച്, തളർന്ന് അയാൾ കിടന്ന് കൊച്ചുകുട്ടിയുടെ സന്തോഷത്തോടെ സീതയെ നോക്കി മന്ദഹസിച്ചു.

സീത കുനിഞ്ഞിരുന്ന് കരഞ്ഞു. നാരായണൻനായർ പരിഭ്രമിച്ചു. അയാൾ എഴുന്നേറ്റ് അവളുടെ മുഖം പിടിച്ചുയർത്തി.

''എന്താണ് സീതേ... എന്തുപറ്റി? സീതയ്ക്കെന്നോട് ദേഷ്യമാണോ?''

''ഇല്ല, ഒന്നുമില്ല. എനിക്ക് കരച്ചിൽ വന്നു. വെറുതെ.'' അവൾ കണ്ണീരടക്കി. കരച്ചിൽ നിയന്ത്രിച്ചു. പിന്നെ എഴുന്നേറ്റ് ഗ്ലാസ്സിൽ വെള്ളമെടുത്ത് കൊടുത്തു.

''ഗുളിക കഴിച്ചിട്ട് കിടന്നുറങ്ങൂ.''

അയാൾ അനുസരിച്ചു. അവൾ അയാളെ നന്നായി പുതപ്പിച്ചു.

''സീത ഇവിടെ കിടക്കൂ, എന്റെയടുത്ത്.''

സീത അയാളോടു ചേർന്നുകിടന്നു. അവൾ ജനാലയിലൂടെ കടന്നുവരുന്ന നിലാവിന്റെ നേർത്ത പാളികൾ കണ്ടു. അല്പനേരം. മുറ്റത്ത്, നിലാവിറങ്ങാൻ കൊതിച്ചു. പിന്നെ, കിടന്നുകിടന്ന് എപ്പോഴോ ഉറങ്ങിപ്പോയി.

എന്താണ് സംഭവിക്കുന്നതെന്നറിഞ്ഞില്ല. വൈകിയാണ് ഉറങ്ങിയത്. അനാവശ്യമായ എന്തൊക്കെയോ ചിന്തകൾ. സ്വപ്നങ്ങൾ, അവയിൽപ്പെട്ട് ഉഴറി തളർന്ന മനസ്സോടെ ഉറങ്ങിത്തുടങ്ങിയതേയുള്ളൂ.

വല്ലാത്ത ഒരുതരം മൂളൽ, ഞരക്കം. അവ്യക്തമായി 'സീതേ' എന്ന വിളി. അവൾ ചാടിയെഴുന്നേറ്റ് ലൈറ്റ് തെളിച്ചു. നാരായണൻനായർ വല്ലാതെ കിതയ്ക്കുന്നു. നെഞ്ചമർത്തി തിരുമ്മുന്നു. വിയർക്കുന്നു.

ഡോക്ടർ പറഞ്ഞിട്ടേ സീത അറിഞ്ഞുള്ളൂ. സീത വിധവയായ വാർത്ത. വിധി വീണ്ടും ക്രൂരമായി അവളുടെ സീമന്തരേഖയിലെ സിന്ദൂരം മായ്ച്ചുകളഞ്ഞകഥ. അവൾ അപ്പോഴും ഭർത്താവിന്റെ നെഞ്ചുഴിയുകയായിരുന്നു. പെട്ടെന്ന് കൈകൾ നിശ്ചലമായി. തുറന്നിരിക്കുന്ന കണ്ണുകൾ. ആ കണ്ണുകളിലൂടെയാണോ ജീവൻ പറന്നുപോയത്?

ഇതുവരെ ആരും മരിക്കുന്നത് കണ്ടിട്ടില്ല. അച്ഛൻ മരിച്ചതിനുശേഷ മാണ് എത്തിയത്. രമേശൻനായരുടെ തുന്നിക്കൂട്ടിയ മൃതശരീരമേ കണ്ടിട്ടുള്ളൂ. കൺമുന്നിൽ വെച്ച് അതിദാരുണമാംവിധം. ക്രൂരമായ തരത്തിൽ, വിധി ഇതാ അവസാന ആശ്രയവും തട്ടിത്തെറിപ്പിച്ചിരി ക്കുന്നു. സീത എന്ത് തെറ്റാണ് ചെയ്തത്? സീത ഇതിനുതക്കവണ്ണം എന്ത് മഹാപാപമാണ് ചെയ്തത്?

മുപ്പത്തിയെട്ട്

രവി അച്ഛന്റെ കാലിൽ കെട്ടിപ്പിടിച്ചു കരഞ്ഞു. നാണിയമ്മ തറയിലി രുന്നു 'നാരായണ നാരായണ' ജപിച്ചു. സൗദാമിനിയമ്മ ഉറക്കെ നില വിളിക്കുന്നുണ്ടായിരുന്നു. സീത മാത്രം കരഞ്ഞില്ല. കരച്ചിൽ തൊണ്ട ക്കുഴിയിലിരുന്ന് വിങ്ങുന്നു. നെഞ്ച് പൊട്ടിപ്പോകുന്നു. ഒന്നുറക്കെ കരയാനായെങ്കിൽ! അവൾ നാരായണൻനായരുടെ ചേതനയറ്റ മുഖ ത്തേക്കു നോക്കി ഇരുന്നു. ആ ചുണ്ടുകൾ തന്നോടെന്തോകൂടി പറ യാൻ വെമ്പുന്നതുപോലെ. അല്പം മുൻപുവരെ, ആ ചുണ്ടുകൾ തോരാതെ, നിരന്തരമായി സംസാരിക്കുകയായിരുന്നു. ഇതിനുമുൻ പൊരിക്കലും ഇല്ലാത്ത വാചാലത...

നിമിഷങ്ങൾക്കുള്ളിൽ മുറിക്കകത്തും ഉമ്മറത്തും തിങ്ങിനിറയുന്ന ജനത്തെ സീത കണ്ടു. സഹതാപവും സാന്ത്വനവാക്കുകളും ഏറ്റിവന്ന വർ സീതയെ തിരഞ്ഞു. ആരെയും അവൾക്കറിയാൻ കഴിഞ്ഞില്ല. തുറിച്ചുനോക്കി ഇരിക്കുക മാത്രം. നടുക്കായലിലാണിപ്പോൾ. പെട്ടെ ന്നാണ് അമരക്കാരൻ അപ്രത്യക്ഷമായത്. ഇപ്പോൾ തോണിയിൽ ഒറ്റ യ്ക്ക്; തുഴയും പങ്കായവും ഒക്കെ നഷ്ടപ്പെട്ട്.

പിന്നീട് കണ്ണുതുറക്കുമ്പോൾ പകലായിരിക്കുന്നു. നാണിയമ്മയുടെ മുഷിഞ്ഞ മടിയിൽ തലവെച്ച് കിടക്കുകയാണ്. ചുറ്റും അപരിചിത ങ്ങളായ മുഖങ്ങൾ. ലോഭമില്ലാതെ എറിഞ്ഞുവീഴ്ത്തുന്ന സഹതാപ വാക്കുകൾ. സാന്ത്വനങ്ങൾ.

സീത നാണിയമ്മയുടെ മടിയിൽ മുഖമമർത്തി തേങ്ങിക്കരഞ്ഞു. നാണിയമ്മ സമാധാനിപ്പിച്ചു.

"എന്ത് വന്നാലും സഹിക്കണ്ടേ? സഹിക്കാതിരിക്കാൻ പറ്റുമോ? ഇതാ, ഈ കാപ്പിവെള്ളം കുടിക്കൂ."

"നാണിയമ്മേ.... വയ്യ. എനിക്കു വയ്യ നാണിയമ്മേ."

"ഇങ്ങനെ കരഞ്ഞാൽ മതിയോ? ആ കുഞ്ഞുങ്ങളുടെ കാര്യം ഓർ ക്കുന്നുണ്ടോ? അമ്മയും അച്ഛനുമില്ലാത്ത കുട്ടികൾ. അവരെ ആര് നോക്കും? അവരെ ആരുടെ കൈയിൽ ഏല്പിച്ചിട്ടാ നാരായണൻനായർ പോയതെന്നോർമ്മയുണ്ടോ?"

സീത എഴുന്നേറ്റു. എഴുന്നേറ്റപ്പോൾ ശരീരം തളർന്ന്, കെല്പി ല്ലാതെ വീഴാൻ പോയി. ആരോ താങ്ങി.

മൃതദേഹത്തിന് ചുറ്റും കൂടിയിരുന്നു കരയുന്ന ബന്ധുക്കളെ കണ്ടു. സീതയെ ആരോ പിടിച്ചു കൊണ്ടുപോയി അവരുടെ ഇടയിലിരുത്തി. അവൾ ഒരേ ഇരുപ്പിരുന്നു. കണ്ണുകളിൽനിന്ന് നിലയ്ക്കാത്ത പ്രവാഹം. ആ ചുണ്ടുകൾ ഇപ്പോഴും മന്ത്രിക്കുന്നുണ്ടോ? 'എന്റെ മക്കളെ സ്നേഹി ക്കുമോ? എന്നും അവരെ സ്വന്തം മക്കളെപ്പോലെ കരുതുമോ?'

ഉഷ ഒരു മലവെള്ളപ്പാച്ചിൽപോലെയാണ് വന്നെത്തിയത്. നെഞ്ച ത്തലച്ച്, ഉറക്കെക്കരഞ്ഞ് ബഹളംവെച്ച് അവളെ ആർക്കും തടഞ്ഞ് നിർത്താനാവില്ലെന്നുതോന്നി. കൊടുങ്കാറ്റിന്റെ വേഗത്തിൽ അവളോടി വന്ന് അച്ഛന്റെ മൃതദേഹത്ത് വീണുരുണ്ട് കരഞ്ഞു.

''ആ കുട്ടിയെ ഒന്ന് പിടിച്ചുമാറ്റൂ. എന്താണീ കാട്ടുന്നത്?''

ആരും പക്ഷേ, പിടിച്ച് മാറ്റിയില്ല. കരയട്ടെ. കരഞ്ഞ് കരഞ്ഞ് തണു ക്കട്ടെ. ആശ്വാസം തേടട്ടെ. അവസാനം ബോധമറ്റ് അവൾ തറയിൽ വീണ് കിടന്നു. സീത എഴുന്നേറ്റ് ഉഷയെ എടുത്ത് മടിയിൽ കിടത്തി. വിളിച്ചു. ആശ്വസിപ്പിക്കാൻ ശ്രമിച്ചു. ഉഷ ഉണർന്ന് വീണ്ടും ഉറക്കെ ക്കരഞ്ഞു.

നാരായണൻനായരുടെ ദേഹത്ത് റീത്തുകളുടെ, പുഷ്പഹാരങ്ങ ളുടെ കൂന കൂടിക്കൊണ്ടിരുന്നു. അവസാനം ആ ശരീരവും മുഖവും കാണാൻ വയ്യാതായി. ഭർത്താവിന്റെ ശരീരം നിമിഷത്തിനകം ചാമ്പ ലാകാൻ പോകുന്നു. ഇനി ഈ ലോകത്ത് സീത ആര്? സീതയുടെ മേൽവിലാസം? സീതയുടെ നിലനിൽപ്പ്? സീതയുടെ പ്രസക്തി?

സീതയെപ്പോലെ ഇത്ര കണികാണാൻകൂടി കൊള്ളാത്ത പെണ്ണിനെ യാണല്ലോ നാരായണൻനായർ കൊണ്ടുവന്നത്. ഇത്ര ഭാഗ്യം കെട്ടവൾ വേറെയാരുണ്ട്? തുടർച്ചയായി രണ്ട് പുരുഷന്മാർ അവളുടെ കഴുത്തിൽ താലിചാർത്തിയതുമൂലം മരണമടയുക. കൂടിനില്ക്കുന്ന ജനത്തിന്റെ ചുണ്ടുകളിൽ, മനസ്സിന്റെയുള്ളിൽ ഉയരുന്ന വിചാരം. സീത തലകുനി ച്ചിരുന്ന് തേങ്ങി.

''മോളേ... സീതേ...'' ആരോ വിളിച്ചു.

സ്നേഹവും സഹതാപവും നിറഞ്ഞ ചിരപരിചിതമായ വർഷ ങ്ങൾക്കു മുൻപെങ്ങോ ചെന്നെത്തിയെന്നു തോന്നി. അവൾ തലയു യർത്തി. ചേട്ടത്തിയമ്മ! ഉമ്മറത്തേക്ക് കയറുന്ന ശേഖരേട്ടനെയും കണ്ടു.

സീത അപ്പോൾ പൊട്ടിക്കരഞ്ഞു. സകല നിയന്ത്രണവും നഷ്ട പ്പെട്ടു. വീണ്ടും സീത ഒന്നുമില്ലാത്തവളായി. ഭാഗ്യംകെട്ടവളായി. നിർദ്ധ നയായി. വിധി വീണ്ടും അതിക്രൂരമായി സീതയെ ശിക്ഷിച്ചത് കണ്ടുവോ ചേട്ടത്തിയമ്മേ? അങ്ങനെ എന്തൊക്കെയോ പറയാൻ, ഉറക്കെ വിളിച്ച് പറഞ്ഞ് കരയാൻ, അവളുടെ മനസ്സ് ചിറകിട്ടടിച്ചു.

നാരായണൻനായരുടെ ശേഷക്രിയകൾ എല്ലാം നടന്നുകഴിഞ്ഞിരിക്കുന്നു. എല്ലാം വളരെ ഗംഭീരമായിത്തന്നെ നടത്തി. സൗദാമിനിച്ചേച്ചിയാണ് എല്ലാ കാര്യങ്ങളും ഏറ്റെടുത്ത് നടത്തിയത്. ഒന്നിനും ആരും സീതയെ ബുദ്ധിമുട്ടിച്ചില്ല. അലമാരി തുറന്ന് പണമെടുത്ത് കൊടുത്തത് രവി. അതു വേണ്ടപോലെ ചെലവാക്കിയതും കാര്യങ്ങൾ ഭംഗിയായി നടത്തിയതും സൗദാമിനിച്ചേച്ചിയും ഭർത്താവും.

സീത കാഴ്ചക്കാരിയെപ്പോലെ മുറിക്കുള്ളിലിരുന്നു. മുറ്റത്ത് നെടുങ്കൻ പന്തലിട്ടത്, സദ്യവട്ടങ്ങളൊരുക്കിയത്, വീടുകളിലറിയിച്ചത് എല്ലാമെല്ലാം സൗദാമിനിച്ചേച്ചി. സീത ഒന്നുമറിഞ്ഞില്ല. സീതയെ ഒന്നുമറിയിച്ചില്ല. ഒന്നിനും വിളിച്ചില്ല.

ശേഖരേട്ടനും ചേട്ടത്തിയമ്മയും സീതയുടെ മുറിയിൽ ഇരുന്നു. അടിയന്തിരത്തിന് വന്നവരെല്ലാം പിരിഞ്ഞുകഴിഞ്ഞിരിക്കുന്നു. സൗദാമിനിച്ചേച്ചി ഇപ്പോഴാണ് വീട്ടിലേക്ക് പോയത്. ഒപ്പം ഉഷയെ കൂട്ടിക്കൊണ്ടുപോയി. പാവം കുട്ടി! ഇവിടെയിരുന്ന് ഓരോന്നോർത്ത് കരയണ്ട. അവിടെ കൂട്ടിന് രമയുണ്ട്. രവിയും എവിടെയോ പോയി. ഈ അന്തരീക്ഷത്തിൽ കഴിയാൻ അവനു വയ്യ. നിരന്തരം വേട്ടയാടുന്ന ഓർമ്മകൾ! ഓർമ്മകളിൽനിന്ന് മോചനം നേടാൻ, ഏതോ സുഹൃത്തിന്റെയൊപ്പം പോയതാവാം.

സീത മാത്രം. സീതയ്ക്ക് ദുഃഖമില്ലേ? ഓർമ്മകളില്ലേ? ഈ അന്തരീക്ഷത്തിൽ കഴിയുമ്പോൾ സീതയുടെ മനസ്സിന്റെ തന്ത്രികളിൽ വേദനയുടെ രാഗം ഉണരുന്നില്ലേ? സീത ചോദിച്ചു. സ്വയം ഉത്തരവും പറഞ്ഞു. സീതയ്ക്ക് ദുഃഖമോ ഓർമ്മകളോ വേദനയോ? സീത എന്നേ മരവിച്ചുപോയി. എന്നേ മരിച്ചുപോയി. ഇപ്പോൾ ഒന്നുമില്ല. മരവിച്ച ഒരുപിടി നിമിഷങ്ങൾ മാത്രം. എവിടെയായാലും ഓർമ്മകളിൽനിന്ന് അവൾക്ക് മോചനമില്ല. മരിക്കുംവരെ.

ചേട്ടത്തിയമ്മ ചോദിച്ചു: ''സീത എന്ത് തീരുമാനിച്ചു?''

അവൾക്ക് മനസ്സിലായില്ല.

''നിന്നെ കൂട്ടിക്കൊണ്ടുപോകാനാണ് ഞങ്ങൾ നില്ക്കുന്നത്.''

''എവിടേക്ക്?'' അവൾ നടുങ്ങി.

''വീട്ടിലേക്ക്. നാരായണൻനായർ മരിച്ചില്ലേ? ഇനി നീ ഇവിടെ താമസിക്കുന്നതിലെന്താണർത്ഥം?'' ഏട്ടനാണ് ചോദിച്ചത്.

സീത തലയുയർത്തി നോക്കി. വളരെക്കാലമായി ഏട്ടനുമായി മുഖത്തോട് മുഖം നോക്കി സംസാരിച്ചിട്ട്.

സീത പറയാൻ കൊതിച്ചു: ഇവിടെ താമസിക്കുന്നതിലേ എന്തെങ്കിലും അർത്ഥമുള്ളൂ. ഇതാണ് ഇനി മരിക്കുംവരെ സീതയുടെ വീട്. ഇവിടെ സീതയുടെ മക്കളുണ്ട്. ഉഷയും രവിയും. ഭർത്താവ് മാത്രമേ മരിച്ചുള്ളൂ. പക്ഷേ, അദ്ദേഹം മരിച്ചപ്പോൾ ചുമതല വർദ്ധിക്കുകയാണ്

ചെയ്തത്. അവരെ സീതയുടെ കൈയിൽ ഏല്പിച്ചിട്ടാണ് അവരുടെ അച്ഛൻ മരിച്ചത്. ആ ചുമതല...

''നീ എന്താണൊന്നും പറയാത്തത്? ഇനി നീ ഇവിടെ താമസി ച്ചാൽ ആളുകളെന്ത് വിചാരിക്കും?''

സീത ഏട്ടന്റെ മിക്കവാറും നരച്ചുകഴിഞ്ഞ ശിരസ്സിലേക്കും വാർ ദ്ധക്യം ബാധിച്ച് തുടങ്ങിയ മുഖത്തേക്കും നോക്കിനിന്നു. ശേഖരേട്ടന് ഇപ്പോൾ അച്ഛന്റെ നല്ല ഛായയുണ്ട്. രൂപത്തിനും ഭാവത്തിനും ശബ്ദ ത്തിനുപോലും.

''എന്തെങ്കിലും പറയൂ സീതേ.'' ചേട്ടത്തിയമ്മ നിർബന്ധിച്ചു.

''ഞാൻ വരുന്നില്ല ചേട്ടത്തിയമ്മേ. എനിക്ക് വരാൻ പറ്റില്ല. ഞാനെ ങ്ങനെ വരും?''

''എന്നുവെച്ചാൽ, നിനക്കിവിടെ...'' ഏട്ടന്റെ നെറ്റിയിലേക്ക് കയറുന്ന പുരികങ്ങൾ.

''ഉഷയുടെയും രവിയുടെയും കാര്യങ്ങൾ നോക്കാൻ മറ്റാരുണ്ട്? മരിക്കുന്നതിനുമുൻപ്, ഒര് നൂറുവട്ടം അക്കാര്യം എന്നോട് പറഞ്ഞി ട്ടുണ്ട്. അവരെ ഉപേക്ഷിച്ച് ഞാൻ പോവരുതേയെന്ന് എന്നോടെത്ര തവണ അപേക്ഷിച്ചിരിക്കുന്നു.''

ഏട്ടൻ ചിരിച്ചു. അവിശ്വാസവും പരിഹാസവും കലർന്ന ചിരി.

''നിങ്ങൾക്കാർക്കും വിശ്വസിക്കാൻ കഴിയില്ല. പക്ഷേ, ഞാൻ അവ രുടെ അമ്മയാണ്. അല്ലെങ്കിൽ ഉഷയോടും രവിയോടും ചോദിച്ചു നോക്കൂ. ഞാൻ പോകാൻ അവർ സമ്മതിക്കില്ല. അതുകൊണ്ട്, ചേട്ടത്തി യമ്മേ... ഞാൻ വരില്ല. എന്റെ മക്കളെ ഉപേക്ഷിച്ച് ഞാൻ ഒരിക്കലും വരില്ല. എങ്ങോട്ടും.''

''ശരി, നീ വരണ്ട. നിന്റെ സന്തോഷവും അഭിപ്രായവുമാണ് ഞങ്ങ ളുടെയും സന്തോഷം, അഭിപ്രായം.''

ഏട്ടൻ നടന്നു. ചേട്ടത്തിയമ്മയും.

സീത പല്ലുകടിച്ചു. അമർഷത്തോടെ പിറുപിറുത്തു: എന്തൊരു സ്നേഹം! സഹതാപം! കാരുണ്യം! സീതയ്ക്ക് ആരുടെയും സ്നേ ഹവും സഹതാപവും കാരുണ്യവും വേണ്ട. ഒന്നും ആവശ്യമില്ല. സീത യ്ക്ക് മക്കളുണ്ട്. രവിയും ഉഷയും, നാരായണൻനായരുടെ കുട്ടികൾ, അവർ സീതയുടെ കുട്ടികളാണ്.

വർഷങ്ങൾക്ക് പുറകിലേക്ക് പായുന്ന മനസ്സ്. നിയന്ത്രണം വിട്ടു പായുന്ന കുതിരയെപ്പോലെ.

ഇരുണ്ട സന്ധ്യ. സീതയുടെ കവിളിൽ ആഞ്ഞുപതിക്കുന്ന ബലി ഷ്ഠമായ കൈകൾ. ആരെക്കാണാനാണെടി പോയത്? തറവാടിന്റെ മാനം കെടുത്താൻ പിറന്നവൾ. നശിപ്പിക്കാൻ പിറന്നവൾ. ഇനി പോയെ ന്നറിഞ്ഞാൽ...

മേൽപ്പുരയുടെ തൂണുകൾ ഇളകിയത് അന്നായിരിക്കാം. തറവാടിന്റെ അന്തസ്സിന്റെ ആണിക്കല്ലിളകിയത് അന്നാവാം. സീത കണ്ണ് തുടച്ചു.

''എന്താ അമ്മേ?''

ഉഷ നേർത്ത ചന്ദ്രക്കലപോലെ വിളറി. ക്ഷീണിച്ചു. അച്ഛന്റെ മരണം അവളെ തകർത്തിരിക്കുന്നു.

''അമ്മയെ വിളിക്കാൻ വന്നതാണ്. അല്ലേ?''

സീത മൂളി.

''അമ്മ പോകണ്ട. പോയാൽ ഞങ്ങൾക്കാരുണ്ട്? എനിക്കും ഏട്ടനും?''

സീത ഉഷയെ കെട്ടിപ്പിടിച്ച് തേങ്ങി.

''പോവില്ല മോളേ, അമ്മ എങ്ങും പോവില്ല. നിങ്ങളില്ലെങ്കിൽ അമ്മയ്ക്ക് ജീവിക്കാനാവില്ല.''

ഒരു മാസം കഴിഞ്ഞ് പതിവില്ലാതെ ചേട്ടത്തിയമ്മ കത്തയച്ചു.

ചേട്ടത്തിയമ്മയുടെ കത്ത് ആദ്യമായിട്ടാണ്. അവരല്ലാതെ തനിക്ക് കത്തയയ്ക്കാൻ ആര്? പാവം ചേട്ടത്തിയമ്മ. അവർക്ക് തന്നെക്കുറിച്ച് ഉത്കണ്ഠ ഏറിയിരിക്കുന്നു. ഭർത്താവ് മരിച്ച സീത. മക്കളില്ലാത്ത സീത. അവളുടെ ദിവസങ്ങൾ ദുഷ്കരങ്ങളായിരിക്കും എന്ന് ചേട്ടത്തിയമ്മ ഭയപ്പെടുന്നു. അതാണിപ്പോൾ ഈ കത്ത്.

സീതേ... നീ എങ്ങനെയിരിക്കുന്നു? നിന്റെ വാർത്തകളറിയാഞ്ഞിട്ട് എനിക്കു വിഷമം. ഏട്ടനെ നിനക്കറിഞ്ഞുകൂടേ? ഒന്നും പറയില്ല. ചോദിച്ചാൽത്തന്നെ ദേഷ്യമാണു മുന്നിൽ. മുരളിയെ പറഞ്ഞയയ്ക്കാമെന്നുണ്ട്. അതോ, നീ ഇങ്ങോട്ട് വരുമോ? രവിയും ഉഷയും എങ്ങനെയിരിക്കുന്നു? വിശേഷങ്ങളറിയാൻ ഉത്കണ്ഠയോടെ കാത്തിരിക്കുന്നു.

നിന്റെ ചേട്ടത്തിയമ്മ

സീത ദീർഘമായി നിശ്വസിച്ചു. തന്നെക്കുറിച്ച് ചിന്തിക്കുന്ന ഒരേയൊരു ജീവി.

''ആരുടെ കത്താണമ്മേ?'' രവി ചോദിച്ചു.

''ചേട്ടത്തിയമ്മയുടെ.''

''എന്താ വിശേഷം?''

''ഒന്നുമില്ല കുഞ്ഞേ! എന്റെ കാര്യത്തിൽ അവർക്ക് വലിയ ഉത്കണ്ഠയാണ്. പാവം! അവർ എന്നും അങ്ങനെയായിരുന്നു.''

''അമ്മയ്ക്ക് പോകണോ, ചേട്ടത്തിയമ്മയെ കാണാൻ. വേണമെങ്കിൽ ഞാൻ കൊണ്ടുപോകാം.''

ഒരു രക്ഷിതാവിനെപ്പോലെ, ചുമതലാബോധത്തോടെ രവി ചോദിച്ചു. സീത അവൻ കാണാതെ കണ്ണുനീർ തുടച്ചു പറഞ്ഞു: ''വേണ്ട മോനേ...''

അവിടെ അമ്മയ്ക്കാരാണുള്ളത്? ആരുമില്ല. സഹതപിക്കാൻ, ചേർന്നിരുന്ന് ദുഃഖിക്കാൻ, കരയാൻ മാത്രമറിയാവുന്ന ഒരു പാവം സ്ത്രീ!

സഹതാപം സീതയ്ക്കിനി ആവശ്യമില്ല. അത് തളർത്തുകയേയുള്ളൂ. വലിയൊരു ലക്ഷ്യം മുന്നിലുണ്ട്. രവിയുടേയും ഉഷയുടേയും ഭാവി. ഇനിയുള്ള ജീവിതം മുഴുവൻ അത് കരുപ്പിടിപ്പിച്ചെടുക്കാൻ മാത്രമുള്ള താണ്.

സീത മറുപടി അയച്ചു. വരാൻ തൽക്കാലം കഴിയുന്നില്ല. വിശേഷ മൊന്നുമില്ല. എന്റെ കാര്യമോർത്ത് വിഷമിക്കണ്ട.

കോളേജിൽ പോകാൻ ഉഷ ഉത്സാഹം കാട്ടി. രവിയോടൊത്ത് ഉഷയെ ചേർക്കാൻ സീതകൂടി പോയി. രവിയുടെ കോളേജിനടുത്തു തന്നെ. പെൺകുട്ടികൾക്കായുള്ള കോളേജ്, അവിടെ രമയുണ്ട്. ഉഷ യേക്കാൾ രണ്ട് വർഷം മുന്നിലാണ് രമ.

ചുവരിൽ നാരായണൻനായരുടെ വലിയ ചിത്രം. അതിന് മുന്നിൽ സീത നിന്നു. മനസ്സ് മന്ത്രിച്ചു. ഉഷ കോളേജിൽ ചേരാൻ പോവുന്നു. അവളെ അനുഗ്രഹിക്കണേ... സീതയുടെ കണ്ണ് നിറഞ്ഞു.

സൗദാമിനിച്ചേച്ചിക്ക് അക്കാര്യത്തിൽ തീരെ സമ്മതമില്ലായിരുന്നു. എന്തിനാണ് പെൺകുട്ടികളെ ഏറെ പഠിപ്പിക്കുന്നത്? എത്ര പഠിച്ചാലും ജയിച്ചാലും ഉദ്യോഗത്തിന് വിടാനൊന്നും ഉദ്ദേശമില്ലാത്ത സ്ഥിതിക്ക് എന്തിന് പാഴ്ച്ചെലവ്?

''അദ്ദേഹത്തിന്റെ ആഗ്രഹമാണ്. ബി.എ. വരെയെങ്കിലും അവൾ പഠിക്കട്ടെ. ഉഷയ്ക്കും അതുതന്നെ മോഹം.''

''ഓ, ആയ്ക്കോട്ടെ! നിങ്ങളുടെയൊക്കെ അഭിപ്രായം എതിർക്കാൻ ഞാനാര്?''

രമയും ഉഷയും ഒന്നിച്ച് കോളേജിൽ പോയി. ചിരിച്ച് രസിച്ച്, പഠിച്ച് തിരിച്ച് വന്നു.

രവി അവസാനവർഷം. പഠിക്കാൻ ധാരാളം. അവൻ രാത്രി ഉറക്കം കളഞ്ഞിരുന്ന് പഠിച്ചു. സീതയ്ക്ക് ആശ്വാസം. സമാധാനം. ആരും പറയാതെ, നിർബ്ബന്ധിക്കാതെ, ചുമതലാബോധത്തോടെ രവി അവന്റെ കാര്യങ്ങൾ നോക്കുന്നു. അദ്ദേഹത്തിന്റെ ആത്മാവ് കണ്ട് സന്തോഷി ക്കട്ടെ.

സീതയ്ക്ക് ചുമതല വർദ്ധിച്ചു.

കൃഷി, വീട്ടുകാര്യങ്ങൾ ഒക്കെ തനിച്ച് ശ്രദ്ധിക്കണം. അദ്ദേഹം ഉണ്ടായിരുന്നപ്പോൾ ഒന്നും അറിഞ്ഞിരുന്നില്ല. എവിടെയൊക്കെ ഭൂമി യുണ്ട്, എത്ര പറ നിലമുണ്ട്, എന്തൊക്കെ കൃഷികൾ ഒന്നും തിരക്കി യിരുന്നില്ല. ഇപ്പോൾ എല്ലാംകൂടി തലയിൽ വന്ന് വീണു. സീത തനിച്ച് എല്ലാം ചെയ്യാൻ തയ്യാറായിരുന്നു. അദ്ദേഹം ഏല്പിച്ച ചുമതല. ചെയ്യാൻ മറ്റാരുണ്ട്? രവി കുട്ടിയല്ലേ? പഠിക്കയല്ലേ?

ഒരു ദിവസം രവി പറഞ്ഞു: ''അമ്മേ, കുറച്ച് ദിവസമായി ഒരു കാര്യം പറയണമെന്ന് വിചാരിക്കുന്നു.

"എന്താണ് രവീ? എന്തിനാണ് ഈ മുഖവുര?"

"അമ്മ തനിച്ച് വല്ലാതെ ബുദ്ധിമുട്ടുന്നത് ഞാൻ കാണുന്നുണ്ട്. എന്തിനാണിത്രയേറേ കൃഷി? ആരാണിതൊക്കെ ചെയ്യാൻ ബദ്ധപ്പെടുക? നമുക്ക് കുറെ ഭൂമി വിൽക്കാം."

"അത് സാരമില്ല. എനിക്കൊരു വിഷമവുമില്ല. ഇതെന്റെ കടമയല്ലേ?"

"എന്താണമ്മേ... ഇപ്പോൾ നല്ല വില കിട്ടും. കുറെ വിറ്റ് ബാങ്കി ലിടാം. അമ്മതന്നെ പറമ്പുതോറും നിലങ്ങൾതോറും ഈ പൊരിവെയി ലിലിങ്ങനെ നടക്കുന്നത് കണ്ട് വിഷമം തോന്നിയിട്ടാണ്."

"അത് സാരമില്ല. എനിക്കൊരു വിഷമവുമില്ല. ഇതെന്റെ കടമയല്ലേ?"

"അല്ലെങ്കിൽ, സൗദാമിനിയപ്പച്ചികൂടി ചുമതല ഏല്ക്കട്ടെ. എന്താ യാലും അമ്മതന്നെ കഷ്ടപ്പെടാൻ ഞാൻ സമ്മതിക്കയില്ല."

സീത അതിന് മറുപടി പറഞ്ഞില്ല. നാരായണൻനായരുടെ വാക്കു കൾ അന്തരീക്ഷത്തിലെങ്ങോ കേൾക്കുന്നതുപോലെ:

'എന്റെ കാലം കഴിഞ്ഞാൽ, എല്ലാം കൈക്കലാക്കാനുള്ള വിചാര മാണെല്ലാവർക്കും. സ്വന്തക്കാരെന്ന് പറയുന്നവരെ എനിക്ക് വിശ്വാസ മില്ല. എന്റെ മക്കൾ അനാഥരാകരുത് എന്ന് വിചാരിച്ചാണ്. സീതയെ പ്പോലൊരു പെണ്ണിനെത്തന്നെ ഞാൻ വിവാഹം കഴിച്ചത്. സംതൃപ്തി യോടെയാണ് ഞാൻ മരിക്കുക. ഞാനില്ലെങ്കിലും എന്റെ മക്കൾ അനാഥ രാവില്ല.'

രവി പോയി. അവനോട് എന്താണ് പറയാൻ കഴിയുക? അച്ഛന്റെ വാക്കുകളുടെ സാരം അവന് മനസ്സിലാവില്ലേ? ഈയിടെയായി രവി... അതോ, അമ്മയോടുള്ള സ്നേഹക്കൂടുതലാണോ ഇത്? താൻ പറഞ്ഞാൽ രവി സ്വീകരിക്കുമോ? അനുസരിക്കുമോ? അവൾ പലവിധ വിചാര ങ്ങളിൽപ്പെട്ട് ഉഴറി.

മുപ്പത്തിയൊൻപത്

"**സീ**ത എന്ത് പറയുന്നു?" സൗദാമിനിച്ചേച്ചി.

എന്തു പറയാൻ? ഇപ്പോഴേ ഭാരം പിടിച്ചു തലയിൽ വെയ്ക്കണ്ട എന്നാണെനിക്ക്. ഇപ്പോഴും കുട്ടികൾതന്നെ രണ്ടുപേരും. ഉഷയും രവിയും. ഉദ്യോഗം കിട്ടി എന്നു വെച്ച് രവി ഇപ്പോഴും കുട്ടി തന്നെ. ബി.എ.യ്ക്കെത്തിയിട്ടും ഉഷയും അങ്ങനെതന്നെ. പിന്നെ, മറ്റൊരു കാര്യം. അത് സൗദാമിനിച്ചേച്ചിയോട് ഞാൻ എങ്ങനെ പറയും? ഈ മാറ്റക്കല്ല്യാണം. അദ്ദേഹം ആലോചിച്ചിട്ടും കൂടിയുണ്ടായിരുന്നില്ല എന്നാണ് തോന്നുന്നത്. സോമനെ അദ്ദേഹത്തിനിഷ്ടമായിരുന്നു. അവനെക്കൊണ്ട് ഉഷയെ വിവാഹം കഴിപ്പിക്കാൻ അദ്ദേഹത്തിന് വിരോധ മൊന്നുമുണ്ടായിരുന്നില്ല. ഉഷ പാസ്സായിട്ട് മതിയെന്ന് മാത്രം. പക്ഷേ,

രവി രമയെ വിവാഹം ചെയ്യുന്നത്. അദ്ദേഹം ഒരിക്കലും ആഗ്രഹിച്ചിരുന്നില്ല എന്ന് വ്യക്തം. ഇതിപ്പോൾ പറയാൻകൂടി സമ്മതിക്കുകയുമില്ലായിരുന്നു.

''സീത എന്താ ഒന്നും പറയാത്തത്? ഒന്നും പറയാതിരുന്നാൽ പറ്റില്ല. എനിക്ക് തീർച്ചയറിയണം.'' സൗദാമിനിച്ചേച്ചി വീണ്ടും പറഞ്ഞു.

''എന്തിനാണ് ചേച്ചി തിരക്കുകൂട്ടുന്നത്? നമ്മുടെ കുട്ടികൾക്ക് പ്രായം അത അധികമായിട്ടൊന്നുമില്ലല്ലോ. വിവാഹവും മറ്റും സാവകാശമായി ആലോചിച്ച് നടത്തേണ്ട കാര്യങ്ങളല്ലേ?''

സീതയുടെ ന്യായവാദം സൗദാമിനിയമ്മയ്ക്കിഷ്ടപ്പെട്ടില്ല.

''ഇക്കാര്യം അധികം ആലോചിക്കേണ്ട ആവശ്യമില്ല. നാരായണൻ ഉള്ളപ്പഴേ തീരുമാനിച്ചതാണ്. അവന് സോമനോടും രമയോടും ഒരു പ്രത്യേക വാത്സല്യമായിരുന്നു. സീതയ്ക്കതൊന്നും അറിയില്ല.''

സീത ഓർത്തു. ഒരിക്കൽപ്പോലും അങ്ങനെയൊന്ന് പറഞ്ഞുകേട്ടിട്ടില്ല. സോമനെയും രമയെയുംപറ്റി എന്തെങ്കിലും പറഞ്ഞിരുന്നുവോ എന്ന് അവൾ ആലോചിക്കാൻ തുടങ്ങി.

''അല്ല. ഇതിപ്പോ ഞാൻ വന്ന് സീതയോട് ചോദിക്കേണ്ട ആവശ്യം തന്നെയില്ല. പിന്നെ, സീത അവരുടെ അമ്മയല്ലെങ്കിലും, അവരുടെ അമ്മയുടെ സ്ഥാനത്ത് നില്ക്കുന്നയാളാ. വിശേഷിച്ച്, അച്ഛനുംകൂടി ഇല്ലാത്ത ഒരു സ്ഥിതിയിൽ സീതയോടല്ലാതെ ആരോടാണ് പറയുക? സീതയ്ക്കൊന്നുമറിയില്ല. സീത ഇന്നലെ വന്നല്ലേയുള്ളു. ശാരദയ്ക്കെന്തൊരു മോഹമായിരുന്നു. കുട്ടികളുടെ കാര്യം അവരുണ്ടായപ്പൊഴേ അവള് പറഞ്ഞിരുന്നതാ. അവൾക്ക് വലിയ മോഹമായിരുന്നുതാനും. ദൈവം സാധിച്ചുകൊടുത്തില്ല. കഷ്ടം!''

സീതയ്ക്ക് പൊള്ളലേറ്റതുപോലെ തോന്നി. ഇന്നലെ വന്നവൾ. വർഷങ്ങൾ ഇത് കഴിഞ്ഞിട്ടും സീതയ്ക്കൊന്നുമറിയില്ല എന്ന പല്ലവി. ഫ്രോക്കിട്ട് കണ്ട ഉഷ, തന്റെ അരക്കെട്ടിൽ ചുറ്റിപ്പിടിച്ച് കിടന്നാൽ മാത്രം ഉറക്കം വന്നിരുന്ന ഉഷയും രവിയും വളർന്ന് കല്യാണപ്രായമെത്തിയിരിക്കുന്നു. അവരെ വളർത്തിയത്. അവരെ ഇത്രത്തോളമാക്കിയത് സീതയാണ്. എന്നിട്ടും സീതയ്ക്കൊന്നുമറിയില്ലത്രെ.

''പെൺകുട്ടികളെ അധികം പഠിക്കാൻ വിടണ്ടാ എന്ന അഭിപ്രായക്കാരിയാണ് ഞാൻ. അതാപത്താ. സീതയ്ക്കറിയില്ല. എന്റെ രമേടേം പഠിത്തം കല്യാണം വരെയ്ക്കാ. അത് ഞാൻ തീർച്ചപ്പെടുത്തിയിട്ടുണ്ട്.''

സീത പിന്നീടൊന്നും പറഞ്ഞില്ല. രവി ഓഫീസിൽ നിന്ന് വരട്ടെ. ഉഷയ്ക്കിഷ്ടമാണോ എന്നുമറിയണം. രവിയുടെ അഭിപ്രായവുമറിയണമല്ലോ.

രവിക്കിഷ്ടമായിരിക്കുമെന്ന് സീതയ്ക്ക് തോന്നി. ഇപ്പോൾത്തന്നെ സൗദാമിനിച്ചേച്ചിയുമായുള്ള ബന്ധം അവൻ ആഗ്രഹിക്കുന്നുണ്ട്.

പലതും സൗദാമിനിയപ്പച്ചിയെ ഏല്പിക്കാമെന്ന് പറഞ്ഞുതുടങ്ങിയിരിക്കുന്നു. സൗദാമിനിയപ്പച്ചിയുടെ വീട്ടിൽ പണ്ടൊന്നും പോകാനിഷ്ടപ്പെടാത്ത രവി അവിടെപ്പോയി വളരെനേരം കഴിച്ചുകൂട്ടുന്നു. പല കാര്യങ്ങൾക്കും സൗദാമിനിയപ്പച്ചിയുടെ അഭിപ്രായത്തിന് മാന്യത കല്പിക്കുന്നു.

രവിയും സോമനും ചെറുപ്പക്കാർ, ഒരു പ്രായക്കാർ. അവർക്ക് കാണാനും പറയാനുമുണ്ടാവും. അതിലിത്ര ആലോചിക്കാനെന്തിരിക്കുന്നു? പക്ഷേ, സോമൻ ജോലി കിട്ടി പോയപ്പോൾ, രവി ആരെക്കാണാനാണ് പോകുന്നത്?

നാണിയമ്മ പറഞ്ഞതോർത്തു. ''തള്ളേടെ തനിസ്വഭാവമാ മോൾക്ക്, തള്ളേടെ കാര്യം അറിയാമോ സീതയ്ക്ക്. രമേടെ അച്ഛനില്ലേ, അയാളല്ല സോമന്റച്ഛൻ, സോമന്റച്ഛൻ മരിച്ചതിൽപ്പിന്നെ വലവീശി പിടിച്ചതാന്നാ കേൾവി. സൗദാമിനീടെ തന്ത വലിയ വൈദ്യനായിരുന്നു. കണ്ണുവൈദ്യൻ, ഞാൻ വന്നതിൽപ്പിന്നാ അങ്ങേര് മരിക്കുന്നത്. ചികിത്സയ്ക്ക് വന്നതാ. ഒരച്ഛനും മോനും. മോന്റെ കണ്ണിനായിരുന്നു ചികിത്സ, മോന്റെ കണ്ണ് സുഖപ്പെട്ടു. തന്ത സൗദാമിനീടെ പിടീലുമായി, കഷ്ടം! അയാടെ ഭാര്യേം രണ്ട് മക്കളും കൂടെ വന്ന് കെടന്ന് കരഞ്ഞു ബഹളം വെച്ചു. പട്ടിണി കെടന്ന് മരിക്കുമെന്ന് പറഞ്ഞു. എന്തെങ്കിലും ഫലമുണ്ടായോ? തള്ളേം മക്കളേം വഴീലെറക്കിവിട്ടിട്ട് അയാള് സൗദാമിനീടെ കഴുത്തില് താലീംകെട്ടി. അയാളാ രമേടെ തന്ത.''

വിശ്വസിക്കാൻ ബുദ്ധിമുട്ടുണ്ടാക്കുന്ന കഥ. ഓരോരുത്തർക്കും എത്രയെത്ര മുഖംമൂടികൾ! എന്തെല്ലാം വേഷങ്ങൾ! എന്തെല്ലാം കഥകൾ! സീത അതൊക്കെ ഓർത്തിരുന്നു. അപ്പോഴാണ് നാണിയമ്മ ചോദിച്ചത്: ''രവിയെന്തിനാ എപ്പഴും അവിടിങ്ങനെ പോകുന്നത്? അതാ എന്റെ ചോദ്യം. ആ പെണ്ണ് പെഴയാ, രമ. വേലിചാടിയ പശൂന്റെ മോളാ.''

നാണിയമ്മ തന്നോടാണ് ചോദിക്കുന്നത്. പണ്ടില്ലാത്ത സ്വാതന്ത്ര്യത്തിലാണ് നാണിയമ്മ ഇപ്പോൾ സംസാരിക്കുന്നത്. അവരുടെ മനസ്സ് ഇപ്പോൾ തനിക്ക് കാണാം. നന്നായി മനസ്സിലാവുന്നുണ്ട്. തന്റെ നന്മ കാംക്ഷിക്കുന്ന പാവം സ്ത്രീ.

പക്ഷേ, തനിക്കാവുമോ രവിയെ നിയന്ത്രിക്കാൻ രവിയെ തടയാൻ? എന്നെ തടയാൻ നിങ്ങൾക്കെന്തവകാശം എന്ന് ചോദിച്ചാൽ? എന്റെ അപ്പച്ചി, അച്ഛന്റെ സഹോദരി. അവരുടെ വീട്ടിൽ പോകുന്നതിൽ നിങ്ങൾക്കെന്താണ് കുഴപ്പം? അവർക്ക് നിങ്ങളേക്കാൾ സ്നേഹമുണ്ടെങ്കിൽ...

അനേകം വാദമുഖങ്ങൾ. അനേകം ന്യായവാദങ്ങൾ. അവയുടെ മുന്നിൽ സീതയ്ക്ക് മറുപടിയില്ല. സീത ആരുമല്ലാതാകും. ഒന്നുമല്ലാതാകും. സീതയ്ക്ക് അസ്തിത്വം തന്നെ നഷ്ടപ്പെടും.

ഉഷ ഒരുങ്ങി മുന്നിൽ വന്നു നിന്നപ്പോൾ അത്ഭുതപ്പെട്ടു. ഈ വൈകുന്നേരം എവിടെപ്പോകുന്നു? അമ്പലത്തിലോ? തന്നോട് പറയാതെ എങ്ങും പുറപ്പെടാറില്ലല്ലോ?

ഒരു നിമിഷം. ഉഷയെ കണ്ണെടുക്കാതെ നോക്കിയിരുന്നു. സാരിയുടുത്തപ്പോൾ ഉഷ പെട്ടെന്ന് മുതിർന്ന പെണ്ണായി. റോസ് നിറമുള്ള സാരി. ബ്ലൗസ്, റോസ് നിറത്തിൽ പൊട്ട്, ഇപ്പോൾ വിടർന്നൊരു റോസാപ്പൂവുപോലെ.

''അമ്മ എന്താ ഇങ്ങനെ നോക്കുന്നത്? ഞാൻ പറഞ്ഞത് കേട്ടില്ലേ?''

അവൾ തോളിൽ പിടിച്ച് കുലുക്കി. സീത കേട്ടു. കോളേജിൽ എന്തോ ആഘോഷം. ഏതോ പ്രസിദ്ധ ഗായകന്റെ പാട്ടുകച്ചേരി. ഉഷ ടിക്കറ്റെടുത്തിരിക്കുന്നു. ഇന്നാണ് പരിപാടി.

സീത ആശ്ചര്യത്തോടെ നോക്കി. താനറിഞ്ഞില്ലല്ലോ. എന്നാണ് ടിക്കറ്റെടുത്തത്? അമ്മയോടോ ഏട്ടനോടോ ചോദിച്ചിട്ട് പോരായിരുന്നോ? രാത്രി പരിപാടിക്ക് പോയാൽ, ആരാണ് ഒപ്പം വരാൻ?

സീതയുടെ മുഖത്ത് നൂറുനൂറു ചോദ്യങ്ങൾ. ഉഷ ചിരിച്ചു. എന്നിട്ട് വളരെ ലാഘവമട്ടിൽ പറഞ്ഞു: ''അമ്മേ, രമച്ചേച്ചിയുണ്ട്. പിന്നെ, ഏട്ടനുണ്ട്.''

''രവി വരുന്നുണ്ടോ? പെൺകുട്ടികളുടെ കോളേജല്ലേ?''

ഉഷ വീണ്ടും ചിരിച്ചു, ഒച്ചവെച്ച് ''അതിനെന്താ? ടിക്കറ്റുവെച്ച് നടത്തുന്ന പരിപാടിയല്ലേ? ആർക്കും വരാം. പുറത്തുനിന്നൊക്കെ ആൾക്കാർ വരും. സൗദാമിനിയപ്പച്ചിയും വരുന്നുണ്ട്.''

സീതയ്ക്ക് ഇപ്പോൾ വായടച്ചു. എല്ലാവരുംകൂടി പ്ലാൻ ചെയ്തതാണ്. താൻ മാത്രമറിഞ്ഞില്ല. അറിയിക്കാഞ്ഞതാണ്. അറിയിക്കേണ്ട കാര്യമില്ല എന്ന് തോന്നിയിട്ട്. സീത അധികപ്പറ്റാവുന്നു. കുറേശ്ശെ കുറേശ്ശെയായി സീതയുടെ ആവശ്യം കുറഞ്ഞുവരുന്നു. സീത ആരുമല്ലാതാവുന്നു.

പോകാൻ പടിയിറങ്ങിനിന്ന് ഉഷ ചോദിച്ചു: ''അമ്മ വരുന്നുണ്ടോ പാട്ടുകച്ചേരിക്ക്?''

ഇതിൽ കഴമ്പില്ല. ലോഹ്യം. വെറും ലോഹ്യം മാത്രം.

സീത പറഞ്ഞു: ''ഇല്ല. മോള് പൊയ്ക്കോളൂ. ഏട്ടനുമൊത്തേ തിരിച്ച് വരാവൂ. കേട്ടോ.''

''ഞങ്ങൾ വരാൻ വൈകും. അമ്മ കാത്തിരിക്കണ്ട. ഞങ്ങൾ സൗദാമിനിയപ്പച്ചിയുടെ വീട്ടിൽ ഉറങ്ങിക്കോളാം.''

രാവിലെ രവി ഓഫീസിൽ പോകുമ്പോഴും തന്നോട് ഒന്നും പറഞ്ഞില്ല. ഓഫീസിൽനിന്ന് നേരെ കോളേജിലേക്ക് പോയിട്ടുണ്ടാവും. ആൺകുട്ടികൾ എവിടെയൊക്കെ പോവുന്നു! എന്തൊക്കെ കാട്ടുന്നു! അതൊക്കെ തിരക്കി അറിയാനോ? പറ്റില്ല. അതുകൊണ്ട് ഒന്നും ചോദിക്കാറില്ല. പറയാറില്ല.

ഊണിന് തീരെ രുചി തോന്നിയില്ല. വിശപ്പും ദാഹവും ഒന്നുമില്ല. വേഗം എഴുന്നേറ്റു.

''എന്തേ വിശപ്പില്ലേ?'' നാണിയമ്മ ചോദിച്ചു.

''ഇല്ല.''

നാണിയമ്മ പാത്രങ്ങൾ കഴുകിവെച്ചു. അടുക്കളവാതിൽ അടച്ചു. സീതയുടെ മുറിവാതില്ക്കൽ കാലും നീട്ടിയിരുന്നു മുറുക്കാൻ തുടങ്ങി.

സീത കണ്ണടച്ചു കിടന്നു. ഉറങ്ങാനല്ല. ഉറക്കം വന്നിട്ടല്ല. പിടയുന്ന മൂകത അവർക്കിടയിൽ മറകെട്ടി. മറ മെല്ലെ നീക്കി നാണിയമ്മ പറഞ്ഞു:

''ഇക്കുട്ടികള് ഇങ്ങനെ മാറുമെന്ന് ഞാൻ കരുതിയില്ല.''

''എങ്ങനെ മാറിയെന്നാണ്?'' സീത പിടഞ്ഞു. അവൾ എതിർത്തു. ''ഒരു മാറ്റവുമില്ല.''

''ഒരു മാറ്റവും ഇല്ലേ? എന്റെ മുഖത്തുനോക്കിപ്പറയൂ. നാണിയമ്മ ഇന്നും ഇന്നലെയുമല്ല ഇവിടെ ഇത് കാണാൻ തുടങ്ങിയത്. എത്ര കൊല്ലമായി ഇവിടെ വന്നിട്ട്? ഓർമ്മയുണ്ടോ?''

കണക്ക് ഓർമ്മയില്ല. കണക്കുകൂട്ടാനും വയ്യാ നാണിയമ്മേ! കണക്കാകെ തെറ്റുന്നു. അല്ലെങ്കിൽ കണക്കുകൂട്ടിയിട്ടും ഓർമ്മിച്ചിട്ടും എന്ത് ഫലം?

''നാരായണൻനായർ മരിക്കാൻ കാത്തിരിക്കാരുന്നു എല്ലാരും അടുപ്പം കാണിക്കാൻ. ഇതുവരെ ഇല്ലാത്തൊരടുപ്പം. കുട്ടികള് വിവരമില്ലാത്തവര്. എന്തിനാ അവരെ കുറ്റം പറയുന്നത്? ഇപ്പോ ആകർഷണം അങ്ങോട്ടാ, ആകർഷണം ഉള്ള ദിക്കിലേക്കല്ലേ പോക്ക്.''

നാണിയമ്മ സ്വഗതമായും ആത്മഗതമായും പറഞ്ഞുകൊണ്ടിരുന്നു. സീത കണ്ണടച്ച് കിടന്നു. അവരുടെ മുഖത്തെ മാറിമാറി വരുന്ന ഭാവങ്ങൾ, ഇടയ്ക്കിടെ നെറ്റിയിലേക്ക് കയറുന്ന പുരികങ്ങൾ, കോടിപ്പോകുന്ന ചുണ്ടുകൾ ഒക്കെ കണ്ണടച്ച് കിടന്നാലും കാണാൻ പറ്റുന്നുണ്ട്.

''കൊറച്ചു നാളായി ഞാൻ കാണുന്നുണ്ട്. ഒരുതരം കൂടോത്രക്കാരുടെ മാതിരി രവീടെ പൊറകെ സകലനേരോം. രാവിലേം വൈകുന്നേരോം വിളിച്ചുകേറ്റി സൽക്കാരോം വർത്താനോം. നാരായണൻ നായരുണ്ടായിരുന്നെങ്കിൽ ഇതൊന്നും നടക്കില്ല. പക്ഷേ... എനിക്ക് വല്ലതും പറയാൻ പറ്റോ? അടുക്കളക്കാരിയല്ലേ? നാവടച്ചോളൂ എന്ന് പറഞ്ഞാൽ... അദോണ്ട് സഹിക്കുന്നു.''

''കുട്ടി ഒറങ്ങ്യോ?'' നാണിയമ്മ ചോദിച്ചു.

''ഇല്ല, നാണിയമ്മേ, ഉറക്കം വരുന്നില്ല.''

''ഒറക്കം വരില്ലാന്ന് എനിക്കറിയാം. കൊറച്ചുനാളുകൊണ്ട് ഓരോന്ന് കണ്ടുകണ്ട് ദീർഘശ്വാസം വിട്ട് കഴിയുകാ ഞാനും. ഉഷയെ കൈയിൽ കിട്ടിയാൽ അപ്പോ വിളിച്ചോണ്ട് പോകും, ഉപദേശിക്കാൻ.''

''നാണിയമ്മേ...'' സീതയ്ക്ക് ദേഷ്യം വന്നു. ''നിങ്ങൾ എന്തൊക്കെയാണ് പറയുന്നത്? ഇതൊക്കെ വെറും തോന്നലുകളാണ്.''

''ആവണമെന്നുതന്നെയാ എന്റേം ആശ. പക്ഷേ...'' കുറച്ച് നിർത്തി നാണിയമ്മ തുടർന്നു. അവരുടെ സ്വരത്തിൽ ദുഃഖത്തിന്റെ നനവും ഈർപ്പവും.

''ആ മൂത്തകുട്ടിക്ക് ആദ്യമൊക്കെ ചതുർത്ഥി കാണുമ്പോലെയായിരുന്നില്ലേ സൗദാമിനിയപ്പച്ചി? അപ്പച്ചി പറയുന്നതിനൊക്കെ എതിരല്ലാതെ പറഞ്ഞിരുന്നോ? ആ കുട്ടി ഇപ്പോ എങ്ങനെയായി? കണ്ടോ കുട്ടി അമ്മേം മോളേം പാട്ടുകച്ചേരി കേൾക്കാൻ എഴുന്നള്ളിച്ചുകൊണ്ട് പോയിരിക്കുന്നു! അതാ മാറ്റം എന്ന് ഞാൻ പറഞ്ഞത്. ങ്ഹും. ഇനി അടുത്തത് കല്യാണാലോചനയാ. അതും കൂടി നടന്നാൽ മുഴോനാകും. ഒരു കാര്യം ഞാൻ പറയാം. ആലോചിച്ച് പ്രവർത്തിച്ചില്ലെങ്കിൽ എന്താ നടക്കുക എന്നു കണ്ടോളൂ. രവിയെക്കൊണ്ട് അവരുടെ മോളെ, അവരുടെ മോനെക്കൊണ്ട് ഉഷയെ കെട്ടിക്കാൻ ഒക്കെയാ ആലോചന. നടത്തരുത്. നടത്തിക്കരുത്. നാരായണൻനായർക്ക് ഇഷ്ടമില്ലാത്ത കാര്യമാണ്. അത് പറഞ്ഞാൽ മതി.''

സീതയ്ക്ക് തലതിരിയുന്നുവെന്ന് തോന്നി. ശരീരത്തിന്റെ കനം കുറഞ്ഞ്, നേർത്ത് നേർത്ത് ഒരപ്പൂപ്പൻതാടിപോലെ ലഘുവായിത്തീരുന്നു. ശൂന്യതയിലെത്തിയ അവസ്ഥ.

അവൾ അപേക്ഷിച്ചു: ''നാണിയമ്മേ! ഒന്ന് മിണ്ടാതിരിക്കൂ. ഞാനൊന്ന് വെറുതെ കിടക്കട്ടെ.''

''കെടന്നോളൂ, ഞാനൊന്നും പറയുന്നില്ല. കാര്യങ്ങളുടെ കെടപ്പ് ഞാൻ പറഞ്ഞുവെന്നേയുള്ളൂ. എനിക്കെന്താ? എന്ത് സംഭവിച്ചാലും ഒന്നുമില്ല. ഇവിടമല്ലെങ്കിൽ വേറൊരിടം. മുകളിലാകാശോം താഴേ ഭൂമീം. കുട്ടി അങ്ങനാണോ?''

ഒരു രഹസ്യമെന്നതുപോലെ അവർ കൂട്ടിച്ചേർത്തു.

''കുട്ടി വന്നതുതന്നെ അവർക്ക് പിടിച്ചിട്ടില്ല. ഇപ്പോൾ ആ കുട്ട്യോളോട് പറഞ്ഞുകൊടുക്കുന്നതെന്താണെന്നോ, അവരുടെ അച്ഛൻ ഇത്ര പെട്ടെന്ന് മരിച്ചതുതന്നെ, കുട്ടീടെ കഴുത്തിൽ താലികെട്ടിയതുകൊണ്ടാണെന്ന്.''

സീത ഇപ്പോൾ ഞെട്ടി. കണ്ണുനീരിന്റെ വക്കത്തെത്തി. തേങ്ങൽ കടിച്ചമർത്താൻ ശ്രമപ്പെട്ടു. നാണിയമ്മ എഴുന്നേറ്റുപോയി. സൗദാമിനിച്ചേച്ചി അങ്ങനെ പറഞ്ഞുവോ? നാരായണൻനായർ മരിച്ചത് സീതയെ വിവാഹം ചെയ്തതുകൊണ്ടാണെന്നാണോ? അവൾ വീണ്ടും വീണ്ടും സ്വയം ചോദിച്ചു.

സൗദാമിനിച്ചേച്ചി പറയുന്നു. ഇതിനുമുൻപ് ഒരിക്കൽപ്പോലും നാരായണൻനായർക്ക് രോഗം വന്നിട്ടില്ലെന്ന്. ഒരിക്കൽപ്പോലും രോഗിയായി കിടക്കേണ്ടിവന്നിട്ടില്ലെന്ന്. അപ്പോൾ... അദ്ദേഹത്തിന് രോഗം വന്നത് സീത ഇവിടെ കാൽകുത്തിയതുകൊണ്ടാണെന്ന് പറയുന്നത് സത്യമല്ലേ?

എന്തിനാണ് സൗദാമിനിച്ചേച്ചിയോട് പക തോന്നുന്നത്? സീത ഭാഗ്യംകെട്ടവൾ തന്നെയല്ലേ? രമേശൻനായർക്ക് അപകടം പറ്റിയത് സീതയെ വിവാഹം കഴിച്ചതിനുശേഷമായിരുന്നില്ലേ? അതിനുമുൻപും സ്കൂട്ടറിൽ സഞ്ചരിച്ചിരുന്നയാൾ, അന്നൊന്നും ഒരു കുഴപ്പവും സംഭവിക്കാത്തയാൾ. സീതയെ കെട്ടി ഒരുവർഷം തികയുന്നതിനുമുൻപ് ദുർമരണം നേരിടുക. അത് സീതയുടെ ദോഷമല്ലെങ്കിൽ, കുറ്റമല്ലെങ്കിൽ, പാപഫലമല്ലെങ്കിൽ പിന്നെ എന്താണ്?

രവിക്കും ആ തോന്നലുണ്ടാവും. ഉഷയ്ക്കും ആ വിചാരം തന്നെയാവും. അവരുടെ അച്ഛൻ മരിച്ചത് സീത വന്ന് കയറിയതുകൊണ്ടാവുമെന്ന്. രവി ഈയിടെയായി തന്നോട് കാട്ടുന്ന അവഗണന, വെറുപ്പ് ഒക്കെ ആ തോന്നലിന്റെ പ്രതികരണമാണോ? ആണെങ്കിൽ, അവന് ഇനിയുമിനിയും വെറുപ്പ് വർദ്ധിക്കുകയേയുള്ളൂ. സീതയെ അമ്മേ എന്ന് സംബോധന ചെയ്യാൻ കൂടി അവൻ മടിക്കും. അപ്പോൾ, അപ്പോൾ... സീത ആരുമില്ലാത്തവളാകും. അനാഥയായ സീത... അനാഥയായി, ആരുടെയും സഹതാപത്തിനുപോലും പാത്രമാകാൻ കഴിയാതെ...

ആ ചിന്ത സീതയെ വീർപ്പുമുട്ടിച്ചു. അവൾ തലയണയിൽ മുഖമമർത്തി തേങ്ങി! ഈശ്വരാ... എന്ന് ഹൃദയം നൊന്തുവിളിച്ചു

നാല്പത്

ഉഷ വീട്ടിലുണ്ടായിരുന്നില്ല. സ്പെഷ്യൽ ക്ലാസ്സുണ്ടെന്ന് പറഞ്ഞ് നേരത്തെതന്നെ പോയിരുന്നു. അതുകൊണ്ട് രമയെ കണ്ട ഉടനെ പറഞ്ഞു: ''ഉഷ ഇവിടില്ലല്ലോ രമേ. രാവിലെ ക്ലാസ്സിൽ പോയി.''

രമ അങ്ങനെ വരാറില്ല. അഥവാ വന്നാൽ ഉഷയെ കാണാനാവും. രണ്ടുപേരുംകൂടി മുറിയിൽ കയറി വളരെനേരം സംസാരിച്ചിരിക്കും. സീതയോട് ഒന്നും പറയാറില്ല. ചിലപ്പോൾ ഒരു ചിരി. അതുതന്നെ അധികം എന്ന മട്ട്.

കുറച്ചുകാലം മുൻപുവരെ രമയെ ഇങ്ങോട്ട് കണ്ടിട്ടേയില്ല എന്നോർത്തു. ഇടയ്ക്കിടെ വരുന്നത് സൗദാമിനിച്ചേച്ചി മാത്രം. ഇപ്പോൾ രമ വരുന്നു. നാരായണൻനായർ മരിച്ചതിനുശേഷം, ഉഷ കോളേജിൽ പോയിത്തുടങ്ങിയതിനുശേഷം ഉഷയുമൊത്ത് മിക്കവാറും വരുന്നു. വന്നാൽ തിരിച്ചുപോകാൻ വൈകുന്നു. ഉഷയോളം ഭംഗിയില്ല രമയ്ക്ക് സൗദാമിനിച്ചേച്ചിയുടെ മെലിഞ്ഞുനീണ്ട ദേഹവും ചെറിയ കണ്ണുകളുമാണ് രമയെ സുന്ദരിയല്ലാതാക്കിയത് എന്ന് തോന്നാറുണ്ട്. എന്നാലും രമയ്ക്ക് ഈയിടെയായി ഭംഗി വർദ്ധിച്ചിട്ടുണ്ട്. വലിയ പൊട്ട് തൊട്ട്, കണ്ണുകൾ മഷിയെഴുതി കറുപ്പിച്ച്...

''രവിയേട്ടനെവിടെ അമ്മായി? ഓഫീസിൽ പോയില്ലാന്ന് ഉഷ പറഞ്ഞു.''

''അവനകത്തുണ്ട്. ചെറിയൊരു പനി. ആഫീസിൽ പോകുന്നില്ലാന്ന് തോന്നുന്നു.''

''അതും ഉഷ പറഞ്ഞു. എനിക്കിത്തിരി ഇംഗ്ലീഷിന്റെ സംശയം ചോദിക്കാനാ.''

രമയുടെ മാറത്തടുക്കിപ്പിടിച്ച പുസ്തകങ്ങൾ ഇപ്പോൾ മാത്രമാണ് സീത കണ്ടത്. തേൾ കുത്തിയതുപോലെ. വല്ലാത്ത അസഹ്യത. എന്നിട്ടും ചിരിച്ചു.

''എണീറ്റിട്ടില്ല. കെടക്കാണെന്ന് തോന്നുന്നു.''

സീത മുന്നിൽ നടന്നു. പിന്നിൽ പാവാടയാട്ടിയുലച്ച് ശബ്ദമുണ്ടാക്കിക്കൊണ്ട് രമ.

''രവീ... മോനേ...''

രവിയുടെ മുറിയുടെ വാതിൽ ചാരിയിരിക്കുന്നു. വാതിൽ മെല്ലെ തുറന്ന് സീത വിളിച്ചു. അവൻ കട്ടിലിൽനിന്ന് ചാടിയെണീറ്റു. മുഖം രണ്ടു കൈകൊണ്ടും അമർത്തിത്തുടച്ചു.

''പനി അധികമുണ്ടോ രവിയേട്ടാ?''

രമയുടെ സ്വാതന്ത്ര്യം. സ്നേഹപ്രകടനം. അന്വേഷണം. സീത അത്ഭുതപ്പെടുകയായിരുന്നു.

സീത അടുത്തുചെന്നു. രവിയുടെ നെറ്റിയിൽ കൈ വെച്ചു.

''പനിക്ക് മരുന്ന് തരട്ടെ, മോനേ?''

''വേണ്ട.'' രവിയുടെ മറുപടി പെട്ടെന്നായിരുന്നു.

സീത അല്പനേരം നിന്നു. അധികപ്പറ്റാണെന്ന് തോന്നി. പിന്നെ മുറിക്ക് പുറത്തു കടന്നു. വല്ലാത്ത അസഹ്യത, അസ്വസ്ഥത, മനസ്സിനുള്ളിൽ ഒരു പക്ഷിയുടെ വല്ലാത്ത ചിറകടിയൊച്ച. സീത കൈകൾ കൂട്ടിത്തിരുമ്മി നിന്നു. മുറിക്കുള്ളിൽനിന്ന് ഇംഗ്ലീഷ് പദങ്ങളുടെ ഉച്ചാരണങ്ങൾ ഇടയ്ക്കിടെ കേട്ടു. ഉറക്കെ ചിരി കേട്ടു. ചിരിക്കുന്നത് രമയാണ്. അല്ല, രണ്ടുപേരും ചേർന്ന്.

മുറത്തിൽ പറിച്ചുവെച്ച കണ്ണിമാങ്ങകൾ. സീത അടുക്കളയിൽ മുറത്തിന് മുന്നിലിരുന്ന് മാങ്ങാ അരിയാൻ തുടങ്ങി. കടുകുമാങ്ങ രവിക്കിഷ്ടമാണ്.

നാണിയമ്മ ചോദിച്ചു: ''രണ്ടാളും കൂടി ഒരു മുറീലാ?''

''ങും. അതിനെന്താ? അവർ പഠിക്കുകയാണ്.''

''പഠിച്ചോട്ടേ, പഠിച്ചോട്ടെ. നല്ലോണം, കുട്ടിക്ക് എതിർപ്പില്ലെങ്കിൽ, എനിക്കും ഇല്ല.''

''നാണിയമ്മേ, നിങ്ങളെന്താണ് പറയുന്നത്? ഞാനെന്തുവേണം? എനിക്കറിയില്ല.''

അവളുടെ സ്വരത്തിലെ ദുഃഖം, നിസ്സഹായത. നാണിയമ്മയുടെ മനസ്സു നൊന്തു.

''ഇത് നല്ലതിനല്ല. പക്ഷേ, എന്ത് വേണമെന്ന് എനിക്കും അറിയില്ല.''

രമ തിരിച്ചുപോകാൻ വൈകി. ഊണുകഴിക്കാറായപ്പോഴാണ് പഠിത്തം തീർന്നത്. അവൾ ഊണു കഴിക്കാൻ നില്ക്കാതെ പുറപ്പെട്ടു.

''വേണ്ടമ്മായി. ഞാൻ ചെന്നിട്ടേ അമ്മ ഉണ്ണുകയുള്ളൂ.''

രമ പോയ്ക്കഴിഞ്ഞപ്പോൾ സീത അടുത്തുചെന്നു. അവൻ വീണ്ടും കിടന്നിരിക്കുന്നു. അസുഖം അധികമായ ലക്ഷണം. സീത പരിഭ്രമം കാട്ടി.

''മോനേ... മരുന്നുണ്ട്. അല്പം കഴിച്ചോളൂ. നാളെ പോവണ്ടേ ഓഫീസിൽ.''

''വേണ്ടാന്ന് പറഞ്ഞില്ലേ ഒരിക്കൽ? ദയവുചെയ്ത് എന്നെ ശല്യപ്പെടുത്താതിരുന്നാൽ മതി.''

സീത വിളറിപ്പോയി. രവിക്കെന്തുപറ്റി? എന്തൊരു വെറുപ്പും പകയുമാണവന്? സീത നോക്കിനിന്നു. ഏതോ വലിയ ചിന്തയിൽ മുഴുകിയതുപോലെ രവി കണ്ണുതുറന്നു കിടന്നു. അവൾ വീണ്ടും അനുനയിപ്പിക്കാൻ ശ്രമിച്ചു.

''എന്താണ് മോനേ നിനക്ക്?''

''എനിക്കൊന്നുമില്ല.''

കൂടുതൽ പറയാനിഷ്ടപ്പെടാത്തതുപോലെ അവൻ തിരിഞ്ഞ് കിടന്നു. ചുമരിനഭിമുഖമായി.

ഈയിടെ അധികസമയവും ഇങ്ങനെതന്നെ. തന്നെക്കാണുമ്പോൾ ഒഴിഞ്ഞ് മാറുന്നു. തനിക്ക് മുഖം തരാറില്ല. ഉദ്യോഗസ്ഥനായതിൽപ്പിന്നീടാണ്. ഓഫീസിൽ പോകുന്നതിന് മുൻപും പിൻപും മുറിക്കുള്ളിൽ വാതിലടച്ചിരിക്കും. അല്ലെങ്കിൽ എപ്പോഴും പുറത്ത്. പലപ്പോഴും സൗദാമിനിച്ചേച്ചിയുടെ വീട്ടിലാണ് ചെന്നിരിക്കാറുള്ളതെന്ന് നാണിയമ്മ പറയുന്നു. സീതയ്ക്ക് വേദന തോന്നി. മനസ്സിനുള്ളിൽ അറിയാതെ കാരമുള്ളുകൾ വലിയുന്നു. അറിയാതെ മുന്നിലെത്തിപ്പെട്ടാൽ, എന്തെങ്കിലും ചോദിച്ചാൽ മറുപടി ഒന്നോ രണ്ടോ വാക്കുകളിൽ, അല്ലെങ്കിൽ ഒരു മൂളൽ, എന്താണവന്റെ മനസ്സിൽ? സൗദാമിനിയപ്പച്ചി പറഞ്ഞ കാര്യമാണോ? അത് മാത്രമാവില്ലെന്ന് സീതയ്ക്ക് തോന്നി.

രവി കുനിഞ്ഞിരുന്ന് ഊണുകഴിച്ചു. കറികളുടെ സ്വാദ് അവനറിയുന്നില്ലെന്ന് തോന്നി. അവന്റെ മുഖം വല്ലാതെ വാടിയിരിക്കുന്നു.

രവിക്കെന്താണ്? അവന്റെ അച്ഛൻ ഇപ്പോൾ ഉണ്ടായിരുന്നെങ്കിൽ... മക്കളുടെ മുഖം മാനമായിക്കണ്ടാൽ പിടയുന്ന മനസ്സ്.

സീത വീണ്ടും ചോദിച്ചു: ''പറയൂ, രവീ... നിനക്കെന്താണ് വിഷമം?''

''ആരുപറഞ്ഞു, എനിക്ക് വിഷമമുണ്ടെന്ന്?''

''ആരും പറയണ്ട. എനിക്കറിയാം. നിന്റെ മനസ്സിൽ എന്തോ ഉണ്ട്. അത് കണ്ടാൽ എനിക്ക് മനസ്സിലാവും. മറ്റാരേക്കാളും കൂടുതൽ.''

രവിയുടെ കറുത്ത, ഭംഗിവരുത്തിയ മീശയിലേക്ക് നോക്കി, അവന്റെ തിളക്കമുള്ള വലിയ കണ്ണുകളിലേക്ക് നോക്കിയാണ് സീത പറഞ്ഞത്.

രവി എഴുന്നേറ്റു. ചോറു മുഴുവൻ ഉണ്ടില്ല. കറികൾ പലതും തൊട്ട് നോക്കിയതുമില്ല. അവൾ അമ്പരന്നു. ആകെ താളംതെറ്റിയതുപോലെ.

വൈകുന്നേരം സൗദാമിനിച്ചേച്ചി വന്നപ്പോൾ സീത ചോദിച്ചു. അത്രനേരം അവൾ പിടയുകയായിരുന്നു. രവി നടക്കാൻ പോയ സമയം.

''രവിക്ക് എന്താണ് ചേച്ചി, ഒരു മാറ്റം?''

''എന്ത് മാറ്റം?''

''അതെനിക്കറിയില്ല. അവനെന്തോ വലിയ മനോവിഷമം പോലെ.''

''എന്ത് മനോവിഷമം? എനിക്കറിയില്ല. സീതേ.''

''കുറച്ച് ദിവസമായി ഞാൻ കാണുന്നു. ചോദിച്ചിട്ട് പറയുന്നില്ല. തീർച്ച, അവന് വലിയ വിഷമമുണ്ട്.''

''ആൺകുട്ടികളല്ലേ? അവരുടെ മനസ്സിനുള്ളിൽ എന്തെങ്കിലുമൊക്കെ ക്കാണും. അത് നമുക്ക് അറിയാൻ പറ്റുമോ?''

സൗദാമിനിച്ചേച്ചിക്ക് കാര്യം അറിയാമെന്നു തോന്നി.

''ചേച്ചിക്കറിയാമെങ്കിൽ പറയൂ. അവന്റെ ദുഃഖം തീർക്കേണ്ടത് നമ്മളല്ലേ? ഞാൻ ജീവനോടെയിരിക്കുന്നകാലംവരെ അവൻ ദുഃഖി ക്കാൻ ഞാൻ സമ്മതിക്കയില്ല.''

''ഞാൻ പറയട്ടെ സീതേ. സീതയ്ക്ക് വിഷമം തോന്നരുത്. അവ ന്റച്ഛൻ ഇത്ര വേഗം മരിച്ചത് സീത കാരണമാണെന്നാണ് അവന്റെ വിചാരം.''

സീത ഞെട്ടിപ്പോയി.

''ഓരോരോ തോന്നലുകള്, എത്രയാന്നുവെച്ചാ പറഞ്ഞുകൊടു ക്കുക? കാണുമ്പോ ഒക്കെ, കൈയിൽ കിട്ടുമ്പോ ഒക്കെ ഞാൻ പറ ഞ്ഞുനോക്കുന്നുണ്ട്, ഈ വിചാരം മനസ്സീന്ന് കളയാൻ. പക്ഷേ, എന്താ ചെയ്യ്യാ, അവനങ്ങനെ ഒരു വിശ്വാസമാണെന്ന് തോന്നുന്നു.''

സീത കുനിഞ്ഞിരുന്ന് മുഖം പൊത്തി. തലയ്ക്കുള്ളിൽ ആയിരം വണ്ടുകൾ മൂളുന്നതുപോലെ. ആയിരം കടന്നലുകൾ ഒന്നിച്ചാർക്കുന്ന തുപോലെ. എന്താണ് ചെയ്യുക? എന്താണ് ചെയ്യുക? ഒരിക്കലും ഒരി ക്കലും പ്രതീക്ഷിച്ചതല്ല.

''സാരമില്ല. അവന്റെ വിചാരം തനിയേ മാറട്ടെ. അല്ലാതെന്ത് ചെയ്യാൻ പറ്റും? അവനെ നമുക്ക് കുറ്റം പറയാനും പറ്റില്ല, അച്ഛൻ അക്കുട്ടീടെ ജീവനായിരുന്നു. അച്ഛൻ മരിച്ചത് അവന് സഹിക്കാൻ കഴിയില്ല. അപ്പോ അതിനൊരു കാരണം കണ്ടുപിടിച്ച് പകതീർക്കുന്നു. അത്രതന്നെ.''

സൗദാമിനിച്ചേച്ചി പോയി. സീത അതേ ഇരുപ്പിരുന്നു. മരവിച്ച്... മുക്തിയില്ല. തനിക്ക് മോചനമില്ല. പാപങ്ങളുടെ, വേദനകളുടെ, കുരിശ് ചുമലിലേറ്റിയുള്ള ഈ യാത്ര എന്നാണവസാനിക്കുക? എത്രനാളിത് തുടരാൻ കഴിയും?

നേരത്തെ കിടന്നു! നാണിയമ്മയോട് നുണപറഞ്ഞു: ''വല്ലാത്തൊരു ക്ഷീണം. ഞാൻ കിടക്കട്ടെ.''

''കിടന്നോളൂ. കുട്ടികൾക്ക് ഭക്ഷണം ഞാൻ കൊടുത്തോളാം.''

സീത ആ രാത്രി ആത്മഹത്യയെക്കുറിച്ച് പലവട്ടം ചിന്തിച്ചു. നല്ല പരിഹാരം എന്ന് തോന്നുകയും ചെയ്തു. ആത്മഹത്യ ചെയ്യേണ്ട വിഭിന്നമാർഗ്ഗങ്ങളെക്കുറിച്ചാലോചിച്ചാലോചിച്ച് കിടന്നു. അങ്ങനെ നേരം വെളുക്കുവോളം കിടന്നതല്ലാതെ എഴുന്നേറ്റില്ല. ഒന്നും ചെയ്തില്ല. ഒന്നും നടന്നില്ല. ആകെ സ്തംഭിച്ചുപോയതുപോലെ. ശരീരത്തിന്റെ ചലനം ഒന്നാകെ നിലച്ച ആളിന് എന്തുചെയ്യാൻ കഴിയും? നേരം പുലരുംവരെ കണ്ണുകളിൽനിന്ന് നിലയ്ക്കാത്ത പ്രവാഹമായിരുന്നു. തീരെ ഉറങ്ങിയില്ല. പക്ഷേ, പ്രഭാതത്തിൽ എഴുന്നേല്ക്കുമ്പോൾ ആശ്വാസത്തോടെ ഓർത്തു. ആത്മഹത്യ ചെയ്യാൻ കഴിയാത്തത് എത്ര നന്നായി. അങ്ങനെ സംഭവിച്ചിരുന്നെങ്കിൽ...

മുറ്റത്തും പറമ്പിലും റോഡിലും ഇരച്ചാർത്ത് ഓടിക്കൂടുന്ന ജനം. പ്ലാവിൻകൊമ്പിൽ തൂങ്ങിയാടുന്ന ജഡം ഒരുനോക്കുകാണാൻ വെമ്പൽ. കണ്ട് തിരികെ പോവുമ്പോൾ നാലുപാടും പരക്കുന്ന കഥകൾ, കിംവദന്തികൾ...

''ആല്ലെങ്കിലും പെഴയാ. ചത്തത് നന്നായി.''

''അവളെ കെട്ടിയെടുത്തതുകൊണ്ട് മാത്രമാ ആ നാരായണൻനായർ ഇത്രവേഗം മരിച്ചത്.''

''എന്നാലും അവളീപ്പണി ചെയ്തല്ലോ. തന്തേം തള്ളേം ഇല്ലാത്ത കുഞ്ഞുങ്ങളെ പിന്നേം അന്ധകാരത്തിലാഴ്ത്തിയല്ലോ. അവരുടെ മുഖത്ത് കരിവാരിത്തേക്കാനായി അവസാനം ഇതുംകൂടി ചെയ്തിട്ടാണല്ലോ മഹാപാപി പോയത്.''

''നന്നായി! ആ കുഞ്ഞുങ്ങൾക്ക് ഇനിയെങ്കിലും നന്മവരും. അവള് ചത്തത് നന്നായി. അവളുടെ കാലുകുത്തിയ ഇടം നശിക്കും. അറിഞ്ഞുകൂടേ, നേരത്തേ കല്യാണം കഴിച്ചവൻ സ്കൂട്ടർ അപകടത്തിലാ മരിച്ചത്.''

അങ്ങനെ തൊടുത്ത് തൊടുത്ത് പോകുന്ന അന്തമില്ലാത്ത അനേകമനേകം കഥകൾ. സീത നെടുവീർപ്പിട്ടു. ഹാവൂ! അങ്ങനെയൊന്നും സംഭവിക്കാത്തത് നന്നായി. താൻ നശിച്ചാലും തന്റെ മക്കൾക്ക് ചീത്തപ്പേരുണ്ടായിക്കൂടാ. സ്വയം ഉരുകിയുരുകി കഴിയാനാവും വിധി. സാരമില്ല.

നാണിയമ്മ പറഞ്ഞു: ''രവി രാവിലെ എങ്ങാണ്ടുപോയി. എവിടാ?''

സീത അത്ഭുതപ്പെട്ടു. എവിടെ? ഓഫീസിൽ പോകാറായിട്ടില്ല. മറ്റെവിടെയെങ്കിലും പോവുന്നെങ്കിൽ പറയേണ്ടതാണ്.

''മോളേ, ഉഷേ... ഏട്ടൻ എവിടെപ്പോയതാണ്?''

ഉഷ ഉണർന്നുവരുന്നതേയുള്ളൂ. അഴിഞ്ഞ തലമുടി കെട്ടിവെച്ച്, കോട്ടുവായിട്ട്, അവൾ അടുക്കളയിലെത്തി.

സീത വീണ്ടും ചോദിച്ചു: ''നിന്നോട് പറഞ്ഞോ, രവി എന്തെങ്കിലും?''

''ഇല്ല. ഏട്ടനെവിടെപ്പോയി? എനിക്കറിയില്ല.''

അങ്ങനെ പറഞ്ഞ് അവൾ കുളിമുറിയിലേക്ക് നടന്നു.

സീത ആശ്ചര്യപ്പെട്ടു. എത്ര പെട്ടെന്നാണ് ബന്ധങ്ങൾ ശിഥില മാകുന്നത്. അയയുന്നത്. ആർക്കും ആരോടും അടുപ്പമില്ലാത്തതു പോലെ. വഴിയമ്പലത്തിലോ സത്രത്തിലോ ഒന്നിച്ചുകൂടി പിരിയുന്ന വഴിയാത്രക്കാരെ പോലെ.

സീത വെറുതെ കുത്തിയിരുന്നു, ഉമ്മറത്തെ അരമതിലിൽ പുതിയ തായി വിടർന്ന പൂക്കളുടെ ചുറ്റും മുരണ്ട് നടക്കുന്ന വണ്ട്. ഒന്നിൽനിന്ന് മറ്റൊന്നിലേക്ക്. ഒന്നിൽ ഒരു നിമിഷംപോലും ഇരിപ്പുറപ്പിക്കുന്നില്ല. എത്ര വേഗം അടുത്ത പുഷ്പത്തെ ചുംബിക്കാനെത്തുന്നു. മേലാകെ പൂക്കൾ വരഞ്ഞ ചിത്രശലഭം എവിടെ നിന്നോ പറന്നെത്തി. അരമതി ലിൽ ഇരുന്നു. ഭംഗിയുള്ള ചിറകുകൾ. സീതയ്ക്ക് കൗതുകം തോന്നി. മനസ്സ് ഒരു നിമിഷം കുട്ടിയായി. അറിയാതെ കൈകൾ നീണ്ടു.

''സീതേ...'' പുറകിൽ സൗദാമിനിച്ചേച്ചി.

''രവി എവിടെ സീതേ?''

''എനിക്കറിയില്ല ചേച്ചീ. ഞാനുണർന്നപ്പോൾ അവൻ എവിടെയോ പൊയ്ക്കഴിഞ്ഞു എന്ന് നാണിയമ്മ പറഞ്ഞു. ചേച്ചിയോട് ചോദിക്കാ മെന്ന് വിചാരിച്ചിരിക്കയാണ് ഞാൻ.''

''എനിക്കെങ്ങനെയറിയാൻ കഴിയും സീതേ, അവന്റെ കാര്യങ്ങൾ? അവന്റെ പോക്ക് ശരിയല്ല. അവന്റെ മനസ്സില് എന്തൊക്കെയോ ആലോ ചനകളാണ്.''

''എന്താ ചേച്ചീ?'' സീത പരിഭ്രമിച്ചു.

''രവി ഇന്നലെ അവിടെ വന്നു. എന്നിട്ടെന്നോട് പറഞ്ഞു അവന് രമയെ കല്യാണം കഴിക്കണമെന്ന്.''

സീത വിളറി. ആശ്ചര്യപ്രകടനത്തിന്റേതായ എന്തെങ്കിലും ശബ്ദം അവളിൽനിന്ന് വരുമായിരുന്നു. അവൾ സ്വയം നിയന്ത്രിച്ചു.

''അവൻ പറയുന്നത്, ഇനിയൊട്ടും താമസിക്കാൻ പറ്റില്ലെന്നാണ്. അപ്പോ ഉഷയുടെ കാര്യം എന്ന് ഞാൻ ചോദിച്ചു. അത് അപ്പച്ചി പറ യുന്നതുപോലെ എന്നു മറുപടി.''

സീത ഒന്നും മിണ്ടിയില്ല. രവി മെല്ലെ മെല്ലെ, അല്ല വളരെ വേഗ ത്തിൽ, തന്റെ പിടിവിട്ട്, കൈയിൽ നിന്നൂർന്നിറങ്ങിപ്പോവുന്നത് അവൾ

കണ്ടു. അവൻ കുട്ടിയല്ല. സ്വന്തമായി തീരുമാനങ്ങളെടുക്കാൻ കഴിവുള്ള പുരുഷനായിരിക്കുന്നു. എന്നാലും...

‘‘ഞാൻ പറഞ്ഞില്ലേ സീതേ ആൺകുട്ടികളുടെ മനസ്സുപോകുന്ന വഴി നമുക്കറിയാൻ പറ്റില്ല. ഒരു വഴിക്കു തിരിഞ്ഞാൽ, പിന്നെ പിടിച്ചാൽ പിടികിട്ടുകയുമില്ല.’’

എന്നാലും... രവി ഇത്ര വിഡ്ഢിയാണോ? അച്ഛന്റെ മനസ്സ് രവിക്കറിയില്ലേ? രവിയെപ്പോലെ ഒരു ചെറുപ്പക്കാരന് രമയോടെങ്ങനെ ഭ്രമം തോന്നും? ഭ്രമിക്കത്തക്ക എന്തു വിശേഷമാണവൾക്കുള്ളത്? അച്ഛന് ഇഷ്ടമല്ലാത്ത കാര്യമാണെന്നവനറിയില്ലേ?

‘‘ഞാൻ അവനോട് പറഞ്ഞു. ഉഷയെ സോമൻ വിവാഹം കഴിക്കാമെങ്കിൽ രമേടെ കാര്യം ആലോചിക്കാമെന്ന്. ഞാൻ രവിയെ കുറ്റം പറയുന്നില്ല. അവനാഗ്രഹിച്ചുകൂടേ? രമ അവന്റെ മുറപ്പെണ്ണാണ്. എന്താ ചേർച്ചക്കുറവ്? പക്ഷേ, ഒരു കാര്യം എനിക്ക് നിർബ്ബന്ധമാണ്. ഉഷയുടെ കാര്യം ആദ്യം തീർച്ചയാവണം. എന്റെ കുട്ടികൾ രണ്ടും ഒരിടത്ത് ബന്ധം കൂടണം. അല്ലെങ്കില് ബന്ധം ഒലയും. സീത രവിയോടൊന്ന് സംസാരിക്ക്. ഞാൻ പോണു.’’

സൗദാമിനിച്ചേച്ചി എത്ര സമർത്ഥമായി കരുക്കൾ നീക്കുന്നു! ഏതേത് കരുക്കൾകൊണ്ട് ഏതേത് കരുക്കളെ വെട്ടാം, രാജാവിനെ എങ്ങനെ അടിയറവെപ്പിക്കാം - എല്ലാം ചേച്ചിക്കറിയാം.

രവിക്കിഷ്ടമുള്ളത് ചെയ്യട്ടെ. അവന്റെ ഇഷ്ടത്തിന് താൻ ഒരിക്കലും എതിരല്ല. പക്ഷേ... അച്ഛന്റെ ഇഷ്ടത്തിന് വിപരീതമായിട്ട് അവൻ നില്ക്കാനാഗ്രഹിക്കുന്നുവോ എന്ന് ചോദിക്കണം. ഉഷയുടെയും രവിയുടേയും പേരിൽ കിടക്കുന്ന വൻപിച്ച സ്വത്താണ് സൗദാമിനിച്ചേച്ചിയുടെ ഉന്നം. അത് അറിഞ്ഞിട്ടും രവി പിന്മാറില്ല എന്നാണെങ്കിൽ... രവി വരാൻ കാത്തിരുന്നു.

നാല്പത്തിയൊന്ന്

രവിയുടെ മുറി അടിച്ചുവാരാൻ കയറിയതാണ്. മേശപ്പുറത്ത് അലങ്കോലമായി കിടക്കുന്ന പുസ്തകങ്ങൾ, അയയിൽ തോരണംപോലെ തൂക്കിയ വസ്ത്രങ്ങൾ. പൊടിയും മണ്ണും നിറഞ്ഞ തറ, എത്ര ദിവസങ്ങളായി ഇതിനുള്ളിൽ കടന്നിട്ട്. മുറിയിൽ ആരെങ്കിലും കയറുന്നത് രവിക്കിഷ്ടമല്ലാതായിരിക്കുന്നു. പണ്ടൊക്കെ... അമ്മയുംകൂടി ഈ മുറിയിൽ വേണം. എന്നാലേ രവി പഠിക്കാനിരിക്കൂ. ഉറക്കം തൂങ്ങാതെ ഇരിക്കൂ. ഇടയ്ക്കിടെ കട്ടൻകാപ്പി ഗ്ലാസിൽ പകർന്നുകൊണ്ട്, അവനോടൊപ്പം ഉറങ്ങാതെ സീതകൂടി ഇരിക്കും. രവിക്ക് അത് നിർബന്ധമായിരുന്നു.

ഇന്ന്, രവി പുറത്തുപോയ തക്കം നോക്കി കയറിയതാണ്. നാണിയമ്മ വരില്ല. അവർക്ക് അവനെ ഭയമാണ്. കട്ടിലിനുകീഴിൽ അടിച്ചുവാരാൻ കുനിഞ്ഞപ്പോഴാണ് കണ്ടത് സിഗററ്റുകുറ്റികൾ. ഒന്നല്ല. രണ്ടല്ല. അനേകം. അത്ഭുതപ്പെട്ടു. പിന്നെ പരിഭ്രമം തോന്നി. ഒരു രാത്രികൊണ്ട് വലിച്ചു തീർത്തതാണോ ഇത്രയധികം? ആവില്ല. എന്നാലും...

വീട്ടിൽ അച്ഛനും ശേഖരേട്ടനും ആരും പുകവലിക്കില്ല. വിഷ്ണു വേട്ടന്റെ മുറിയിൽ കൂനകൂടിക്കിടക്കുന്ന ബീഡിക്കുറ്റികൾ കണ്ടിട്ടുണ്ട്. ചുണ്ടിൽ പുകയുന്ന ബീഡിയുമായേ കണ്ടിട്ടുള്ളൂ. ആകാശത്തിലേക്ക് വളയങ്ങൾ ഊതിവിട്ടുകൊണ്ടാവും സംസാരിക്കുക. വിഷ്ണുവേട്ടൻ മാനസികവിഷമംകൊണ്ടാണ് അങ്ങനെ ചെയ്തിരുന്നത്. ഒരു തല മുറയോട് മുഴുവനുമുള്ള തീർത്താൽ തീരാത്ത പക. പ്രതികാരം. ലക്ഷ്മി യമ്മായി പരാതി പറഞ്ഞിരുന്നു... ''എന്റെ വിഷ്ണൂന് ഒരാഹാരോം വേണ്ട. ബീഡീം കട്ടൻകാപ്പി മാത്രം മതി. വയറുനിറച്ച് കഴിച്ചോളും. ബീഡി പൊകച്ച്, കണ്ണും തുറിച്ച് അങ്ങനെയിരുന്നോളും.''

പാവം ലക്ഷ്മിയമ്മായി! വിഷ്ണുവേട്ടൻ!

എന്തിനാണിപ്പോൾ അറിയാതെ അവരെയൊക്കെ ഓർത്തത്. വേണ്ടാത്ത ഓർമ്മകൾ!

രവിയും ഇതാ തുടങ്ങിയിരിക്കുന്നു. ചെറുപ്പത്തിൽത്തന്നെ, അവനും ന്യായീകരണമുണ്ട്. മാനസികവിഷമമാണ് കാരണം. പക്ഷേ, അദ്ദേഹം ഇത് സഹിക്കില്ല. ദുശ്ശീലങ്ങളൊന്നും മകനുണ്ടാവരുതേ എന്ന് സദാ പ്രാർത്ഥിച്ചിരുന്ന അച്ഛൻ!

രവി വന്നപ്പോൾ ചോദിച്ചു: ''മോനെന്തിനാണ് ഇങ്ങനെ സിഗരറ്റ് വലിക്കുന്നത്? അത് ചീത്തയാണന്നറിഞ്ഞുകൂടേ?''

ആദ്യം രവി മിണ്ടിയില്ല. പിന്നെ സംസാരിക്കാൻ തുടങ്ങി. അതു വരെ കാണാത്ത ഭാവത്തിൽ, കേൾക്കാത്ത ഭാഷയിൽ. രീതിയിൽ, സീത വെറുങ്ങലിച്ചുപോയി. ഇടയ്ക്കിടെ അനുസരണയില്ലാത്ത മുടി മാടിയൊതുക്കിക്കൊണ്ട് അവൻ അവസാനം ചോദിച്ചു: ''നിങ്ങളെന്തി നാണ് ആവശ്യമില്ലാത്ത കാര്യത്തിൽ ഇടപെടുന്നത്?''

''മോനേ...'' സീത കരഞ്ഞുപോയി. വർഷങ്ങൾക്കുശേഷം 'നിങ്ങൾ' എന്ന സംബോധന. ''മോനേ രവീ...'' നിയന്ത്രണം വിട്ടുപോവുന്നു. കരച്ചിൽ നിയന്ത്രിക്കാനാവുന്നില്ല. പക്ഷേ, സ്വയം തളർന്നാൽ...

''മോനേ, ആവശ്യമില്ലാത്ത കാര്യമാണോ ഇത്? നിന്റെ കാര്യം ഞാനല്ലേ ശ്രദ്ധിക്കേണ്ടത്?''

''വേണ്ട, എന്റെ കാര്യങ്ങൾ ആരും ശ്രദ്ധിക്കേണ്ട. അതിന്റെ ആവ ശ്യമില്ല.''

അത് കേട്ടിട്ട് സീത വീണ്ടും ഒരമ്മയുടെ അധികാരത്തോടെയും സ്വാതന്ത്ര്യത്തോടെയും പറഞ്ഞു: ''മോനേ, സിഗററ്റു വലിക്കുന്നത് ആരോഗ്യത്തിന് ചീത്തയാണ്. നിന്റെ അച്ഛന് ഒട്ടും ഇഷ്ടമില്ലാത്ത

കാര്യമാണിത്. അച്ഛൻ പുകവലിക്കുന്നത് നീ എപ്പോഴെങ്കിലും കണ്ടി ട്ടുണ്ടോ?''

''അച്ഛനിഷ്ടമില്ലാത്ത കാര്യങ്ങൾ മറ്റുള്ളവർ ചെയ്തുകൂടാ. മറ്റുള്ള വരുടെ ഇഷ്ടം നോക്കിയാണോ അച്ഛൻ പ്രവർത്തിച്ചിരുന്നത്?''

ചോദ്യം നെഞ്ചിലാണ് കയറിയത്. രവി ലക്ഷ്യത്തിൽത്തന്നെ അമ്പെയ്ത് കൊള്ളിക്കുന്നു.

''അച്ഛൻ, അച്ഛനിഷ്ടമുള്ളത് മാത്രമേ ചെയ്തിട്ടുള്ളൂ. ആരും എതിർ ത്തിട്ടില്ല. എന്നിട്ട് മറ്റുള്ളവരുടെ പേരിൽ നിയന്ത്രണവും.''

സീത യാചിച്ചു: ''ഈ സംസാരം മതിയാക്കൂ മോനേ, നീ ഇഷ്ട മുള്ളത് ചെയ്തോളൂ. മരിച്ച ആത്മാവിനെ കുത്തിനോവിക്കണ്ട. നിനക്ക് രമയെ വിവാഹം ചെയ്യണമെന്ന് നീ പറഞ്ഞില്ലേ? ആയിക്കോളൂ. പക്ഷേ, അദ്ദേഹമുണ്ടായിരുന്നെങ്കിൽ ഇഷ്ടപ്പെടില്ലെന്ന് മാത്രം. അച്ഛന്റെ സ്വപ്ന മായിരുന്നു നീ. നിന്റെ നന്മ മാത്രം ആഗ്രഹിച്ച നിന്റെ അച്ഛന് വേണ്ടി യാണ്...''

രവിയുടെ കണ്ണുകൾ രൂക്ഷങ്ങളായി. അവൻ സീതയെ മുഴുവൻ പറയാൻ അനുവദിച്ചില്ല.

''എന്റെ അച്ഛനെ എനിക്ക് പരിചയപ്പെടുത്തുകയാണോ? ഞാൻ കൊച്ചുകുട്ടിയല്ല. കാര്യങ്ങൾ എനിക്ക് മനസ്സിലാവും. അച്ഛന്റെ പേര് പറഞ്ഞ് ഞങ്ങളെ പാട്ടിലാക്കാൻ നോക്കുകയാണ് നിങ്ങൾ. ആദ്യം അച്ഛനെ പാട്ടിലാക്കി. ഇപ്പോൾ ഞങ്ങളേയും. നടക്കില്ല. നിങ്ങളെന്റെ ആരുമല്ല. നിങ്ങളുടെ സമ്മതം എനിക്കാവശ്യമില്ല, ഒന്നിനും... ഞാൻ എന്റെ ഇഷ്ടംപോലെ ചെയ്യും. നിങ്ങൾ... നിങ്ങൾ കാരണമാണ് എന്റെ അച്ഛൻ മരിച്ചത്. ഞാൻ.., ഞാനത് മറക്കില്ല. നിങ്ങൾക്കെന്റെ അച്ഛന്റെ സ്വത്താണ് വേണ്ടത്.''

''രവീ...''

സീത തളർന്നുപോയി. നില തെറ്റിപ്പോയി. കാൽ വഴുതിപ്പോയി. അവൾക്ക് ശ്വാസം മുട്ടാൻ തുടങ്ങി.

നാണിയമ്മ ഓടിവന്നു. രവിയുടെ വായ പൊത്തി: ''മോനേ! എന്താ ണിത്? എന്തൊക്കെയാണ് കുഞ്ഞ് പറയുന്നത്?''

രവി നാണിയമ്മയുടെ കൈ തട്ടിമാറ്റി അലറി: ''തള്ള പോവു ന്നുണ്ടോ?''

പെട്ടെന്ന് രവിയുടെ ശബ്ദം ഇടറി. ''എന്റെ അമ്മയുണ്ടായിരുന്നെ ങ്കിൽ... എങ്കിൽ...''

സീത കരയുന്ന സ്വരത്തിൽ പറഞ്ഞു: ''മോനേ, രവീ... അരുത് മോനേ... മതി. ഇനിയൊന്നും പറയല്ലേ... ഒന്നും... എന്നോട് ക്ഷമിക്കൂ... മോനേ! ഞാനൊന്നിനും തടസ്സമല്ല.''

സീത എഴുന്നേറ്റു. വേച്ചുവേച്ച് മുറിക്കുള്ളിലേക്ക് നടന്നു. പല യിടത്തും വീഴാൻ പോയി. ശരീരത്തേക്കാൾ തളർന്നൊരു മനസ്സ്. അതും

താങ്ങി കിടക്കയിൽ ചെന്ന് വീണു. മുറിക്കുള്ളിൽ സീത കിടന്നു. സന്ധ്യയുടെ കാലൊച്ച പുറമേ. മെല്ലെ പിൻവാങ്ങുന്ന പകൽവെളിച്ചം. ജനലിലൂടെ പിന്നെ വേഗം വേഗം പടർന്നുകയറുന്ന ഇരുട്ട്.

ഉഷ അടുത്തുവന്നു.

''അമ്മേ...'' അവൾ വിളിച്ചു.

''ങും...''

''അമ്മയെന്താണിരുട്ടിൽ കിടക്കുന്നത്? വിളക്ക് കത്തിക്കട്ടേ?''

''വേണ്ട.''

അമ്മയ്ക്കിനി വെളിച്ചം വേണ്ട, ഉഷേ. ഇരുട്ടാണ് വേണ്ടത്. അമ്മ ഇരുട്ടിലാണ്. ഇരുട്ടിലേക്ക്, നിഗൂഢമായ ഏതൊക്കെയോ മേഖലകളിലേക്ക് അമ്മ മുങ്ങിത്താണുകൊണ്ടിരിക്കുകയാണ്. വെളിച്ചം എന്നെന്നേക്കുമായി നിഷേധിക്കപ്പെട്ടിരിക്കുന്നു.

''തലവേദനയുണ്ടോ? മരുന്നു കൊണ്ടുവരട്ടെ?''

''വേണ്ട കുഞ്ഞേ...''

ഇനിയെന്ത് ചോദിക്കണം എന്നാലോചിക്കുകയാവും ഉഷ. ഇരുട്ടിൽ അവളുടെ മുഖം കാണാൻ കഴിയുന്നില്ല. വിഷാദം നിറഞ്ഞ മുഖം. പാവം കുട്ടി! അവളെന്ത് തെറ്റ് ചെയ്തു. അവളോടെന്തിന് വിരോധിക്കുന്നു? രവിയും പാവമല്ലേ ഒരർത്ഥത്തിൽ? അവനൊരു തെറ്റും ചെയ്തില്ല. അവൻ പറഞ്ഞതൊക്കെ സത്യമല്ലേ? അച്ഛൻ, അമ്മയല്ലാത്ത മറ്റൊരുത്തിയെ കൂട്ടിക്കൊണ്ടുവരുമ്പോൾ, അമ്മയുടെ സ്ഥാനത്ത് അവരോധിക്കുമ്പോൾ ഏത് കുട്ടിയാണ് സന്തോഷിക്കുക? അന്യയായ, തികച്ചും അപരിചിതയായ ഒരുത്തിയെ അമ്മയെന്ന് വിളിക്കേണ്ടിവരിക, എന്നും അവരുടെ കീഴിൽ കഴിയേണ്ടിവരിക. അഭിമാനമുള്ള ഒരാളും അതിന് തയ്യാറാവില്ല. രവി അവിവേകമൊന്നും പറഞ്ഞില്ല. തെറ്റു ചെയ്തത് താനാണ്. സീതയാണ്. അനർഹമായത് സ്വന്തമാണെന്ന് കരുതി. അവകാശം ഉണ്ടെന്ന് ഭാവിച്ചു. പ്രകടിപ്പിച്ചു.

ഉഷ പോയി. അകന്നുപോകുന്ന അമർന്ന കാലടിയൊച്ചകൾ. സീതയ്ക്ക് തൊണ്ട വരളുന്നതുപോലെ തോന്നി. നല്ല ക്ഷീണം. വല്ലാത്ത തളർച്ച, അല്പം വെള്ളം കുടിക്കാൻ കിട്ടിയിരുന്നെങ്കിൽ! വേണമെങ്കിൽ അവളോട് പറയാമായിരുന്നു. അവൾ അനുസരിക്കുമായിരുന്നു. വേണ്ട. അവളെ ബുദ്ധിമുട്ടിക്കേണ്ട.

അല്പം കഴിഞ്ഞപ്പോൾ മുറിയിൽ ലൈറ്റ് തെളിഞ്ഞു. നാണിയമ്മ. അവർ അടുത്ത് വന്നു. നെറ്റിയിൽ കൈവെച്ചു നോക്കി.

''പനിയുണ്ട്. പൊള്ളുന്ന ചൂട്. ഉഷ മരുന്ന് തരാമെന്ന് പറഞ്ഞിട്ട് വേണ്ടെന്ന് പറഞ്ഞോ?''

''വേണ്ടാഞ്ഞിട്ടാണ് നാണിയമ്മേ. എനിക്ക് പനിയൊന്നുമില്ല. ഒരു ക്ഷീണം. നാണിയമ്മ എനിക്കല്പം ചൂടുവെള്ളം കൊണ്ടുവന്ന് തരൂ. തൊണ്ട വരളുന്നു.''

നാണിയമ്മ തിരിച്ചുപോയി. ചൂടുകാപ്പി പകർന്ന് കൊണ്ടുവന്നു. കുടിച്ചപ്പോൾ എരിവ്.

''എന്താ നോക്കുന്നത്? മുളകുകാപ്പിയാ. പനിക്കസ്സല്. ഉഷ വന്ന് പറഞ്ഞപ്പോ ഉണ്ടാക്കിവെച്ചു.''

അവൾ നന്ദിപൂർവ്വം നാണിയമ്മയെ നോക്കി. നാണിയമ്മ പാത്രം വാങ്ങി തിരിച്ചുപോകും വഴി പറഞ്ഞു:

''ഒന്നും ഓർക്കണ്ട. ആലോചിക്കേം വേണ്ട. ഇതൊന്നും ആരുടേം കുറ്റമല്ല. വിധി... വിധിയാണെല്ലാം. ഒന്നും ഓർക്കാതെ സമാധാന മായിട്ടുറങ്ങാൻ നോക്കൂ. ഉറങ്ങിയെണീക്കുമ്പോ ഒക്കെ ശരിയാകും.''

അവർ കൂനിക്കൂനി നടന്നുപോയി. ആരുമില്ലാത്ത, യാതൊന്നും ആശിക്കാനില്ലാത്ത സ്ത്രീ. എന്നിട്ടും ആത്മധൈര്യം കൈവിടാതെ ആർക്കോവേണ്ടി വലിഞ്ഞ് വലിഞ്ഞ് ജീവിക്കുന്നു.

കിളികൾക്കൊപ്പം ഉണർന്നു. ജനൽ തുറന്നുകിടക്കുകയായിരുന്നു. നേർത്ത കാറ്റ് ആശ്വസിപ്പിക്കാൻ വന്നു. സീത എഴുന്നേറ്റിരുന്നു. സുഖ മായുറങ്ങാൻ കഴിഞ്ഞതിൽ അത്ഭുതം. ഇത്രയേറെ മാനസികസംഘർഷ ങ്ങൾ ഉണ്ടായിട്ടും എല്ലാം മറന്ന് ശാന്തമായുറങ്ങാൻ കഴിയുക.

നടന്നപ്പോൾ വല്ലാത്ത ക്ഷീണം കാലുകൾക്ക്, ദേഹത്തിന് ശക്തി ക്ഷയം. പതുക്കെ അടുക്കളയിലെത്തി നിന്നു.

''എഴുന്നേറ്റോ? നോക്കട്ടെ, പനി കുറഞ്ഞോന്ന്.'' നാണിയമ്മ പരി ശോധിച്ചു.

''ഇപ്പോഴും പനിയുണ്ട്. കുറഞ്ഞിട്ടൊന്നുമില്ല. അനങ്ങണ്ട. ശരീരം എളക്കാതെ അവിടങ്ങാനും ഇരുന്നോളൂ.''

നാണിയമ്മ ചൂടുകാപ്പി പകർന്നു.

ആവി പൊങ്ങുന്ന കട്ടൻ കാപ്പി ഊതിയൂതി കുടിക്കവേ സീത ചോദിച്ചു: ''രവി ഉണർന്നോ നാണിയമ്മേ?''

''ഞാൻ നോക്കിയില്ല.''

''അവനുള്ള കാപ്പി ഇങ്ങുതരൂ. ഞാൻ പോയി വിളിച്ചുണർത്തി കൊടുക്കട്ടെ.''

നാണിയമ്മ അത്ഭുതപ്പെട്ടു. ഇതെന്തൊരു സ്വഭാവം!

സീത സാരിത്തുമ്പുകൊണ്ട് നന്നായി പുതച്ച്, രവിക്കുള്ള കാപ്പിയു മായി പതുക്കെ പതുക്കെ നടന്നു. നാണിയമ്മ നെടുവീർപ്പിട്ട് നോക്കി നിന്നു.

രവി ഉണർന്നിരുന്ന് എന്തോ തിരക്കിട്ടെഴുതുകയായിരുന്നു. സീത വിസ്മയത്തോടെ അവനെ നോക്കിനിന്നു. ഇത്ര രാവിലെ ഉണരാറ് പതിവില്ലല്ലോ. അപ്പോൾ അവളറിയാതെ നാരായണൻനായരെ ഓർത്തു. കുളിരുള്ള പ്രഭാതങ്ങളിൽ, സീതയേക്കാൾ നേരത്തെ ഉണർന്നിരുന്ന് ഇതുപോലെ എഴുതുന്ന നാരായണൻനായർ, ചോദിക്കുമ്പോൾ പറയും,

''പത്തിലെ കുട്ടികൾക്കുള്ള നോട്സാണ്. രാവിലെ നന്നായി എഴുതാൻ കഴിയും.''

''രവീ...''

രവി തലയുയർത്തി. കണ്ണുകളിൽ വിസ്മയം.

സീത ശ്രദ്ധിച്ചു. കുറ്റബോധമോ വെറുപ്പോ തീരെ ഇല്ല. രവി അവളുടെ വിളറിയ മുഖത്തേക്ക് നോക്കി. അമ്മയ്ക്ക് പനിയാണ് എന്ന് ഉഷ പറഞ്ഞതോർത്തു.

''പനിയാണെങ്കിൽ എന്തിനാണിങ്ങനെ എഴുന്നേറ്റുനടക്കുന്നത്? കാപ്പി ഉഷയോ നാണിയമ്മയോ കൊണ്ടുവന്നാൽ മതിയായിരുന്നു.''

സീതയ്ക്കാശ്വാസമായി, ഹൃദയം തണുത്തു. പകയും വെറുപ്പുമില്ലാത്ത വാക്കുകൾ. എരിതീയിൽ വെന്തുനില്ക്കുമ്പോൾ, കുളിർകാറ്റിന്റെ തലോടലേറ്റ സുഖം.

''സാരമില്ല മോനേ, എനിക്കൊന്നുമില്ല. എനിക്കാവുംവരെ ഈ ജോലികളൊക്കെ ഞാൻതന്നെ ചെയ്യും.''

രവി കാപ്പി വാങ്ങി. സീത അവന്റെ അരികിലിരുന്നു.

''നിനക്ക് എന്നോട് പിണക്കമാണോ?''

''എനിക്കാരോടും പിണക്കമില്ല.'' പരുഷമായ മറുപടി.

''നോക്കൂ മോനേ, പരിഭവിക്കേണ്ട. നീ വിചാരിക്കുന്നതുപോലെ ഞാനൊന്നിനും എതിരല്ല. എതിർക്കാൻ എനിക്കവകാശവുമില്ല. സൗദാമിനിയപ്പച്ചിയോട് മുഹൂർത്തം നോക്കിക്കൊള്ളാൻ പറയൂ.''

സീത തിരിഞ്ഞുനടന്നു. രവി എന്തെങ്കിലും പറഞ്ഞേക്കുമെന്ന് പ്രതീക്ഷിച്ചു. അതുണ്ടായില്ല.

സീത കട്ടിലിൽ കമിഴ്ന്ന് കിടന്നു. അവൾക്കു പനി കൂടിയിരിക്കുന്നു. വല്ലാത്ത തലവേദന. ആകെ കിടുങ്ങി വിറയ്ക്കുന്നു. പുതപ്പ് വലിച്ചു മൂടി ചുരുണ്ട് കിടന്നു.

''സീതേ...'' നാണിയമ്മ ഒരമ്മയുടെ വാത്സല്യത്തോടെ വിളിച്ചു. സീതയ്ക്കപ്പോൾ സങ്കടം വന്നു.

''എന്താ കുട്ടീ, പനി അധികമുണ്ടോ? ആരെയെങ്കിലും പറഞ്ഞയച്ച് ഇത്തിരി മരുന്ന് മേടിക്കാം.''

''വേണ്ട, നാണിയമ്മേ.''

''എന്തിനാ മോളേ വാശി? ആരോടാ വാശി? ആരെങ്കിലും കാണാനോ അറിയാനോ ഇല്ലെങ്കിൽ പിന്നെ വാശികൊണ്ടെന്താ കാര്യം? അല്ലാ, കരയുകയാ? നോക്കൂ, പനി കൂടുതലാവും.''

സീത കണ്ണടച്ച് കിടന്നു. പൊട്ടിവരുന്ന തേങ്ങൽ, നിയന്ത്രിക്കാനാവുന്നില്ല. നാണിയമ്മ തിരിച്ചുപോയി. ഏതെങ്കിലും പുതിയ മരുന്ന് കണ്ടുപിടിക്കാനാവും. പരുക്കനായ സ്ത്രീ. ഹൃദയം ഒരു പൂവിതൾ

പോലെ ലോലം. ഇവർ മാത്രം സീതയോട് എന്തിനിത്ര കാരുണ്യം കാട്ടുന്നു? സീത ഈ ഭൂമിയിൽ ആരുമല്ലെന്നറിഞ്ഞുകൂടെ?

നെറ്റിയിൽ തഴമ്പുള്ള വിരലുകളുടെ സ്പർശം. നെറ്റിയിൽ ക്രമേണ പരക്കുന്ന കുളിർമ്മ. അന്തരീക്ഷത്തിൽ ചന്ദനത്തിന്റെ സുഖകരമായ ഗന്ധം.

ഊണ് മുറിയിൽനിന്നും ഉഷ വിളിച്ചു.

''നാണിയമ്മേ, എനിക്കും ഏട്ടനും കാപ്പി തരൂ. കോളേജിൽ പോകാറായി എനിക്ക്.'' നാണിയമ്മ പിറുപിറുത്തു:

''ഇനിയെന്തിനാ കോളേജിൽ പോകുന്നത്? ഒക്കെ ഒറച്ചില്ലേ?''

ഉഷ വീണ്ടും വിളിച്ചു.

സീത പറഞ്ഞു: ''ചെല്ലൂ നാണിയമ്മേ.''

''ഇത്ര സ്നേഹമില്ലാത്ത കുട്ടികള്. തള്ള ചത്തുകെടന്നാലും സ്വന്തം കാര്യം.''

''സ്വന്തം തള്ളയാകാഞ്ഞിട്ടാവും നാണിയമ്മേ. നാണിയമ്മ ചെല്ല്. രവി ഒന്നും കഴിക്കാതെ പൊയ്ക്കളയും. അത് വാശിയാ.''

''പിന്നെ, വാശി! ഞാൻ അറിയാത്ത ആളൊന്നുമല്ലല്ലോ. ഇപ്പോ ഇത്തിരി മീശവെച്ചു കോട്ടും പാന്റുമിട്ടു നടന്നാലും, എന്റെ ഈ കൈയിൽ തൂറിത്തന്ന ആളാ ചെറുപ്പത്തില്. നാണിയമ്മയ്ക്കത് ചന്ദനം പോലായിരുന്നു അന്ന്.''

നാണിയമ്മയ്ക്ക് സങ്കടം വന്നു. കണ്ണുതുടച്ച് അവർ വേഗം പോയി.

മനസ്സിന്റെ അടിത്തട്ടിൽനിന്ന് ഒരു തേങ്ങൽ ഉയർന്നുവരുന്നത് സീത അറിഞ്ഞു. ബന്ധങ്ങൾക്ക് എത്ര വേഗത്തിലാണ് ഉലച്ചിൽ സംഭവിക്കുന്നത്.

നാല്പത്തിരണ്ട്

ഉഷ പോയി ഭർത്താവൊന്നിച്ച്. സോമന് ലീവില്ലത്രെ. വിവാഹം കഴിഞ്ഞ് ഒരാഴ്ചയേ ലഭിച്ചുള്ളൂ. ലീവ് നീട്ടാൻ ആവുന്നത്ര ശ്രമിച്ചു. ഒരു ദിവസം പോലും അവൾക്ക് തന്റെയൊപ്പം കഴിച്ചുകൂട്ടാൻ സാധിച്ചില്ല. പോകുന്ന നിമിഷംവരെ യാത്രകളായിരുന്നു. തിരക്കായിരുന്നു.

സീത തനിച്ചായി.

രവിയും രമയും. അവരും സർക്കീട്ടിൽ. രവി ഒരുമാസത്തേക്ക് അവധിയെടുത്തിരിക്കുന്നു. നിരന്തരം യാത്രകൾതന്നെ. അച്ഛന്റെ, അമ്മയുടെ ഒക്കെ ബന്ധുക്കൾ, സുഹൃത്തുക്കൾ... എല്ലാവരും കാത്തിരുന്ന് കൂട്ടിക്കൊണ്ടുപോയി. വിരുന്നുകൾ, സൽക്കാരങ്ങൾ.

ഒരു പന്തൽ മതിയെന്ന് സൗദാമിനിച്ചേച്ചിയാണ് തീരുമാനിച്ചത്. തീയതിയും മുഹൂർത്തവും ഒക്കെ നിശ്ചയിച്ചത് അവർ തന്നെ. മുറ്റത്ത് നെടുങ്കൽപന്തൽ. രണ്ട് കതിർമണ്ഡപങ്ങൾ. ആഡംബരം നിറഞ്ഞ കെങ്കേമമായ വിവാഹങ്ങളായിരുന്നു രണ്ടും.

സീത ആശ്വസിച്ചു. ഒന്നിനും കുറവുവരുത്തിയില്ല. നാരായണൻ നായരുടെ കുടുംബസ്ഥിതിക്കും അന്തസ്സിനും തറവാട്ടുമഹിമയ്ക്കും ചേർന്ന തരത്തിലായിരുന്നു എല്ലാം. വിവാഹത്തിന്, ബന്ധുജനങ്ങൾ എല്ലാവരും വന്നിരുന്നു. രവിയുടെ അച്ഛൻവീട്ടുകാരും അമ്മവീട്ടുകാരും. സീതയ്ക്കാരെയും അറിയില്ല. നാണിയമ്മയാണ് പറഞ്ഞുകൊടുത്തത്. അവൾ കഴിയുന്നത്ര ഒഴിഞ്ഞുനിന്നു. എന്നിട്ടും സീത ഒരു കാഴ്ച വസ്തുവായി. അതുവരെ കാണാത്ത ചിലർ നാരായണൻനായരുടെ രണ്ടാംഭാര്യയെ വിളിച്ചു നിർത്തി കണ്ടു.

സീതയ്ക്ക് അസഹ്യതയും അപകർഷതാബോധവും തോന്നി. കുട്ടികളുടെ രണ്ടാനമ്മയായി, മരിച്ചുപോയ നാരായണൻനായരുടെ രണ്ടാംഭാര്യയായി അറിയപ്പെടുക. മറ്റൊരു മേൽവിലാസവും ഇല്ലാതാവുക. എത്രമാത്രം ആത്മഹത്യാപരമാണത്. ഗതികേടാണ്.

സീതയ്ക്ക് മാത്രം ബന്ധുക്കളാരുമില്ലായിരുന്നു. സീതയുടെ വീട്ടിൽ നിന്നുമാത്രം ആരും വിവാഹത്തിന് വന്നില്ല. മുരളിപോലും വന്നില്ല. അതിൽ പ്രത്യേകിച്ച് ദുഃഖമൊന്നും സീതയ്ക്ക് തോന്നിയില്ല. ആരുമില്ലാത്തവളാണ് സീത എന്നാർക്കാണറിയാത്തത്. മുരളിപോലും വരാതിരുന്നപ്പോൾ അവൾക്ക് തെല്ലും അത്ഭുതം തോന്നിയില്ല. പക്ഷേ... സൗദാമിനിച്ചേച്ചി വീണ്ടും കുത്തിക്കുത്തി അന്വേഷിച്ചപ്പോഴും ചോദിച്ചപ്പോഴും മാത്രം വിഷമം തോന്നി.

''സീതയുടെ ചേട്ടത്തിയമ്മയ്ക്കെങ്കിലും വന്നുകൂടായിരുന്നോ? വലിയ സ്നേഹമാണെന്നല്ലേ പറയാറ്?''

രവി പരിഭവം പറഞ്ഞു: ''മുരളിക്കെങ്കിലും വരാമായിരുന്നു. അമ്മയെ അവരൊക്കെ മറന്നു എന്ന് തോന്നുന്നു.''

ഈയിടെയായി നെഞ്ചിൽത്തറയ്ക്കുന്ന വിധത്തിൽ സംസാരിക്കാൻ രവി പഠിച്ചിരിക്കുന്നുവെന്ന് തോന്നി.

കളി കഴിഞ്ഞ അരങ്ങുപോലെ വീട്. സൗദാമിനിച്ചേച്ചിയും അവരുടെ വീട്ടിൽ പോയി. സീത മാത്രം...

പന്തൽ ജോലിക്കാർ പന്തൽ അഴിച്ചുമാറ്റുന്നത് നോക്കി സീത ഉമ്മറത്ത് അരമതിലിലിരുന്നു. മറ്റെവിടെയോ കല്യാണമുണ്ടത്രേ. അതുകൊണ്ടാണിപ്പോൾ അഴിച്ചുമാറ്റുന്നത്. ജോലിക്കാർ അങ്ങനെ പറഞ്ഞപ്പോൾ സീതയ്ക്ക് ചിരിവന്നു. ഇനി എന്തിനാണിവിടൊരു പന്തൽ? അല്ലെങ്കിലും ദിവസം കുറെയായില്ലേ ഇവിടെ ഈ പന്തൽ ഉയർന്നിട്ട്? കളികഴിഞ്ഞാൽ ഉടൻ അരങ്ങ് മാറ്റണം. അഴിക്കണം. അതാണ് രീതി. അഭിനയം കഴിഞ്ഞാൽ പിന്നെന്തിന് വേഷം കെട്ടിയിരിക്കണം? അത് പരിഹാസ്യമല്ലേ?

അപ്പോൾ പെട്ടെന്ന് സീതയുടെ മനസ്സ് അവളോടുതന്നെ ചോദിച്ചു: നിന്റെ വേഷം അഴിക്കാറായില്ലേ? അഭിനയം കഴിഞ്ഞില്ലേ? സീതയുടെ ആവശ്യം ഇനി എന്ത്? കെട്ടിയ വേഷം അഴിച്ചുവെക്കാറായി. പിന്നെയും അതണിഞ്ഞുകൊണ്ടിരിക്കുന്നു. അത് മറന്നിട്ടാണോ ഈ തത്ത്വം പറച്ചിൽ? മനസ്സുതന്നെ ഉത്തരവും കണ്ടുപിടിച്ചു. എന്തൊരു തന്ത്രവും ബുദ്ധിയുമാണ് മനസ്സിന്. ഓരോന്നിനും തക്ക മറുപടിയും കണ്ടുപിടിച്ചു കൊള്ളും.

ആര് പറഞ്ഞു സീതയുടെ ആവശ്യം ഇനി ഇല്ലെന്ന്? സീതയുടെ കടമ തീർന്നുവെന്ന്? രവിയേയും ഉഷയേയും സീതയുടെ കൈകളിൽ ഏല്പിച്ചാണ് നാരായണൻനായർ പോയത്. അവർ തന്റെ മക്കളാണ്. വിവാഹം കഴിഞ്ഞുവെന്നുവെച്ച് മക്കൾ മക്കളല്ലാ താകുന്നില്ല. അവ രെത്ര വളർന്നാലും. അവരെന്തൊക്കെയായാലും അവർ സീതയുടെ മക്കൾ തന്നെയാണ്. അവരെ വിട്ട് സീത എവിടെ പോകും? അവരുടെ ഭാവിയെക്കുറിച്ച് ഉൽക്കണ്ഠപ്പെടാൻ സീതയല്ലാതെ മറ്റാരുണ്ട്?

പക്ഷേ, പക്ഷേ... ഇപ്പോൾ ഈ നിമിഷത്തിൽ മനസ്സ് വല്ലാതെ പതറിപ്പോകുന്നു. അഴിച്ചുമാറ്റപ്പെടുന്ന ഈ പന്തൽ കാണുമ്പോൾ, സീതയ്ക്ക് തോന്നുന്നു. സീതയും ഇനി അനാവശ്യവസ്തുവാണെന്ന്; അഴിച്ചുമാറ്റുന്ന ഈ പന്തൽപോലെയാണെന്ന്.

യാത്ര പറയുമ്പോൾ ഉഷയ്ക്ക് തെല്ലും ദുഃഖമുണ്ടായിരുന്നില്ല എന്ന് സീത ഓർത്തു. അവളുടെ കണ്ണൊന്ന് നനയുകപോലും ചെയ്തില്ല. ഭർത്താവിനോടൊപ്പം പോകാൻ അവൾക്ക് തിടുക്കമായിരുന്നു എന്നു തോന്നി. മനസ്സ് വല്ലാതെ തുടിക്കുന്നു. ഉഷ ആദ്യമായി അവളെ കണ്ട ദിവസം. ചുരുണ്ടമുടിയും ഫ്രോക്കുമായി തന്റെ മനസ്സിൽ കയറിക്കൂടിയ കൊച്ചുകുട്ടി. ഭാര്യയും കുടുംബിനിയും ആയിരിക്കുന്നു. അവൾക്ക് ഇന്നലെവരെ അമ്മ ഒരാവശ്യമായിരുന്നു. ഇന്ന് മുതൽ ഭർത്താവ്, ഭർത്താവിന്റെ അമ്മ, ഭർത്താവിന്റെ കുടുംബം. എല്ലാം അവൾക്കിനി ഭർത്താവ് മാത്രം.

എന്തിനവളെ കുറ്റപ്പെടുത്തുന്നു? സീതയും അങ്ങനെയായിരുന്നില്ലേ? വിവാഹം കഴിഞ്ഞ നിമിഷം സീത അച്ഛനെ മറന്നില്ലേ, ശേഖരേട്ടനെ മറന്നില്ലേ, ചേട്ടത്തിയമ്മയേയും മുരളിയെപ്പോലും മറന്നില്ലേ? എല്ലാ പെൺകുട്ടികളും അങ്ങനെയാണ്. ചെടി പറിച്ചു നടുന്നതുപോലെ. പുതിയ മണ്ണിൽ വേരോടാനാണ് പിന്നെ ശ്രമം. പുതിയ അന്തരീക്ഷ ത്തോട് ഇഴുകിച്ചേരാനാണ് തിടുക്കം. പറിച്ചുനടപ്പെട്ടപ്പോൾ സീതയും അങ്ങനെതന്നെയായിരുന്നു. അന്നുവരെ സ്വന്തപ്പെട്ടവയെന്ന് കരുതി യതെല്ലാം എത്ര പെട്ടെന്ന് മറന്നു.

സീത ആശ്വാസം കണ്ടെത്താൻ ശ്രമിച്ചു. ഉഷയ്ക്കുപകരം മറ്റൊരു മകളെ ലഭിച്ചിരിക്കുന്നു. രവിയുടെ ഭാര്യ. രമ തന്റെ മരുമകളല്ല. മക ളാണ്. അവളെ മകളായിട്ടേ താൻ കരുതുന്നുള്ളൂ. അവളും സ്വന്തമായവ എല്ലാം ഉപേക്ഷിച്ച് പുതിയ അന്തരീക്ഷത്തിലെത്തിയിരിക്കുന്നു. താനാണ്, സീതയാണ് അവൾക്കിനി അമ്മ.

പക്ഷേ... രമ തിരിച്ചും അങ്ങനെ കരുതുമോ? സീത രവിയുടെ അമ്മയല്ല. രവിയെ പ്രസവിച്ച അമ്മയല്ല. രവിയുടെ രണ്ടാനമ്മ എന്ന നിലയ്ക്കല്ലേ അവൾക്ക് തന്നെ കാണാൻ കഴിയുകയുള്ളൂ? സൗദാമിനിച്ചേച്ചിയുടെ മകളായ രമ അങ്ങനെയല്ലാതെ പെരുമാറുമെന്ന് ധരിക്കാൻ വയ്യ.

വിവാഹം നടക്കുന്നതിന് മുൻപുതന്നെ അത് കണ്ടതാണ്. മനസ്സിലാക്കിയതാണ്. അവഗണിക്കപ്പെടുന്നു എന്ന സത്യം. ആഭരണങ്ങളെടുക്കാനും കല്യാണവസ്ത്രങ്ങളെടുക്കാനും ഒക്കെ രവിയും രമയും ഉഷയും സൗദാമിനിചേച്ചിയും കൂടിയാണ് പോയത്. സീതയെ ഒന്നിനും വിളിച്ചില്ല. ഒന്നിനെക്കുറിച്ചും സീതയോടഭിപ്രായം ചോദിച്ചില്ല. അലമാരിയുടെ താക്കോൽ രവിയുടെ കൈയിൽ. നാരായണൻനായർക്ക് ബാങ്കിലുണ്ടായിരുന്ന അക്കൗണ്ടുകളുടെയെല്ലാം നോമിനികൾ രവിയും ഉഷയും ആണ്. വീടും പറമ്പും നിലവും എല്ലാം അവരുടെ രണ്ടാളുടേയും പേരിൽ. ഒന്നും സീതയുടെ പേരിലല്ല. പേരിൽ ആക്കിയിരുന്നുമില്ല. ആക്കേണ്ട ആവശ്യമുണ്ടെന്ന് തോന്നിയിരുന്നില്ല. മരണം ക്ഷണിക്കപ്പെടാത്ത അതിഥിയായി കടന്നുവരുമെന്ന് അദ്ദേഹം പ്രതീക്ഷിച്ചിട്ടുണ്ടാവില്ല.

അത് നന്നായി. സീതയുടെ അഭിപ്രായവും സമ്മതവും ഒന്നിനും ചോദിക്കേണ്ടി വന്നില്ല. എല്ലാ കാര്യങ്ങളും അല്ലാതെതന്നെ തീരുമാനിക്കാൻ കഴിഞ്ഞു. എല്ലാം കഴിഞ്ഞിരിക്കുന്നു. എല്ലാം ഭംഗിയായി, മംഗളമായി നടന്നിരിക്കുന്നു. അദ്ദേഹം കാണുന്നുണ്ടാവും. അദ്ദേഹത്തിന്റെ ആത്മാവ് എല്ലാം കണ്ട് ആശ്വസിക്കുന്നുണ്ടാവും. സന്തോഷിക്കുന്നുണ്ടാവും. സീത വാക്കുപാലിച്ചിരിക്കുന്നു. കുട്ടികളെ ഉപേക്ഷിച്ചില്ല. അവരുടെ ഇഷ്ടമനുസരിച്ച് വളർത്തി, അവർക്കിഷ്ടപ്പെട്ട സ്ഥാനത്ത് എത്തിച്ചു. സീത വിശ്വസ്തയാണ്.

സീത വളരെ നേരം ആ ഇരിപ്പ് തുടർന്നു. നാണിയമ്മ വന്ന് വിളിച്ചപ്പോഴാണ് പരിസരബോധമുണ്ടായത്. ഇരുട്ടിന്റെ കരിമ്പടം വലിച്ച് പുതയ്ക്കാൻ ശ്രമിക്കുന്ന സന്ധ്യ. പടിഞ്ഞാറൻ മാനം നോക്കി പറന്നകലുന്ന പറവകൾ.

ഉമ്മറത്തെ ലൈറ്റിട്ടിരുന്നില്ല. ഇരുട്ടിലാണ് ഇത്രയും നേരം ഇരുന്നത്. മനസ്സിനുള്ളിലും ഇരുട്ട് പടർന്നുകഴിഞ്ഞിരിക്കുന്നു.

''എന്തിനാ കുട്ടീ, ഇരുട്ടത്തിരിക്കുന്നത്? എന്തിരുപ്പാ ഇത്? എണീറ്റു വരൂ.''

നാണിയമ്മതന്നെ ഉമ്മറത്തെ ലൈറ്റിട്ടു. പിന്നെ കൂനിക്കൂനി അരികിൽ വന്നു നിന്നു.

''കുട്ടികളുപോയതിന്റെ വിഷമം; അല്ലേ? നമ്മുടെ കുട്ടികളായാലും വലുതാവുമ്പോ അവര് അവരുടെ വഴിക്ക് പോവും. എന്നും നമ്മോടൊപ്പം കാണുമോ? ജോലിയായി, കല്യാണമായി, കുടുംബമായി, കുട്ടികളായി, അവരോരുടെ പാടായി. ആരും നമ്മളെ കാത്തുനില്ക്കുന്നില്ല.

പിന്നെന്തിനാ ഈ വിഷമം? ഇതൊക്കെ സഹജം. മനുഷ്യജീവിതം ഇതൊക്കെത്തന്നെ. സത്യത്തില് ആർക്ക് ആരോടാ ബന്ധം? ആരോടു മില്ല. അതാ മായ.''

സീത എഴുന്നേറ്റു.

നാണിയമ്മ ചോറു വിളമ്പി. വീണ്ടും വന്ന് വിളിച്ചു: ''വരൂ, വന്ന് ഊണുകഴിക്കൂ.''

''എനിക്ക് വിശപ്പില്ല. നാണിയമ്മേ.''

''കുറച്ചുകാലമായി ഞാനിത് കേൾക്കുന്നു. കഴിക്കാതെ വെശന്നു കെടന്നാലാർക്കാ നഷ്ടം? ആർക്കും ഇല്ലാന്നോർത്തോളൂ.''

നാണിയമ്മയെ ഭയന്ന്, രണ്ടുരുള വാരി വിഴുങ്ങി എഴുന്നേറ്റ് കൈ കഴുകി. മുറിയിലെത്തിയപ്പോൾ ഓർമ്മകൾ. ഉഷ കിടന്ന കിടക്ക, ചുവന്ന റോസാപ്പൂക്കൾ തുന്നിയ വെള്ളവിരുപ്പ്. അവൾ തനിച്ചു തുന്നിയതാണ്. സീത അത് നോക്കിയിരുന്നു.

വിവാഹത്തിനുമുൻപ്, മിക്കവാറും ദിവസങ്ങളിൽ ഉഷ തന്നോടൊത്ത് ഈ മുറിയിൽ, ഈ കിടക്കയിൽ ആയിരുന്നു. നാരായണൻ നായർ മരിച്ചതിൽ പിന്നീട് എല്ലാ ദിവസവും അവൾ തന്നോടൊപ്പം തന്നെയാണ് കിടന്നുറങ്ങിയത്.

ഈ വീട്ടിൽ വധുവായി വന്നെത്തിയ ആദ്യകാലങ്ങളിലും ഉഷയ്ക്ക് തന്റെയൊപ്പം കിടന്നെങ്കിലേ ഉറങ്ങാൻ കഴിയുമായിരുന്നുള്ളൂ. അതറിഞ്ഞ് ചേട്ടത്തിയമ്മ എത്ര തവണ ദേഷ്യപ്പെട്ടിട്ടുണ്ട്. ഇത്ര വലിയ പെണ്ണിനെ എന്തിനാണ് കൂടെക്കിടത്തുന്നത്? അവൾക്ക് വിവരമില്ലെങ്കിൽ നിനക്ക് വിവരം വേണം.''

''എന്ത് വിവരം? ഉഷ കുട്ടിയല്ലേ?''

''എന്ത് കുട്ടി? കുട്ടികൾ പ്രായമായാൽ അച്ഛന്റേയും അമ്മയുടേയും ഒപ്പമാണോ ഉറങ്ങുക? നിനക്കൊന്നുമറിയില്ലേ സീതേ?''

''അറിയാഞ്ഞിട്ടല്ല, ചേട്ടത്തിയമ്മേ. അദ്ദേഹം പറഞ്ഞിട്ടാണ്. ഉഷ എന്റെ കൂടെ കിടക്കുന്നതാണ് അദ്ദേഹത്തിന് തൃപ്തി.''

''അവൾക്ക് പ്രായമായില്ലേ?''

''ചേട്ടത്തിയമ്മ ഒന്നും പറയണ്ട. പേടിക്കുകയും വേണ്ട. ഞങ്ങൾ സന്ന്യാസത്തിലാണ്.''

അത് പറഞ്ഞു സീത പൊട്ടിച്ചിരിച്ചു. ചേട്ടത്തിയമ്മയ്ക്ക് ചിരിവന്നില്ല. മുഖം മ്ലാനമായി.

''നിനക്ക് നിന്റെ ഭാവിയെക്കുറിച്ച് ഒരു വിചാരവുമില്ല. ഉഷയും രവിയും നിന്റെ മക്കളല്ല. അതു മറക്കരുത്.''

എത്ര വട്ടം ആവർത്തിച്ച കാര്യം! എന്നാലും പിന്നെയും കാണുമ്പോൾ അതേ ചോദ്യംതന്നെ:

''നിനക്ക് വിശേഷമൊന്നും?''

''ഒരു വിശേഷവുമില്ല. ചേട്ടത്തിയമ്മ എന്തിനാണിങ്ങനെ ഭയപ്പെടുന്നത്? എനിക്ക് രണ്ടു മക്കളുണ്ട്. ഞാൻ പ്രസവിച്ചവരല്ലെങ്കിലും അവർക്ക് ഞാൻ അമ്മതന്നെയാണ്. അത് മതി. ഈശ്വരനിശ്ചയം അതായിരിക്കും.''

സീത അതൊക്കെ ഇപ്പോൾ ഓർത്തു.

ഉഷ പോയി. പോകാൻ അവൾക്കൊരു വിഷമവുമുണ്ടായില്ല. യാത്ര പറയുമ്പോൾ ദുഃഖം പ്രകടിപ്പിക്കുമെന്നും ചിലപ്പോൾ ദുഃഖം സഹിക്കാനാവാതെ കരഞ്ഞുപോകുമെന്നും ഒക്കെ സങ്കല്പിച്ചിരുന്നു. ഒന്നുമുണ്ടായില്ല. ചിരിച്ചുകൊണ്ടാണ് അവൾ ഭർത്താവിന്റെ ഒപ്പം പോയത്. ഉഷ തന്റെ മകളല്ലാഞ്ഞിട്ടാണോ അവൾക്ക് സങ്കടം വരാതിരുന്നത്? തന്റെ മകളായിരുന്നുവെങ്കിൽ? അറിയില്ല. എന്തിനിതൊക്കെ ആലോചിക്കുന്നു?

സീത ലൈറ്റ് കെടുത്തി കിടന്നു. എന്നിട്ടും ചിന്തകൾ. ഓർമ്മകൾ,

നിശ്ശബ്ദമായ രാത്രി. ശൂന്യമായ രാത്രി. ഒരു ദുർഗ്ഗംപോലെ. ഒരു രാപ്പാടിയുടെ ശബ്ദം പോലും കേൾക്കാനില്ല. കോട്ടമതിലുകൾ പോലുള്ള ചുവരുകൾക്കകത്ത് താൻ മാത്രം. തടവുകാരിയായി. ജീവപര്യന്തത്തടവുകാരിയായി. ആ ചിന്ത അവളെ ഭയപ്പെടുത്തിക്കളഞ്ഞു.

നാണിയമ്മ ഉറങ്ങിയിരിക്കുമോ ഇപ്പോൾ? അടുക്കളയോട് തൊട്ടുള്ള മുറിയിലാണ് അവർ കിടക്കുന്നത്. വേണമെങ്കിൽ അവരെ വിളിച്ച് ഈ മുറിയിൽ കിടത്താമായിരുന്നു. ഉറക്കം വരുവോളം അവരുടെ കഥകൾ കേൾക്കാമായിരുന്നു.

അവരെ വിളിച്ചാലോ? പിന്നെ സീത തീരുമാനിച്ചു. വേണ്ട. പാവം ഉറങ്ങിക്കാണും. എന്തിന് ആ പാവത്തിനെ ഉപദ്രവിക്കുന്നു?

നാല്പത്തിമൂന്ന്

രവിക്ക് പ്രമോഷൻ. ചിലപ്പോൾ അധികം താമസിയാതെ സ്ഥലമാറ്റവും കണ്ടേക്കും. കേരളത്തിന് പുറത്തെവിടെക്കെങ്കിലും ആവും

സീതയ്ക്ക് സന്തോഷവും അഭിമാനവും, ഒപ്പം ദുഃഖവും. രവി കൂടി പോയാൽ...

സൗദാമിനിച്ചേച്ചിയാണ് കൂടുതൽ സന്തോഷിച്ചത്. അഭിമാനത്തോടെ അവർ പലരോടും പറഞ്ഞു - എന്റെ മകളുടെ കഴുത്തിൽ താലികെട്ടിയതുകൊണ്ട് അവന് ദോഷമൊന്നും വന്നില്ല. എന്തൊരെതിർപ്പായിരുന്നു എല്ലാവർക്കും.

വ്യംഗം സീതയോടാണ്. എതിർപ്പ് സീതയ്ക്കായിരുന്നു എന്ന് സൗദാമിനിച്ചേച്ചിക്കറിയാം. സൗദാമിനിച്ചേച്ചി ഇവിടെത്തന്നെയാണ്.

വീട്ടുകാര്യങ്ങൾ നോക്കലും കൃഷിനടത്തിക്കലും അടുക്കളയിലെ പാചകങ്ങളും ഒക്കെ സ്വയം ഏറ്റെടുത്തു.

സീതയ്ക്ക് ആശ്വാസം. വീട്ടിൽ ആളുണ്ടല്ലോ. വിഴുങ്ങാൻ വായ് പൊളിച്ച് നില്ക്കുന്ന ഏകാന്തതയോട് അവൾക്ക് ഭയമായിരുന്നു. കുറച്ച് ദിവസങ്ങൾ, രമയും രവിയും നിരന്തരം യാത്രയിലായിരുന്ന ദിവസങ്ങൾ... അന്ന് എന്തൊരു വീർപ്പുമുട്ടലായിരുന്നു സീതയ്ക്ക്. ഓർമ്മകൾ നിയന്ത്രണമില്ലാതെ, മുൻപിൻ നോക്കാതെ തള്ളിക്കയറുമ്പോൾ തളർന്നു പോകുന്നു.

രവിയും രമയും ഉള്ളതുകൊണ്ട് സൗദാമിനിച്ചേച്ചിയും അധികം വീട്ടിലേക്ക് പോകാറില്ല. രമയുടെ അച്ഛനോ ചേച്ചീ, എന്ന് ചോദിച്ചാൽ ഉദാസീനഭാവത്തിലാണ് മറുപടി: ''അവിടെ ദേവുവുണ്ട്. അവള് വെച്ചു കൊടുക്കും. ഞാൻ കൊടുക്കുന്നതിലും സന്തോഷമാ.''

സൗദാമിനിച്ചേച്ചി അർത്ഥംവെച്ച് ചിരിക്കും.

''അല്ലെങ്കിൽ ആ മനുഷ്യന് ഇങ്ങോട്ടുവന്ന് എന്തെങ്കിലും കഴിച്ചിട്ട് പോയ്ക്കൂടെ? വേണ്ട, ആർക്കാ നഷ്ടം! വയസ്സായി. ഇനി എത്രനാളാ?''

കൂസലില്ലാത്ത, അതിരും വരമ്പുമില്ലാത്ത സംസാരം. നാണിയമ്മയുടെ വാക്കുകൾ സീതയ്ക്കോർമ്മവരും - വമ്പത്തിയാ ആള്... തള്ളേം രണ്ട് കൊച്ചുങ്ങളേം വഴിയാധാരമാക്കിയോളാ.''

സൗദാമിനിച്ചേച്ചിയുണ്ടെങ്കിൽ സീത പിന്നെ ഒന്നിനും ചെല്ലണ്ട. അവർ സമ്മതിക്കില്ല: ''സീത വല്ലാതെ ക്ഷീണിച്ചിരിക്കുന്നു. ഒന്നിനും വരണ്ട. അവിടെങ്ങാനും ഇരുന്നോളൂ.''

സീത മറുപടി പറയില്ല. ഇരിക്കാതെ പിന്നെന്ത് ചെയ്യാൻ?

നാണിയമ്മ ചെയ്യുന്നതും ശരിയാകുന്നില്ലെന്ന് സൗദാമിനിച്ചേച്ചിക്ക് പരാതി. അവർ വെയ്ക്കുന്ന കറികളൊന്നും രവി കൂട്ടുന്നില്ല. ഒന്നുകിൽ ഉപ്പു കൂടുതൽ. അല്ലെങ്കിൽ പുളി കൂടുതൽ.

''തള്ളയ്ക്കിപ്പോൾ ഒരു ശ്രദ്ധേം ഇല്ല. എന്തെങ്കിലും കാട്ടി വെച്ചോളും.''

''അതമ്മായി ഒന്നും പറയാഞ്ഞിട്ടാ. എങ്ങനെ ഉണ്ടാക്കിക്കൊടുത്താലും അമ്മായിക്കെതിരില്ല.'' രമ.

സീത ഒന്നും മിണ്ടില്ല. അമ്മയെ സഹായിക്കാൻ മകൾ. അതാണ് രക്തബന്ധം. ചോരയുടെ മഹത്വം, നാണിയമ്മയ്ക്ക് വയസ്സായി. എത്ര വർഷം മുൻപ് തുടങ്ങിയതാണ് ഈ ഭാരം ചുമക്കൽ. കൂനിക്കൂനി വയ്യാതായിരിക്കുന്നു പാവത്തിന്. ക്ഷമിക്കാതെന്ത് ചെയ്യും രമേ?

പറയാൻ തോന്നും. പറയില്ല. വാക്കുകൾ തൊണ്ടയ്ക്കുള്ളിൽ തപസ്സാണ്. പുറത്തേക്ക് വരില്ല. എത്ര ശ്രമിച്ചാലും.

നാണിയമ്മ ഏന്തിവലിഞ്ഞ് നടന്ന് പണികൾ ചെയ്തു. സൗദാമിനിച്ചേച്ചിക്ക് അത് കാണുമ്പോൾ ദേഷ്യം വർദ്ധിച്ചു.

''നിങ്ങളും പോയി ഒരിടത്തിരുന്നോളൂ. ഇങ്ങനെ വലിഞ്ഞ് വലിഞ്ഞ്

ചെയ്യുന്നത് കാണുന്നതുതന്നെ വെറുപ്പാണ്. തന്നേയല്ല, നിങ്ങളിന്നലേം മിനിഞ്ഞാന്നും വെച്ച കറികളൊന്നും രവി തൊട്ടുനോക്കിയില്ല.''

നാണിയമ്മ നിവർന്ന് നില്ക്കാൻ ശ്രമിക്കും. സൗദാമിനിയമ്മയെ ദഹിപ്പിക്കുംവിധം നോക്കും. തീപാറുന്ന നോട്ടം. കണ്ണുകളിൽ അഗ്നിയാണ്.

''നിങ്ങളെന്താ നോക്കി ദഹിപ്പിക്കുന്നത്? പാകത്തിന് മതി, കേട്ടോ?''

നാണിയമ്മ പറമ്പിലെങ്ങോ പോയിരുന്ന സമയം. രവിയും രമയും മുറിക്കുള്ളിൽ. സൗദാമിനിച്ചേച്ചി, ഒരു പ്ലെയ്റ്റിൽ കുറച്ച് മാമ്പഴം പൂളിയതുമായെത്തി.

''ഇതാ സീതേ, തിന്നുനോക്കൂ. അസ്സല് മധുരം.''

''വേണ്ട, ചേച്ചി. പല്ല് പുളിക്കും.''

''പുളിക്കോ? അതിന് പുളി ഉണ്ടായിട്ട് വേണ്ടേ? എന്താ ഒരു മധുരം! ഒരു കഷ്ണം തിന്നുനോക്കൂ.''

അവർ ഒരു കഷ്ണം മാങ്ങ സീതയുടെ വായിൽ വെച്ചുകൊടുത്തു. സീത ഏതോ മരുന്നുപോലെ വിഴുങ്ങി. മധുരമറിഞ്ഞില്ല. പുളിയും തോന്നിയില്ല.

''എങ്ങനെയുണ്ട്?''

''കൊള്ളാം.''

''രവി ഇന്നലെ വരുമ്പോൾ വാങ്ങിക്കൊണ്ടുവന്നതാ. ഞാൻ സീതയ്ക്കായി രണ്ടെണ്ണം സ്റ്റോർ റൂമിൽ വെച്ചിട്ടുണ്ട്. തള്ള കാണേണ്ട.''

സൗദാമിനിച്ചേച്ചി പിന്നെയും പോകാതെ നിന്നു. സീതയുടെ അരികിലേക്ക് വന്നിരിക്കുകയും ചെയ്തു. ഇനി എന്താണ് പറയാനുള്ളത്? എന്തെങ്കിലുമുണ്ടാവും.

അവർ രഹസ്യംപോലെ പറഞ്ഞു: ''സീതേ, നാണിയമ്മയെ പറഞ്ഞയയ്ക്കണം എന്ന് രവി പറയുന്നു.''

സീത നടുങ്ങി. ''എന്താ പറഞ്ഞത്?''

''കുറച്ച് ദിവസമായിട്ട് അവൻ പറയുന്നുണ്ട്. അവനിപ്പോ സ്ഥലമാറ്റം വരും. മിക്കവാറും ഈ മാസം അവസാനംതന്നെ. ജോലിസ്ഥലത്തേക്ക് അവനും രമേം പോയിക്കഴിഞ്ഞാൽപ്പിന്നെ സീത മാത്രം. എന്തിനാ ഒരു ജോലിക്കാരി? അധികച്ചിലവും. സീതയ്ക്ക് വയ്യെങ്കിൽ, ഞാൻ വന്ന് വെച്ചുതരില്ലേ? ഇല്ലെങ്കിൽ, അപ്പുറത്തേക്ക് വന്നുകൂടേ സീതയ്ക്ക്? അത്ര ദൂരമൊന്നുമില്ലല്ലോ.''

നട്ടുച്ചയ്ക്ക് ഇരുട്ട് പരന്നതുപോലെ. രവിക്കെങ്ങനെ ഇത്ര പെട്ടെന്ന് ഇങ്ങനെയൊരു തീരുമാനമെടുക്കാൻ കഴിഞ്ഞു? നാണിയമ്മ ആരാണ്? അത് രവി മറന്നുപോയോ? വൈകുന്നേരങ്ങളിൽ, സന്ധ്യകളിൽ, പലപ്പോഴായി കേട്ട അനേകം കഥകൾ. അടയ്ക്കയും വെറ്റിലയും വായിലിട്ട്

ചവച്ച് ചവച്ച്... നാണിയമ്മ പറഞ്ഞ ആയിരം കഥകൾ... അവയൊക്കെ സീത ഓർക്കാൻ തുടങ്ങി.

ശാരദയുടെ മരണശയ്യയ്ക്കരികിൽ കരയുന്ന രവി, വിരലീമ്പി, ഒന്നു മറിയാതെ പകച്ചുനില്ക്കുന്ന ഉഷ. അവൾ ചോദിക്കുന്നു.

''അമ്മൂമ്മേ, ഏട്ടൻ എന്തിനാ കരയുന്നത്?''

''അമ്മ എന്തിനാ, ഇങ്ങനെ കിടക്കുന്നത്?''

''അമ്മയ്ക്ക് വയ്യാഞ്ഞിട്ട്...''

നാണിയമ്മയുടെ അരക്കെട്ടിൽ ചുറ്റിപ്പിടിച്ച് രവി ചോദിക്കുന്നു:

''അമ്മേ എവിടേക്കാ എല്ലാവരുംകൂടി എടുത്തുകൊണ്ട് പോയത്? എന്റമ്മേ എന്ത് ചെയ്യാനാണ്?''

ഉത്തരം പറയാതെ നാണിയമ്മ തേങ്ങിക്കരഞ്ഞു. ശാരദയുടെ ചിത യിൽനിന്നുയരുന്ന തീനാളങ്ങൾ.

രാത്രി സൗദാമിനിച്ചേച്ചി വിളിച്ചിട്ട് രണ്ടുപേരും പോയില്ല.

''വാ, അപ്പച്ചി കൊണ്ടുപോകാം.''

''വേണ്ട. ഞങ്ങള് വരില്ല.'' രവി പറഞ്ഞു.

അവസാനം നാരായണൻനായർ പറഞ്ഞു: ''വേണ്ട ചേച്ചീ. അവരി വിടെത്തന്നെ നിൽക്കട്ടെ. നാണിയമ്മേടെ കൂടെ കിടന്നോളും. അവർക്ക് നാണിയമ്മ മതി.''

നാണിയമ്മയോട് പറ്റിച്ചേർന്ന് അവരുടെ ഞൊറിവീണ വയറ്റത്തള്ളി പ്പിടിച്ച് കുട്ടികൾ കിടന്നു. രവി കരഞ്ഞുകൊണ്ടിരുന്നു.

''നാണിയമ്മേ, ഞങ്ങൾക്കിനി ആരാ?''

''നാണിയമ്മയുണ്ട്. എന്റെ കുട്ടികളെ വിട്ട് നാണിയമ്മ എങ്ങും പോവില്ല.''

അതിനും മുൻപ് ഒരു സന്ധ്യ...

ബോധം മറയും മുൻപ്, പൂർണ്ണബോധവതിയായി ശാരദ പറഞ്ഞു:

''നാണിയമ്മേ! ഞാൻ മരിച്ചുപോയാലും എന്റെ കുഞ്ഞുങ്ങളെ നോക്കാൻ നിങ്ങളിവിടെ നിക്കണം. പറയൂ. അവരെ നിങ്ങൾ നോക്കില്ലേ?''

''കേട്ടു കുട്ടീ, കേട്ടു കുട്ടീ...''

''നിങ്ങളിവിടെനിന്ന് ഒരിക്കലും പോവരുത്.''

''പോവില്ല. ഒരിക്കലും പോവില്ല.''

ദീക്ഷാലുവായി, ശൂന്യതയിലേക്ക് നോക്കിയിരുന്നു നെടുവീർപ്പി ടുന്ന നാരായണൻനായർ. വല്ലാതെ ക്ഷീണിച്ചുപോയി. ശാരദ മരിച്ചിട്ട് മാസം ഒന്ന് കഴിഞ്ഞു. എന്നിട്ടും ദുഃഖത്തിനൊരു കുറവും ഇല്ല. സദാ ആലോചന. കുളിയില്ല. ആഹാരമില്ല. ഉറക്കമില്ല. എപ്പോൾ നോക്കി യാലും ഒരിരുപ്പ്. അവിടേക്ക് നടന്നടുക്കുന്ന വൃദ്ധയായ സ്ത്രീ.

''നാരായണൻനായരേ...''

''ങ്ഹും? നാണിയമ്മയോ? എന്താ, നാണിയമ്മേ? രവി എന്തെങ്കിലും കഴിച്ചോ?''

''കഴിച്ചു. ആങ്ങളേം പെങ്ങളും കൂടി അപ്പുറത്തു പൊസ്തകം വായിക്കുന്നു. ഇപ്പോ കരയുന്നില്ല.''

''നാണിയമ്മ എന്താ വന്നത്?''

''ഇങ്ങനിരുന്നാലോ?''

''പിന്നെ?''

''സ്കൂളിൽ പോവണ്ടേ? കുട്ടികളുടെ കാര്യം നോക്കാൻ നിങ്ങളെങ്കിലും ഉണ്ടാവണ്ടേ?''

വായുവിൽ ഉയർന്നമ്മരുന്ന ദീർഘനിശ്വാസം,

''കുളിക്കാതെയും ആഹാരം കഴിക്കാതെയും ഒറങ്ങാതേം വല്ല രോഗോം വന്നാൽ ഈ കുഞ്ഞുങ്ങൾക്കാരാ? ശാരദ സഹിക്കില്ല.''

''ഞാനെന്തുവേണം നാണിയമ്മേ?''

ഒരു വേലക്കാരിയുടെ സ്വാതന്ത്ര്യത്തിന്റെ അതിരുകടന്ന് ഭയന്ന് ഭയന്നാണ് പറഞ്ഞത്.

''ഞാൻ പറഞ്ഞാൽ കേൾക്കുമോ?''

''പറഞ്ഞോളൂ.''

''അവധിയെടുത്തിവിടിങ്ങനിരുന്നാൽ വെഷമം അധികമാവുകയേയുള്ളൂ. അതുകൊണ്ട്, നാളെ മുതൽ സ്കൂളിൽ പോണം.''

''എന്റെ മക്കൾ...''

''ഇങ്ങോട്ട് ഏൽപ്പിച്ചോളൂ. ഞാൻ നോക്കിക്കൊള്ളാം. എന്റെ ശാരദയുടെ കുട്ടികൾ എന്റെ കുട്ടികളുതന്നെ.''

സംതൃപ്തിയും സന്തോഷവും നന്ദിയും നിറയുന്ന കണ്ണുകൾ, നാരായണൻനായർ പറഞ്ഞു: ''നാണിയമ്മേ! നിങ്ങളെന്റെ ശാരദയുടെ അമ്മയാണ്. നിങ്ങള് ഞങ്ങളെ വിട്ട് പോവരുത്. ഒരുനാളും.''

അങ്ങനെ എന്റെ കൈയില് രവിയേയും ഉഷയേയും ഏല്പിച്ചു തന്നതാ. അന്ന് എത്രയുണ്ട് ഇക്കുട്ട്യോള്? രവിക്കെന്തായിരുന്നു വാശി! ശിവ! ശിവ! ഒരു മനുഷ്യര് സഹിക്കില്ല. അത്രയ്ക്കാ ശുണ്ഠി. വാശി. എന്ത് പറഞ്ഞാലും ഞാൻ സാധിച്ചുകൊടുക്കും. തള്ളയില്ലാത്ത കുട്ടിയല്ലേ? അതാ ഇത്ര വാശി, പക്ഷേ... രവിയുണ്ടല്ലോ, ശാരദേടെ സ്വഭാവമാ. ഉള്ള് കട്ടിയില്ല. ദേഷ്യം വരുമ്പോ അതുമിതുമൊക്കെ പറയും. പാവമാ. വെറും പാവം.

പക്ഷേ, സൗദാമിനിയമ്മയുടെ വർത്തമാനം കേട്ടാൽ അപ്പോ എറങ്ങിപ്പോകാൻ തോന്നും. ഒരു കരുണയില്ലാത്ത സ്ത്രീയാ. നാരായണൻ നായർക്ക് കണ്ടുകൂടാ. അതല്ലേ, മക്കളെ അവരെ ഏൽപ്പിക്കാതെ,

എങ്ങാണ്ട് കിടന്ന എന്റെ കൈയിൽ ഏല്പിച്ചുതന്നത്. അത് തീരെ പിടിച്ചില്ല. ഒരിക്കൽ സൗദാമിനിയമ്മേം ഞാനുമായിട്ട് പിണങ്ങി ഞാൻ യാത്ര പറഞ്ഞെറങ്ങിയതാ. ഇവിടുത്തെ പൊറുതി മതിയായി. സഹിക്കാവുന്ന വാക്കുകളല്ലേ പറയാവൂ. അതിൽ കൂടുതലായാൽ സഹിക്കാൻ പറ്റില്ല. അപ്പോ നാരായണൻനായരൊരു പറച്ചില്, കണ്ണില് വെള്ളോം നിറച്ചോണ്ട്.

''ശാരദ പോയപ്പോ നിങ്ങളും പോവുകാ, അല്ലേ? അവൾക്ക് ഞങ്ങളെ വേണ്ടാതായപ്പോ നിങ്ങൾക്കും ഞങ്ങളെ വേണ്ടാതായി.''

അത് കേട്ടപ്പോ ചങ്ക് തകർന്നുപോയി. കെട്ടും ഭാണ്ഡോം സ്റ്റോറുമുറിയിൽ തിരിച്ചുകൊണ്ടുവന്നു വെച്ചു.

* * *

സൗദാമിനിച്ചേച്ചി വീണ്ടും ചോദിച്ചു: ''സീത കേട്ടില്ലേ, ഞാൻ പറഞ്ഞത്?''

സീത അവരെ മിഴിച്ച കണ്ണോടെ നോക്കി.

''ആ നാണിയമ്മേടെ കാര്യം. എന്തിനാ അവരെ ഇനി? ഒരു ജോലിയെടുക്കാൻ വയ്യ. കൂനിക്കൂനി എത്ര നേരം വേണം. നാക്കിൽ വെയ്ക്കാൻ കൊള്ളുന്ന ഒരു സാധനം ഉണ്ടാക്കാനറിയില്ല. പിന്നെന്തിനാ, കാണാനോ? പോട്ടെ, എവിടെയെങ്കിലും.''

വേലിയേറ്റം പോലെ, നാവിൻതുമ്പിൽ അനേകമനേകം കാര്യങ്ങൾ വന്ന് തിങ്ങുന്നത് സീത അറിഞ്ഞു. പക്ഷേ സ്വയം നിയന്ത്രിച്ചു. ഒന്നും പറഞ്ഞുകൂടാ. പറയാൻ താനാര് എന്ന് ചോദിച്ചാൽ? മാത്രമല്ല, ഇവരുമായി തനിക്കെന്ത് ബന്ധം? ബന്ധം രവിയോടാണ്. രവിയാണ് തന്റെ മകൻ. രവിക്ക് നാണിയമ്മയെ മറക്കാനാവില്ല. നാണിയമ്മയെ പറഞ്ഞയയ്ക്കാനാവില്ല. പഴയകാര്യങ്ങൾ അവൻ ഓർമ്മിക്കുന്നുണ്ടാവില്ലേ? ഇത് സൗദാമിനിച്ചേച്ചിയുടെ അഭിപ്രായമാണ്. നാണിയമ്മയെ പറഞ്ഞയയ്ക്കണം എന്ന് അവൻ ഒരിക്കലും പറഞ്ഞിട്ടുണ്ടാവില്ല.

സീത സൗദാമിനിച്ചേച്ചിയോട് മറുപടി പറഞ്ഞില്ല. അവർ മടുത്ത് എഴുന്നേറ്റുപോയി. സീത രവിയുടെ അടുത്തെത്തി.

അവൻ കട്ടിലിൽ കിടക്കുന്നു. എന്തോ വായിക്കുന്നു. രമ അടുത്ത്,

''എന്താ അമ്മേ?'' കിടന്നുകൊണ്ടുതന്നെ ചോദ്യം. എന്തിനെഴുന്നേൽക്കണം എന്നാവും.

''എനിക്ക് രവിയോട് ഒരു കാര്യം പറയാനുണ്ട്.''

''ഞാൻ കേൾക്കാൻ പാടില്ലാത്തതാവും.''

രമ എഴുന്നേറ്റ് പോകാനൊരുങ്ങി.

''നീയും കേട്ടോളൂ. രഹസ്യമൊന്നുമല്ല.''

''എന്താണ്?'' രവി എഴുന്നേറ്റിരുന്നു.

''സൗദാമിനിച്ചേച്ചി ഒരു കാര്യം പറഞ്ഞു. നാണിയമ്മയുടെ കാര്യം. എനിക്ക് വിശ്വസിക്കാൻ പറ്റുന്നില്ല. രവിയോടുതന്നെ ചോദിക്കാമെന്ന് കരുതി.''

''വിശ്വസിക്കാതിരിക്കാനെന്താ? നാണിയമ്മയെ ഇനി എന്തിനാ ഇവിടെ? അവരെ പറഞ്ഞയയ്ക്കുന്നതാണ് നല്ലത്.'' കൂസലില്ലാത്ത വാക്കുകൾ.

സീത വീണ്ടും നടുങ്ങി. അവന്റെ സ്വരത്തിനെന്തൊരുറപ്പാണ്. ഇളക്കമില്ലാത്ത തീരുമാനമാണ് അവന്റേതെന്ന് തോന്നി. രവി ഇന്നലെത്തെ കുട്ടിയല്ല. വലിയൊരു പുരുഷനാണ്. വലിയൊരു വ്യക്തിത്വം പൂണ്ട് അവൻ നിമിഷം തോറും വളരുന്നു. എതിർത്ത് പറയാൻ സീതയ്ക്ക് ശക്തിയില്ല. എന്നിട്ടും അവൾ പറയാൻ ശ്രമിച്ചു.

''രവീ, മോനേ! മോനിതെങ്ങനെ പറയാൻ കഴിയുന്നു? നാണിയമ്മ ഈ വീട്ടിലെ വേലക്കാരി മാത്രമായിരുന്നില്ല, അവർക്ക് വീട്ടിലുള്ള സ്ഥാനം...''

''എന്ത് സ്ഥാനം? അമ്മയ്ക്കൊന്നുമറിയില്ല. അവരിവിടത്തെ ജോലിക്കാരിയായിരുന്നു. ജോലിക്കാരി മാത്രം. വേണ്ടാന്ന് തോന്നുമ്പോൾ അവരെ പിരിച്ചുവിടുന്നു. അതിലെന്താണ് കുഴപ്പം?''

''കുറച്ചൊക്കെ എനിക്കും അറിയാം, മോനേ, നിന്റെ അച്ഛൻ പറഞ്ഞിട്ടുണ്ട്. അവരെ ഒരിക്കലും ഇവിടെനിന്നും പറഞ്ഞയയ്ക്കരുതെന്ന്.''

''ഹോ! അച്ഛൻ, അച്ഛന്റെ കുറെ കാര്യങ്ങൾ! വേണ്ടാത്ത കാര്യങ്ങളൊക്കെയല്ലേ. ചെയ്തുവെച്ചിട്ട് പോയത്? അമ്മേ, ഞാൻ പറയുന്നു: നാണിയമ്മയെ നമുക്കിനി വേണ്ട. ലോകത്തുള്ളവരെയെല്ലാം നോക്കാമെന്ന് നമ്മൾ ഏറ്റിട്ടുണ്ടോ?''

സീത തിരിഞ്ഞുനടക്കാൻ ഭാവിച്ചു. അവൾക്ക് തലതിരിയുന്നുണ്ടായിരുന്നു.

രവി വീണ്ടും പറയുന്നത് കേട്ടു: ''അച്ഛൻ ഒരു വിഡ്ഢിയായിരുന്നു. വിഡ്ഢിത്തം മാത്രമേ കാട്ടിയിട്ടുള്ളൂ. ഞാൻ വിഡ്ഢിത്തം കാട്ടില്ല.''

സീത നടന്നു. വീഴാതിരിക്കാൻ വളരെ ശ്രമപ്പെട്ടു. തലവേദന മാറിയതായിരുന്നു. ഇപ്പോൾ വീണ്ടും ഒരു മഹാവ്യാധിപോലെ, അവൾ ഒരു വിധം മുറിയിലെത്തി. കിടന്നു. പിന്നെ, ഒരു കൊച്ചുകുട്ടിയെപ്പോലെ കരയാൻ തുടങ്ങി.

നാല്പത്തിനാല്

രവിയെ യാത്രയാക്കാൻ റെയിൽവേസ്റ്റേഷൻവരെ സൗദാമിനിച്ചേച്ചിയും ഭർത്താവും പോയിരുന്നു. സീതകൂടി ചെല്ലണ്ടായെന്ന് രവി പറഞ്ഞു. സുഖമില്ലാതിരിക്കയല്ലേ? യാത്രചെയ്ത് അധികമാക്കണ്ട.

സീത വഴിയുടെ വളവിൽ കാർ അപ്രത്യക്ഷമാവും വരെ നോക്കി നിന്നു. കണ്ണ് തുടച്ചു. രവി, തന്റെ മകൻ, പോയി. ഇനി സീത ഏക. ഗേറ്റിൽനിന്ന് അവൾ ശൂന്യമായ, ഏകാന്തത തുടിക്കുന്ന വലിയ വീട്ടിലേക്ക് നോക്കി.

സൗദാമിനിച്ചേച്ചിയുടെ വേലക്കാരി ദേവു അരികിൽനിന്ന് അത് കണ്ടു.

''സീതച്ചേച്ചി എന്താണ് നോക്കുന്നത്?''

''ഒന്നുമില്ല. എന്റെ മക്കളില്ലാത്ത വീട് കാണുകയായിരുന്നു. ഇവിടെ തനിച്ച് അവരില്ലാതെ ഞാനെങ്ങനെ കഴിയും?''

''അതിനെന്താ ചേച്ചീ. ചേച്ചി അങ്ങോട്ട് പോരൂ. നമുക്കവിടെ കഴിയാം. അവിടെ ഞങ്ങളെല്ലാവരും ഇല്ലേ?''

''വേണ്ട, ദേവൂ. ഞാൻ വെറുതെ പറഞ്ഞതാണ്. എനിക്ക് തനിച്ച് കഴിയാൻ ബുദ്ധിമുട്ടൊന്നുമില്ല. ഇവിടെക്കിടന്നാലേ എനിക്കുറക്കം വരൂ.''

ദേവു പോയ്ക്കഴിഞ്ഞപ്പോൾ സീത വീട്ടിനകത്തേക്ക് കയറി. ഒഴിഞ്ഞ മുറികൾ. ശൂന്യമായ കട്ടിലുകൾ. നിശ്ശബ്ദത തുടിക്കുന്ന അന്തരീക്ഷം.

രവിയുടെ മുറി. അതടച്ചിട്ടിരിക്കുന്നു. അതിനുള്ളിൽ ഒന്നുമില്ല. ഇന്നലെവരെ അതിനുള്ളിൽ എന്തൊരു പൊട്ടിച്ചിരിയും ബഹളവുമായിരുന്നു. ഇന്നു മൂകം.

സൗദാമിനിച്ചേച്ചിയും രമയും കൂടിയാണ് പെട്ടികളും സൂട്ട്കേസുകളും അടുക്കിയത്. രവിക്ക് കൊടുത്തയയ്ക്കാനായി സൗദാമിനിച്ചേച്ചി ദേവുവിനെക്കൊണ്ട് ഒരാഴ്ച മുൻപുതൊട്ടേ പലഹാരങ്ങളും ഉപ്പേരികളും ഉണ്ടാക്കിച്ച് തുടങ്ങിയിരുന്നു. സീതയെ ഒന്നിനും വിളിച്ചില്ല. സീതയെക്കൊണ്ട് ഒന്നും ചെയ്യിക്കരുതെന്ന് നിർബ്ബന്ധമുള്ളതുപോലെ. എന്നിട്ടും സീത എന്തൊക്കെയോ ഉണ്ടാക്കിവെച്ചു. രവിക്കിഷ്ടപ്പെട്ട ഉപ്പിലിട്ടത്. അരിയുണ്ട; അങ്ങനെ എന്തൊക്കയോ. ഇനി എത്രനാൾ കഴിഞ്ഞാണ് അവൻ നാട്ടിൽ വരിക. എത്രനാൾ കഴിഞ്ഞാണ് തന്റെ കൈകൊണ്ട് എന്തെങ്കിലും കൊടുക്കാൻ കഴിയുക!

സൗദാമിനിച്ചേച്ചി ദേഷ്യപ്പെട്ടു.

''സീത എന്തിനാണ് പനിമാറാതെ ഈ ജോലിയൊക്കെ ചെയ്യുന്നത്? വിയർത്തിട്ട് പനി കൂട്ടണോ?

സീത ചിരിച്ചു. ''ഒന്നും വരില്ല ചേച്ചീ. രവിക്ക് അരിയുണ്ട വലിയ ഇഷ്ടമാണ്. കുട്ടിയായിരുന്നപ്പോൾ എന്നും വാശിപിടിച്ച് എന്നെക്കൊണ്ട് ഉണ്ടാക്കിച്ച് തിന്നിരുന്നു.''

സൗദാമിനിച്ചേച്ചി മറുപടി പറയാൻ നില്ക്കാതെ മറ്റെന്തിനോ പോയി.

രവിക്ക് തിരക്കായിരുന്നു. പോകുംമുൻപ് ഒരിക്കലെങ്കിലും അവൻ തന്റെ അരികിൽ വരുമെന്നും പഴയതുപോലെ 'അമ്മേ' എന്ന് വിളിക്കുമെന്നും സീത മോഹിച്ചു. അതുണ്ടായില്ല. അവൻ അധികസമയവും സൗദാമിനിച്ചേച്ചിയുടെ വീട്ടിലായിരുന്നു. അവന്റെ എല്ലാ കാര്യങ്ങളും ശ്രദ്ധിച്ചിരുന്നതും തീരുമാനിച്ചിരുന്നതും സൗദാമിനിച്ചേച്ചിയാണെന്ന് തോന്നി.

അപ്പോൾ സീത പെട്ടെന്നോർത്തു. കഴിഞ്ഞ ദിവസം സന്ധ്യയ്ക്ക് രമ തന്റെ കൈയിൽ ഏല്പിച്ച നൂറുരൂപ. അതെവിടെ വെച്ചു? എവിടെയെങ്കിലുമാവട്ടെ. അവളുടെ വാക്കുകൾ ഇപ്പോഴും ചെവിയിൽ മുഴങ്ങുന്നു.

''രവിയേട്ടൻ, അമ്മായിക്ക് തരാൻ പറഞ്ഞു. പോകുന്ന തിരക്കിൽ ചിലപ്പോൾ മറന്നെങ്കിലോ എന്ന് വിചാരിച്ചിട്ടാണ് നേരത്തെ ഏല്പിച്ചത്.''

സീതയ്ക്കിപ്പോൾ ഹൃദയം വല്ലാതെ വിങ്ങാൻ തുടങ്ങി. കെട്ടിനിർത്തിയിരുന്ന ദുഃഖം ചിറ തകർത്തൊഴുകാൻ തുടങ്ങി. നാരായണൻ നായരുടെ ചിത്രത്തിന് മുന്നിൽ അവൾ നിന്നു.

സീതയ്ക്കാരുമില്ലാതായി. എല്ലാവരും സീതയെ ഉപേക്ഷിച്ചുപോയി. രവിയും ഉഷയും എന്റെ മക്കളാണെന്ന് ഞാൻ അഭിമാനത്തോടെ പറഞ്ഞുനടന്നു. ചേട്ടത്തിയമ്മയുടെ മുന്നിൽ അഹങ്കാരത്തോടെയാണ് നിന്നിരുന്നത്. എന്നിട്ട്.... അവസാനം.... നോക്കൂ, ഉഷ എന്നെ മറന്നു കഴിഞ്ഞു. അവൾ പോയിട്ടിതുവരെ ഒര് കത്തുകൂടി അയച്ചില്ല. രവി, അവനും ഇന്ന് പോയി. പോകുംമുൻപ്, എനിക്ക് തരാൻ നൂറുരൂപ രമയെ ഏല്പിക്കാൻ മറന്നില്ല. പറയൂ... എന്റെ മകന് എന്റെ അരികിൽ വന്ന് എന്റെ കൈയിൽ ഈ രൂപ ഏല്പിക്കാൻ എന്താണിത്ര മടി? ഞാനത്ര പാപിയാണോ? ഞാനെന്ത് തെറ്റു ചെയ്തു?

സീത കരഞ്ഞുകൊണ്ടിരുന്നു. ഒന്നും ചെയ്യാൻ തോന്നിയില്ല.

അവൾ ഒന്നും കഴിച്ചില്ല. വിളക്ക് കത്തിച്ചുകൂടിയില്ല. അവൾ ഇരുട്ടിൽ മുറിക്കുള്ളിൽ ഇരുന്നു.

ഇപ്പോൾ നാണിയമ്മ ഉണ്ടായിരുന്നെങ്കിൽ പറയുമായിരുന്നു.

''എന്തൊരൈശ്വര്യക്കേടാ ഇത്! സന്ധ്യയ്ക്ക് വിളക്ക് കത്തിക്കാതെ ലക്ഷ്മി കടന്നുവരുമോ കുട്ടീ?''

എന്നിട്ട് തിടുക്കപ്പെട്ട് വിളക്ക് കത്തിക്കുകയും ചെയ്യും. പിന്നീട്, തന്റെ അരികിൽ വന്നിരിക്കും. വാതിൽപ്പാളിയിൽ ചാരി, കാലുകൾ നീട്ടിയിരുന്ന് മുറുക്കാൻ വായിലിട്ട് ചവച്ചുകൊണ്ട്, പുറത്തെ ഇരുളിലേക്ക് നോക്കി കഥകൾ പറയാൻ തുടങ്ങും.

പക്ഷേ, നാണിയമ്മ.... അവരിപ്പോൾ എവിടെയാവും? ദിവസങ്ങൾക്ക് മുൻപ് ഒതുക്കുകല്ലുകൾ ചവിട്ടിയിറങ്ങി, കൂനിക്കൂനി, ഭാണ്ഡം നെഞ്ചോട്

ചേർത്തുപിടിച്ച് മെല്ലെ നടന്നുപോയി. കഴിഞ്ഞൊരു ദിവസം ഉച്ച യ്ക്കാണ് അവർ പോയത്. സീത മുറിക്കുള്ളിൽ കിടക്കുകയായിരുന്നു. നാണിയമ്മ യാത്ര പറയാൻ വന്നപ്പോഴാണറിഞ്ഞത്.

''ഞാൻ പോണ് കുട്ടീ.''

സീത ഞെട്ടി.

''നാണിയമ്മയുടെ വേഷം അഴിക്കാൻ പറഞ്ഞു. ആടിയത് മതി യത്രെ! ശരിയല്ലേ ആ കുട്ടി പറഞ്ഞത്? ചെറുപ്പത്തില്, തീരെ കുട്ടിയാ യിരുന്നപ്പൊ നാണിയമ്മ വേണ്ടിയിരുന്നു. അന്ന് നാണിയമ്മേടെ കൈ വെള്ളേല് ആ കുട്ടി തൂറിത്തന്നിട്ടുണ്ട്. നാണിയമ്മ അത് പ്രസാദം പോലെ കരുതിയിട്ടുമുണ്ട്. പക്ഷേ, ഇപ്പൊ അക്കഥ പറഞ്ഞിട്ടെന്താ ഫലം? ഇപ്പൊ വല്യ ഉദ്യോഗസ്ഥനായില്ലേ! നാണിയമ്മ പോട്ടെ.''

നാണിയമ്മ പോയി.

ഇപ്പോൾ നാണിയമ്മ ഉണ്ടായിരുന്നെങ്കിൽ...

നാലാം ദിവസംതന്നെ കത്ത് വന്നു. സീത കാത്തിരിക്കുകയായി രുന്നു. പുതിയ സ്ഥലം ഇഷ്ടപ്പെട്ടുവോ? യാത്ര സുഖമായിരുന്നുവോ? ജോലിക്ക് പോയിത്തുടങ്ങിയോ? അയൽപക്കത്തൊക്കെ മലയാളി കളാണോ? നൂറുനൂറുകാര്യങ്ങളറിയാൻ മനസ്സിന് തിടുക്കം.

കത്ത് സീതയ്ക്കല്ല. സൗദാമിനിച്ചേച്ചിക്കാണ്. സാരമില്ല. സീത യ്ക്ക് വിവരങ്ങളറിഞ്ഞാൽ മതി. യാത്ര സുഖം. താമസസൗകര്യം. സ്ഥലം ഇഷ്ടപ്പെട്ടു. നീണ്ട കത്തിൽ നിറയെ എല്ലാവർക്കും അന്വേ ഷണങ്ങൾ. സീതയ്ക്ക് തൃപ്തിയായി.

സീത പറഞ്ഞു: ''ചേച്ചീ... ആ കത്തിങ്ങോട്ട് തരൂ. അഡ്രസ്സ് കുറി ച്ചെടുക്കാനാണ്.''

രാത്രി കുത്തിയിരുന്ന് കത്തെഴുതി.

ദേവു ചോദിച്ചു. അവളാണിപ്പോൾ കൂട്ടിന്. രാത്രി കിടക്കാനെത്തും. സൗദാമിനിച്ചേച്ചി അങ്ങനെയൊരു സഹായം ചെയ്തു.

''രവിക്ക്. അവന്റെ കത്ത് വന്നു. ദേവു അറിഞ്ഞില്ലേ?''

''അറിഞ്ഞു. സൗദാമിനിക്കൊച്ചമ്മയ്ക്കും ഉണ്ടായിരുന്നു കത്ത്. രമക്കുഞ്ഞും എഴുതീട്ടുണ്ടെന്ന് പറഞ്ഞു.''

വല്ലാത്തൊരസഹ്യത. വിങ്ങൽ... കത്ത് വന്നത് എനിക്കല്ല ദേവൂ. സൗദാമിനിച്ചേച്ചിക്കുതന്നെ.

കത്തെഴുതി ഒട്ടിച്ച് മേൽവിലാസമെഴുതിയിട്ട് കിടന്നു. വളരെനേരം ഉറക്കം വന്നില്ല. ആദ്യവാചകം വായിക്കുമ്പോൾ അവന് വിഷമം തോന്നു മായിരിക്കും. തോന്നട്ടെ. അവൻ ആദ്യമെഴുതേണ്ടത് സീതയ്ക്കല്ലേ? സീതയല്ലേ അവന്റെ അമ്മ? അതറിയിക്കാതിരിക്കാൻ വയ്യ. തന്റെ വിഷമം അവനും മനസ്സിലാക്കട്ടെ.

മറുപടി വന്നു. കുറെ വൈകി. എന്നാലും സാരമില്ല. സീത സന്തോഷിച്ചു. ഇക്കുറി കത്ത് സീതയ്ക്കുതന്നെ.

''എന്തെഴുതാൻ? സൗദാമിനിയപ്പച്ചി വിവരം പറയുമെന്നറിയാം. രണ്ടുപേർക്കും പ്രത്യേകം പ്രത്യേകം എഴുതി പോസ്റ്റൽ ഡിപ്പാർട്ടുമെന്റുകാരെ സഹായിക്കണ്ടല്ലോ എന്ന് കരുതി. അമ്മയ്ക്ക് ചെലവിനുള്ള പണം സൗദാമിനി അപ്പച്ചി തരും. ഞാനയച്ചിട്ടുണ്ട്.''

കണ്ണുകൾക്ക് മുന്നിൽ ഇരുട്ട്. പ്രകാശം മങ്ങുന്നു. വയ്യ... സഹിക്കാനുള്ള ശക്തി ചോർന്നുചോർന്ന് ഇല്ലാതാവുന്നു. ദൈവമേ...!

പിന്നീട് സീത പകയോടെ ഓർത്തു:

നന്നായി, അമ്മയുടെ കാര്യം തീരെ മറന്നില്ല. ഓർമ്മയുണ്ട്. അല്ലെങ്കിൽ ചെലവിനുള്ള പണം, സൗദാമിനിയപ്പച്ചിയുടെ പേരിൽ അയച്ച് കൊടുക്കില്ലല്ലോ.

സൗദാമിനിയപ്പച്ചി ചെലവിനുള്ള പണം തരും. അത് വാങ്ങി ഉണ്ട്, ഉറങ്ങി കഴിയുക. അമ്മയൊന്നും അറിയണ്ട. ചെയ്യേണ്ട. എല്ലാം സൗദാമിനിയപ്പച്ചി നോക്കിക്കൊള്ളും.

സീത പല്ലുകടിച്ചു. കത്ത് ചുരുട്ടിക്കൂട്ടി വലിച്ചെറിഞ്ഞു. കണ്ണുകൾ നിറഞ്ഞൊഴുകി.

''സീത ഒറങ്ങ്വാ? ഈ പകല്?''

സൗദാമിനിച്ചേച്ചി വന്നത് കണ്ടില്ല. പനിക്ക് ശേഷം തളർച്ച, ക്ഷീണം. കണ്ണടഞ്ഞുപോവുന്നു.

''പകലുറക്കം പടി മുടിക്കും. സീതയ്ക്കറിയാമോ, പെണ്ണുങ്ങള് പകലൊറങ്ങിയാല് വീട് മുടിഞ്ഞുപോകുമെന്നാ പണ്ടൊള്ളോര് പറയുന്നത്.''

സീത മിണ്ടിയില്ല.

''രമയുടെ കത്തുണ്ട്. സീതയോടു പറയാൻ വന്നതാ. അവൾക്ക് കുളി മാറിയത്രെ.''

സൗദാമിനിച്ചേച്ചിയുടെ വിടർന്നമുഖം. ചിരിക്കുന്ന കണ്ണുകൾ.

സീത കാത് വിടർത്തി കേട്ടു.

രവിക്ക് ഒരു കുഞ്ഞ്... സീതയ്ക്ക് ഒരു പേരക്കിടാവ്... ഈശ്വരാ...

സീത എല്ലാ ദുഃഖവും ഒരു നിമിഷം മറന്നു.

''അവരെന്ന് വരും, ചേച്ചീ?''

''വരാറൊന്നും ആയിട്ടില്ല. സംശയം മാത്രം. ഡോക്ടറെ കണ്ടാലല്ലേ തീർച്ചയാക്കാൻ പറ്റൂ.''

രാത്രി സീതയ്ക്ക് ഉറക്കം വന്നില്ല. പതിവില്ലാത്തൊരുണർവ്വ്, സന്തോഷം...

ഉത്സാഹത്തോടെ പറഞ്ഞു: ''നിയറിഞ്ഞോ ദേവൂ?''

''എന്താ?''

''രമ ഗർഭിണിയാണെന്ന്, സൗദാമിനിച്ചേച്ചി പറഞ്ഞു.''

''എന്നോടും പറഞ്ഞു. കൊച്ചമ്മയ്ക്കെന്തൊരു സന്തോഷം.''

''എനിക്കും എന്തൊരു സന്തോഷമാണ് തോന്നുന്നത്. എന്റെ രവി അച്ഛനാകുന്ന കാര്യം ഓർത്തിട്ട് ഉറക്കം വരുന്നില്ല. നീ കണ്ടോളൂ. രമ പ്രസവത്തിന് വന്നാൽ, തിരിച്ചുപോകുമ്പോൾ കുട്ടിയെ ഞാൻ കൊടുത്തയയ്ക്കില്ല. ഞാൻ വളർത്താമെന്ന് പറയും. അന്യനാടല്ലേ. അവിടെ ജോലിക്കുകൂടി ആളെ കിട്ടില്ല. രമ വിഷമിക്കും.''

ദേവു ഇരുട്ടിൽ കിടന്ന് ചിരിച്ചു. അത് സീത കേട്ടു.

''എന്താ, ദേവു ചിരിക്കുന്നത്?''

''രണ്ടുകൂട്ടരുടേം ആലോചനേം പ്ലാനുകളും കേട്ടിട്ട് ചിരിക്കാതെന്തു ചെയ്യും? അവിടെ കത്ത് വന്നപ്പോഴേ സൗദാമിനിക്കൊച്ചമ്മ ഇക്കാര്യം തീർച്ചയാക്കിക്കഴിഞ്ഞു. രമക്കുഞ്ഞിനേം കൊച്ചിനേം പറഞ്ഞയയ്ക്കുന്നില്ലെന്നാ കൊച്ചമ്മ പറയുന്നത്. അതല്ലെങ്കിൽ, രമക്കുഞ്ഞ് തനിച്ചു പോവട്ടെ. കൊച്ചിനെ സൗദാമിനിക്കൊച്ചമ്മ വളർത്തിക്കൊള്ളാമെന്ന്.''

സീതയുടെ മനസ്സിടിഞ്ഞു. എന്തൊരു വിഡ്ഢിയാണ് സീത. അർഹതയില്ലാത്തതേ ആശിക്കൂ. പിന്നെ, കിട്ടാതെവരുമ്പോൾ നിരാശപ്പെടുക. എന്തൊരു വിധി! സീതയ്ക്ക് മക്കളില്ല. വന്ധ്യയായ ഭൂമിയെപ്പോലെയാണ് സീത. വന്ധ്യമേഘമാണ് സീത.

ദേവു പറഞ്ഞുകൊണ്ടിരുന്നു.

''ദൈവമാ ഒക്കേം നിശ്ചയിക്കുന്നത്. പ്രസവിച്ച് കൊച്ച് പുറത്ത് വന്നോട്ടെ. പിന്നെ വളർത്തുന്ന കാര്യം തീരുമാനിക്കാം സീതച്ചേച്ചീ.''

ദേവു ഇരുട്ടിൽ പിന്നെയും ചിരിച്ചു.

നാല്പത്തിയഞ്ച്

സൗദാമിനിച്ചേച്ചി തിരക്കിട്ടുവന്നു. എന്തോ അത്യാവശ്യമുണ്ടെന്ന് തോന്നി സീതയ്ക്ക്. അവൾ രവിക്കൊരു കത്തെഴുതാൻ തുടങ്ങുകയായിരുന്നു. എത്രനാളായി അവൻ തനിക്കെഴുതിയിട്ട്. എന്നിട്ടും അങ്ങോട്ടെഴുതാതിരിക്കാൻ മനസ്സ് അനുവദിക്കുന്നില്ല.

''സീതേ, ആർക്കാ എഴുത്ത്?''

''രവിക്ക്.''

''ഉം? എന്താ വിശേഷം?''

''വെറുതെ. കൊറച്ച് നാളായി ഞാനെഴുതിയിട്ട്.''

അങ്ങനെ പറഞ്ഞുവെങ്കിലും രോഷം തിളച്ചുപൊങ്ങി മനസ്സിനകത്ത്. മകന് കത്തെഴുതാൻ വിശേഷം വേണോ? അതോ നേരം നോക്കണോ?

''പിന്നെഴുതാം. ഞാൻ പറയുന്നതൊന്ന് കേൾക്കൂ.''

''പറയൂ.'' സീത എഴുത്തു നിർത്തി.

''പുതിയ എൻജിനീയർ സോമന്റെ കൂട്ടുകാരനാ. അങ്ങേർക്കിതുവരെ താമസിക്കാൻ ഒരു വീട് കിട്ടിയില്ല. വീടുണ്ട്. പക്ഷേ, അദ്ദേഹത്തിന് താമസിക്കാൻ പറ്റിയതില്ല. സീത ഒരാളല്ലേയുള്ളൂ. ഒരാൾക്കെന്തിനാ ഇത്ര വലിയവീട്? ഞാൻ വിചാരിച്ചു. സീത അങ്ങോട്ടുവന്ന് താമസിച്ചുകൊണ്ട് ഈ വീട് എഞ്ചിനീയർക്ക് കൊടുക്കാം. ഇരുന്നൂറു രൂപ വാടക കിട്ടും. അദ്ദേഹത്തിനത് സഹായവുമാകും.''

''ചേച്ചീ...'' സീതയുടെ വിളിക്ക് ഒരു താക്കീതിന്റെ ഛായയുണ്ടായിരുന്നു.

''കേട്ടോ സീതേ, അദ്ദേഹത്തിന് സൗകര്യത്തിന് ഒരു വീടിന്റെ കാര്യം ആലോചിച്ചാലോചിച്ച് തലപുകഞ്ഞ് കഴിഞ്ഞപ്പോഴാ ഈ ബുദ്ധി തോന്നിയത്. ഞാൻ പറഞ്ഞത് ശരിയല്ലേ? സീത ഒറ്റത്തടി. ഇവിടാണേ വേറാരും ഇല്ലതാനും. എവിടായാലും ഒരുപോലെ.''

''വേണ്ട, ചേച്ചീ ഞാനിത് സമ്മതിക്കില്ല. ഇവിടെ മറ്റാരുമില്ലെങ്കിലും അദ്ദേഹമുണ്ട്. അദ്ദേഹത്തിന്റെ ആത്മാവുണ്ട്. ഞാൻ ഇവിടെ നിന്നെങ്ങും പോവില്ല.''

''വിഡ്ഢിത്തം പറയാതെ, സീതേ, പിന്നേ.... ആത്മാവ്! കുന്തമാണ്.''

''വിഡ്ഢിത്തമല്ല ചേച്ചീ. ഞാൻ കയറിവന്ന വീടാണിത്. എന്നെ കൂട്ടിക്കൊണ്ടുവന്ന ആൾ നഷ്ടപ്പെട്ടു. എന്നാലും ഞാനിവിടം വിട്ട് പോവില്ല. മരണംവരെ എനിക്കിതിനുള്ളിൽതന്നെ കഴിയണം. അതെന്റെ ആഗ്രഹമാണ് ചേച്ചീ. എഞ്ചിനീയർ വേറെ വീട് തിരക്കട്ടെ. ഈ വീട് വാടകയ്ക്ക് കൊടുക്കില്ല.''

സൗദാമിനിച്ചേച്ചി ചിരിച്ചു. പുച്ഛരസം കലർന്ന ഒരു ചിരി.

''അത് പറയാൻ സീതയ്ക്കവകാശമില്ല. ഇത് നാരായണന്റെ വീടാ. ഇനിയിപ്പോ ഇതിനവകാശി രവിയാ. അവൻ പറയട്ടെ, എഞ്ചിനീയർക്ക് വേറെ വീട് കിട്ടുമായിരിക്കും. പക്ഷേ, അയാളെക്കൊണ്ട് പല പ്രയോജനങ്ങളുമുണ്ട്. അത് സീതയ്ക്കറിയില്ല.''

സീത അമ്പരന്നുപോയി. സൗദാമിനിച്ചേച്ചി എത്ര ഭംഗിയായി സംസാരിക്കുന്നു. ഓരോ വാക്കിലും മുള്ളാണ്. അവൾ കത്തെഴുതാനെടുത്ത കടലാസിൽ നഖംകൊണ്ട് കോറി വെറുതെ ഇരുന്നു.

സൗദാമിനിച്ചേച്ചി അനുനയത്തിന്റെ ഭാഷ വീണ്ടും സ്വന്തമാക്കി:

''സീതേ, എന്തിനാ ഈ വാശി? ഇതുകൊണ്ടെന്താ ലാഭം? സീത

ഒറ്റത്തടി. ഒന്നൊറങ്ങണം. ഒരു മുറീടെ കാര്യം. സീതയ്ക്കായിട്ട് അവിടെ ഒരു മുറി വിട്ടുതന്നാൽ പോരേ?''

സീത അകലേക്ക് നോക്കി ദൃഢമായസ്വരത്തിൽ പറഞ്ഞു:

''ചേച്ചി എന്ത് പറഞ്ഞാലും ഞാൻ വരില്ല. എന്നോട് ഇവിടെനിന്നിറങ്ങാൻ ആരും പറയില്ല. ആർക്കും അതിനധികാരമില്ല.''

സൗദാമിനിച്ചേച്ചി പോയി. കോപിച്ചാണ് പോയത്.

സീത ഹൃദയം തകർന്ന് വിളിച്ചു: ''ദൈവമേ... എന്തിനിങ്ങനെ പരീക്ഷിക്കുന്നു?''

പിന്നീട് ദിവസങ്ങളോളം സീത എഴുന്നേറ്റില്ല. ഒരേ കിടപ്പ്. സർവ്വാംഗം തളർന്ന മരവിച്ചുകഴിഞ്ഞ ആളിന് എങ്ങനെ എഴുന്നേൽക്കാനാവും? വെറുതെ കിടന്നു. വിശപ്പില്ല. ദാഹമില്ല. ഒരു വികാരവുമില്ല.

സൗദാമിനിചേച്ചി വീട്ടിലില്ലാത്ത നേരം നോക്കി ദേവു വന്നു. അവൾക്ക് സങ്കടം വന്നു. സീതച്ചേച്ചിയെ കണ്ടാൽ, ഏതോ മഹാരോഗം പിടിപെട്ടതുപോലെ.

''സീതച്ചേച്ചീ...''

''എന്താ ദേവൂ?''

''ചേച്ചിക്കെന്തുപറ്റി? സുഖമില്ലേ?''

''എനിക്കറിയില്ല.''

''പിന്നെന്താ എഴുന്നേല്ക്കാത്തത്?''

സീത മിണ്ടിയില്ല.

''ചേച്ചി എന്നോട് പിണങ്ങിയാണോ? ഇന്നലേം മിനിഞ്ഞാന്നുമൊക്കെ ഞാൻ വരാഞ്ഞത് സൗദാമിനിക്കൊച്ചമ്മ സമ്മതിക്കാഞ്ഞിട്ടാ. കൊച്ചമ്മേടെ കൂടെ നിക്കുമ്പോ, അവരുടെ ഇഷ്ടമില്ലാതെ എനിക്ക് വരാൻ പറ്റുമോ?''

സീത ചിരിക്കാൻ ശ്രമിച്ചു.

''സാരമില്ല ദേവൂ.''

''എന്നിട്ടും ഞാൻ ചോദിച്ചതാ, സീതച്ചേച്ചി തനിച്ചല്ലേ, ഞാൻ കെടക്കാൻ പോവട്ടേന്ന്. അപ്പോ കൊച്ചമ്മ പറയുകാ, വലിയ ധൈര്യക്കാരീം തന്റേടീമല്ലേ, തനിച്ച് കെടക്കട്ടെ എന്ന്. കൊച്ചമ്മയ്ക്കെന്തൊരു ദേഷ്യമാണെന്നോ.''

സീത ദേവുവിനോട് പറയാൻ കൊതിച്ചു: എല്ലാവർക്കും എന്നോട് ദേഷ്യമാണ് ദേവൂ. ഈ ലോകത്തുള്ളവരെല്ലാം, ഞാൻ പരിചയപ്പെട്ടവരെല്ലാം എന്നോട് ശത്രുവിനെപോലെയാണ് പെരുമാറിയത്. അവസാനം ഇവിടെയെത്തി. ഇവിടെ നിന്നും ഞാൻ കുറേശ്ശെക്കുറേശ്ശെയായി പുറത്താക്കപ്പെടുകയാണ്. നാരായണൻ നായർ, എന്റെ ഭർത്താവ്,

മരിച്ചില്ലേ? അന്നു മുതൽ ഞാൻ അന്യയാകാൻ തുടങ്ങി. ആരുമില്ലാത്തവളാകാൻ തുടങ്ങി. രവിയും ഉഷയും പോലും എന്നെ അങ്ങനെയാണ് കരുതുന്നത്. പിടിച്ചുനിൽക്കാൻ എനിക്കൊന്നുമില്ലാതായിപ്പോയി. ഒരു തുരുമ്പുപോലും എനിക്കായി അദ്ദേഹം കരുതിവെച്ചില്ല. സീത വെറും ഊഷരഭൂമിയായിപ്പോയി ദേവൂ...

സീതയുടെ ചുണ്ടുകൾ വിറച്ചു. അവളുടെ കണ്ണുകൾ നിറഞ്ഞു.

‘‘സീതച്ചേച്ചീ, ഞാനിത്തിരി കഞ്ഞി ഉണ്ടാക്കിത്തരട്ടേ?’’

‘‘വേണ്ട. എനിക്ക് വിശപ്പില്ല.’’

‘‘അത് പറ്റില്ല. അടുക്കള ഞാൻ കണ്ടു. എത്ര ദിവസമായി തീ കത്തിച്ചിട്ട്. എത ദിവസമായി സീതച്ചേച്ചി വല്ലതും കഴിച്ചിട്ട്. ഞാൻ കഞ്ഞിവെക്കാം.’’

സീത മിണ്ടിയില്ല. തൊണ്ട പൊട്ടിപ്പോകുന്നു ദേവൂ. കരച്ചിൽ നിയന്ത്രിക്കാനാവുന്നില്ല. നീ മാത്രം എന്നോടെന്തിന് സഹതാപം കാട്ടുന്നു? പോവു ദേവൂ... വേഗം പോവൂ ദേവൂ...

അടുക്കളയിൽ പാത്രങ്ങളുടെ കലമ്പൽ, കിലുക്കം. ദേവു അവിടെ എന്ത് ചെയ്യുകയാണ്? എന്തെങ്കിലും ചെയ്യട്ടെ. തനിക്ക് വയ്യ. ഒന്നും നോക്കാനും ശ്രദ്ധിക്കാനും വയ്യ. ഇവിടെ ഇങ്ങനെ കിടക്കാം. വല്ലാത്ത തളർച്ച.

ദേവു വിളിച്ചു. ഒന്നല്ല, പലതവണ. സീത വിളികേട്ടില്ല. ദേവു പരിഭ്രമിച്ചു. ദേഹത്ത് തൊട്ടുകുലുക്കി വിളിച്ചു:

‘‘സീതച്ചേച്ചീ... സീതച്ചേച്ചീ...’’

‘‘എങ്... എങ്! ആര്... ദേവുവോ? ദേവു എപ്പോൾ വന്നു?’’

‘‘ഞാനെത്ര നേരമായി ചേച്ചിയെ വിളിക്കുന്നു. ചേച്ചി വിളി കേൾക്കാഞ്ഞപ്പോൾ ഞാൻ പേടിച്ചു.’’

സീത ചിരിക്കാനൊരു വിഫലശ്രമം നടത്തി നോക്കി.

‘‘ചേച്ചി നന്നായിട്ടുറങ്ങി.’’

‘‘ശരിയാണ്. നല്ല ഉറക്കമായിരുന്നു. എത്ര രാത്രികളിലെ ഉറക്കം. കഴിഞ്ഞ ദിവസങ്ങളിലൊന്നും എനിക്കുറങ്ങാൻ കഴിഞ്ഞിട്ടില്ല. ഉറക്കത്തിൽ ഞാനൊരു സ്വപ്നവും കണ്ടു. അദ്ദേഹം. അദ്ദേഹം എന്റെ അടുത്ത് വന്നു. ഒന്നും പറയാൻ കഴിഞ്ഞില്ല. അപ്പോഴേക്കും നീ വിളിച്ചുണർത്തി.’’

‘‘ചേച്ചീ, എഴുന്നേറ്റിരുന്ന് ഈ കഞ്ഞിയൊന്ന് കുടിക്കാമോ? ക്ഷീണം മാറട്ടെ.’’

‘‘നീ എന്തിനാണ് കഷ്ടപ്പെട്ടത്? ഒന്നും വേണ്ടായിരുന്നു.’’

‘‘സാരമില്ല. ചേച്ചി കഞ്ഞി കുടിക്കുന്നുണ്ടോ?’’ ദേവുവിന്റെ സ്വരം ഉയർന്നു. സ്നേഹത്തിന്റെ, വാത്സല്യത്തിന്റെ, ശാസനയുടെ സ്വരം.

സീത എഴുന്നേറ്റിരുന്നു. ആവി പറക്കുന്ന കഞ്ഞി പരന്ന പാത്രങ്ങളിൽ ചൂടാറാനായി പകർന്നുവെച്ചിരിക്കുന്നു. പപ്പടം ചുട്ടത്. കടുമാങ്ങ.

സീത കഞ്ഞികുടിക്കാൻ തുടങ്ങിയപ്പോൾ ദേവു പറഞ്ഞു:

''ആ കഞ്ഞി മുഴുവനും കുടിക്കണം. അപ്പോഴേക്കും ഞാനിവിടെയൊക്കെയൊന്ന് അടിച്ചുവാരാം. തറയിലൊക്കെ എന്തുമാത്രം പൊടിയാ.''

സീത ഓർത്തു. എത്രദിവസമായി അടിച്ചുവാരിയിട്ട്. തറ തുടച്ചിട്ട്. ആകെ മാറാല പിടിച്ച്, പൊടിപിടിച്ച് വൃത്തികേടായിരിക്കുന്നു. തന്റെ മനസ്സുപോലെ. ആർക്കും വേണ്ടാത്ത, ഉപയോഗമില്ലാത്ത ഈ ശരീരം പോലെ.

ഉടൻ സീത സ്വയം തിരുത്തി: ഈ വീടിന് ആവശ്യക്കാരുണ്ട്. മാറാലയടിച്ച്, പൊടിമാറ്റി വൃത്തിയാക്കിയാൽ മതി. ഇപ്പോൾത്തന്നെ കൊള്ളാവുന്ന ഒരെഞ്ചിനീയർ വന്നിരിക്കുന്നത്രെ.

ദേവു, വീട് വൃത്തിയാക്കി. മുറികളെല്ലാം അടിച്ചുവാരി തുടച്ചു.

''നോക്കൂ ചേച്ചീ, ഒക്കെ ഭംഗിയാക്കി. ഇനി ചേച്ചി ഇങ്ങനെ കിടന്നാൽ പറ്റില്ല. എത്ര വെഷമം ഉണ്ടെങ്കിലും അവനോന്റെ തടി നോക്കണ്ടേ? ഈ വീട് ചീത്തയാകാതെ നോക്കണ്ടേ? എണീക്കാൻ വയ്യാതെയായാ ആരാ വീട് നോക്കുക. നോക്കൂ, ഈ വീട് ചേച്ചീടെയാ. ഇത് തൂക്കോം തൊടയ്ക്കോം ചെയ്തില്ലെങ്കിൽ ചെതല് പിടിച്ച് നശിക്കും. നശിച്ചു പോയാലും ആർക്കാ നഷ്ടം? ചേച്ചിക്കുതന്നെ.''

സീതയ്ക്ക് ചിരിവന്നു. അവൾ ചിരിച്ചു. ഒരു പൊട്ടിയെപ്പോലെ വെറുതെ ചിരിച്ചുകൊണ്ടിരുന്നു.

''എന്താ, ചേച്ചി ചിരിക്കുന്നത്?''

''വെറുതെ.'' സീത വീണ്ടും ചിരിച്ചു.

ദേവുവിന് അത്ഭുതം തോന്നി. അവൾ പാത്രങ്ങളുമെടുത്ത് പോയി.

സീതയ്ക്ക് വീട്! ആര് തന്നെ വീട്! സീതയ്ക്കെങ്ങനെ വിടുണ്ടായി? പാവം! ദേവുവിനെന്തറിയാം? സീതയ്ക്ക് എന്തെങ്കിലും സ്വന്തമായുണ്ടോ? ഒക്കെ കടം വാങ്ങിയവ ഉടമസ്ഥൻ ചോദിക്കുമ്പോൾ മടികൂടാതെ, വിസമ്മതം പറയാതെ മടക്കിക്കൊടുക്കേണ്ടവ. അല്ലാതെ യാതൊന്നും സ്വന്തമായി സമ്പാദിക്കാൻ കഴിയാത്ത സീത ദരിദ്രയാണ്. സീതയുടെ ഭാണ്ഡം ശൂന്യമാണ്. നിനക്കറിയില്ല ദേവൂ.

ദേവു കൈകഴുകി മുണ്ടിൽ തുടച്ച് വന്നു.

''സീതച്ചേച്ചീ, ഇനി ഞാൻ പോട്ടെ, സൗദാമിനിക്കൊച്ചമ്മ വരാറായി. കൊച്ചമ്മ സമ്മതിച്ചാൽ ഇന്ന് രാത്രീൽ കിടക്കാൻ വരാം.''

''വേണ്ട ദേവൂ. തനിച്ച് കിടക്കാൻ എനിക്ക് ഭയമില്ല.''

* * *

ഉഷ നട്ടുപിടിപ്പിച്ച റോസയിൽ നിറയെ മൊട്ട്. കോളേജിൽ പോകുന്നതിന് മുൻപും പിൻപും അവൾ ഇതിന് കീഴിൽത്തന്നെയായിരുന്നു. വളമിടാനും തടമെടുക്കാനും ഒക്കെയായി. സീത ഓർത്തു. ഉഷയ്ക്കെഴുതണം. നിന്റെ റോസയിൽ പൂവുണ്ടായി. കാണാൻ നീയിവിടെ ഇല്ലാതെയായിപ്പോയല്ലോ മോളേ.

സീത ഉമ്മറത്തെ അരമതിലിലിരുന്നു. ദേവു വരികയാണെങ്കിൽ, പറയണം കുറച്ച് ചാണകം ഇതിന്റെ ചുവട്ടിൽ കൊണ്ടുവന്നിടാൻ. ഇനിയും ധാരാളം പൂക്കൾ ഉണ്ടാവട്ടെ.

പോസ്റ്റ്മാൻ പടികടന്നുവരുന്നത് കണ്ടപ്പോൾ മനസ്സ് തുടിച്ചു. തനിക്ക് കത്ത് ഉഷയുടെ അല്ലെങ്കിൽ രവിയുടെ, ഒരുപക്ഷേ, രണ്ടു പേരുടെയും ഉണ്ടാവും. അല്ലാതെ തനിക്ക് ആരെഴുതാൻ?

മേൽവിലാസം എഴുതിയ അക്ഷരം കണ്ടപ്പോൾത്തന്നെ മനസ്സിലായി.

രവിയുടെ കത്ത്. കണ്ണുകൾ നിറയുന്നു. അക്ഷരങ്ങൾ കാണാൻ വയ്യ. തന്റെ കത്തിന് ഉടൻ മറുപടി. ദൈവമേ! ദൈവം കരുണാമയനാണ്. കത്ത് തിടുക്കം കൂട്ടി പൊളിച്ചതുകാരണം അരികുകൾ കീറിപ്പോയി.

അമ്മേ,

സൗദാമിനിയപ്പച്ചി പറഞ്ഞ കാര്യം അമ്മ സമ്മതിച്ചില്ലെന്നറിഞ്ഞു. മോശമായിപ്പോയി. അപ്പച്ചി എനിക്ക് പരിഭവിച്ചെഴുതിയിരിക്കുന്നു. വാടക കിട്ടുന്നതല്ല പ്രശ്നം. വീട് എഞ്ചിനീയർക്ക് ഉടനേ ഒഴിഞ്ഞുകൊടുക്കണം. കൊടുത്തേ പറ്റൂ. അമ്മ മാത്രമല്ലേയുള്ളൂ? അമ്മ സൗദാമിനിയപ്പച്ചിയുടെ വീട്ടിൽ താമസിച്ചാൽ മതി. അതാണ് സൗകര്യം. അമ്മയ്ക്കെന്തിനാണ് ഒറ്റയ്ക്കൊരു വീട്? പിന്നെ, മറ്റൊരു കാര്യം: അവകാശം പറയാൻ തുടങ്ങിയാൽ, ആ വീട് എന്റെ അച്ഛനുണ്ടാക്കിയതാണ്. അമ്മ എന്തിനാണ് പ്രയാസപ്പെടുന്നത്? അപ്പച്ചി പറയുന്നത് കേൾക്കുക. സുഖമെന്ന് കരുതുന്നു. നിർത്തട്ടെ.

അവസാനഭാഗം വായിക്കുമ്പോൾ സീത തളർന്ന് കഴിഞ്ഞിരുന്നു. തല വല്ലാതെ തിരിയുന്നു. കിടക്കണം. എവിടെയെങ്കിലും കിടന്നേ മതിയാകൂ.

അവൾ അരമതിലിൽനിന്ന് താഴേക്ക് നിരങ്ങിയിറങ്ങി ഉമ്മറത്ത് വെറും തറയിൽ കിടന്നു. ഭൂമി പിളർന്ന് പോകുന്നു. നിലയില്ലാത്ത കയത്തിലേക്ക്, ഭൂമിയുടെ അടിത്തട്ടിലേക്ക് വേഗം വേഗം താണുപോകുന്നു. ഹാവൂ... അമ്മേ...

“സീതച്ചേച്ചീ... സീതച്ചേച്ചീ...”

ദേവുവിന്റെ വിളി. അവൾ മുഖത്ത് ശക്തിയായി വെള്ളം കുടഞ്ഞു.

“എന്തുപറ്റി സീതച്ചേച്ചീ, തലകറങ്ങിയോ?”

''എന്ന് തോന്നുന്നു.''

''ഈ വെള്ളം ഇത്തിരി കുടിച്ചോളൂ.''

''ങും...''

സീത എതിർത്തില്ല. മടികൂടാതെ വെള്ളം വാങ്ങി കുടിച്ചു. വല്ലാതെ നെഞ്ച് വേദനിക്കുന്നു. അവൾ നെഞ്ചത്ത് കൈയമർത്തി.

''നെഞ്ച് വേദനിക്കുന്നുണ്ടോ? ഞാൻ സൗദാമിനിക്കൊച്ചമ്മേ വിളിക്കട്ടേ?''

''വേണ്ട. എനിക്കൊന്ന് കിടക്കണം, ദേവൂ.''

ദേവുവിന്റെ ചുമലിൽ തല താങ്ങി അകത്തേക്ക് നടന്നു.

ദേവു പറയുന്നുണ്ടായിരുന്നു: ''ഞാൻ പശുവിനെ കെട്ടാൻ വന്നതാ. ഞാനന്നേരം കണ്ടില്ലായിരുന്നുവെങ്കില്...''

അകത്തെത്തി. സീത കിടന്നു.

''ദേവു പൊയ്ക്കോളൂ. ആരോടും ഒന്നും പറയണ്ട.''

ദേവു പൊയ്ക്കഴിഞ്ഞപ്പോൾ സീത തേങ്ങിത്തേങ്ങിക്കരഞ്ഞു. രവിയുടെ കത്ത് കൈയിലിരുന്നു ചുരുണ്ട് വിറച്ചു. അവിടെ കിടന്ന് നോക്കിയാൽ നാരായണൻനായരുടെ ചിത്രം കാണാം. ശാന്തമായ മുഖം. നിസ്സഹായത നിഴലിക്കുന്ന കണ്ണുകൾ.

ഞാൻ പറഞ്ഞത് വാസ്തവം! സീതയ്ക്കിപ്പോൾ ആരുണ്ട്? ആരുമില്ല. തൃപ്തിയായില്ലേ? സീത ഭാഗ്യഹീനയാണ്. അതിപ്പോൾ മനസ്സിലായില്ലേ? അവളുടെ മനസ്സ് മന്ത്രിച്ചുകൊണ്ടിരുന്നു.

രാത്രി.

താനൊരു കോട്ടയ്ക്കുള്ളിലകപ്പെട്ടിരിക്കുന്നുവെന്ന് സീതയ്ക്ക് തോന്നി. ഇരുട്ടിന്റെ കനത്ത ഭിത്തികൾ തനിക്ക് ചുറ്റും വളരെ ഉയരത്തിൽ. ഇതിനുള്ളിൽനിന്നും ഒരിക്കലും രക്ഷപ്പെടാൻ തനിക്ക് കഴിയില്ലെന്നുണ്ടോ? അന്ധകാരത്തിന്റെ അഗാധതലങ്ങളിൽ വീണ് ആരുമറിയാതെ അവസാനിക്കാനാണോ സീതയുടെ വിധി?

അവൾ കട്ടിലിൽ, അന്ധകാരത്തിൽ ഒരു പ്രേതത്തെപ്പോലെ ഇരുന്നു. അകലെ ആരുടേയോ ചിരി കേൾക്കുന്നതുപോലെ. അതടുത്തടുത്തു വരുന്നതുപോലെ.

സീത കിതച്ചു. അതാരാണ്? ആരാണ്?

രാത്രി അവൾ തീരെ ഉറങ്ങിയില്ല. നേരം വെളുക്കാൻ കാത്തിരിക്കുകയായിരുന്നു. ക്ഷീണമുണ്ടായിരുന്നു. തലതിരിച്ചിൽ മാറിയിരുന്നില്ല. തൊണ്ട വരണ്ടുണങ്ങിപ്പോയിരിക്കുന്നു.

സീത വേഷം മാറി. പെട്ടിയിൽ വസ്ത്രങ്ങൾ കുത്തിത്തിരുകി. നാരായണൻനായരുടെ ചിത്രത്തിന് മുന്നിൽ ഒരു നിമിഷം നിന്നു.

അപ്പോൾ കരച്ചിൽ വന്നില്ല. മനസ്സ് സംതൃപ്തമാണ്. അവകാശപ്പെടാത്തത് ഒന്നും ഇവിടെനിന്ന് ഞാൻ കൊണ്ടുപോകുന്നില്ല. ഒന്നും... വന്നതുപോലെ തിരിച്ചുപോകുന്നു.

വീട് പൂട്ടി. പുറപ്പെട്ടു.

''സൗദാമിനിച്ചേച്ചീ...'' സീത വിളിച്ചു.

സൗദാമിനിച്ചേച്ചി ഇറങ്ങി വന്നു. അവരുടെ മുഖത്ത് വിസ്മയം.

''എന്താ സീതേ, കയറിവരൂ.''

സീത അതിന് മറുപടി പറഞ്ഞില്ല. അപ്പോഴാണ് അവളുടെ കൈയിൽ തൂക്കിയ പെട്ടി സൗദാമിനിച്ചേച്ചി കണ്ടത്.

''ഇതെന്താ സീതേ പെട്ടിയുമായിട്ട്?''

സീത കൈയിൽ മുറുക്കിപ്പിടിച്ചിരുന്ന താക്കോൽക്കൂട്ടം സൗദാമിനിച്ചേച്ചിക്ക് നേരേ നീട്ടി.

''ഇതാ ചേച്ചീ വീടിന്റെ താക്കോൽ. ഞാൻ പോട്ടെ.''

''എവിടേക്ക്? സീതേ, എവിടെപ്പോകുന്നു.''

അവൾ അത് കേട്ടില്ല. അവളുടെ മുഖം ശാന്തമായിരുന്നു. അലകളടങ്ങിയ കടൽപോലെ. സ്വച്ഛമായ ആകാശംപോലെ. പക്ഷേ, അത് വല്ലാതെ വിളറിയിരുന്നു. തളർന്നിരുന്നു.

തളർന്ന കാലുകൾ നീട്ടിവച്ച് നടന്നു. ബസ്സ്റ്റോപ്പ് എത്തുന്നതുവരെ. നില്ക്കാതെ, ഒരേ വേഗത്തിൽ. ജീവിതത്തിന്റെ ഒരു വലിയ ഘട്ടംകൂടി അവസാനിച്ചതായി സീതയ്ക്ക് തോന്നി. പ്രതീക്ഷകളുടേയും സ്വപ്നങ്ങളുടേയും ഘട്ടം. ഇനി ഒന്നുമില്ല. നിറഞ്ഞ ശാന്തത.

* * *

കിടക്കവിട്ട് അവൾ എഴുന്നേറ്റു. ചേട്ടത്തിയമ്മ എപ്പോഴാണ് മുറിയിൽനിന്ന് പോയത് എന്നാലോചിക്കാൻ ശ്രമിച്ചു. അവർ കരഞ്ഞിരിക്കണം. താൻ എപ്പോഴാണ് വീണ്ടും മടങ്ങിയത്? ചേട്ടത്തിയമ്മ വീണ്ടും മുറിയിലേക്ക് വരും. സമാധാനിപ്പിക്കാനുള്ള വാക്കുകളുമായി വീണ്ടും വരും. അവർക്ക്, ആ പാവം സ്ത്രീക്ക്, അതല്ലേ കഴിയൂ?

ജനാല തുറന്നിട്ടിരിക്കുന്നു. കാറ്റുണ്ട്.

സീത എഴുന്നേറ്റു.

ഇടത്താവളങ്ങളില്ലാത്ത, സ്വപ്നങ്ങളില്ലാത്ത, സീതയുടെ യാത്ര ആരംഭിക്കുന്നു.

■

www.ingramcontent.com/pod-product-compliance
Lightning Source LLC
LaVergne TN
LVHW090313051026
849518LV00005B/1761
9788119486656